உல்லாசத் திருமணம்

பிரஞ்சுப் புதினம்

தஹர் பென் ஜெலூன்

தமிழில் : சு. ஆ. வெங்கட சுப்புராய நாயகர்

தடாகம்

உல்லாசத் திருமணம்
- ஆசிரியர் : தஹர் பென் ஜெலுூன்
- பிரஞ்சிலிருந்து தமிழில்: சு. ஆ. வெங்கட சுப்புராய நாயகர்
- முதற்பதிப்பு : பிப்ரவரி 2020 ◆ அட்டை ஓவியம் : ரோஹிணி மணி
- வடிவமைப்பு : வெ. பாலாஜி

Copyright © Editions Gallimard, Paris, 2016
Book Name in French & Author Name: "LE MARIAGE DE PLAISIR" by
Tahar BEN JELLOUN

Tamil translation copyright © Thadagam, Chennai, 2016
Book Name in Tamil: "Ullasa Thirumanam" by Tahar BEN JELLOUN, translated by
S. A. Vengada Soupraya Nayagar

PAP
TAGORE

www.bibliofrance.in

"The Work is published with the support of the Publication Assistance Programs of the Institut français / French Ministry of foreign and European affairs"

© All rights reserved. No part of this publication may be reproduced or transmitted in any form or by any means, electronic or mechanical, including photocopy, recording, or any information storage and retrieval system, without permission in writing from the publisher.

Published by:
THADAGAM
No.112, First Floor, Thiruvalluvar Salai
Thiruvanmiyur, Chennai 600041
Ph: +91-98400-70870
www.thadagam.com | info@thadagam.com

ISBN: 978-93-88627-13-9
Published on January 2020
INR 300

தமிழ்

தஹர் பென் ஜெலூன் (1944)

வட ஆப்பிரிக்க பின்காலனித்துவ எழுத்தாளர்கள் வரிசையில் முன்னணியில் நிற்கும் ஜெலூன், பிரஞ்சு மொழியினைத் தாய் மொழியாய்க் கொள்ளாத எழுத்தாளர்களின் படைப்புகளில் அதிக மாக மொழிபெயர்க்கப்பட்ட பெருமைக்குரியவர்.

மொராக்கோவில் பிறந்த இவர், தாய்மொழியான அரேபிய மொழியில் எழுதாமல் பிரஞ்சு மொழியிலேயே தன் இலக்கியப் படைப்புகளான புதினங்கள், கவிதைகள், கட்டுரைகள் அனைத் தையும் எழுதிவருகிறார். இலக்கியத்தின்மூலம் இனவேற்றுமைக்கு எதிராகத் தொடர்ந்து குரல் எழுப்பிவருபவர்.

2016இல் வெளியான "உல்லாசத் திருமணம்" எனும் இப்புதினத் திலும் இது எதிரொலிப்பதை உணரலாம்.

ஐம்பதுக்கும் மேற்பட்ட இவரது படைப்புகள் நாற்பது மொழி களுக்கும் மேலாக மொழிபெயர்க்கப்பட்டு உலகெங்கும் பெரும் வரவேற்பைப் பெற்றுள்ளன.

சமூகத்தில் மனித இனம் எதிர்கொள்ளும் சிக்கல்களை வாசகர் களுக்கு நெருக்கமான மொழியில், நடையில் எடுத்துரைக்கும் உத்தியினைக் கொண்டவர் ஜெலூன்.

சு.ஆ.வெங்கட சுப்புராய நாயகர் (1963)

பிரஞ்சு, தமிழ், ஆங்கில மொழிகளுக்கிடையே மொழிப்பாலம் அமைத்து வரும் முனைவர் சு.ஆ.வெங்கட சுப்புராய நாயகர் (1963), கடந்த 30 ஆண்டுகளாகப் புதுச்சேரியில் பிரஞ்சுப் பேரா சிரியராகப் பணியாற்றி வருகிறார். ஆரவாரமின்றி இலக்கியப் பணியாற்றிவரும் நாயகர், இதுவரை நான்கு புதினங்களைப் பிரஞ்சிலிருந்து நேரடியாகத் தமிழாக்கம் செய்துள்ளார். மேலும், பிரஞ்சுச் சிறுகதைகளின் மொழியாக்கத் தொகுப்புகள் இரண்டி னையும் வெளியிட்டுள்ளார். தமிழிலிருந்து கதைகள், கவிதைகள் ஆகியவற்றையும் பிரஞ்சில் மொழியாக்கம் செய்துள்ளார்.

நம் சங்க இலக்கியச் செல்வங்களான குறுந்தொகை, ஐங்குறுநூறு ஆகியவற்றை முழுமையாக வெங்கட சுப்புராய நாயகர் பிரஞ்சு மொழியாக்கம் செய்திருப்பது குறிப்பிடத்தக்கதாகும். நம் மொழி யின் தொன்மை, செம்மை ஆகியவற்றைப் பிரஞ்சு மக்கள் அறிய இது வாய்ப்பாக அமையும்.

பல பல்கலைக்கழகங்களின் தேர்வராகவும், பல இலக்கியம் மற்றும் சமூக அமைப்புகளின் உறுப்பினராகவும் இருந்து வருகிறார். 1994, 2008 ஆகிய ஆண்டுகளில் பிரான்ஸ் சென்று, அரசின் உதவி யுடன் பிரான்ஸில் சில மாதங்கள் பயிற்சியும், நூலகங்களில் ஆய்வும் மேற்கொண்டவர். இவரது பிரஞ்சு - தமிழ் மொழிபெயர்ப்பு திட்டம் ஒன்றினை, 2018ஆம் ஆண்டு மார்ச் முதல் மூன்று மாதங்கள் பிரான்ஸில் தங்கி முடிக்க பிரஞ்சு அரசு உதவிசெய்தது. தொடர்ந்து மொழிபெயர்ப்பில் ஈடுபட்டுவரும் இவருடைய மொழியாக்க நடையின் எளிமை கி.ரா, பிரபஞ்சன் உள்ளிட்ட இலக்கிய ஆளுமை களைக் கவர்ந்து பாராட்டைப் பெற்றதாகும்.

முன்னுரை

பேராசிரியர் க. பஞ்சாங்கம்

தீமையின் உயிர்க் கூறுகளைக் காட்சிப்படுத்தும் எழுத்துமுறை

தமிழிலக்கிய வெளியில் இன்று மொழிபெயர்ப்பு இலக்கியங் களுக்கான அறுவடைக்காலம் நிகழ்ந்து கொண்டிருக்கிறது. தாய்மொழியில் எழுதப்படும் இலக்கியங்களைவிட மொழி பெயர்ப்பு இலக்கியங்களுக்குப் பெரிதும் "மவுசு" கூடியிருக்கிறது என்றொரு கருத்து நிலவுகிறது. பதிப்பகத்தார் பலரும் இதை நோக்கிப் படையெடுப்பதைப் பார்த்தால் இந்தக் கருத்து மேலும் வலுப்பெறுகிறது. பரிச்சயமில்லாத புதுப்புது வெளிகளைத் தேடி அலையும் வாசகர்களின் உளவியல் தேவையை நிறைவேற்றி வைப்பதில் மொழிபெயர்ப்பு இலக்கியங்கள் முன்னே நிற்கின்றன என்பது ஒரு காரணமாக இருக்கலாம். மேலும் உலகமயமாதலுக்குப் பிறகு உலகச் சுற்றுலா பிரமாண்டமாக வளர்ச்சி அடைந்த பிறகு உலகிலுள்ள வெவ்வேறு நாட்டு மக்களின் பண்பாட்டு முறைமை களையும் அவர்களின் வேறு வேறான உளவியல் கூறுகளையும் அறிந்து ஆனந்தம் அடையும் ஆவல் எல்லோருக்குள்ளும் பெரிய அளவில் திரண்டு கிடக்கிறது. இந்தப் பேராவலுக்கு மொழிபெயர்ப்பு இலக்கியங்கள் அழகிய பெருந்தீனியாக அமைகின்றன. அதனால்தான் முன்பு எப்போதும் இல்லாத அளவிற்கு பிரிட்டன், அமெரிக்கா நாட்டு இலக்கியங்களில் இருந்தது என்பது மட்டும் இல்லாமல் இலத்தீன் அமெரிக்கா, கொரியா, சீனா, ஜப்பான், ஆப்பிரிக்கா, இரஷ்யா, பிரான்சு, ஜெர்மன், துருக்கி, எகிப்து, சிங்களம் முதலிய பல்வேறு நாட்டு இலக்கியங்களில் இருந்தும் தமிழ் மொழிபெயர்ப்புக்கள் வந்த வண்ணம் இருக்கின்றன.

இப்படியான ஒரு போக்கில் குறிப்பிடத்தக்கப் பங்களிப்புச் செய்து கொண்டிருப்பவராக பிரஞ்சுப் பேராசிரியர் சு.ஆ.வெங்கட சுப்புராய நாயகர் விளங்குகிறார். நேரடியாகப் பிரஞ்சு மொழி யிலிருந்து நோபல் பரிசு பெற்ற நாவல் (லெ கிளெஸியோவின் Tempête) "சூறாவளி" உட்பட பல்வேறு குறிப்பிடத்தக்க புனைகதைகளையும், கவிதைகளையும் தமிழில் தந்துள்ள நாயகர்,

இங்கே 75 வயதான தஹர் பென் ஜெலூன் எழுதிய "லெ மரியாழ் தெ பிளெஸீர் (Le mariage de plaisir)" என்ற பிரஞ்சு நாவலை 'உல்லாசத் திருமணம்' என்ற தலைப்பில் தந்துள்ளார். "மொழி பெயர்ப்பின் வலிமை அதன் எளிமைதான்" எனக் கருதும் நாயகர் (மொழியாக்கம் எனும் படைப்புக்கலை பக்கம் 269) அதற்கேற்ப மிகவும் பரிச்சயமில்லாத ஆப்பிரிக்க இஸ்லாமியப் பின்னணியில் நிகழ்த்திக் காட்டப்படும் இந்த நாவலை எளிமையாகவும் அழகு குன்றாமலும் மொழிபெயர்த்துள்ளார்.

****

வடக்கு ஆப்பிரிக்க நாடான மொராக்கோ நாட்டின் முக்கிய நகரமான 'தாஞ்சியரி'லும், அதன் பண்பாட்டுத் தலைநகரமான 'ஃபேஸ்'ஸிலும் நாவல் மையம் கொண்டு பலவாறு விரிகிறது. அமீர் என்கிற மொராக்கோ நாட்டு, வெள்ளை நிற வணிகனின் வாழ்க்கைப் பாடுகளை மூன்று தலைமுறை என்கிற அளவிற்கு விரித்துப் பிரமாண்டமாக எடுத்துரைக்கிறார் கதை சொல்லி. லாலா ஃபாத்மா என்ற பெயருடைய வெள்ளைநிறப் பெண்மணியை அதிகாரப்பூர்வமான மனைவியாகக் கொண்ட அமீர், வணிக நிமித்த மாகச் சென்ற வேற்றுப் புலமான செனெகல் நாட்டிலுள்ள 'நபூ' என்கிற கருப்பு நிறப் பெண்ணை அன்றைய வழக்கப்படி எந்தக் கட்டுப்பாட்டிற்குள்ளும் அடங்காத உல்லாசத் திருமணம் செய்து கொள்கிறான்; இது வணிகர்கள் சாதாரணமாகக் கடைப்பிடிக்கும் ஒரு வழக்கம்தான்; ஆனால் நபூவின் பண்புநலன்களால் கவரப்பட்ட அமீர், வேலை முடிந்து ஊருக்குத் திருப்பும்போது அவளைத் தன்னோடு அழைத்து வந்து சட்டப்படி இரண்டாவது மனைவி யாகவே ஆக்கிக்கொள்கிறான். இஸ்லாமிய சமயத்தில் நான்கு பெண்களைத் திருமணம் முடித்துக் கொள்ளலாம் என்ற முறைமை இருந்தாலும் கூட, இரண்டாவதாக ஒருத்தி வந்து ஒட்டிக் கொள்ளும் போது முதல் மனைவி லாலா ஃபாத்மா எப்படி எதிர்வினை ஆற்றுகிறாள்; அமீர் எப்படி எதிர் கொள்ளுகிறான் என்கிற ஒரு சிறு முடிச்சில் கருக்கொண்டு நாவல் பேருருவாக வடிவம் எடுக்கிறது.

நபூ – அமீர், ஆகியோரின் காதல் கதை போல நகரும் எடுத்துரைப்பின் அழகியல் பின்னணியில் மனிதர்களிடம் அகத்தில் கூடிக்கிடக்கும் வெறுப்பு, வஞ்சகம், குரூரம், அதிகாரவெறி, சூழ்ச்சி, கெட்ட எண்ணம் முதலிய அனைத்தையும் மொழியாடலுக்குள் கொண்டு வந்து விடுகிறார்; கூடவே புறத்தில் சமூக வெளியில் இயங்கும் மனிதத்தன்மை அற்ற அனைத்தையும் போகிற போக்கில் பதிவு செய்து விடுகிறார். மொராக்கோவைத் தன் காலனி நாடாக்கி

அதன் வளத்தைச் சுரண்டி அட்டூழியம் புரியும் பிரான்சின் ஆக்ரமிப்பு மனப்பான்மையையும், அரசாங்க அதிகாரிகளின், மதத் தலைவர் களின் ஈவு இரக்கமற்ற அதிகாரச் செயல்பாடுகளையும், மொராக் கோவின் ஒவ்வொரு நகரத்திலும் நகரத்திற்கே உரிய ஓர் இயல்பான குணம் போல உருவாகிக் கிடக்கும் ரௌடிகளின் சாம்ராஜ்ஜியத் தையும் அடிப்படைத் தேவைகளுக்காக உயிரைப் பணையம் வைத்தும் பூமிப்பரப்பு எங்கும் புலம் பெயர்ந்து வாழும் வாழ்வின் வலியையும், நகரத்தின் விளிம்பு நிலை மக்களின் அவலத்தையும் வாசகர் நெஞ்சிற்குள் சென்று சேரும்படி சொல்லிவிடுகிறார்.

வியாழக்கிழமை தோறும் ஆப்பிரிக்காவில் இருந்து கொண்டு வரப்பட்ட அடிமைகளை விற்கும் சந்தை ஏற்படுத்தப்பட்டு, அது எப்படி வாழ்வின் இயல்பான ஒன்றாக மாறி விட்டது என்பதையும் வெள்ளை நிறம் x கருப்பு நிறம் என்கிற நிறவேறுபாட்டு அரசியல் சமூகத்தில் கோலோச்சிய தன்மையையும் நாவல் மிக நுட்பமாகவும் மேன்மையான முறையிலும் எடுத்துரைத்து விடுகிறது. ஆப்பிரிக்க மக்கள் தங்களை “பீரங்கிகளுக்கான உணவு நாம்” என்று எண்ணிக் கொள்ளும் அளவிற்கு அவர்கள் உள்ளத்தாலும் ஊனமுறும் நிலைக்கு ஆக்கப்பட்டுவிட்ட மனிதக் கொடூரத்தைப் பதிவு செய்கிறது நாவல்.

★★★★★★★

நாவலின் தொடக்கத்தில் 'கோஹா' என்கிற கதை சொல்லி தோன்றி அவர்தான் இந்த அமீரின் கதையைச் சொல்லுவது போல ஆசிரியர் நாவலை உருவாக்கியுள்ளார்; அந்தக் கதை சொல்லி, கதை சொல்லத் தொடங்கும்போது, “என் கதைகளுக்குச் செவிமடுப் பவர்களே!” என்று அழைத்துக் கீழ்வருமாறு சொல்லுவாராம்:

“எப்போதும் விருப்பங்களின் உச்சத்தில் வாழ்ந்தவன், மணல் மேடுகளின் அருகில் வளர்ந்தவன் சொல்லும் அறிவுரையினைக் கேளுங்கள். கெட்டவர்களாக இருக்கத் தயங்காதீர்கள்; கெட்டவர் களாக இருங்கள்... ஒரு போதும் சந்தேகப் பார்வையை நிறுத்தா தீர்கள், தீமை மீது பரிவு காட்டுங்கள்... கொடூரமாகவும் கெட்டவர் களாகவும் இருங்கள்; ஈவு இரக்கமற்றவர்களாக இருங்கள்... உங்களுக்கு ஆயுள் கூடும்; நீண்ட காலம் வாழ்வீர்கள்.”

இன்னொரு இடத்திலும் இரவு நேரம் மட்டும் பாம்பாக மாறிப் பேசும் பணியாள் ஒருவனும் இப்படித்தான் பேசுகிறான்:

“இந்தப் பைத்தியக்கார உலகில் தீய ஒழுக்கம் மட்டும் அதாவது பெருந்தீமை மட்டுமே வெல்ல முடியும்”.

இவ்வாறு தீமையின் வீச்சைப் பலவாறு நாவல் முழுவதும் சித்தரிக்கும் கதை சொல்லி, அமீர் – நபூ காதல் மூலம் நன்மை வெற்றி பெறும் இடத்தையும் விட்டுவிடாமல் படைத்துக் காட்டியுள்ளார். சாத்தானுக்கும் இறைவனுக்குமான போர்க்களம் ஓய்ந்தபாடில்லை; தீமை, அவ்வளவு வலுவானதாக இருக்கிறது.

★★★★★★★

எடுத்துரைப்பு என்கிற நோக்கில் இந்த நாவல் ஆசிரியர் எந்த விதமான சித்து வேலைப்பாடுகளும் சோதனை முயற்சிகளும் மேற்கொள்ளாமல் இயல்பான நடப்பியல் முறையில் எழுதிச் செல்வதன் மூலமாகவே நடப்பியல் அழகியலின் உச்சத்தைத் தொட்டுள்ளார்.

இந்த நாவலில் வரும் அமீரின் இளைய மகன் ‘கரீம்’ மூளை வளர்ச்சி அடையாத அழகான பையன்; அவனை இந்த மனித வாழ்வின் ஒரு புதிராகப் படைத்துள்ளார் ஆசிரியர். இந்த நாவலை வாசித்து முடித்த கணத்தில் அவன்தான் மனம் முழுக்க நிறைந்து நிற்கிறான்.

இவ்வாறு இஸ்லாமிய வாழ்வின் பின்புலத்தில் சொல்லப்படும் இந்த நாவல், தமிழ் வாசகர்களுக்குள்ளும் தமிழ் எழுத்தாளர் களுக்குள்ளும் நின்று வினைபுரியும் என்பது உறுதி. இப்படியான ஒரு படைப்பைத் தமிழக்குள் கொண்டு வந்த சு.ஆ.வெங்கட சுப்புராய நாயகரையும் ‘தடாகம்’ பதிப்பகத்தாரையும் பாராட்டு கிறேன். வணங்குகிறேன். நன்றி.

பேராசிரியர் க.பஞ்சாங்கம்,

புதுச்சேரி 605 008.

90030 37904

drpanju49@yahoo.co.in

வெள்ளை இருள் விளக்கும் சித்திரம்

மொழிபெயர்ப்பாளரின் குறிப்பு

தன் சமூகத்தில் நிலவும் அடக்குமுறைகள், அநீதிகள், தீமைகள் ஆகியவை குறித்துக் கட்டற்ற சுதந்திரத்துடன் விவாதிக்கப் பொருத்தமான புனைவுக்களமாக உல்லாசத்திருமணம் என்னும் இப்புதினத்தைப் படைத்திருக்கிறார் பிரஞ்சு எழுத்தாளர் தஹர் பென் ஜெலூன். மொராக்கோவில் பிறந்த தஹர் பென் ஜெலூன், நேர்காணல் ஒன்றில் குறிப்பிடுவதைப் போல், “இது முழுமையான புனைவுதான். எனினும் துரதிஷ்டவசமாக இதில் எதுவும் பொய்யாகச் சொல்லப் படவில்லை”. அதாவது தன்னைச் சுற்றி நிகழும் அவலங்களை, ஏற்கெனவே புழக்கத்தில் உள்ள பழக்கவழக்கங்களை வெவ்வேறு கோணத்தில் காட்டும் கண்ணாடியாக இப்புதினத்தை அவர் பயன்படுத்தியுள்ளார். மூன்று தலைமுறையினை உள்ளடக்கியுள்ள இப்புதினத்தில், ஏறக்குறைய எழுபது ஆண்டு கால மொராக்கோ வரலாற்றை நடுநிலை பிறழாமல் அழகியலோடு விவரிக்க முனைகிறார் ஆசிரியர். தஹர் பென் ஜெலூனின் சுயவாழ்க்கையும் இந்தப் புதினத்தின் காலகட்டத்தோடு பொருந்திவிடுகிறது. மேலும் இதை ஒரு சுயபுனைவு புதினம் என்றும் சொல்லலாம்.

“ஒரு காலத்தில்...” எனத் தொடங்கும் இக்கதையினைக் கூறும் பொறுப்பைக் கோஹா என்னும் கதைசொல்லி ஒருவரிடம் ஒப்படைத்துவிட்டு விலகி நிற்கிறார். இந்த உத்தி மூலம் எல்லையற்ற படைப்புச் சுதந்திரத்தைத் தனக்குத் தானே வழங்கிக் கொள்கிறார். பெர்சிய, அரேபிய, ஆப்பிரிக்க நாட்டுப்புற இலக்கியத்தில் இதே பெயரிலும் சற்றே மாறிய பெயரிலும் இடம்பெறும் இக்கதைசொல்லி, பன்முகத் திறன்களையுடையவராக வலம் வருபவர்.

மொராக்கோவின் ஃபேஸ் நகர வணிகனான அமீர், தொழில் நிமித்தமாக மனைவியைப் பிரிந்து வெளியூர் செல்லும்போது, தன் இச்சைகளைத் தணித்துக் கொள்ளத் தன் மதம் அனுமதித்திருந்த உல்லாசத் திருமணம் செய்துகொள்கிறான். செனெகல் நாட்டின் அழகிய கருப்பு நிற நபூ என்னும் அப்பெண் மீதான காதல் கதையாகத் இப்புதினம் தொடங்குகிறது. அவளைத் தன் சொந்த நாடான மொராக்கோவுக்கு அழைத்துவந்து முறைப்படி இரண்டாவது மனைவியாக்கிய பின் குடும்பத்தில் நிகழும் சச்சரவுகள், வெள்ளை நிற முதல்மனைவி தனக்குள்ள உரிமையினை நிலைநாட்ட பயன்படுத்தும் பல்வேறு அடக்குமுறைகள், அதனை

எதிர்கொள்ளும் நபூவின் சகிப்புத்தன்மை என ஒரு குடும்பச் சிக்கலாகப் புறத்தில் தெரிந்தபோதிலும், கதைசொல்லியின் உண்மையான இலக்கு வேறு என்பது விரைவிலேயே விளங்கிவிடுகிறது. அந்நாட்டில் நங்கூரமிட்டு, பெரும்பான்மையினரால் ஏற்றுக் கொள்ளப்பட்ட நிறவேற்றுமையினை விளக்கவே இக்கதைப் பின்னல் என்பதும் வாசகர்களுக்குத் தெளிவாகிறது.

“குதிரையைக் கண்டுபிடித்ததற்கு நாம் நன்றி சொல்ல வேண்டும். இல்லையென்றால் வெள்ளைக்காரர்கள் கருப்பர்களை வாகனமாகப் பயன்படுத்தியிருப்பார்கள். மற்றவர்களை இழிவுபடுத்துவதையே மனிதன் எப்பொழுதும் விரும்புகிறான். அதிலும் குறிப்பாக ஏழைகளை, கருப்பு நிறமுடையவர்களை, எவ்விதப் பாதுகாப்பும் இல்லாதவர்களை அவமானப்படுத்த விரும்புகிறான். அது அப்படித்தான். அடிமைத்தனம் என்னும் பயங்கரம் சில நாடுகளில் இன்னும் தொடர்கிறது. அதிகாரப்பூர்வமாக இல்லாமல் வேறு வடிவத்தில் இருக்கிறது. மொராக்கோவாசிகள் தங்களை ஆப்பிரிக்கர்களாகக் கருதாமல் இருக்கக் காரணம் அவர்களுக்கு இருப்பது வெள்ளைத் தோல்”. எனும் கருப்பின மக்களின் அச்சம் கலந்த கேலி, நிற வேற்றுமை விளைவிக்கும் தீங்குகளைப் பறைசாற்றுகிறது.

இப் புதினத்தைத் தன் மகன் அமீனுக்குச் சமர்ப்பணம் செய்திருப்பதோடு மட்டுமின்றி கரீம் என்னும் பாத்திரத்தின் வடிவில் வாசகர்கள் அவனைக் காண வழிசெய்கிறார் ஜெலூன். இயற்கையின் சோதனையால் நிரந்தர மழலைத் தன்மையுடன் விளங்கும் கரீமுக்கு இக்கதையினை இயக்கும் பெரும் பங்கு வழங்கப்பட்டுள்ளது குறிப்பிடத்தக்கதாகும். உளவியலில் உயர்கல்வி பெற்ற ஜெலூனுக்கு அத்துறையிலுள்ள தேர்ந்த பயிற்சியினையும் இப்புதினத்தில் உணர முடிகிறது.

மொத்தத்தில், வெள்ளை இருள் மீது வெளிச்சம் பாய்ச்சியிருக்கும் ஜெலூன், விடாமல் தொடரும் சமூகத் தீமைகள் மீது தன் மக்கள் வைக்க விரும்பும் விமர்சனங்களுக்கு வாய்ப்பாகவும் தனக்கு இருக்கும் அறச்சீற்றத்தைத் தணித்துக்கொள்ளும் வடிகாலாகவும் இப்புதினத்தை அமைத்திருக்கிறார்.

இந்நூலை மொழியாக்கும் போது சில சவால்கள் காத்திருந்தன. இக்கதையில் வரும் இஸ்லாம் மதம் தொடர்பான வழிமுறைகள், நம்பிக்கைகள், விழுமியங்கள், ஆகியவற்றை விளங்கிக் கொள்ள நண்பர் முனைவர் அ. உசேன் அவர்களை நாடினேன். நான்கு தொகுதிகள் கொண்ட இஸ்லாமியக் கலைக்களஞ்சியங்களை எனக்குத் தந்ததோடு பல ஐயங்களைக் களைந்துதவிய பாவலர் உசேன் அவர்களுக்கு நன்றிகூறி மகிழ்கிறேன். சான்றாக, தொழுகைக்கு முன் தண்ணீரால் உடலைத் தூய்மை செய்து கொள்ளுதலுக்கு

"உளூ" செய்தல் என்ற பதத்தை அவர்மூலம்தான் அறிந்தேன். இதைத்தவிர, இஸ்லாமியப் பதங்களுக்கான உரிய உச்சரிப்புகளை அறியவும் அவர் பெரிதும் உதவினார்.

இந்நூலின் வாசிப்பு ஓட்டம் தடைபெறாமலிருக்க இஸ்லாம் தொடர்பான சொற்களின் பட்டியலை நூலின் தொடக்கத்தில் தந்துள்ளேன். மேலும், மூன்று தலைமுறையினரைப் பற்றிய புதின மாக உள்ளதால் வாசகருக்கு உதவும் நோக்கத்தில் கதைமாந்தர் களிடையே உள்ள உறவு முறையினை விளக்கும் குறிப்பும் இம் மொழியாக்கத்தின் தொடக்கத்தில் காணலாம்.

மொழியாக்கத்தின் போது பிரஞ்சுமூலத்தின் சிக்கலான பகுதி களைக் கடந்து செல்ல அணுகியபோதெல்லாம் ஆர்வமுடன் உதவி ஊக்குவித்த என் பேராசிரியர் ஷெவாலியே இரா.கிருஷ்ணமூர்த்தி அவர்களுக்கு என் நன்றியை உரித்தாக்குகிறேன்.

என் ஏனைய மொழியாக்கங்களைப்போல், இந்தப் புதினத் தையும் பொறுமையாக வாசித்துப் பிழைகளைக் களைந்து, தேவையான ஆலோசனைகளை வழங்கியதோடு செம்மையான தொரு முன்னுரையினை வழங்கி வாழ்த்தியிருக்கும் நண்பர் பேராசிரியர் க.பஞ்சாங்கம் அவர்களது அன்புக்கு என் நெஞ்சார்ந்த நன்றி.

இந்நூலை வாசித்து தான் இரசித்த பகுதிகளைப் பாராட்டிய அதே நேரத்தில், இந்நூல் சிறப்புற அமைய தேவையான குறிப்புகளையும் ஆலோசனைகளையும் வழங்கிய நண்பர் பேராசிரியர் அ. பசுபதி அவர்களுக்கு மனம் நிறை நன்றி.

இந்த மொழியாக்கத்தை வழக்கம்போல் வாசித்து மெய்ப்புப் பார்த்த என் மனைவி வெ.சிவகாமிக்கும் நூலினை அழகுற பதிப் பித்தத் தடாகம் உரிமையாளர் அமுதரசன் அவர்களுக்கும் என் நன்றி யினைத் தெரிவித்து அகமகிழ்கிறேன்.

சமூகப்பிழைகளை உள்ளடக்கிய மொராக்கோவின் வரலாற்றுப் பதிவுகளை, மானுடத்தின்மீது கொண்ட அக்கறையுடன் வழங்கி யுள்ளார் தஹர் பென் ஜெலூன். அவரது எளிய நடையில் அமைந்துள்ள இந்நூலினைச் சுவைக்க எப்போதும் போல் என் மொழியாக்கப் பணியினை ஆதரிக்கும் வாசகர்களாகிய உங்களை வரவேற்கிறேன்.

பெருகும் உவகையுடன்

சு.ஆ.வெங்கட சுப்புராய நாயகர்
138, முதன்மைச் சாலை,
இலாசுப்பேட்டை, புதுச்சேரி 605008.

அமீனுக்கு

"என் இனிய சகோதரியே, நாங்கள் தூங்காமல் விழித்திருக்கும் இப்பொழுதை மகிழ்ச்சியாகக் கழிக்கத் தயவுகூர்ந்து எங்களுக்கு ஒரு கதை சொல்வாயா?"

"தாராளமாக! நற்பண்புகளையுடைய இந்த அரசன் விரும்பினால் உறுதியாகச் சொல்கிறேன்."

இதைக் கேட்ட உறக்கம் வராத அரசன், கதை ஒன்றைக் கேட்க மிகவும் உற்சாகமாகத் தயாரானான்.

"ஆசீர்வதிக்கப்பட்ட எங்கள் அரசே, அன்றொரு காலத்தில்..."

இரவு 1. ஆயிரத்தொரு இரவுகள்.

[ஆங்கிலத்தில் மொழிபெயர்த்தவர்கள்: ஜமீல் எதீன் பென்ஷேக், அந்திரே மிக்கேல், பிப்லியோதேக் தெ லா பிலெயாத் பதிப்பகம், 2006.]

புதினத்தில் உள்ள குறிப்பிடத்தக்க இடப்பெயர்கள், இஸ்லாமியச் சொற்கள்

மொராக்கோ – வடக்கு ஆப்பிரிக்க நாடு

ஃபேஸ் – மொராக்கோ நாட்டின் வடகிழக்குப் பகுதியில் அமைந்துள்ள இந்நகரம், அந்நாட்டின் கலாச்சாரத் தலைநகராகக் கருதப்படுகிறது.

ரபாத் – மொராக்கோவின் தலைநகரம்.

செத்தாத் – மொராக்கோவின் தலைநகரான ரபாத்துக்கும் மராக்கேஷூக்கும் இடையில் உள்ள நகரம்.

நதூர் – மொராக்கோ நாட்டின் வடகிழக்கு நகரம்

மராக்கேஷ் – மொராக்கோவின் மேற்கில் உள்ள இந்நகர், முக்கியப் பொருளாதார மையமாகும்.

தெத்துவான் – மொராக்கோவின் வடக்கில் உள்ள இந்நகர், செல்லமாக “வெள்ளைவாத்து” என அழைக்கப்படுகிறது.

உவர்ஸஸாத் – மொராக்கோவின் தென்பகுதியில் உள்ள நகரம். சகாரா பாலைவனத்தின் நுழைவாயில் என அழைக்கப்படுகிறது.

காஸாபிலான்கா – மேற்கு மொராக்கோவில் உள்ள துறைமுக நகரம்.

ஜிப்ரால்டார் – அட்லாண்டிக் பெருங்கடலையும் மத்தியதரைக் கடலையும் இணைக்கும் குறுகிய ஜலசந்தி.

தாஞ்சியர் – ஜிப்ரால்டார் ஜலசந்தியின் கரையில் உள்ள துறைமுக நகரம்.

ஸகோரா – மொராக்கோவின் தென்கிழக்கில் உள்ள சிறிய நகரம்.

மெக்னெஸ் – மொராக்கோவின் வடக்கில் உள்ள நகரம்.

செனெகல் – மேற்கு ஆப்பிரிக்க நாடு.

தக்கார் – செனெகல் நாட்டின் தலைநகரம்.

கோரே தீவு – தக்கார் கரையில் உள்ள சிறு தீவு

சகாரா – ஆப்பிரிக்கக் கண்டத்தில் உள்ள உலகின் வெப்பமான பாலைவனம்.

சீட்டா – ஆப்பிரிக்காவின் வட கோடியில் அமைந்துள்ள ஸ்பெயின் நாட்டின் தன்னாட்சி பெற்றநகரம்.

வான்கூவர் – கனடாவின் வடக்கில் உள்ள துறைமுக நகரம்.

★★★★

ஹம்மாம் – துருக்கி நாட்டில் நீராடுவதற்கான விடுதிகளுக்கு வழங்கப்படும் பெயர்.

உளூ – தொழுகைக்கு முன் தண்ணீரால் உடலைத் தூய்மை செய்து கொள்ளுதல்.

ஷஹாதத் – குரானின் முதல் தொழுகை வாசகம்

கலீஃபா – நாட்டுத்தலைவர்

ஜின்கள் – மனிதர்களின் கண்களுக்கு தென்படாமல் மறைந்து வாழும் ஆத்மார்த்த உடல் பெற்றவர்கள்.

ஷபீர்கள் – சாத்தான்கள்

ஜெலாபா – மொராக்கோ இஸ்லாமியர் அணியும் நீளமான அங்கி.

பிலால்இபின்ரபா – இறைத்தூதரால் விடுவிக்கப்பட்ட கருப்பு நிற அடிமை. மேலும், தொழுகைக்கு அழைப்பு விடுக்கும் பணியினைச் செய்ய முதல் முஅத்தினாக முகமதுவால் நியமிக்கப்பட்டவர்.

கதை மாந்தர்களிடையே உள்ள உறவுமுறை விளக்கம்

அமீர் (மொராக்கோ நாட்டு வணிகன் வெள்ளை நிறத்தவன்)

இரண்டு மனைவிகள்

லாலா ஃபாத்மா (மொராக்கோ நாட்டு
வெள்ளைநிற அதிகாரப்பூர்வ மனைவி)

(3 மகன்கள், 1 மகள்)

முகமது அலீஸ் கரீம் ஃபாத்தியா

இளைய மகன் (மனவளர்ச்சி
குன்றியவன்)

(வெள்ளை நிறத்தவர்கள்)

நபூ (செனெகல் நாட்டு கருப்பு
நிறப் பெண்
முதலில் அமீரை உல்லாசத்
திருமணம் செய்து
கொண்டு பின்
சட்டப்படி மனைவி ஆனவள்

2 மகன்கள் (இரட்டையர்கள்)

ஹூசேன் (வெள்ளை நிறம்) ஹசன் (கருப்பு நிறம்)

மனைவி ஸினேப் மினா (கலப்பினப்பெண்)
(தொடர்பில்)

மகன்

சலீம் (கருப்பு நிறம்)

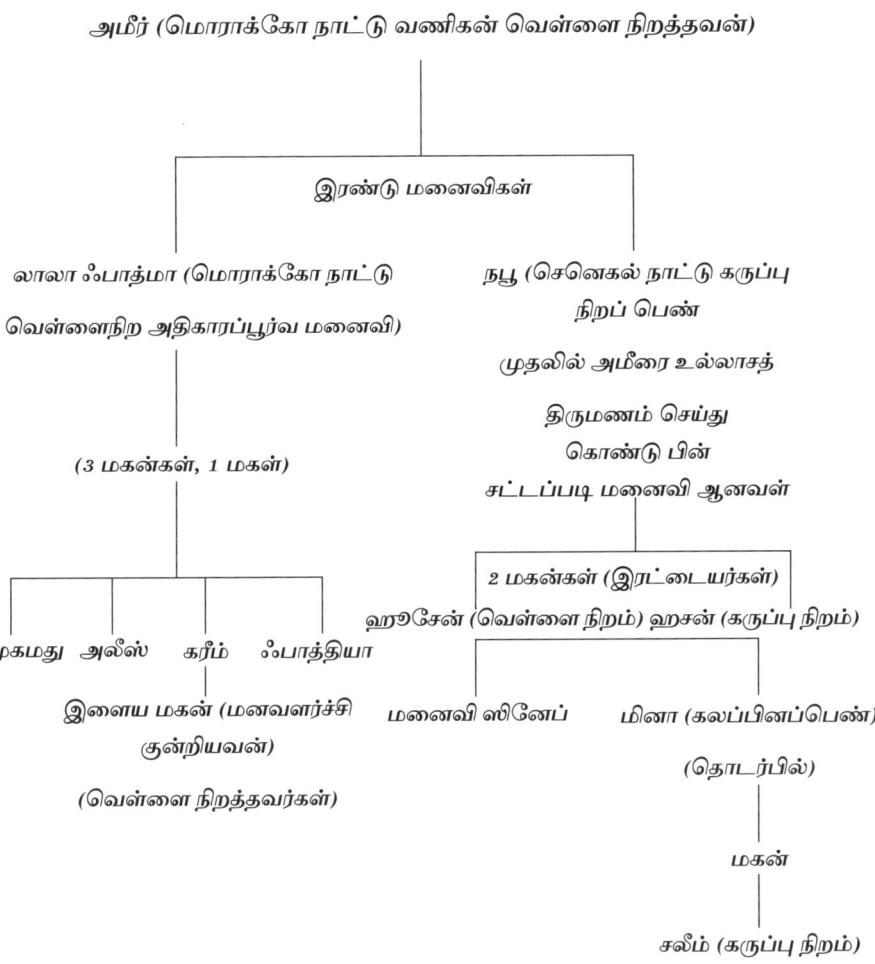

அத்தியாயம் – 1

ஃபேஸ் என்னும் நகரில், முன்பொரு காலத்தில் யாருடைய சாயலிலும் இல்லாத "கதை சொல்லி" ஒருவர் வாழ்ந்து வந்தார். அவர் பெயர் கோஹா. வெளிர் கருப்பு நிறம், வறண்ட கருமையான தேகம். எதையும் சரியாகக் கணிக்கக்கூடிய கூர்மையான பார்வை. பெருமழைக்குப்பிறகு, பொதுவாக வசந்தகாலத்தொடக்கத்தில், தென் பகுதியிலிருந்து புறப்பட்டு பாத்தா நகரிலோ, பாப் புஜிலூ நகரிலோ, அந்தப் பழமையான நகரங்களின் நுழைவாயிலில் உள்ள திடலில் வந்து தங்குவார். கொண்டு வந்த உடைமைகளைத் தரையில் இறக்கி வைத்துவிட்டுத் தன்னைச் சுற்றி வட்டமாக மக்கள் கூடும்வரைக் காத்திருப்பார். அரேபிய மற்றும் பெர்பேர் இனப் பாரம்பரியத்தில் நன்கு ஊறியிருந்த அவருக்கு ஆச்சரியப்படும்படியான கற்பனை சக்தி வாய்த்திருந்தது. கணிப்புகளில் அவர் கடுமையாக இருப்பதையும், தான் எடுக்கும் முடிவுகளில் உறுதியாக இருப்பதையும் அனைவரும் அறிவார்கள். அவருக்கு என விசுவாசிகளும் இருந்தனர். எதிரிகளும் இருந்தனர். ஆண்டு முழுவதும், அவரது வருகைக்காக இவர்கள் காத்திருப்பார்கள். அவர் கூறும் எந்தக் கதையினையும் தவறவிட மாட்டார்கள். "இதோ வந்து விட்டார்" என அவர்களுக்குள் சொல்லிக் கொண்டே, தங்கள் கடைகளை மூடிவிட்டு, அவர் கூறும் கதை

களைக் கேட்கப் போவார்கள். கதைகளை மட்டும் அவர் சொல் வதில்லை கதை கேட்பவர்கள் சிந்திக்குமாறு, வரலாற்றுச் சம்பவங் களையும் நினைவுக்கூர அவர் தவறுவதில்லை. ஒரு போதும், பிரச்சனை களை அவர் நேரடியாக அணுகமாட்டார். மாறாக, சுற்றிவளைத்துப் பேசுவதையே பெரிதும் விரும்புவார். அறியப்படுவதை விடப் பெரும்பாலும் பெருமை குறைவாக இருக்கும் கடந்தகாலத்தை மறக்காமல், நிகழ்காலத்தின் மீது தன் பார்வையைச் செலுத்தும் வித் தையை அவர் கற்று வைத்திருந்ததாகப் பேச்சு இருந்தது. பாதுகாப்பு ஆட்சியின் போது மொராக்கோவை பிரான்ஸ் அபகரித்த விதத்தைச் சொல்லும்போது தன் சீற்றத்தை முழுமையாக வெளி படுத்த அவர் தயங்குவதில்லை. முடிக்கும் போது ''தன் பருத்த தத்துவங்களுக்கும் அறிவாற்றலுக்கும் பேர்போன பழமையான நாடான லாலா பிரான்ஸுக்கு இப்படித்தான் நாம் அடிமை யானோம். அந்த நாடும் தன் அகோர பசியால் மேலும் பருத்துப் போனது. அதற்கு அல்ஜீரியா போதவில்லை. துனீசியாவும் நிரக்க வில்லை. நம் நாட்டையும் விழுங்க வேண்டும். பாவம் மொராக்கோ! பாவம் லாலா பிரான்சா!" என்று நகைப்பார். பிறகு திடீரென தன் பேச்சை நடுவில் நிறுத்திவிட்டு, ஒரு மடக்குத் தண்ணீர் அருந்துவார். துடைப்பம் எடுத்து அமர்ந்திருந்த இடத்தைப் பெருக்கு வார். அங்கிருந்து கிளம்பிச் செல்லும்போது நாணயங்கள் நிரம்பிய தன் குவளையைப் பிச்சைக்காரர்களுக்கென அங்கேயே விட்டு விட்டுப் போகும் பழக்கத்தை வைத்திருந்தார்.. தன்னைக் காட்டிலும் அவர்களுக்கு அவை பெரிதும் தேவைப்படும் என்பார். அவர் பேசுவதைக் கேட்டுவரக் காவல்துறை பலமுறை ஆள் அனுப்பிப் பார்த்தது. அவர் மீது குற்றம் சொல்லும் அளவுக்கு எதுவும் அகப்பட வில்லை. காரணம், அவர் கதை சொல்கிறாரே தவிர அதனால் சட்டம், ஒழுங்கு எதுவும் பாதிப்பதில்லை. கதை சொல்லும்போது, அத்தனை பாத்திரங்களையும் நடித்துக்காட்டுவார். சில நேரங்களில் பாத்திரங்களாகவே மாறிப்போவார். பல அதிரடியான பாவங்களைக் காட்டுவார். குறிப்பாக, தன்னைக் கவனிப்பவர்களின் முழுக்கவனத் தையும் தொடர்ந்து சிதறாமல் தக்கவைத்து விடுவார். அவர் நடிகர் மட்டுமல்ல, கவிஞரும் கூட. கேட்பவர்களைத் திக்கு முக்காட வைக்கக் கதை சொல்லத் தொடங்கும் போது எப்போதும்,

“என் கதைகளுக்குச் செவிமடுப்பவர்களே! எப்போதும் விருப்பங் களின் உச்சத்தில் வாழ்ந்தவன், மணல்மேடுகளின் அருகில் வளர்ந்

தவன் சொல்லும் அறிவுரையினைக் கேளுங்கள். கெட்டவர்களாக இருக்கத் தயங்காதீர்கள்; கெட்டவர்களாக இருங்கள்; நான் விலகிச் சென்றால், கதைக்குத் திரும்பும்படி நினைவுபடுத்துங்கள்; உங்கள் துடுக்குத்தனம் எப்போதும் உங்களிடம் இருக்க வேண்டும்; ஒருபோதும் சந்தேகப் பார்வையை நிறுத்தாதீர்கள்; தீமை மீது பரிவு காட்டுங்கள். நம்மிடையே அத்தீமை விஷச் செடியைப் போல் வளர்ந்து கொண்டிருக்கிறது. நம் கோபத்தை உண்டு செழிக்கும் நாற்றமடிக்கும் கொலைகாரப் பாசி அது. உண்மையில் நம் வாழ்வின் சிறு பள்ளங்களை நிரப்பும் விஷம் அது. கெட்டவர்களாக இருங்கள். எனக்கு உங்கள் நல்ல உள்ளத்தின் மீது விருப்பமில்லை. என் வயது, என் முதுமை, எண்ணற்ற பலவீனங்கள், தடுமாறும் என் ஞாபகசக்தி இவை யெல்லாம் எந்த நேரத்திலும் என்னைப் பழிவாங்கலாம். ஒரு கதையில் இன்னொரு கதை பின்னிக் கொள்ளலாம். இரண்டும் கலந்து உங்களை குழப்பத்தில் ஆழ்த்தும் வாய்ப்பும் உண்டு. கெட்டவர்களாக இருங்கள். நீங்கள் நீண்டகாலம் வாழ்வீர்கள். கொடூரமாகவும், கெட்டவர்களாகவும் இருங்கள். ஈவு இரக்கமற்றவர்களாக இருங்கள்'. கெட்டவர்களாக இருங்கள். உங்களுக்கு ஆயுள் கூடும்'' இப்படிக் கூறித் தான் ஆரம்பிப்பார்.

இந்தக் கதைசொல்லி மிகவும் அறிவுக்கூர்மையுடையவர். மக்களை நல்லவர்களாக இருக்கும்படிக் கேட்பதில் பயனில்லை என்பதை அவர் அறிந்திருந்தார். நல்லகுணத்துக்கு முன்னேறிச் செல்ல எந்த ஊன்றுகோலும் தேவையில்லை என்பதும் அவருக்குத் தெரியும். ஒரு நாள் மாலை, ஃபேஸ் பகுதிக்கு அவர் வந்திருந்தபோது அவரைச் சுற்றி சிறிய கும்பல் ஒன்று சூழ்ந்து கொண்டது. அப்பொழுது, வழக்கமான நடையை மாற்றிக்கொள்ள முடிவெடுத்து கோஹா தான் இதுவரை கூறாத கதை ஒன்றைச் சொல்ல ஆரம்பித்தார்.

“ஒருமுறை சொன்னால் தவறில்லை. இன்று உங்களுக்கு ஒரு காதல் கதையை நான் சொல்லப் போகிறேன். தீவிரமான காதல் சாத்தியமற்றது என்றபோதிலும், அதில் ஈடுபட்ட இருவரும் கடைசி மூச்சுவரை துய்த்த காதல் பற்றிய கதை இது. இந்த அற்புதமான கதையின் பின்னணியில், ஏராளமான வெறுப்பு, வஞ்சம், கெட்ட எண்ணம், கொடுமை ஆகியவையும் இருந்தன என்பதைப் பார்க்கத்தான் போகிறீர்கள். இது இயற்கை தான். மனிதன் அப்படித்தான். இவ்விஷயம் உங்களுக்குத் தெரிந்திருப்பது நல்லது என்று நினைக்கிறேன். அப்போதுதான் உங்களுக்கு எது குறித்தும் ஆச்சரியம் ஏற்படாமல் இருக்கும்.

ஃபேஸ் நகரில் முன்பொரு காலத்தில், அமீர் என்ற பெயருடைய சிறுவன் வாழ்ந்து வந்தான். வியாபாரிகள் கொண்ட குடும்பம் ஒன்றில் பிறந்தவன் அவன். அவர்கள் தங்களை தூதரின் வழித்தோன்றல்களாக வந்தவர்கள் என்று கூறிக்கொள்வதுண்டு.

அது முதல் மழை பெய்யத் தொடங்கிய நாள். அவனுடைய தம்பிக்கு ஒரு வயது முடிந்திருந்தது. பிச்சைக்காரர் திரும்பிவந்து விட்டதாக திடீரென எல்லோரும் பேசிக்கொண்டார்கள். அவரை வழியில் சந்திக்க நேர்ந்தவர்கள், அடித்தொண்டையிலிருந்து அதிக மான சத்தத்தோடு வந்த அவரது குரலைக் கேட்கப் பயமாக இருந்த தாகக் கூறினார்கள். அவருடைய கண் இமைகள் எப்போதும் மெல்லப் பதற்றத்தில் நடுங்கியபடி அசைவதாகவும் தெரிவித்தனர். யாராக இருந்தாலும் தான் போகும் வழியைக் கைவிட்டுவிடும்படிச் செய்ய அவரது சிறு கை அசைவு ஒன்றே போதுமானதாக இருந்ததாகவும் பேசிக் கொண்டனர். அவரிடமிருந்து தாங்கிக்கொள்ளமுடியாததொரு மோசமான வாடை வீசுகிறது என்பதை எல்லோருமே கூறத் தவறு வதில்லை. அவர் வருவதற்கு முன் வீசும் இந்த நாற்றம் அவர் சென்ற பின்னும் வெகு நேரத்திற்கு நீடிக்குமாம். இதுவரை யாரும் அவரிடம் நெருங்கவோ, அவருக்குப் பிச்சையிடவோ துணியவில்லை. ஆனால், அவரது முகத்தில் வேறு உணர்வுகள் வெளிப்படும். குறிப்பாக, அவருடைய கண்கள். அகலமாகவும் மென்மையாகவும் இருந்த அக்கண்களிலிருந்து வினோதமான ஒளி பரவும்.

“இந்தப் பிச்சைக்காரருக்கு என்ன வேண்டும்? எங்கிருந்து இவர் வருகிறார்? இவரது பெயர் என்ன? இதையெல்லாம் யாராலும் கூற முடியாது. எனினும், சிறுவர்கள் அதற்குள்ளாக அவருக்கு எல் கூல் (பேய்), எல் கதார் (துரோகி), எல் ஹான்ஷ் (பாம்பு) எனப் பெயர் வைத்து விட்டனர். பெரியவர்களோ, அவரை ஊல்த் லெராம், அதாவது கெட்ட செய்தியைத் தெரிவிப்பவர் என்று அழைத்தனர்.

“அவர் வந்துவிட்டுச் சென்ற சில நாட்களில், ஃபேஸ் பகுதியில் டைபாய்ட் தொற்று நோய் பரவியது. சில மணி நேரத்திற்குள்ளாக அமீரின் தம்பி அந்நோய்க்குப் பலியானான். அமீரும் அவனது பெற்றோரும் நல்லவேளையாக அந்த நோயிலிருந்து தப்பிவிட்டனர்.

“சில நாட்கள் கழித்துதான், இந்தப் பதற்றத்திலிருந்து ஃபேஸ் பகுதி பெரும்பாலும் விடுபட்டது. அந்தத் தொற்றுநோய் தன் இடத்தை மாற்றி, மலைகளுக்கும் கிராமங்களுக்கும் சென்றுவிட்டது. அப்பகுதிகளில் முடிக்க வேண்டிய வேலை மரணத்துக்கு நிறைய இருந்தது. எந்தவொரு மதத் தலைவரும் தலையிடாமல், ஒரே நாளில் ஃபேஸ் பகுதி, “புனித நகர்” என்னும் தகுதியைப் பெற்றுவிட்டது.

“ஆனால், அந்தப் பிச்சைக்காரர் பற்றிய நினைவுகள் அகலாமல் இருந்த ஃபேஸ் மக்களுக்கு அவர் திரும்பி வந்து விடுவாரோ என்ற சந்தேகம் மனதுக்குள் நீடித்தது. நல்லவேளையாக இதுவரை அவர் வரவில்லை; அந்தப் பெரிய மசூதியில் செய்த தொழுகைகள் அவரை அப்பகுதிக்கு அண்டவிடாமல் தடுத்திருப்பது போல் தெரிகிறது”.

“அமீர் சிறுவனாக இருந்த காலம் முழுவதும், மழைக்காலத்தின் ஆரம்ப நாட்களில் அந்தப் பிச்சைக்காரரின் கட்டையான குரல் அமீரின் காதுகளில் ஒலிக்கும்; அவனிடம் விவரிக்கமுடியாததொரு அச்சத்தை ஏற்படுத்திவிடும். அமீர் பெரியவனானதும், இதனை மறந்து போனதோடு, மரணம் தன்னை விட்டுவைத்திருக்கிறது என்றால், இந்தப் பூமியில் ஏதோ ஒரு பெரிய பணியைச் செய்து முடிப்பதற்காகத்தான் என்று அவன் உறுதியாக நம்பினான்.’’.

வாலிபப்பருவம் வந்ததும், அமீர் அழகான இளைஞனாக மாறினான், வெண்மையான தேகம், சராசரி உயரம், குண்டான உடல், மெலிதான உதடுகள், கச்சிதமான வாய், சற்றே கீழிறங்கிய தோள்கள் என அழகாகத் தோற்றமளித்தான். தன் பெற்றோரைப் போலவே பழைய ஃபேஸ் நகரின் திவான் பகுதியில் வியாபாரம் செய்து வந்தான். பெரிய கற்பனைகள் எதுவும் இல்லாமல் நல்லதையே நினைக்கும் நல்ல மனிதன் அவன். நாள்தோறும் நடைபெறும் ஐந்து தொழுகைகளுக்கும் தவறாமல் சென்று வருவான். மிகவும் குறைந்த வயதிலேயே லாலா ஃபாத்மாவைத் திருமணம் செய்து கொண்டான். பெற்றோர் பார்த்து நடத்தி வைத்த திருமணம். லாலா ஃபாத்மா, ஃபேஸ் நகரின் பெரிய குடும்பத்தைச் சேர்ந்த பெண். அவளுடைய அப்பாவுக்கு நான்கு பிள்ளைகள். மூன்று பையன் ஒரு பெண்.

“உலகின் பார்வை எதுவும் ஃபேஸ் நகர் மீது விழாத காலகட்டம் அது. மொராக்கோ பிரான்ஸின் பாதுகாப்பு ஆட்சியின் கீழ்வந்து 40 ஆண்டுகள் ஆகிவிட்டன. இந்த நகரை ஆண்டுவரும் பிரபுக்கள்

அமைதியாக அலட்டிக் கொள்ளாமல் ஆதிக்கம் செலுத்தி வரு கின்றனர். பழைய நகரான மதினாவுக்கு வெளியே நிகழும் எதைப் பற்றியும் அந்த நகருக்குக் கவலையில்லை. ஃபேஸ் பகுதி மக்களைப் பொறுத்தவரை, அந்தச் சந்துகள், அந்தப் பழமையான வீடுகள், அவற்றில் சில அரண்மனைகளாக இருந்தவை, அவற்றோடு அவர்களுடைய உலகம் நின்றுபோகும். எலுமிச்சை காய்க்கும் பருவ காலத்தை எப்பொழுதும் போல் தொடர்ந்து எதிர்பார்த்துக் காத் திருப்பதுதான் அவர்களது வாழ்க்கை. கலைஞர்கள் தங்கள் கைத் தொழிலைக் கவனிப்பார்கள். வியாபாரிகள் வியாபாரம் செய்வார்கள். கனவான்கள் குறுகலான சந்துகளில் தங்கள் குதிரைகள் மீது அமர்ந்து பவனி வருவார்கள். தங்கள் குலப்பெருமையைக் குறித்து அவர்களுக்கு ஒருபோதும் சந்தேகம் வந்ததில்லை. பத்தொன்பதாம் நூற்றாண்டின்போது அஷாபீனுக்கும் ஷெமாயீனுக்கும் இடையே மதினாவின் எல்லையில் வட்டமான சிறிய திடல் ஒன்றைத் தேர்ந் தெடுத்து, அங்கு மாதத்தில் ஒரு வியாழக்கிழமையன்று ஆப்பிரிக்கா விலிருந்து கொண்டு வரப்பட்ட கருப்பின அடிமைகளை விற்கும் சந்தையை ஏற்படுத்தியதும் இந்தக் கனவான்கள் தான்.

"அடிமைத்தனம் என்பது இயல்பானதாக இருந்தது. உலகம் முழுவதும் அது நடைமுறையில் இருந்தது. உலகில் நிலவிவரும் அநீதியான அமைப்பில் எந்த ஒரு மாற்றத்தையும் கொண்டுவர ஃபேஸ் நகர மக்களால் இயலவில்லை. பழைய பழக்க வழக்கத்தின் படியே வாழ்வதில் அவர்கள் திருப்தியடைந்ததோடு, அவற்றைப்பரப்புவதும், காப்பதும் தங்கள் கடமை என நினைத்திருந்தனர். ஃபேஸ் நகருக்கு மிக அருகில் இருந்த ஆப்பிரிக்க நாடுகளுடன் மிகவும் திறமையான சிலர் வர்த்தகம் செய்து வந்தனர். இப்படி வந்தவர்கள் தான் மொராக்கோ நாட்டிற்கு வந்த முதல் அடிமைகள். ஒரே கண்டத்தைச் சேர்ந்தவர்களாக இருந்தபோதிலும்,. தங்களை (ஃபேஸ் பகுதி மக்களை) ஆப்பிரிக்கர்களாக அவர்கள் ஏற்றுக்கொள்ளவில்லை ஏனெனில், ஃபேஸ் நகர மக்கள் வெள்ளையாக இருந்தனர். எனவே அவர்கள் எங்கிருந்து வந்தபோதிலும் கருப்பு மனிதர்களை விட உயர்ந்தவர்கள்.

"ஃபேஸ் நகரில், விடுதலை பெறுவதற்கு முன்வரை, எதுவும் மாறியிருக்க முடியாது, எதுவும் மாறவும் முடியாது. இதை யெல்லாம் தூரத்திலிருந்து பிரஞ்சுக்காரர்கள் கவனித்துக் கொண்டிருந் தனர். கம்பளியும் பருத்தியிலுமான கிரீடம் ஒன்று நகரில் வைக்கப்

பட்டிருந்தது. பல நூற்றாண்டுகளாக அதனுள் பல்வேறு கதைகளும் இரகசியங்களும் புதைக்கப்பட்டிருந்தன. இஸ்லாமிய மதத்தின் பண்புகளோடு தொடர்புடைய தன் பாரம்பரியங்கள், பண்பாடுகள், பழக்கவழக்கங்கள் ஆகியவற்றோடு மட்டும் திருப்தியடையும் இந்தச் சமுதாயத்துக்கு அப்பால், மேற்கண்ட ரகசியங்கள், கதைகள் குறித்து விவரிக்கவோ, வெளிப்படுத்தவோ, இந்தச் சமுதாயத்தைவிட்டு வெளியே கொண்டு போகவோ யாரும் இல்லை என்பது சுவார சியமான உண்மையாகும். கிருத்துவ மதத்தைச் சார்ந்த இசாபேலால், ஆந்தாலூசியிலிருந்து பல்லாயிரக்கணக்கான யூதர்களும் இஸ்லாமியர் களும் துரத்தப்பட்டனர். அவர்கள் ஃபேஸ் பகுதியில் அடைக்கலம் பெற்றதோடு அந்நகரின் வளம், புத்துணர்வு, பாரம்பரியம் ஆகிய வற்றைக் காக்க முனைந்தனர். பெயரை மாற்றிக் கொள்ளாமலேயே மதம் மாற முடியும் போல் தோன்றியது. எனினும், அந்தக் காலகட்டம் முடிந்துவிட்டது போல் இருந்தது.

“தான் வியாபாரம் செய்து வந்த மளிகைப் பொருள் மற்றும் அரிய பொருட்களைக் கொள்முதல் செய்வதற்கென ஆண்டுதோறும் செனெகல்லுக்குச் செல்வதை அமீர் வழக்கமாகக் கொண்டிருந்தான். எனவே, ஃபேஸ் நகரைவிட்டுப் பல மாதங்கள் வெளியே தங்கி இருப்பான். அப்படிப் போகும் இடத்தில், அவனுக்கு முன் இதே வியாபாரத்தைச் செய்துவந்த அவனுடைய அப்பாவும் தாத்தாவும் அவர்கள் தங்கியிருக்கும் அந்தக் காலத்திற்கு மட்டும் ஒரு பெண்ணை ஏற்பாடு செய்து கொள்வதை வழக்கமாக வைத்திருந்தனர்.. தன் மதத்தின் சட்ட திட்டங்களை மதிக்க விரும்பிய அமீர், அதில் தடை செய்யப்பட்ட எதனையும் செய்துவிடக்கூடாது என்ற எண்ணத்தில் இதைப்பற்றி அல்குரான் பல்கலைக்கழக பக்தியியல் பேராசிரியர் முலே அகமதுவிடம் விவாதித்தான். ‘உல்லாசத் திருமணம்’ எனப் பெயரிடப்பட்டிருந்த அத்தகைய திருமணம் செய்து கொள்ளும் நடவடிக்கை, தன் மத நம்பிக்கைக்கு எதிராகவும் தன் மனைவியின் மனதைப் புண்படுத்துவதாகவும் அமைந்துவிடக் கூடிய பாவச்செயல் ஆகாதா என அவரிடம் கேட்டான். உண்மையில், இந்த விஷயத்தில் அமீரிடம் சில தயக்கங்கள் இருந்தன.

முலே அகமது அவனுக்கு உறுதியளித்தார். ‘பெண்கள்’ குறித்து சூரத்தின் 24 ஆவது வசனத்தை வாசித்துக் காட்டினார். ‘‘நேர்மையான முறையில் விருப்பம்போல் திருமணம் செய்து கொள்ள உங்கள் செல்வத்தைப் பயன்படுத்திக்கொள்ளும் முழு உரிமையும் உங்களுக்கு

உள்ளது. ஆனால், திருமணம் செய்து கொள்ளாமல் சேர்ந்து வாழ அல்ல. நீங்கள் திருமணம் செய்து கொள்ள இருக்கும் பெண்ணுக்கு ஒப்புக்கொண்டபடி வரதட்சணையை நீங்கள் தருவது கட்டாயமாகும். அதாவது, தன் வீட்டைவிட்டு நீண்டகாலம் வெளியே தங்க நேரும் ஆண், 'உல்லாசத்திருமணம்' 'துய்ப்புத் திருமணம்' 'வசதித் திருமணம்' எனும் பெயரில் ஒரு திருமணத்தைச் செய்து கொள்வது சட்டப்படியானது. அவனைத் திருமணம் செய்து கொள்ளும் பெண்ணுக்கு உரிய மரியாதையும், வரதட்சணையும் இதன் மூலம் உறுதியாகிறது. பாலியல் தொழிலுக்கு எதிராக இம்முறையை இறைவன் ஏற்படுத்தியுள்ளார்."

"இல்லற வாழ்க்கைக்கு வெளியே குறிப்பிட்ட காலத்திற்கென நடக்கும் உல்லாசத் திருமணம், மனிதனின் கீழ்த்தரமான உணர்வு களைத்தூண்டுவனவாகவும், தடையை மீறும் சபலத்தன்மை இருக்கும் என்பதும் உண்மை தான் என முலே அகமது கருத்துத் தெரிவித்தார். எப்படியும் இத்திருமணம், வீட்டில் இருக்கும் அதிகாரப்பூர்வமான மனைவியை அவமானப்படுத்தவோ, சில காலத்திற்கு மட்டும் திருமணம் செய்து கொள்ளும் பெண்ணைத் தவறாக நடத்துவதற்கோ ஊக்கமளிப்பதாக ஒருபோதும் புரிந்துகொள்ளக்கூடாது. 'உல்லாசம்' எனும் பதம் இந்த உறவு முறையில் உள்ள குறுகிய காலத்தைக் குறிப்பதாகும். ஆனால், முதலில் நடந்த திருமணமோ, வாழ்வின் இறுதிவரைக்குமானது, சந்ததிகள் உண்டாவதற்கானது.. அத் திருமணம் உல்லாசத்தை வெளியேற்றாது, மாறாக நீர்த்துபோகச் செய்யும்."

பேராசிரியர் கூறுவதை அமீர் கவனமாகக் கேட்டுக் கொண்டிருந் தான்.

"நம் பாசத்துக்குரிய தூதர் இப்படியொரு உல்லாசத் திருமணத் தை செய்திருக்க வேண்டும் எனத் தெரிகிறது. ஆனால், இத்த கைய முறையை இரண்டாம் கலீஃபான் இப்னால்கதாப், தான் இறப்பதற்கு முன் நீக்கிவிட்டார்.. இத்திருமணத்தை அனுமதித்த ஷியா பிரிவினருக்கும், இதனை ஏற்க மறுத்த சுன்னிப்பிரிவினருக் கும்மிடையே இருந்த பல மாற்றுக் கருத்துகளில் இதுவும் ஒன்றாகும். எனினும், இவ்விஷயத்தில், சுன்னிப்பிரிவின் பக்தியியலாளர் களிடையே பல விவாதங்கள் நடைபெற்றன. உதாரணமாக, அல் ஷாஃபி, திருமணம் செய்து கொள்ளும் தம்பதியினரின் நோக்கங்கள்

தெளிவாகவும், திருமண வாழ்க்கையின் காலம் நிர்ணயம் செய்யப் பட்டும் இருந்ததால், இத்திருமணத்தை ஏற்றுக்கொண்டார். இதன் காரணமாகத்தான் இன்னும் இந்த நடைமுறை தொடர்கிறது. பெண்ணின் மீது காட்டும் மரியாதை, கண்ணியம் ஆகியவற்றின் எல்லையை மீறாமல் காத்து நிற்க வேண்டும் என்பதே முக்கியமாகும்"

"தெளிவும் அமைதியும் அடைந்த அமீர், அந்த நாள் முதல், ஆப்பிரிக்காவுக்குப் பயணம் மேற்கொள்ளும் ஒவ்வொரு முறையும், பாவத்தின் பள்ளத்தில் விழாமல் காத்துக்கொள்ள வேண்டி, இத்த கைய உல்லாசத்திருமணத்தைச் செய்து கொண்டான்.

ஓராண்டு காலம் ஃபேஸ் நகரில் தன் வியாபாரத்தையும், குடும்பத் தையும் கவனித்து வந்த அமீருக்கு மீண்டும் ஆப்பிரிக்காவுக்குப் போகும் நேரம் வந்தது. இம்முறை அவ்வாறு போகும் போது தன்னுடன் இளைய மகன் கரீமையும் உடன் அழைத்துச் செல்வது என முடிவெடுத்தான். பயண ஏற்பாடுகளில் ஈடுபட்டிருந்த அமீருக்குப் புறப்படும் நாளுக்கு முந்தைய நாள் இரவு தூக்கம் வர மறுத்தது. இருளில் மூழ்கியிருந்த ஃபேஸ் நகரின் சந்தடிகளோடு தன் நினைவு களை அங்குமிங்கும் அலையவிட்டான். அந்த நினைவுகளில், மனக் குழப்பத்தில் தூங்கும் ஆண்களும், அவர்களிடம் அரும்பும் கனவு களைத் தங்கள் உடலாலும், அங்கங்களாலும் அலைக்கழிக்கத் தெரிந் திருந்த பெண்களின் உருவங்களும் தென்பட்டன. அத்தகையக் கனவு களுக்கு அசாதாரணமான வண்ணத்தை ஏற்றி, இரவின் பிடியில் சிக் குண்ட எந்தவொரு ஆணையும் அவர்கள் பயணம் செய்யவைத்து விடுகின்றனர்.

புறப்படுவதற்கு முந்திய நாள் இரவு, நினைவுகளால் பாதிக்கப்பட்டு எப்பொழுதுமில்லாத அளவு குழப்பத்தில் இருந்த அமீர், படுக்கை யிலிருந்து எழுந்து தன் வீட்டுத் தோட்டத்துக்குச் சென்றான். இருளில் கொஞ்ச நேரம் நடந்து கொண்டிருந்தபோது, பேரீச்சை மரம் ஒன்றின் அடர் பச்சை நிறக் கிளைகளுக்கிடையே வெள்ளை மலரொன்று மலர்ந்திருப்பதைக் கண்டான். கம்பீரமாகத் தனித்து இருந்த அம்மலர், விரைவில் வர இருக்கும் கோடைக்காலத்தையும், பிறகு வர இருக்கும் இலையுதிர்காலப் பேரீச்சைப்பழங்களையும் அறிவிப்பது போல் தோன்றியது.

இயற்கையின் இந்த அற்புதத்தைக் கவனித்த அமீர், தன் தோட்டத்தில் இப்படியொரு அழகினை மலரச்செய்த இறைவனின் கருணையைப் போற்றினான். கண்ணைப்பறிக்கும் இந்த வெள்ளை மலரை நீண்ட நேரம் பார்த்துக்கொண்டிருந்த அமீருக்குத் தான் போனமுறை மேற்கொண்ட பயணத்தின் போது சந்தித்த ஆப்பிரிக்க இளம் பெண்ணின் நினைவு வந்தது. வேறு ஒரு நாட்டில் வேறு உலகம் ஒன்றில், வேறொரு காலத்தில் மீண்டும் அவளைச் சந்திக்கும் நம்பிக்கையில் இருந்தான். 'அவளைப் போலவே இந்த மலர் இருக்கிறதே' எனத் தனக்குள் சொல்லிக்கொண்டான். சவ்வாது, சந்தனம் மணம்கொண்ட அந்த இளம்பெண் எவ்வளவு கருப்பாக இருப்பாளோ, அவ்வளவு வெள்ளையாக இம்மலர் இருக்கிறது.

அத்தியாயம் – 2

தன் தந்தையுடன் ஃபேஸ் நகரைவிட்டு செனெகலுக்குச் சென்ற போது கரீமுக்கு 13 வயது. நீச்சலில் திறமையுடைய அவன் கடைசியாகக் கலந்து கொண்ட நீச்சல்போட்டியில் பெற்ற நான்காவது பதக்கத்தினைப் பெருமையாகக் கழுத்தில் அணிந்து கொண்டிருந்தான். இம்முறை பயணம் செய்யும்போது கோரே பகுதியைச் சார்ந்த வயதான செனெகல் துறவியின் பராமரிப்பில் சில நாட்கள் தன் மகனை ஒப்படைப்பதென அவனுடைய அப்பா அமீர் எண்ணியிருந்தான். அத்துறவி, உடற்குறையுடன் பிறக்கும் குழந்தைகளுக்குச் சிகிச்சையளிப்பதில் பெயர் பெற்றவர்.

கரீம், மற்ற குழந்தைகள் போல் இல்லை. சுறுசுறுப்பும், அறிவுக் கூர்மையும் உடையவனாக இருப்பான். ஆனால், மனநிலையில் சில கோளாறுகள் இருந்தன. அக்காலத்தில், இத்தகைய குழந்தைகளை அவர்கள் போக்குக்கு விட்டு விடுவது வழக்கம். தனியாக நடந்து போய் திரும்பட்டும் என விட்டு விடுவார்கள். மேலும் வழி தெரியாமல் தவித்தால், வீட்டுக்குத் திரும்பி அழைத்து வர யாராவது இருப்பார்கள்.

கரீம் பிறந்தபோது, அவனுக்குப் பிரசவம் பார்த்த பெண்ணான துரியா, இந்தக் குழந்தைக்கு வெண்பட்டு போன்ற தூய்மையான இதயம் இருப்பதாகவும் தன் போக்கில் வளரும்படி அவனை வாழ விட்டுவிட வேண்டும் என்றும் சொல்லியிருந்தார். செவிலித்தாய் கூறியவற்றை ஏற்றுக்கொள்ள அமீர் முயன்று கொண்டிருந்தான்; ஆனால், கரீமின் அம்மாவான லாலா ஃபாத்மா அழுது கொண்டிருந் தாள்.

கரீமைப் பரிசோதிக்க பிரஞ்சு மருத்துவர் ஒருவரை அமீர் வர வழைத்தான். ஆனால், பரிசோதனையின் போது, அந்தச் சிறப்பு மருத்துவர் கூறியது அமீருக்குச் சரியாகப் புரியவில்லை. ‘குரோமோ சோம்’ (உயிரணுக்கள்) (டிரைசோமி) டௌன் சின்ரோம் ‘மங்கோலி யன்’ எனச் சில கடினமான வார்த்தைகள் அவன் காதில் விழுந்தன. தாள் ஒன்றை வாங்கிய மருத்துவர், அதில் ஒரு மரக்கிளையையும் அங்குமிங்கும் சில கோடுகளையும் வரைந்தார். அமீரின் மகனிடம் ஏதோ ஒன்று அதிகமாக இருப்பதாகவும், அந்த அதிகமாக இருக்கும் பொருள் குறித்து அவனுக்கு விளக்கினார். அதுதான் அவன் மூளை வளர்ச்சியடைவதைத் தாமதமாக்குவதாகச் சொன்னார். ஆனால், அது பற்றிக் கவலையடையத் தேவையில்லை என்றார்; ஏனெனில், இத்தகைய குழந்தைகளின் ஆயுட்காலம் மிகவும் குறைவு என்பதால், விரைவிலேயே அக்குழந்தை இறந்துவிடும்; குடும்பத்தினருக்கு விடுதலை கிடைத்துவிடும் என்றார். நம்ப முடியாமல் வாயடைத்து நின்ற தந்தையின் முகத்தைப் பார்த்தவர் பிரான்ஸில் உள்ள அமைப் பின் பராமரிப்பில் அவனை விட்டுவிடும்படி யோசனை ஒன்றையும் கூறினார். பரிசோதனைக்கு மட்டும் பணம் செலுத்திவிட்டு அத்துடன் விஷயத்தை முடித்துக் கொண்டான். அதன் பிறகு அமீர் அந்த மருத்துவரை ஒரு போதும் இனிப் பார்க்கக்கூடாது என நினைத்தான். அந்தப் பிரஞ்சு மருத்துவரோ நம்பிக்கையை விடவில்லை. தான் கற்றுக் கொண்டதை ஒப்பித்தபடி இருந்தார். தந்தை ஒருவரின் மனதைக் கடுமையாகப் புண்படுத்துகிறோம் என்ற உணர்வு அவருக்கு இல்லை. புறப்படுவதற்கு முன் அமீரிடம் குனிந்து அவனது காதோடு,

“உங்களுக்குத் தெரியுமா? தளபதி தெகோலுக்குக் கூட உங்கள் மகன் போல் ஒரு பெண் குழந்தை இருந்தது. நிறையப் பேருக்கு இது தெரியாது. ஆனால், வாழ்க்கையில் அவர் சந்தித்த ஒரே தோல்வி இதுதான் என இராணுவ வட்டாரத்தில் பேசிக் கொள்வார்கள். தன் மகள் இறந்த அன்று, “இதோ, என் மகள் எல்லோரையும் போல் இருக்கிறாள்” என்று சொன்னாராம்.

பிரஞ்சு மருத்துவருக்குச் சேர வேண்டிய கட்டணத்தைச் செலுத்தி அவரை வழியனுப்பி வைத்துவிட்டு, அழுகையை நிறுத்தாத மனைவியின் அருகில் அமீர் வந்தான். பரிசோதனையின் போது பார்த்துக் கொண்டிருந்த செவிலித்தாய், இருவரையும் தேற்ற முயன்றார். அமீர் மட்டுமே சொல்வதைக் கேட்கும் நிலையில் இருக்கிறான் என்பதைப் புரிந்து கொண்ட அவர், அவனுக்கு ஆறுதல் கூற முயன்றார்.

"இந்தக் குழந்தை ஓர் அதிருஷ்டம். இது கடவுளின் சமிக்ஞை. உங்களுக்கு இறைவன் அளித்திருக்கும் கொடை. தீமையை ஒரு போதும் அறியாத தனித்தன்மை இது போன்ற குழந்தைகளுக்கு வாய்த்திருக்கிறது. இக்குழந்தைகள் நல்வழியிலிருந்து ஒரு நாளும் விலகிச் செல்ல இயலாதவர்கள். இவர்கள் எல்லையற்ற பாசத்தைப் பொழிபவர்கள். எனவே, இவர்களை நாம் நேசித்தாக வேண்டும். இவர்களைப் புறக்கணிக்கவோ, மறைக்கவோ கூடாது. இன்னமும் வாழ்ந்து கொண்டிருக்கும் இது போன்ற குழந்தைகளை எனக்குத் தெரியும். வாலிப வயதில், புனிதர்கள் அல்லது தேவதைகள் போல் இன்றும் பலர் வந்து அவர்களைப் பார்த்துவிட்டுச் செல்கின்றனர். இக்குழந்தை ஓர் ஒளி. நீங்கள் வேண்டுமானால் பாருங்கள், உங்கள் வாழ்க்கையை இக்குழந்தை ஒளிமயமாக்கப் போகிறது."

உண்மையான இறை நம்பிக்கையுடையவன் என்ற முறையில், அமீர் தன் விதியை ஏற்றுக்கொண்டு "இக்குழந்தையை இறைவன் பிறக்க வைத்திருக்கிறான் என்றால், அதற்கான காரணங்களை அவன் வைத்திருப்பான். இறைவனுடைய விருப்பத்தின் குறுக்கே நிற்க நான் யார்?" என நினைத்துக்கொண்டான். இந்தக் குழந்தையிடம் அதற்குரிய மூலதனம் இருக்கிறது. அதற்கான வாழ்க்கையை வாழப் போகிறது. என் கடைசி மூச்சுவரை நான் அதனுடன் செல்வேன். இறைவன் பெரியவன். எங்கள் தூதரின் மொழி எனக்குத் தெரியும்: "இறைவனை நம்புபவன் துன்பத்தையும் சோதனையையும் எதிர் கொள்ளத் தயாராக இருக்க வேண்டும்"

லாலா ஃபாத்மா பேசவில்லை. உத்திரத்தையே பார்த்துக் கொண்டிருந்தாள். கைக்குழந்தைக்கு இனிப்பாலூட்டப் போவதில்லை என மறுத்தாள். திருமணமானதிலிருந்து முதல் முறையாக அமீர் அவளிடம் கடுமையான தொனியில் பேசினான். யதார்த்தத்தை அவள் ஏற்றாக வேண்டும். அவனுடைய கடும் சொற்கள் முதலில்

அவளை நிலைகுலையச் செய்தன. அவளை மேலும் அழவைத்தன. பின்னர் சிறிது நேர மௌனத்துக்குப் பின், தன் குழந்தையை வாங்கிப் பால் கொடுத்தாள்.

அன்றிலிருந்து கரீமுக்கு எனக் குடும்பத்தில் தனி இடம் கிடைத்தது. பாசத்திலும் நேசத்திலும் அவன் வளர்ந்து வந்தான். ஃபேஸ் நகருக்குப் புதிதாக மருத்துவர் யாராவது வரும் போதெல்லாம் தன் மகனின் உடல்நிலை என்றாவது ஒருநாள் மாற வாய்ப்பிருக்கிறதா என்பதைத் தெரிந்துகொள்ள, அமீர் அவரைப்போய்ப் பார்த்து வருவான். எனினும் இக்குழந்தைக்குத் தேவையான ஒரே விஷயம் 'அன்பு' மட்டுமே என்பதை அவன் புரிந்துகொண்டான். தன்னை நேசிக்கிறார்கள் என்ற உணர்வே அவனை இயல்பான நிலையிலும் மகிழ்ச்சியாகவும் வைத்திருந்தது.

அவனுடைய 12ஆவது பிறந்த நாளில், அவன் அப்பா அமீர் வாக்குறுதி ஒன்றை அளித்தான்:

"அடுத்தமுறை நான் செனெகல்லுக்குப் போகும்போது, உன்னை என்னுடன் அழைத்துச் செல்கிறேன்" என்று சொல்லியிருந்தான்.

எல்லையற்ற மகிழ்ச்சியில் திளைத்த கரீம், பழுதடைந்த பழைய பியானோவை நோக்கி வேகமாக ஓடினான், தன் பரவசத்தை வெளிப்படுத்த ஒரு ராகத்தை வாசித்தான். அவனுடைய சகோதரர்களும் சகோதரியும் எதுவும் சொல்லவில்லை. காரணம், அப்பா எடுக்கும் முடிவுகள் விவாதத்திற்கு அப்பாற்பட்டவை. அதுதான் பாரம்பரியமாகக் கடைப்பிடிக்கப்பட்டு வரும் நடைமுறையாகும். பெற்றோரிடம் பேசும் போது குரலை உயர்த்திப் பேசக் கூடாது. கைகளையும் தோள்களையும் இறக்கிப் பேசும் போது கண்களையும் கீழேபார்த்துப் பேச வேண்டும். அது அப்படித்தான்.

சில மாதங்கள் கழித்து அதாவது குளிர்காலம் தொடங்கியிருந்த நேரம். பயணம் செய்யும் பெட்டியில் தனக்கும் கரீமுக்குமான பொருட்களை எடுத்துவைக்குமாறு மனைவியிடம் அமீர் சொன்னான். நன்றாக இருட்டிய பிறகு, இரவு நேரத்தில், வீட்டைவிட்டு கிளிம்பிய அவர்கள், ஃபேஸ் பாலைவனத்தைக் கடந்து சென்றனர். இதன் மூலம், அவர்கள் புறப்பட்டுச் சென்ற நிகழ்வு, பொய்யான இயற்கைக்கு அப்பாற்பட்ட மாயச்சூழலை ஏற்படுத்தியது.

இரயில், மாட்டு வண்டி, ஒட்டகத்தின் முதுகு என அவர்கள் பயணம் செய்து முடிக்கப்பல வாரங்கள் பிடித்தன. பருவநிலை சீராக இருந்தது. பயணத்தின் நடுவே ஆங்காங்கு நின்று இளைப்பாறிவிட்டுச் சென்றனர். இரவில் கடைசித்தொழுகை முடிந்ததும், இந்த நாட்டைக் குறித்தும், அதன் மக்களைக்குறித்தும் தான் அறிந்து வைத்திருந்ததை தன் மகனுக்கு எடுத்துக்கூற அந்த நேரத்தைப் பயன்படுத்திக் கொண்டான்.

“நான் உனக்கு எதைக் குறித்தும் நினைவூட்ட வேண்டியதில்லை என்பது எனக்குத் தெரியும். நீ நல்லபையன். அறிவு நிறைந்தவன். இந்த ஊரில் எல்லாவற்றுக்கும் மேலாக, மரியாதையாக நடந்து கொள்ள வேண்டும். உன்னை எல்லோரும் நன்றாக நடத்த வேண்டும், மதிக்க வேண்டும் என்று விரும்பினால், முதலில் யாரும் எதுவும் கூற முடியாத அளவிற்கு நன்னடத்தையைப் பின்பற்று. அனைவரிடமும் மரியாதையாகவும் தாராள குணத்தோடும் நடந்து கொள்வதை உன் வழக்கமாக்கிக் கொள். இந்த மக்கள் மிகவும் உணர்ச்சி பூர்வமானவர்கள். நீ அவர்களுக்குச் செய்யும் உதவிக்குக் கைமாறாக நூறு மடங்கு திருப்பியளிப்பார்கள். பிரான்ஸிலிருந்தும், பெல்ஜியத்திலிருந்தும் வந்த காலனித்துவ ஆட்சியாளர்களான இந்த வெள்ளையர்களால் இவர்கள் எந்த அளவு அவமானப்படுத்தப் பட்டிருக்கிறார்கள் என்றால், வெள்ளைத் தோலுடைய அத்தனை பேரையும் இவர்கள் சந்தேகக் கண்ணோடுதான் பார்க்கும் அளவிற்கு. எனினும், நாமும் ஆப்பிரிக்கர்கள்தாம் என்பதை மறந்துவிட வேண்டாம். நாம் கருப்பாக இல்லாமல் இருக்கலாம். ஆனால் நாம் இந்தக் கண்டத்தையும், இந்த மக்களையும் சேர்ந்தவர்கள். எனவே, நல்ல குரல் வளமுடைய கருப்புநிற அடிமையான பிலால் இபின் ரபாவினை நம் பாசத்திற்குரிய இறைத்தூதர் விடுவித்தார் என்பதை நினைவில் கொள். மேலும், இஸ்லாம் மதத்தில் தொழுகைக்கு அழைப்பு விடுக்கும் பணியைச் செய்ய முதன்முதலாக முகமதுவால் நியமிக்கப்பட்டவரும் இவர்தான். துரதிஷ்டவசமாக, தங்களை உயர்ந்தவர்கள் என நினைப்பவர்களிடம் அடிமைத்தனம் என்பது ஒரு வழக்கமாக இருந்து வருகிறது. நமக்கு நல்ல வரவேற்பு கிடைக்கும் என்பதை நீ பார்க்கத்தான் போகிறாய். எனவே, அத்தகைய வரவேற்புக்கும் விருந்தோம்பலுக்கும் நாம் தகுதியானவர்களாக இருக்க வேண்டும்” என்றவன், நிலைமையின் மற்றொரு பக்கத்தையும் சொல்லிவிடவேண்டும் என்பது போல்,

"ஆனால், எல்லோருமே உன்னைப் போல் நல்லவர்களாக இருப்பார்கள் என்று நினைக்கவேண்டாம். கயவர்கள் பரவலாக இருப்பார்கள். நான் உன்னுடன் இல்லாத நேரத்தில், எச்சரிக்கையாக இரு", என்றும் கூறினான்.

அமீர் சொன்னதைக் கரீம் பயபக்தியுடன் கேட்டுக்கொண்டான். தன் அப்பாவின் அறிவுரையை அவன் மிகவும் மதிப்பவன். அப்பாவை எதிர்ப்பது என்பதற்கோ, அவர் கருத்துக்களை மறுப்பது என்பதற்கோ இடமில்லை. மேலும் அவன் தொடர்ந்தான், "நமக்கு அறிவினைப் புகட்டும் ஆசிரியர்கள், தத்துவவியலாளர்கள், அறிஞர்கள், பள்ளிக்கூட ஆசிரியர்கள் ஆகியோர் போல் அப்பா, அம்மா ஆகியோர் மீதும் முழு மரியாதையைச் செலுத்த வேண்டும் என குரான் நமக்கு அறிவுரை கூறுகிறது" என்றான். கூடவே, "இத்தகையோர் ஆசி இல்லாமல் வாழ்க்கையில் எந்த வெற்றியும் சாத்தியமில்லை. எனவேதான், மரியாதை என்பது எளிமையின் வெளிப்பாடாக அமைகிறது. அதுதான் கற்றுக்கொள்ளவும் முன்னேறவும் சரியான வழியாகும்" என்றான். தன் அப்பா கூறிய அனைத்தையும் கரீம் கச்சிதமாகப் புரிந்துகொண்டான் அவனிடம் குறிப்பிடத்தக்கதொரு அறிவுக்கூர்மை இருந்தது. ஆனால், பதில் கூறவோ, தன் எண்ணங்களை மேலும் வளர்த்துக்கொள்ளவோ அவனால் இயலவில்லை. சில நேரங்களில் வார்த்தைகள் வெளிவர மறுக்கும் போதும், அல்லது துண்டு துண்டாகச் சிதைந்து வரும் போதும், பதற்றமாகி அவனுடைய முகம் சிவந்து போகும். ஒரே சத்தத்தை மீண்டும் மீண்டும் எழுப்பிக் கொண்டு இருப்பான், பேசுவதற்காகக் கண்ணின் உள்ளேயிருக்கும் சக்தியிடம் மன்றாடுவதைப்போல் அவன் திக்குவான். தொடக்கத்தில் இருந்தே, அவனை எந்தவொரு பிரச்சனையும் இல்லாத குழந்தையாக நடத்துவது என அமீர் முடிவு செய்திருந்தான். அதே நேரம், அவனுடைய உடற்குறையையும் மறக்காமல், சில சூழ்நிலைகளில் அதனைக் கருத்தில் கொள்ளவேண்டும். என்றும் முடிவு செய்தான். அமீரின் கவனிப்பு இவ்வாறு இருந்த போதிலும், இக்குழந்தையிடம் லாலா ஃபாத்மாவால் இணக்கமாகப் போகமுடியவில்லை. மற்ற மூன்று குழந்தைகளைக் கவனித்துக்கொள்வதையே அவள் பெரிதும் விரும்பினாள். ஆனால், கரீம் தன் அம்மாவிடம் மிகவும் பாசமாக இருந்தான். எந்த அளவு அவளை நேசிக்கிறான் என்பதை அரை குறையான வார்த்தைகளுடன் அவன் கூறும்போது அவள் அழுது விடுவாள். அவன் கூறுவதைக்கேட்டு மகிழ்ச்சியடைவதற்குப் பதிலாகத் தலையைத் திருப்பிக் கொண்டு, தன் கண்ணீரைத்

துடைக்கக் கைக்குட்டையைத் தேடுவாள். ஒருநாள், அவளிடம் அவன், "நானும், நான்" நானும்... அழுகிறேன்..." என்றான்.

வண்டியோட்டி சஹாராவைச் சேர்ந்தவர். அதிகம் பேசாதவர். வெயிலில் கருத்த தேகம். வறண்ட உடல், நம்பிக்கையுடன் வண்டியைச் செலுத்திக்கொண்டிருந்தார். பழைய கைத்துப்பாக்கி ஒன்றை மாட்டியிருந்த அவர் இடுப்பில் கத்தி ஒன்றையும் சொருகி வைத்திருந்தார். வழிப்பறிக் கொள்ளையர்கள், பயணிகளைத் தாக்கி மறிக்கும் காலம் அது. தவிர்க்க வேண்டிய பாதைகளைத் தெரிந்து வைத்திருந்த அவர் தன் வாடிக்கையாளர்களைப் பாதுகாப்பாகக் கொண்டு செல்வது வழக்கம். அவருக்கு அந்தப் பாலைவனம் முழுக்க அத்துப்படி எனவே, பயணம் மேலும் ஓரிரு நாட்கள் பிடித்தது. மேலும் கரீமுக்கும், அமீருக்கும் அவசரமெதுவும் இல்லை. நல்ல சமையலும் செய்யத் தெரிந்திருந்த வழிகாட்டியின் ஆலோசனைக்கு மறுப்பு எதுவும் அவர்கள் கூறவில்லை. ஃபாசி மக்கள் மிகவும் மென்மையானவர்கள், அதிகக் கொழுப்போ மசாலா பொருட்களோ இல்லாத இலகுவான உணவு வகைகளை உண்ணும் பழக்கமுடைவர்கள் என்பதை அவர் தெரிந்து வைத்திருந்தார். எனவே, மசியவைத்த கறித்துண்டுகளும், சீரகம் சேர்த்த முட்டைகள் கலந்த அடைகளையும் அவர்களுக்கெனத் தயாரித்துக் கொடுத்தார். உணவின் முடிவில் சில திராட்சைகளைச் சாப்பிடுவார்கள். சில நேரங்களில், குடிக்க ஒட்டகப்பாலைப் பரிமாறுவார். எனினும், அதை அவர்கள் கஷ்டப்பட்டு விழுங்குவதை அவர் கவனிக்கத் தவறவில்லை. இதைக்காட்டிலும், புதினா கலந்த பச்சைத் தேநீரையே அவர்கள் பெரிதும் விரும்பினர். அதில் சர்க்கரையை அவர் அதிகமாகக்கலந்து கொடுப்பார். இனிப்பைக் குறைக்க வேண்டி, அமீரும் அவனது மகனும் வெந்நீர் கேட்பது அவருக்குச் சிரிப்பை வரவழைக்கும்.

சகாராவைச் சேர்ந்த இந்தச் சமையற்காரர் முன்னாள் படைவீரராவார். ஸ்பெயின் படைகள், 1934 ஆம் ஆண்டு மொராக்கோவின் தென் மாவட்டங்களில் தங்கி இருந்தன. அங்குள்ள சிதி இஃப்னி என்னும் ஊரில்தான் அவர் பிறந்தார். அக்காலகட்டத்தில், அப்படைகளை எதிர்த்து அவர் போரிட்டுள்ளார். அப்பொழுது, பிரான்ஸின் பாதுகாப்பாட்சியின் கீழ் இருந்தபோது, அந்நாட்டின் ஒரு பகுதி ஸ்பெயின் வசம் இருந்தது. அதனைப் ஃபிரான்கோ என்னும் தளபதி நிர்வகித்து வந்தார்.

காலனியத்துக்கு எதிரான அப்போரின் போது நடைபெற்ற சம்பவம் ஒன்றை, ஒரு நாள் இரவு விவரித்தார்: ஸ்பானிஸ் ஆட்களுக்கு விவஸ்தை எதுவும் கிடையாது. உள்ளூர்க்காரர்களை முட்டாள்கள் என நினைத்து அடாவடிக்காரர்களாக நடந்து கொண்டனர். அவர்கள் தகுதியற்ற படைவீரர்கள்; எங்கள் மீது வெறுப்பைக் காட்டியவர்கள். அவர்கள் தண்டிக்கப்பட்டு, அவர்களுக்குப் பரிச்சயமில்லாத காட்டுக்குள் துரத்தியடிக்கப்பட்டதாகச் சொல்வதுண்டு. அவர்கள் மது அருந்துவார்கள். நம் குடும்பத்தினரிடம் மரியாதைக் குறை வாக நடந்துக் கொள்வார்கள். ஒருநாள், பெண் ஒருத்தியைக் குடி போதையில் இருந்த படை வீரர்கள் கொண்ட கும்பல் ஒன்று தூக்கிச் சென்று விட்டது. அப்பெண்ணின் தந்தை, பெரிய கத்தியை எடுத்து படையின் துணை அதிகாரி ஒருவரின் கழுத்தில் செருகிவிட்டார். அதே இடத்தில் அந்த அதிகாரி வீழ்ந்தான். அடுத்தநாள் நடந்த அந்த நபரின் இறுதிச் சடங்கு, எங்கள் கோபத்தை வெளிப்படுத்திய தருணமாக அமைந்தது.

இராணுவம் எங்கள் மீது துப்பாக்கியால் சுட்டது. அதில், மூன்று பேர் மாண்டனர். ஐந்து பேருக்குக் காயம் ஏற்பட்டது. அந்த நொடியில் இருந்து, கலகக்குரல் இயல்பாக எழுந்தது. அவர் களுடைய நிர்வாகத்தை நாங்கள் ஏற்றுக்கொள்ளவில்லை என்பதை இராணுவம் அறிந்திருந்தது. நாங்கள் அடக்கமாகவும், எண்ணிக் கையில் குறைவாகவும் இருந்தோம். படைவீரர்கள் உருவாக்க முனைந்தவற்றை நாங்கள் முறியடித்தோம். இரண்டு பக்கங்களிலும் வெறுப்பு இருந்தது என்றாலும், எங்கள் பக்கம் நீதியும் நியாயமும் இருந்தன. ஓடிப்போன இந்தப் படைவீரர்கள் எங்கள் பகுதியை ஆக்கிரமிக்க ஏன் வந்திருக்கின்றனர்? தொடர்ந்து வசிக்க முடியாத படி அவர்களுக்குத் தொல்லை தரப்பட்டது. எப்படியும் ஒருநாள், அவர்கள் நிரந்தரமாகத் திரும்பிச் சென்றுவிடுவார்கள். அதன் பிறகு, ஒருபோதும் எங்கள் நாட்டில் அவர்கள் அடியெடுத்து வைக்கமாட்டார் கள் என நினைக்கிறேன்".

ஒரு நாள் இரவு, எல்லோரும் தூங்கத் தயாராகிக்கொண்டிருந் தபோது, கரீம் படுக்கையிலிருந்து துள்ளியெழுந்து,

"சிங்கம்! நான். நான் சிங்கத்தைப் பார்த்தேன்".

சகாரா சமையல்காரர், சர்வசாதாரணமாக, “இங்கேதான், பக்கத்தில் தான்” என்றார்.

கரீம் மீண்டும் கத்தினான். ஆனால் அவர் அவனைத் திரும்பிப் பார்க்கவில்லை. கரீம் எதையும் தற்செயலாகவோ, விளையாட்டாகவோ சொல்லமாட்டான் என்பதைத் தெரிந்திருந்த அமீர் பதற்றமடைந்தான். எதற்கும் போய் பார்க்குபடி வழிகாட்டியிடம் சொன்னான். வேண்டா வெறுப்பாக அவரும் சென்றார். சில நிமிடங்கள் கழித்துத் திரும்பிய வழிகாட்டி வெளிறிப்போய் இருந்தார். அங்குச் சிங்கம் ஒன்று இருந்ததை உறுதி செய்தார்; ஆனால் அது சென்று விட்டதாகச் சொன்னார். உடனே தனது பழைய துப்பாக்கியை எடுத்துக்கொண்டு, “இனிமேல், கரீம் எது சொன்னாலும் நான் நம்புவேன்” என்றார். தூங்குவது குறைவான நேரம் மட்டுமல்ல பதற்றமாகவும் இருந்தது. மிகவும் சோர்ந்து போய் அமைதியாக தங்கள் பயணத்தை நள்ளிரவில் மீண்டும் தொடங்குகினார்கள். ஒரு கட்டத்தில், தன் மகனைப் பார்த்து, ஏதாவது ஆபத்து தென்படுகிறதா? ஏதாவது கவலைப்படும்படியாகச் சத்தம் கேட்கிறதா, பார் எனக் கேட்டான். பாதித்தூக்கத்தில் இருந்த கரீம்,

“இல்லை, இல்லை... ஒன்றும் இல்லை. வெறுமனே ஒரு பியானோ... எனக்குத் தெரிகிறது, எனக்குக் கேட்கிறது...

ஃபி...பி....பியானோ.”

எங்கும் போய் கற்காமலேயே கரீம் பியானோ வாசிப்பான். அவன் பியானோ இசைப்பான். அது சாதாரண விஷயமில்லை. அது ஒரு வரம். பாலைவனப் பயணத்தின்போது, அவனுக்குச் சில மெட்டுகள் நினைவுக்கு வந்தன. இசையில்லாமல் ஏங்கினான்.

சகாரா வழிகாட்டி ஆச்சரியத்துடன் அவனைப் பார்த்தார்.

“சிங்கம் போய், பியானோ” என்றார்

நெற்றிப்பொட்டின் மீது விரலை வைத்து,

“இதோ இதற்குள், ”என்றான்“

உனக்கு இசை கேட்கிறதா?

ஆமாம் நல்ல.. அருமை.. இசை.”

“நீ உண்மையிலேயே கொடுத்துவைத்தவன்.

அதாவது அவன் நினைவில் உள்ள ராகம் ஒன்றைக் கேட்டுக் கொண்டிருந்தான். அவன் ஏதோ ஆழ்ந்த யோசனையில் இருப்பது போல் தெரிந்தது. சட்டென நிறுத்தி,

“பி...பியானோ. இப்பொழுது சிறுநீர் கழித்தாக வேண்டும்”

வண்டியிலிருந்து விலகித் தூரமாகச் சென்று சிரித்துக்கொண்டே சிறுநீர் கழித்துவிட்டு வந்தான்.

ஒரு நாள் விடியற்காலை, சேன்லூயி என்றழைக்கப்படும் நதூர் நகருக்கு வந்து சேர்ந்தார்கள். அது தான் மேற்கத்திய ஆப்பிரிக்க நாடுகளில், ஐரோப்பியர்களால் உருவாக்கப்பட்ட முதல் நகரமாகும். வானம் வெளிறிப்போய் இருந்தது. ஈரக்காற்று வீசிக்கொண்டிருந்தது. இதனைக் கண்ட கரீம், “ஹம்மாமில்” இருப்பது போல் இருக்கிறது என்றான். அவனிடம், இரு நாடுகளுக்கு இடையே உள்ள பருவ நிலை வித்தியாசத்தைப்பற்றி அமீர் விளக்கினான். ஆப்பிரிக்கப் பண்பாட்டைப் பற்றி அவன் நன்கு தெரிந்து வைத்திருந்தான். “நாம் தலைநகர் தக்காரை நெருங்கிக் கொண்டிருக்கிறோம். இப் பொழுது, செனெகல் ஆற்றின் முகத்துவாரத்தில் இருக்கிறோம். தண்ணீரால் உருவாக்கப்பட்ட இந்தப் பயிர்களையும் அற்புதமான இயற்கைக்காட்சியையும் பார். இவையெல்லாம் நீர்த் தாவரங்கள்; கனி கொடுக்காதவை; நதியோரம் வேலியாக நின்று பயணிகளுக்கு நிழல்தருவதோடு இவற்றின் வேலை முடிந்துபோகும். இவ்வளவு தூரம் அவர்களை அழைத்து வந்து சேர்த்ததில் வண்டியோட்டி நிம்மதி அடைந்தார். திடீரென அவர் நிறையப் பேச ஆரம்பித்தார். இந்த ஊரின் அழகு, இங்குள்ள மக்களின் நற்குணம், குறிப்பாக எப்பொழுதும் தயாராக இருக்கும் பெண்கள் குறித்து நிறுத்தாமல் பேசிக்கொண்டே போனார். வழிகாட்டி என்ற முறையில், இந்த நகரின் வரலாற்றைப்பற்றியும், குறிப்பாகத் தங்கம், தந்தம் ஆகிய வற்றின் வளமான வர்த்தகத்தைப் பற்றியும் பேசினார். அமீர் குறுக் கிட்டு அடிமைகளை வாங்கத் தேடி வரும் நகரமும் இதுதான் என்பதை நினைவூட்டினான். சிறிய விமானத்தில் ஏறி, பிரஞ்சு விமானி ஒருவர் இங்கிருந்துதான் கிளம்பிச் சென்றார் என வழி காட்டி கூறினார். இந்த ஆள் கூறுவதைக் கேட்பதில் ஆர்வம் ஏற் படவே, தற்சமயம் தான் எங்கு இருக்கிறேன் என்று கரீம் கேட்டான். விசாரித்துச் சொல்வதாக அவனுடைய அப்பா அமீர் உறுதியளித்தான். முதலில் தங்கள் உடைமைகளை ஓரிடத்தில்

வைத்துவிட்டுக் குளித்து முடிப்பதென முடிவெடுத்தனர். அருகி லேயே சிறிய ஏரி ஒன்று இருந்தது. அங்குப் பெரும் கூச்சல் போட்டபடிச் சிறு பிள்ளைகள் குளித்துக்கொண்டிருந்தனர். சம்பிர தாயப்படித் தன்னைச் சுத்தப்படுத்திக்கொண்டு மெக்கா உள்ள திசையை நோக்கி இறைவனைத் தொழுதான். பண்டைய வீடு களோடு மாய உலகாகக் காட்சியளிக்கும் இவ்வூருக்குத் தன்னையும் தன் மகனையும் நல்ல உடல்நலத்துடன் கொண்டுவந்து சேர்க்க உதவியதற்கு நன்றி கூறினான். அன்று இரவு, கரீமை எழுப்பிய வழிகாட்டி, "மெர்மோஸ், அந்த விமானியின் பெயர் மெர்மோஸ், எனக்கு நினை விருக்கிறது. அந்த நபர் அமெரிக்கா, அமெரிக்காவரை போனார்" என்றார்.

நதூர் நகரில் இரண்டு இரவு, இரண்டு பகல் கழித்த பின், விடியற் காலையில் கிளம்பி, மீண்டும் தக்கார் செல்லும் பாதையில் பயணம் மேற்கொண்டனர். அப்பயணம், ஒரு முழு நாளும் பாதி இரவும் பிடித்தது. விடிந்தபின் தக்கார் நகருக்குள் நுழையலாம் என அமீர் முடிவெடுத்தான். சீராக அமைந்த சாலைகள், நவீனக் கட்டடங்கள் என இந்நகரம், அவனுக்குக் காஸாபிலான்காவை நினைவூட்டியது. வண்டியோட்டிக்குச் சேர வேண்டிய தொகையைத் தந்த அமீர் "இன்னும் இரண்டு மாதத்தில் எங்களை வந்து பார். மோ வீட்டுக்கு அருகில் தான் இருப்போம்" என்றான்.

'பயணியர் நண்பன்' என்ற சிறிய விடுதியின் உரிமையாளரின் பெயர் மோ. தக்காரின் மையப்பகுதிக்கு "அதிகாரப்பூர்வமாக" நுழை வதற்குமுன் அந்த விடுதியில் தங்கிச் செல்வதை அமீர் விரும்புவான். அங்குக் குளித்துச் சாப்பிட்டு விட்டுக் கொஞ்சம் ஓய்வெடுத்தனர். அவர்களுக்கு ராஜ உபசாரம் நடந்தது. பிறகு, வெளியே செல்லும் முன் "சாப்பிடுவதற்காக என்னை எதிர்பார்க்காதே. நான் இல்லாத நேரத்தில் எனக்குப் பதிலாக மோ நன்றாக உன்னைக் கவனித்துக்கொள்வார்" என்று அமீர் கூறினான்.

ஊரைச் சுற்றிப் பார்க்கலாம் எனக் கரீம் வெளியே கிளம்பினான். கவனமாக இருக்கும்படி அவனிடம் சொல்ல வேண்டிய அவசியம் அமீருக்கு இல்லை. தன் மகன் திசைகள், வழிகள் ஆகியவற்றை நன்கு நினைவில் வைத்திருப்பான் என்பது அமீருக்குத் தெரியும். ஊரைச் சுற்றிப் பார்த்த போது, தனக்கு வினோதமான அனுபவம் ஏற் பட்டதை உணர்ந்தான். ஆனால், அது இனிமையாகவும் இருந்தது.

இந்தப் பகுதியில், பாதுகாப்பாக இருப்பதாக உணர்ந்தான். செனெகல் மக்கள் அனைவரும் அவன் குடும்ப உறுப்பினர்கள் போல் தோன்றினார்கள். எனினும் இங்குள்ள கடும் வெப்பத்துக்கும், உருக்கும் சூரியனுக்கும் பழகிக்கொள்ள கஷ்டப்பட்டான். உடல் வெப்பத்தால் வியர்த்துக்கொட்டியது. வீட்டுக்குத் திரும்பி இலகுவான பெரிய 'காண்டுரா' அங்கியை அணிந்து கொண்டான். அவன் வைத்திருந்த ஐரோப்பிய உடைகள் இந்தப் பருவநிலைக்கு ஏற்றவையாக இல்லை.

அண்மைக்காலங்களில் செனெகலுக்கு மேற்கொள்ளும் பயணங்களின் போது, 'நபூ' என்னும் 180 செ.மீ உயரமுடைய அழகிய பேல் இனப் பெண்ணை 'உல்லாசத் திருமணம்' செய்து கொள்ளும் வழக்கத்தை அமீர் வைத்துள்ளான். ஆண்டுதோறும் இதே கால கட்டத்தில் இங்குத்திரும்பிவரும் அமீர், மோ விடுதியில் தன் உடைமைகளை வைத்துவிட்டு நபூவுடனான திருமண உறவைப் புதுப்பித்துக் கொள்வான். அவளுக்காகக் கட்டி வைத்துள்ள வீட்டில் அவளுடன் ராஜபோகத்துடன் நிம்மதியாகவும். மகிழ்ச்சியாகவும் வசித்துவிட்டுப் போவான். இந்த இல்லறத்தில் அவர்களுக்குக் குழந்தை எதுவுமில்லை. அவனைப் பொறுத்தவரை, நபூ ஒரு மந்திரக்காரி, ஒரு வகையில் சூன்யக்காரிபோல்; குறிப்பாக, பெரும் அழகும் நளினமும் உடையதொரு பெண்.

அந்த இளம்பெண் தன் பள்ளிப்படிப்பை முடித்து சான்றிதழ் பெற்றிருந்தாள். அதில் அவளுக்குப் பெருமை. அவளது குடும்பத்திலும் "வெளிநாட்டுக்காரர்களைப் பற்றித் தெரிந்தவள்" என்ற மரியாதை இருந்தது. எல்லோருக்கும் கடிதம் எழுதித்தரும் வேலை, அவளுக்குத் தொடர்ந்து இருந்துவந்தது. இராணுவ வீரர்களால் கைவிடப்பட்ட பெண்களுக்காக காதல் கடிதங்கள், காலனி நிர்வாகத்துக்கு அனுப்பப்படும் புகார்க் கடிதங்கள் என நிறைய கடிதங்களை அவள் எழுதித் தருவாள்.

அவளிடம், கரீமின் அப்பா தன் மனதைப் பறிகொடுத்தான்; அவள் கைவசமிருந்த காம வித்தைகள், அவனை மயக்கி, அவனுடைய சக்தி முழுவதையும் உறிஞ்சின. நாள்தோறும் மேற்கொள்ளும் தன் தொழுகைகளை முடிக்கும்போது, வேறு யாரிடமும் காணக் கிடைக்காத, இதுவரைகண்டிராத இன்பத்தைத் தரும் இப்பெண்ணைத் தனக்கு அறிமுகம் செய்து வைத்ததற்காக இறைவனுக்கு நன்றி கூறும்

விதமாக இரண்டு கைகளையும் வானத்தை நோக்கி உயர்த்துவான். இத்தகைய இல்லற, இன்ப தருணங்களோடு நில்லாமல், தான் வாசித்திருந்த அரேபிய, பெர்சிய கவிஞர்களின் காதல் கவிதைகளை மிகவும் பகட்டான தொனியில் வாசிப்பான். அவளுக்கு அது சிரிப்பை வரவழைக்கும். பதிலுக்கு எதுவும் கூறாமல் தன் கணவனின் மகிழ்ச்சிக்குத் தேவையான அனைத்தையும் செய்வாள். அவர்கள் மகிழ்ச்சியாக இருந்தனர். ஃபேஸ் பகுதியில், உறவுகள் ஏன் இவ்வளவு குழப்பமானதாக இருக்கின்றன என்பது அமீருக்கு விளங்கவில்லை.

ஒருமுறை, மெக்காவுக்கு அவளைத் தன்னுடன் அழைத்துச் செல்ல விரும்பினான். ஆனால், அவள் இஸ்லாமியர் இல்லை என்பதை அப்பொழுதுதான் தெரிந்து கொண்டான். அவளுடைய மதத்திற்கும், "ஓர் இறைவன்" கோட்பாட்டுக்குமிடையே எவ்விதத் தொடர்பும் இல்லை என்பதும், ஊன்றிப் பார்த்தால், அவள் எந்தக் குறிப்பிட்ட மதத்தையும் சாராதவள் என்பதும் அவனுக்குத் தெரிய வந்தது. பிரார்த்தனை செய்யும் எண்ணம் அவளுக்கு ஏற்படும் போது, அந்த நகரின் வெளியே செல்லும் வாயிலில் அழகாக இருந்த மிகப்பெரிய பழமையான மரத்தின் கீழ் இரவினைக் கழிப் பாள். எந்த அரசுப் பொதுப்பணி ஊழியரும் கைவைக்கத் துணி யாததொரு மகத்தான மரமாகும் அது. அவர்களை ஆண்ட பிரஞ்சுக் காரர்களே கூட, பாதையமைப்பதற்காக அம்மரத்தைச் சுற்றிக் கொண்டுதான் போக வேண்டியதாயிற்று. மரப்பட்டையை நபூ தடவியபடியே அதனிடம் பேசிக்கொண்டிருப்பாள். ஏனெனில். மூதாதையர்கள் தங்கள் ஆன்மாவின் ஒரு பகுதியை அம்மரத்தில் விட்டுச்சென்றுள்ளதாக அவள் உறுதியாக நம்பினாள். அம்மரம் அவளுடைய இறைவன், அவளது புகலிடம், அவளது புனிதமான பொருள். அதனை 'ஹாஜிபாபா' என அழைத்து வந்தாள். அதன் நிழல் அவளுக்கு ஆறுதலாய் இருந்தது. அதன் தோற்றமும் பழ மையும் அவளுக்கு நம்பிக்கையளித்தன. சாம்பல், வெள்ளை, நீலத் துகள்கள் கலந்த குளத்தில் தோய்ந்த காற்றுக்கு வழிவிட்டு, சூரியன் மறையும் நேரத்தில், தனிமையில் அம்மரத்திடம் தன் இரகசியங் களைப் பேசிக் கொண்டிருப்பதை அவள் விரும்புவாள். அவளைப் பொறுத்தவரை, அம்மரத்தின் கிளை ஒன்றில் கன்னத்தை வைத்து, தன் தாய் மொழியான வொலோஃப் மொழியில் பேச அது தான் உகந்த நேரமாகும். "அக்காலங்களில், என் எண்ணங்கள் ஒளியால் கைவிடப் பட்ட நிலையில் இருந்தன. அந்த எண்ணங்களில் எஞ்சியிருந்த ஒளியை நான் விரும்பவில்லை. சிலவேளை நான் சில தவறுகள்,

குற்றங்கள் அல்லது சாதாரணப் பிழைகள் செய்திருக்கலாம். நேற்று, தவறுதலாக ரொட்டித்துண்டு ஒன்றினை மிதித்துவிட்டேன்; அதனை எடுத்து முத்தமிட்டபின் கோழிகளுக்குத் தந்தேன். ஆனால், எனக்குத் திருப்தி ஏற்படவில்லை. வேறு ஒருநாள், ஏதோவொரு வினோதமான உணர்வு ஏற்பட்டு என் கண்களில் நீர் வழிந்தது. எனினும், அப் பொழுது நான் அழுவதற்கான காரணம் எதுவுமில்லை. மேலும், அப்பொழுது சத்தமான இசையொன்றும் கேட்டது. தெருக்களில் கத்திகளைச் சாணைபிடிப்பவர்கள் ஏற்படுத்தும் சகிக்கமுடியாத சத்தத்தை அது எனக்கு நினைவூட்டியது. மலையிலிருந்து நீலமான கூண்டு வாகனம் ஒன்று இறங்கி வருவதைப் பார்த்தேன். அதற்கு முன்பாகக் காற்றில் பலமாக அசைந்தபடி, பெரிய மஞ்சள்நிறத் திரை ஒன்று அசைந்து வந்தது. கைகள் இழந்த சிலரும், கால்கள் இழந்த சிலரும் நகரவாயிலில் குழுமியிருந்தனர். உடலிலும் கண்களிலும் புழுதி படிந்திருக்க மான் குட்டியைப் போல் ஓடினேன். எதுவும் சாத்தியம் எனும் காலகட்டம் அது. வேறு ஒருநாள் காலை, கவலை தோய்ந்த முகங்களுடன் பெண்கள் சிலர் அழுவதைக் கவனித்தேன். யாருக்கும் காரணம் தெரியவில்லை. வானத்தைப் பார்த்தேன். எந்த நம்பிக்கையும் எனக்குத் தென்படவில்லை. முன் பெல்லாம் வானின் நீலத்தைப் பார்த்தால் ஆடத்தோன்றும். கொஞ்சம் நாட்களாக அந்த நீலநிறம் மறைந்துவிட்டது. எனவே, ஹாஜி பாபாவே, இதோ உன்முன் மண்டியிட்டிருக்கிறேன். காற்றின் வழியாக வரும் உன் வார்த்தைகளை செய்திகளை நான் சரியாகப் புரிந்து கொள்ளவில்லையா? என் ஆன்மாவின் மீதான நம்பிக்கை அனைத்தையும் நான் இழந்துவிட்டேனா?

"என் பாட்டி என்னிடம் இரகசியமாக ஓர் உண்மையைக் கூறியிருக் கிறாள். கனவுகளைப் போன்றதொரு பொருளைக்கொண்டு உருவாக் கப்பட்டவள் நான் என்பாள்; சிறிய வயதிலேயே என் கண்கள் வேறு எங்கேயோ பார்த்துக்கொண்டிருக்குமாம். மேலும், தன் இருப்புக்கு நம்மைப் பழக்கப்படுத்த மரணம் அனுப்பும் அறிவிப்புகளே கனவுகளாகும் என்றும் சொல்வாள்.

"எது எப்படியிருந்தாலும், ஆண்டுக்கு ஒருமுறை என் வெள்ளை நிறக் கணவனைப் பார்த்துவிடலாம் எனும் நம்பிக்கை எனக்குள் சலனத்தை ஏற்படுத்தும். அவர் ஒரு நல்ல மனிதர். என்னை மகிழ்ச் சியாக வைத்திருக்கத் தேவையான சக்தியை அவருக்குக் கொடு. அவருக்குத் தெரியும், நான் விசுவாசமானதொரு மனைவி இல்லை

என்பதை அவர் ஊகித்து இருப்பார். பகுத்தறிவைக் காட்டிலும் வலிமையுடைய ஆசையுடன் பிறந்திருக்கும்போது எவ்வாறு விசுவாசமாக இருக்க முடியும்? அதனால் கெடுதல் ஒன்றும் இல்லை. அதைப்பற்றி யாரும் பேசுவதில்லை. அவருக்கு அது தெரியும். ஆனால் எதுவும் சொல்ல மாட்டார். உண்மையில், அதைப்பற்றி எனக்கு எதுவும் தெரியாது."

''என் நெருங்கிய உறவினரான வாத் குளிர் காலத்தில் என் குளிரை விரட்டி உடலைக் கதகதப்பாக இருக்கும்படி வைத்து கொள்வான். என் உடலைப் பற்றியும் என் தேவைகளைப் பற்றியும் துல்லியமாகத் தெரிந்து வைத்திருப்பவன் அவன். என் உடலுக்குப் புத்துணர்ச்சியும் சக்தியும் எப்படித் தருவது என அவனுக்குத் தெரியும். நாங்கள் அதைப் பற்றி பேசுவது இல்லை. எங்கள் பார் வைகள் சங்கமித்தால் போதும். நான் முன்னேறுவேன். அவன் என்னைத் தொடர்வான். அவன் எனக்கு என்ன தருவான், நான் அவனுக்கு என்னதரப்போகிறேன் என்பது எனக்குத் தெரியும். கட்டிலுக்குப் போகும் முன்பான அந்தத் தருணங்கள் எனக்கு மிகவும் பிடித்தமானவையாகும். நான் கனவில் மிதப்பேன். என் உடலிலும் மனதிலும் மகிழ்ச்சி நிறைந்திருக்கும். சில நேரங்களில் என் உடல் உற்சாகத்தில் சிலிர்க்கும்.''

"வசந்த காலத்தின்போது, பக்கத்து வீட்டுக்காரர் தெகோலின் முறை. அவர் என் தந்தையாகக் கூட இருக்கலாம். என் வீட்டுக்கு விருந்தினராக வரும் அவர் இரவு முழுவதும் வேறு எதுவும் செய்யாமல் என்னை வருடிக்கொண்டிருப்பார். நடக்கட்டும் என விட்டுவிடுவேன். அது எனக்குப் பிடித்திருந்தது என்பதை ஒப்புக் கொண்டாக வேண்டும். எனக்கு அது இதமாக இருந்தது. அவருடைய வாய்க்கும் கைகளுக்குமிடையே இருப்பேன். சில நேரங்களில், மிகவும் மென்மையான அவரது வருடல்களில் அப்படியே தூங்கிப்வோவேன். அதில் அவர் கைதேர்ந்தவர். அடுத்த நாள், எனக்குப் பழங்கள், காய்கறிகள் நிறைந்த கூடைகள், துணிகள், வத்தி ஆகியவை கிடைக்கும். சிலநேரத்தில் உப்புக்கண்டமாகிய மாமிசத்தை அனுப்பிவைப்பார். ஒரு மாதத்திற்கான உணவு கிடைத்துவிடும். என் உணவுப் பொருட்கள் தீர்ந்துவிட்டதாக உணரும் அடுத்த நொடியே என் வீட்டு ஜன்னலைத் தட்ட அவர் வந்துவிடுவார்.'

"அந்த இளம் பிரஞ்சு மருத்துவரின் விருப்பத்துக்கும் பலமுறை நான் இணங்க வேண்டியதாயிற்று. என் மேல் காதல் பைத்தியமாக இருப்பதாக அவர் கூறுவது எனக்குச் சிரிப்பை வரவழைக்கும். அவர் என் மீது படுக்கும் போது அவருடைய உடல் வியர்த்து, சிவந்து

போய்விடுவார். எனக்குப் பயம் ஏற்படும். அப்படி ஏற்பட அவருடைய கூச்சமும், குற்றவுணர்வும்தான் காரணம் என்று அவர் சொல்வார். அது என்ன குற்றவுணர்வு என்று ஒரு நாள் அவரிடம் கேட்டுவிட்டேன். அவர் ஒரு வெள்ளைநிறப் பெண்ணைத் திருமணம் செய்து, அவள் அவருக்காக திழோனில் காத்திருக்கிறாளாம். என் வீட்டுக்கு அவர் வரும்போது, அவர் இதயத்தில் யாரோ குத்துவதுபோல் உணர்கிறாராம்.. வலியில் இருக்கும் அவரிடம் அந்த நபர் குற்றஞ் சாட்டுகிறாராம்.. என்னதான் காதுகளை மூடிக்கொண்டாலும், அதையும் மீறி அந்த நபர் திட்டுவது அவர் காதில் விழுமாம். அந்த நேரத்தில், தலையைத் தாழ்த்தி திழோனில் இருக்கும் தன் மனைவி கமீலிடம் மன்னிப்புக் கோருவார். அதுதான் குற்றவுணர்வு. என்னைப் பொறுத்தவரை இந்தக் குத்து, திட்டுகள் என எதுவும் எனக்குத் தெரியாது. நான் அவருக்கு இன்பத்தைத் தருகிறேன். அவர் எனக்குக் கைநிறைய மருந்துகளைத் தருகிறார். பிறகு நான் அவற்றை எனக்கு வேண்டியவர்களுக்குப் பகிர்ந்தளிக்கிறேன். அன்று ஒருநாள், அவர் எனக்குப் பாரீஸ் வாசனைத் திரவியம் ஒன்றைத் தந்தார். அதை நான் பூசிக்கொண்டதும், பாலியல் தொழிலாளி போன்ற உணர்வு எனக்கு ஏற்பட்டது. அது, ஏதோ வித்தியாசமான வாசனையாக இருந்தது. எனக்கு எப்பொழுதும் இயற்கையான அம்பர், கஸ்தூரி மஞ்சள் ஆகிய வாசனைகள்தான் பிடிக்கும். ஃபேஸ் நகரில் இருந்து அமீர் கொண்டுவரும் கருப்பு சோப்பும், ‘ரசூல்’ என்னும் வாசனைத் தூளும் தான் எனக்கு மிகவும் விருப்பமானவையாகும்.

“ஓ, என் தலைவன், என் கணவன், என்னை உண்மையிலேயே அழகாக மாற்றும் ஒப்பற்ற இளவரசன் அமீர் அருகில் இருக்கும்போது நான் முற்றிலுமாக அவருடையவளாகிவிடுவேன். யாருக்கும் என்னை நெருங்கும் துணிவு வராது. வீட்டின் மேற்கூரையின்மீது மொராக்கோ நாட்டுக் கொடியைப் பறக்கவிட்டுச் சொர்க்கத்திற்கான வத்தியை ஏற்றிவைப்பேன். என் கணவன் வந்து விட்டார் என்று அனைவருக்கும் தெரிந்துவிடும். அருகில் வசிக்கும் பெண்கள், என்னைத் தேடிவந்து நல்வாழ்த்துகளைத் தெரிவித்துச் செல்வார்கள். என் மேல் பொறாமை இருந்தாலும் எனக்கு எதுவும் கெடுதல் செய்யமாட்டார்கள். அவரை வரவேற்க இரண்டு நாட்கள் என்னை அலங்காரம் செய்து கொண்டு தயாராவேன். உடலாலும், உள்ளத்தாலும் என்னை அர்ப்பணித்துக் கொள்வேன். என் நடவடிக்கையை மாற்றிக்கொள்வேன். அதாவது, வேறு ஒரு பெண்ணாக மாறியது போன்று உணர்வேன். நான் அவருக்கு உரியவளாக மாறிவிடுவேன். முழுமையாக அவருக்கு

உரியவள், முழுமையாக அவருக்கு மட்டுமே என்ற உணர்வு எனக்கு மிகவும் பிடிக்கும். இந்நிலை ஒரு வேளை வெகு நாட்கள் நீடிக்காமல் போகலாம், ஒழுக்கத்துக்கு அப்பாற்பட்டதாக இருக் கலாம். ஹாஜிபாபாவே, இன்று நான் உன் காலடியில், உன் வேர் களைப் பற்றியபடிக் கிடக்கிறேன். நான் வலிமையற்றவள்.. உன் விருப்பத்துக்கு இணங்குபவள். அமீர் என்னைச் சந்திக்க வரும் போதெல்லாம், பள்ளிவாசலில் உள்ள எழுத்தர்களிடம் என்னை அழைத்துச் செல்வார். அவர்கள், தற்காலிகத் திருமண ஒப்பந்தம் ஒன்றை எழுதித்தருவார்கள். அதன் பெயர், 'உல்லாசத் திருமணம்' என்று நினைக்கிறேன். தன் மதம் வகுத்துள்ள சட்டதிட்டப்படி நடக்க வேண்டும் என்பதில் அமீர் உறுதியாக இருப்பார். நான் சொல்வதற்கு எதுவுமில்லை. என்னைச் சீராட்டி மிக நன்றாகக் கவனித்துக் கொள்கிறார்.

ஒரு நாள், அவரிடம் கேட்டுவிட்டேன்: "ஏன் நம் திருமணம் மட்டும் உல்லாசமானது? மொராக்கோவில் உள்ள உங்கள் மனைவி யுடனான அந்தத் திருமணம், அது என்ன திருமணம்?"

அவர் என்னைத் திரும்பிப்பார்த்தார். பிறகு, "அங்கு அது பாரம் பரியம், இங்கு இது சுதந்திரம்" என்றார்.

"என் அம்மா என்னிடம் மோசமாக நடந்து கொள்வாள். அவளுக்குப் பணம் தேவைப்படும் போது, என்னிடம் இருந்தால் கொடுப்பேன். ஆனால், அவள், "இது அசுத்தமான பணம்" என்று சொல்வாள். அவளை எப்படிச் சமாதானப்படுத்துவது என்று எனக்குத் தெரியாது. அவளுக்குத் தெரியாமல் வெளியே செல்வதையும் என்னிடம் ஆண்கள் உறவாடுவதையும் அவள் ஒருபோதும் பொறுத்துக் கொண்டதில்லை. நான் எந்தக் கெடுதலும் செய்ய வில்லையே".

இந்த ஆண்டு, நபூ அமைதியாக இல்லை. அருகில் வசிக்கும் பெண்களின் கடும் பொறாமை ஒருபுறமிருக்க, அமீருக்கு அவள் இழைத்த துரோகத்தின் காரணமாக எதிர்பாராத முறையில் அவள் இறக்கப் போகிறாள் என ஆவிகள் அவளை நம்பவைத்தன. ஏதோ ஒரு குன்றின் உச்சியிருந்து விழப்போகிறாளா, மனித முகம் கொண்ட விஷப்பாம்பினால் கடிபடப் போகிறாளா? கிணற்றின் அடியில் தூக்கில் தொங்கப்போகிறாளா? பிளாஸ்டிக் அல்லது சணல் பையினுள் போடப்பட்டு மூச்சுத் திணறிச் சாகப் போகிறாளா?

அருகில் வசிக்கும் பெண்ணால் விஷம் வைக்கப்பட இருக்கிறாளா? அல்லது, தன் அரபு இளவரசனைப் பற்றிய கனவில் இவள் இருக்கும் நேரத்தில், தூக்கத்திலேயே திடீர் மாரடைப்பு ஏற்படப்போகிறதா? நீரில் மூழ்கித்தான் இறக்கப் போகிறோம் என அவள் உறுதியாக நம்பினாள். சுற்றும் முற்றும் பார்த்தாள். அங்கு ஏரியோ, கடலோ எதுவுமில்லை. குறைந்தபட்சம், அவள் நின்று பார்த்த இடத்தில் இருந்து அவளுடைய கண்ணுக்கு எதுவும் தெரியவில்லை. ஆவிகள் இடம் மாறி வந்துவிட்டன என நினைத்தவள், பேசாமல் தன்னை அமைதியாக இருக்க விட்டுவிட்டு வேறு யாரிடமாவது அவை போகலாம் என்றும் நினைத்துக் கொண்டாள்.

ஒரு நாள் இரவு, தன் பெரிய மரத்திடம் இது பற்றிக் கேட்டாள். அவளுக்கு எதுவும் புலப்படவில்லை. அம்மரம் பேசாமல் அசைவற்று அமைதியாக இருந்தது. மரப்பட்டையிலிருந்து துண்டு ஒன்றைத் தன் விரல்களால் பிய்த்து வாயில் போட்டு மெல்லத்தொடங்கினாள். மிகவும் கசப்பாக இருக்கவே அதைத் துப்பிவிட்டு வேகமாக ஓட்டம் பிடித்தாள். திரும்பி வந்தவள், அதன் முன் மண்டியிட்டு மன்னிப்புக் கோரினாள். ஒரு கிளை அவள் பக்கமாக சாய்ந்து அவளது தோள்களை வருடிக்கொடுத்தது. அது அவளுக்கு ஆறுதல் அளிக்கவில்லை. பயத்தில் இருந்த தனக்குக் காய்ச்சல் அதிகரிப்பதை உணர்ந்தாள். ஒரு வேளை, அவளுடைய நேரம் நெருங்கிவிட்டதா? இத்தனைக்கும் அவள் இன்னும் இளமையாகவும் திடகாத்திரமாகவும் தான் இருக்கிறாள். அவளுக்கு அதிகமாக வியர்த்துக் கொட்டியது, வானத்தில் சிகப்பு நட்சத்திரங்கள் தெரிந்தன. அவள் சாபத்திற்கு ஆளாகியுள்ளதற்கான அறிகுறி அது. எல்லாம் இடம் மாறி இருந்தன. திடீரென அவள் பெரும் தனிமையில் இருப்பதை போல் உணர்ந்தாள். தன் சட்டைப்பையிலிருந்து சிறியதொரு கண்ணாடியை எடுத்து முகத்தைப் பார்த்தாள். அவள் பயந்துபோனாள். பிம்பத்தில் தெரிந்த உருவம் மிகவும் வயதாகிச் சுருக்கம் விழுந்து, அசிங்கமாக இருந்தது. கண்கள் மஞ்சளாகவும், உதடுகளின் விளிம்பில் எச்சில் நுரைகள் வழிந்தபடியும் இருந்தன. கணவனோ, உதவியாளரோ இல்லாமல் இருக்கும் எட்டுப் பிள்ளைகளின் தாயான பக்கத்து வீட்டில் வசிக்கும் பெண் பக்கம் திரும்பிப்பார்த்தாள். ஆசையாலும் பொறாமையாலும் அப்பெண் பீடிக்கப்பட்டவள் என்பது நபூவுக்குத் தெரியும். அவள்தான் இவள் மீது சூனியம் வைத்திருக்கவேண்டும். மேலும், அந்த ஊரின் பெயர் பெற்ற சூன்யக்காரனான தியா, அண்மையில்தான் அந்த நகருக்கு வந்து தங்கி இருக்கிறான். இதற்குமுன், தன் ஆண்மையை

இழந்துவிட்ட பெரிய பணக்காரர் ஒருவரிடம் வேலை செய்து திரும்பியிருக்கிறான். உற்றுப் பார்த்த மாத்திரத்திலேயே இரும்பினை உருகவைக்கக் கூடியவன் என்றும் பெயர் பெற்றவன் தியா. இது போன்று துன்பத்தில் இருக்கும் ஆன்மாக்களின் சோகத்தைக் களைந்து, நோயால் அவதிப்படும் உடலிலிருந்து தீய சக்தியை ஓட்டத் தெரிந்தவன் அவன். மேலும், ஆவிகளை முடக்கித் தூக்கமே வராமல் செய்யவும் அவனால் முடியும். இப்படித்தான், இவனால் தலைவர் ஒருவர் பைத்தியமாகி மலை உச்சியிலிருந்து கிழே விழுந்து இறந்து போனதாகப் பேசிக்கொள்வார்கள்.

முதல் முறையாக நபூவுக்குப் பயமாக இருந்தது. இப்படியான உணர்வு அவளுக்கு ஒரு போதும் ஏற்பட்டதில்லை. தனக்கு ஏற்பட்டிருக்கும் பயம், எல்லாவற்றையும் குழப்புவதை அவள் கண்டு பிடித்தாள். தெளிந்த நீரில் சேற்றைக் கொட்டுகிறது, வேர்களைப் பிடுங்கிபோட்டு, உலகையே இருண்மையாகவும் சோகமாகவும் காட்டுகிறது. பயம் அவளை ஆட்டுவிக்கிறது. அவளுடைய உடல் அசைக்கப்படுவது போலவும், உலுக்கப்படுவது போலவும் உணர்ந்தாள். ‘‘விதியால் பிழிந்தெடுக்கப்பட்ட துணி நான். கீழே சொட்டுவது நீரல்ல, ரத்தத்துளிகள்; என் ரத்தம், நான் சிந்தும் ரத்தம். நான் எந்தக் கெடுதலும் செய்யவில்லை என்றாலும் தண்டிக்கப்படுகிறேன். மோசமான விஷயம் எதையும் நான் உண்மையில் செய்யவில்லை. கெட்ட சகுனம் தொடர்ந்து வருகிறது. என்ன செய்வது? யாரிடம் நான் முறையிடுவது? நானோ தனிமையில் இருட்டான காட்டில் இருக்கிறேன்.. என்னைப் பைத்தியமாக்க வேண்டும் என்ற குறிக் கோளுடன் அலையும் தீய நிழல்கள் என்னைத் தொடர்கின்றன. உலகிலேயே மிகவும் தாராளமனம் படைத்த சிதி அமீர் என்றும் என் கணவர்; என்னுடைய ஒரே கணவருக்கு என்னைப் பிரத்தியேகமாகவும் முழுமையாகவும் அர்ப்பணித்துக் கொள்வதாகச் சத்தியம் செய்கிறேன்’’.

அமீர் வருவதற்குச் சில நாட்கள் முன்பாக, தக்காருக்குக் கிழக்கேயுள்ள சிறிய நகரான தியேஸ் பகுதியைச் சேர்ந்த வயதான குரு மோஹாவைச் சந்திக்கலாம் என எண்ணினாள். திஜான் பிரிவைச் சேர்ந்த மோஹா அடிக்கடி சமநிலை இழப்பவர். அதே சமயம், மிகவும் மனிதாபிமானமுடையவர். ஃபேஸ் நகரைச் சேர்ந்த சூஃபிகள் சிலர் தங்கள் பெரும்பாலான நேரத்தைப் புனித நூல்களை ஆய்வு செய்வதிலேயே கழிப்பவர்கள். அவர்களோடு மோஹா

கடிதத் தொடர்பு வைத்திருந்தார். அவருடைய கருத்துகள் ஆறுதல் அளிக்கும்; நம்பிக்கையையும், அமைதியையும் நிலைநாட்ட உதவும் என்றும் பெயர் பெற்றவையாகும். தான் நினைப்பதையெல்லாம் சொல்பவர். இழப்பதற்கு அவரிடம் எதுவுமில்லை. அவருடைய உயிரையும் துச்சமாக மதிப்பவர். சக்திகள் முழுவதையும் இழந்த நிலையில் இருந்த பழைய புனித மரத்தின் உட்பகுதியில் அவர் வசித்துவந்தார். அந்த மரத்தில் குழிபோல் குடைந்து, அதில் தனியாக வாழ்ந்து வந்தார். அவ்வப்பொழுது, தெரு நாய் ஒன்று நிழல்தேடி அங்கு வரும். தன்னிடம் உள்ள சொற்ப உணவை அந்நாயுடன் பகிர்ந்து கொள்வார். பிறகு அது சென்றுவிடும். நபூ வெறுங்கையோடு அவரைப் பார்க்கச் செல்லவில்லை. சென்ற முறை அமீர் தனக்கு ஃபேஸ் நகரிலிருந்து வாங்கிவந்த ஆலிவ்களையும், ஒரு புட்டித் தேனையும் அவருக்குக் காணிக்கையாக அளித்தாள்.

அவள் அழகே அவளுடைய பிரச்சனைகளுக்குக் காரணமாக இருக்கலாம் என்பதை நபூவுக்கு மோஹா நினைவூட்டினார். பொறாமை என்பது ஒரு சிலந்தி. அது அவளுடைய ஆன்மாவைச் சுற்றித் தன் வலையைப் பின்னும். இந்த வெறுமை உணர்வைக் களைந்து அவளை அமைதியாக வாழவிட வேண்டும். என்றாவது ஒருநாள், ஃபேஸுக்குத் தன்னுடன் வாழவரும்படி அமீர் கேட்கவேண்டும் என்று தான் மிகவும் விரும்புவதாக அவரிடம் தெரிவித்தாள். மோஹாவின் முகம் மாறியது. அந்த நகரைப்பற்றியும் அங்கு வசிக்கும் மக்களைப் பற்றியும் அவர் நன்கு அறிவார்.

"அந்த மக்கள் மிகவும் நாகரீகமானவர்கள். அதனால் நம்மைவிட உயர்ந்தவர்கள் என்று நினைத்துக் கொண்டிருப்பவர்கள். இறைவனால் ஆசீர்வதிக்கப்பட்டவர்கள் என்று திடமாக நம்பிக் கொண்டிருப்பவர்கள். அவர்கள் நல்ல முஸ்லீம்கள். திறமையானவர்கள். ஆனால் அடக்கி ஆள விரும்புபவர்கள்."

"நீ கருப்பு இனம். நான் "மெட்டீஸ்" என்னும் கலப்பினம். அவர்கள் இதயத்திலோ ஊரிலோ நமக்கு இடமில்லை. ஆனால் யாருக்குத் தெரியும்? மனித இனத்தினை மதிக்கும் தாராளக் குணம் கொண்ட குடும்பங்கள் நமக்கு வாய்க்கலாம். நீ அப்படிச் செல்வதாக இருந்தால், உனக்கென ஏதாவது பாதுகாப்புக் கவசம் வேண்டும். நான் ஒன்றும் சூன்யக்காரன் இல்லை. ஆனால், என்னிடம் சில தாயத்துகள் உள்ளன. அவற்றில் என் கையிலிருந்து குரான் வாசகங்களை

ஏற்றியிருக்கிறேன். நீ அவை மேல் நம்பிக்கை வைத்தால் உன்னை அவை காப்பாற்றும். இல்லையென்றால், நீ தன்னந் தனியாகத்தான் உன் கஷ்டங்களை எதிர் கொள்ள வேண்டியிருக்கும். நீ விரும்பினால், என்னோடு தொடர்பில் உள்ள சிமுஸ்தபாவுக்கு நான் ஒரு கடிதம் அனுப்புகிறேன். அவர் பெரிய பள்ளி வாசலிலும், பழைய நகரின் இஸ்லாமியக்கல்லுரியில் இமாமாக இருப்பவர்.”

தான் ஒரு முஸ்லீம் இல்லை என்பதை அவருக்கு நபூ நினை வூட்டினாள்.

“இந்த மதத்தைத் தழுவுவதற்கு ஏற்ற தருணம் இது. இம்மதத்தை நன்றாகப் புரிந்து கொள்ளும் நேரம் பெரும் உதவியாக இருக்கும். மக்கள் தங்கள் துயரங்களுக்கு எப்பொழுதும் ஆறுதல் தேடியபடியே இருப்பார்கள். வாழ்வினையும் அதன் புதிர்களையும் எதிர் கொள்ளவே மக்கள் மதத்தைப் படைத்துள்ளார்கள் என நினைக்கிறேன். இதில் இதுவரை யாராலும் விடைகாண முடியாத பெரும்புதிராக மரணம் விளங்குகிறது. நான் அனைத்து இறைத்தூதர்களையும் நம்புகிறேன். சில பிரதிகள் எனக்கு மனப்பாடமாகத் தெரியும். இஸ்லாம் மதம், கிருத்துவ மதம், யூத மதம் அனைத்துமே ஒரே மாதிரியான மதங்கள்தான் என என்னால் கூறமுடியும். மனிதனுக்கு ஆறுதல் அளிப்பதும், வரம்பினை மீறும் போது அவனைப் பாதுகாப்பதும்தான் அந்த மதங்களின் நோக்கமாக இருக்கிறது. இதற்காகத்தான் சொர்க்கமும் நரகமும் இங்கே இருக்கின்றன.

இஸ்லாமிற்கு மாறத் தான் என்ன செய்ய வேண்டும் என்று அவரிடம் கேட்டாள். தன் கணவனிடம் போய்க் கேட்குமாறு மோஹா அவளுக்கு அறிவுரை கூறினார். நபிகளின் மனதிற்குள் அவளைக் கொண்டு செல்ல ஏற்ற ஆள் அவன்தான். அமீருக்கு நன்றி தெரிவிக்குமாறு மோஹா அவளிடம் சொன்னார். காரணம், ஃபேஸிலிருந்து வந்திருந்த தேனும் ஆலிவ்களும் மிகவும் அருமையாக இருந்தன. மனம் அமைதியடைந்து எப்படியும் இஸ்லாமியராகிவிட வேண்டும் என்ற முடிவுடன் அவள் விடைபெற்றாள்.

திரும்பும் வழியில் புனித மரத்தின் முன் அவள் சிறிதுநேரம் நின்றாள். ஏதோ அதனுடைய அனுமதியையும், ஆசியையும், ஆதரவையும் வேண்டுவது போல், அந்த மரத்தையே உற்றுப் பார்த்துக் கொண்டிருந்தாள். தன் மீது பொறாமை கொண்ட பெண்களின் தீய

பார்வையிலிருந்தும், தன் அச்சத்திலிருந்தும் இப்போழுது எடுத்துள்ள முடிவு விடுதலையளிக்கும் என அவள் மகிழ்ச்சியடைந்தாள். “அல்லா பெரியவன்; இனி எனக்கு அச்சமென்பதில்லை” என அவள் தனக்குள் கூறிக்கொண்டாள். வீடு திரும்பியதும் மௌனமாக மனதை ஒரு நிலைப்படுத்தி இவ்வளவு பாவம் புரிந்தமைக்காக மன்னிப்புக் கோரினாள். தன் உள் மனதில், இனி வரும் காலங்களில், அமீரைத் தவிர வேறு ஆடவர் யாரும் தன்னைத் தொடவிடப் போவதில்லை எனும் முடிவுக்கு வந்தாள். மற்ற ஆடவர்களுடன் அவள் வைத்திருந்த உடலுறவு குறித்த நினைவுகளை முற்றிலும் அழித்துவிட வேண்டும் என்பது போல் தன் உடலைப் பலமாகத் தேய்த்துக் குளித்தாள். வலிக்கும் வரைத் தேய்த்தாள். அமீர் போன்றதொரு நல்ல, தாராளக்குணம் படைத்த, இறைவன் அருள் பெற்ற மனிதரின் மனைவியாகக் கூடிய தகுதியோடு புதியதொரு பெண்ணாக மாறியாக வேண்டும். ஏதோ வேற்று நபரிடம் பேசுவதுபோல், தன் உடம்பிடம் அவள் பேசினாள். “இப்பொழுது, நீ நல்லவளாக இருக்கப்போகிறாய்” இனி வித்தைகள் இல்லை. தீயப்பழக்கங்கள் இல்லை. உல்லாசம் அளிப்பாய் ஆனால் வரம்பு மீறாமல்!” உறுதி மொழிகள் ஏற்ற சில நொடிகளில் வழக்கத்துக்கு மாறானதொரு ஆசை அவளிடம் மேலிடுவதை உணர்ந்தாள். சிரித்தபடியே வாசல் படியைத் தாண்டினாள்.

தன் கூந்தல் மீது குளிர்ந்த காற்று அடிப்பதை நபூ உணர்ந்தாள். திரும்பியவள், உடல் முழுக்க வெள்ளை ஆடை அணிந்திருந்த அமீர் அவளது கைகளைப் பற்றுவதைப் பார்த்தாள். பயமோ குழப்பமோ இல்லை. அவனை நோக்கி வேகமாகச் சென்றவள், அவனது உள்ளங்கைகளில் தன் தலையை வைத்து உரசினாள். அவனது ஆண்குறி விறைப்பதை உணர்ந்தாள். அவனது எண்ணத்தை ஊகித்தவள், குளித்து முடித்தபின் அவளிடம் வருமாறு கேட்டுக் கொண்டாள். எவ்விதக் கட்டுப்பாடோ, தடையோ இல்லாமல் இது தான் கடைசி இரவு என்பது போல் தன் கணவனிடம் முழுமையாகத் தன்னை அர்ப்பணிக்க வேண்டும் என விரும்பினாள். நிலவின் ஒளியில் அவளது தேகம் மின்னியது. “ஆசை” என்று அவளால் அழைக்கப்பட்ட அரிதானதொரு மலரின் நறுமணத்தையுடைய வாசனைத் திரவத்தை அவள் பூசியிருந்தாள். புயல் காற்றில்லை. கண்ணுக்கு எட்டிய தூரத்தில் எந்த மேகமும் இல்லை. அமைதியாக இருந்த அதே நேரத்தில் நடுக்கமாகவும் இருந்தது. அவள் தந்து, பெற இருக்கும் இன்பம் குறித்த எண்ணம் அவளுக்கு நடுக்கத்தை

உண்டாக்கியிருந்தது. அந்த அதிர்வசைவு பாதத்திலிருந்து தலையின் உச்சி வரை ஏறியிருந்தது. தயார் நிலையில் திருப்தியாக இருப்பதாக உணர்ந்தாள். எல்லாவற்றையும் பகிர்ந்து கொள்ளத் தயாரான நிலையில் நம்பிக்கையுடன் முழுச் சம்மதத்துடன் தான் இருப்பதை உணர்ந்தாள். அண்மையில் ஐம்பது வயதை எட்டியிருந்த அமீருக்கு அசாதாரணமானதொரு சக்தியுடைய ஆசை உண்டானது. இந்த இரவு மற்ற இரவுகளைப் போல் இருக்காது என்பதை அவனும் உணர்ந்தான். சொல்லப்போனால், இந்த இரவு புதிர் நிறைந்த, அழகான, ரம்மிய மான, அசாதாரணமான, விதி வலிமை கொண்ட இரவாக, ஏன் ஒருவாறாக எல்லாவற்றையும் தீர்மானிக்கக்கூடிய இரவாகக்கூட இருக்கலாம். ஒரு கணம் எட்டிப்பார்த்த பயத்தை தன் புறங்கையால் தட்டிவிட்டான். இப்பொழுது அவனுக்குத் தெரிந்ததெல்லாம் அவன் எதிரில் நிற்கும் அற்புதமான பிட்டங்களும், சாத்தியமில்லாததொரு கற்புக்குக் காவலர்கள் போல் நிற்கும் சில அடர்த்தியான முடிகள் சூழ வெளிப்படும் அந்தச் சிவந்த யோனியும் மட்டுமே. அவனுடைய ஆண்குறியில் ஏற்பட்ட எழுச்சி அவனை வியப்படையச் செய்தது. ஏனெனில், அன்றைய நாள் உணர்ந்ததைப் போன்ற சக்தி வாய்ந்த ஆசை நபூவிடம் எப்போதும் ஏற்பட்டதில்லை. அவள் பேசவில்லை என்றாலும் அமீர் விரைவில் அவளைத் திருப்தியடையச் செய்யும் படிச் சில வருடல்களை அவளுடைய உடல் அசைவுகள் கேட்டுப் பெற்றன. எல்லா அசைவுகளும் கச்சிதமாகவும், ஆனந்தமாகவும் அமைந்தன. எல்லையில்லா சுகத்தை வழங்கியும் (அதைவிட அதிகம் என்று சொல்லமுடியாவிட்டாலும்) அதே அளவு பெற்றும் நபூ மிகவும் எளிதாக முன்னேறினாள். பிறகு இருவரும் எவ்வித அவசரமுமின்றி, உச்சகட்டத்தைக் கொஞ்சம் தள்ளிப்போட்டு, நீண்ட நேரக் கலவியில் ஈடுபட்டனர். பலமுறை நபூ இன்பத்தை அனுபவித்தாள். எனினும், எவ்வளவு நேரம் முடிகிறதோ அதுவரை அவளுடைய கணவனின் எழுச்சி நீடிக்கட்டும் என்று தன் திருப்தியை அவள் வெளிக்காட்டிக் கொள்ளவில்லை. தன்னைச் சுதாரித்துக் கொள்ளும் முயற்சியில், குறைவான அளவு சுகம் தந்த அந்த வெள்ளைப் பெண்மணியை நினைத்துக் கொண்டான். அவளது உருவத்தை நினைவுக்குக் கொண்டுவந்ததால் கொஞ்சம் நேரம் அவன் அமைதியாக இருந்தான். பிறகு, இந்த அற்புதமான ஜீவன் சர்வ சாதாரணமாக தூண்டியிருந்த பரவசத்தில் ஈடுபடத் தொடங்கினான். அவன் புதிதாய்க் கண்டுபிடித்த சில நிலைகளில் அவளை அனுபவித்தான். அமீரின் கற்பனை விளையாட்டுகளுக்கு லாவகமாகவும் துடிப்போடும் நபூவின் உடல் அற்புதமாக வளைந்து கொடுத்தது. ஏதோ கண்ணுக்குப் புலப்படாத

சக்தி ஒன்று, அவர்கள் செய்ய வேண்டியவற்றைக் கட்டளையிடுவது போலவும், இனி ஒருபோதும் காணமுடியாததொரு அனுபவத்தில் அவர்கள் திளைத்துள்ள உண்மையைச் சொல்வது போலவும் இருந்தது. அக்குரல் பேசியது: "இது உங்கள் இரவு. ஒப்பற்ற இரவு, மீண்டும் நிகழ முடியாதது. உலகின் மிக உயர்ந்த மலையின் உச்சியை எட்டும் அளவு உங்கள் இன்பம் பெருகும்படிப் பார்த்துக்கொள்ள மரணத்தால் உங்களுக்குத் தாராளமாக வழங்கப்பட்ட இரவு இது. மிகவும் சக்திவாய்ந்த, மிகத் தெளிவான, மிகத்தூய்மையான பாடலை இசைக்கப் புனிதர்களும் மூடர்களும் கூடும் உச்சியாகும். இறுதியாத்திரையின் தொடக்கமாக, சாத்தியமில்லாத, எட்ட முடியாத அவ்விடம் ஒருவேளை மிகவும் அற்புதமானதாக இருக்கலாம். கூடவே மிகவும் பயங்கரமாகவும் இருக்கலாம்".

ஒருவரோடு ஒருவர் கட்டியணைத்தபடி குழந்தைகள் போல் உறங்கிக் கொண்டிருந்தனர். மறக்க முடியாததோர் இரவின் அருமையான சோர்வு அது. விடிந்ததும், நபூ வெளியே சென்று சில பழங்களையும் ரொட்டிகளையும் வாங்கி வந்து சிற்றுண்டி தயாரித் தாள்.. தன் விரலைத் தேன் புட்டியில் தோய்த்து அதனைக் கணவ னின் உதட்டருகில் கொண்டு சென்றாள். மிகவும் கவனமாக அவனுக்கு உணவு பரிமாறினாள். அவனுடைய கையில் பலமுறை முத்தமிட்டாள். அவள் சாப்பிடவில்லை. பசித்தபின் சாப்பிடுவதாகச் சொல்லிவிட்டாள். பிறகு ஆடையின்றி முற்றத்துக்குச் சென்றவள், பாடிக்கொண்டே பெரியவாளிகளில்தண்ணீரைமொண்டு நீராடினாள். அவளுடைய பக்கத்துவீட்டுப் பெண் எதுவும் சொல்லாமல் அவளைக் கவனித்துக் கொண்டிருந்தாள். ஆனால், அவளது கண்களில் பொறா மையின் மொத்த உருவத்தையும் காணமுடிந்தது. நபூ அதனைக் கண்டு கொள்ளவில்லை. தான் பலம் பெற்று விட்டதைப் போல் உணர்ந்தாள். இனி எதுவும் அவளை அசைக்கமுடியாது. கணவன் அருகில் சென்று, அவனிடம் மென்மையாக வித்தியாசமான குரலில் தன் விருப்பத்தைத் தெரிவித்தாள்.

"உங்களுக்கே தெரியும். நான் ஏனைய செனெகல் பெண்களைப் போல் இல்லை. என் எண்ணங்கள், நடவடிக்கைகள் என அனைத் திலும் நான் முற்றிலும் சுதந்திரமானவள். என் அப்பா இஸ்லாமியராக இருந்தவர் தியோலாஸ் வகுப்பில் காஸாமான்ஸில் உள்ள ஸிகின்ஷோர் நகரில் பிறந்தவர். அவர் பிரஞ்சு இராணுவத்தில் பணியாற்றியவர். அந்தக்காலகட்டத்தில் இந்த நாட்டுக்கு விடுதலை தருவதாக

பிரான்ஸ் உறுதியளித்திருந்தது. ஆனால் அப்படிச் செய்யவில்லை. என் அப்பா பிரான்ஸுக்காக உயிர்விட்டவர். என் அம்மா வழியில், நான் ஃபேல் வம்சப் பெண். ஆனால், பரிதாபத்துக்குரிய என் அம்மா, வாழ்க்கையில் எதிர்கொண்ட பல்வேறு போராட்டங்களில் சிக்குண்டு, சீரழிந்து பலமுறை கர்ப்பமாகிச் சோர்ந்து போனவர். என்னைப் பொறுத்தவரை, இதோ நான் உங்கள் கைகளில்; நீங்கள் எங்குச் சென்றாலும் இறுதிவரை உங்களைப் பின்தொடரத் தயாராக இருக்கிறேன்" என்று சொல்லி முடித்தாள்.

இஸ்லாம் மதத்தில் தன்னைச் சேர்த்துகொள்ளும்படி அமீரைக் கேட்கக் குளித்து முடித்திருந்த இந்த நேரத்தை நபூ தேர்ந்தெடுத்தாள். இதனைக் கேட்ட அமீர் முதலில் வியப்படைந்தாலும் பின்பு மகிழ்ச்சியடைந்தான். அவளுடைய கைகளைப் பற்றி முத்தமிட்டான்; பிறகு குரானின் முதல் சூரத் வாசகமான 'பாத்தியா' வை ஓத ஆரம்பித்தான். அடுத்ததாக, இஸ்லாமின் ஐந்து தூண்கள் பற்றி அவளிடம் விளக்கினான். ஷஹாதாவின் வாசகத்தை வாசித்து அதனை அவளைத் திருப்பிச் சொல்ல வைத்தான். "இறைவன் ஒருவரே என்பதையும் முகமது அவருடைய தூதர் என்பதையும் நான் உறுதி கூறுகிறேன்".

அடுத்ததாக, இம்மதத்தில் அடங்கியுள்ள விழுமியங்கள் யாவை என அமீர் விளக்கினான்.

"நிறைய கடவுள்கள் இருப்பதாக நினைக்கக்கூடாது. இறைவன் ஒருவன், வலிமையானவன், கருணையானவன். நல்ல இஸ்லாமியனாக இருப்பதற்கு, இந்த ஒரே இறைவன் மீதும் அவனது தூதர் மீதும் நம்பிக்கை வைத்தால் போதுமானதாகும். கொலை செய்யக் கூடாது, பொய் சொல்லக்கூடாது, துரோகம் இழைக்கக்கூடாது, கெடுதல் செய்யக்கூடாது, சாத்தானையும் அதன் கூட்டாளிகளையும் நம்பக்கூடாது. ஏழைகளுக்கு உதவ முன்வரவேண்டும், பிச்சையளிக்க வேண்டும், தொழுகை நடத்த வேண்டும். பொருளாதாரத்திலும் ஆன்மீகத்திலும் போதிய வாய்ப்புக் கிடைத்தால் மெக்காவுக்கு யாத்திரை செல்லவேண்டும். சுருக்கமாகச் சொன்னால் நல்ல மனிதராக, ஒருபோதும் தீங்கு இழைக்காதவராக இருக்க வேண்டும். சபலங்களுக்கு எதிரானதொரு நிரந்தரமான போராட்டம் இது".

தலையைக் குனிந்து நபூ முணுமுணுத்தாள்.

"எனக்குத் தெரிந்த இஸ்லாம் இது இல்லை. பெண் என்பவள் ஆணுக்கு இணையானவள் இல்லை, உதாரணமாக வாரிசான ஆணுக்கு ஒரு பாகம் கிடைக்கும் என்றால், பெண்ணுக்குப் பாதி தான்.

"இங்கே பார் நபூ, இஸ்லாத்தையும் இஸ்லாமியர்களையும் போட்டுக் குழப்பிக் கொள்ளக்கூடாது. ஒழுக்கமான, மனிதாபிமானமான நடத்தை வேண்டும் என்பதுதான் முக்கியம். பெண்ணைத் தவறாக நடத்துபவனுக்கு மதத்தைக் காரணம் காட்டவேண்டிய அவசியமில்லை. ஆனால், சிலர் தங்கள் தவறான நடவடிக்கைகளை நியாயப்படுத்த இஸ்லாமை மேற்கோள் காட்டுகிறார்கள் என்பது எனக்குத் தெரியும். அவர்கள் செய்வது தவறு. நான் உனக்குச் சொல்வதெல்லாம் இதுதான். உன்னை நான் நேசிக்கிறேன். என்னால் இயன்ற அனைத்து நன்மைகளையும் நான் உனக்குச் செய்வேன் என்பதை மட்டும் என்னால் உறுதி கூறமுடியும். வாரிசு உரிமையைப் பொறுத்தவரை, ஏற்றத்தாழ்வு உண்டு என்பது உண்மைதான். பெண்கள் வேலைக்குப் போகாத அந்தக் காலகட்டத்தில் ஆரம்பித்த நடைமுறை அது.

நபூ எதிர்க் கேள்வி கேட்டாள்.

"அப்படி என்றால் கதீஜா? அவரை மணப்பதற்கு முன்பே முகமது சேவை செய்யவில்லையா?

"நீ விபரமானவள்தான்" என அமீர் சிரித்துக்கொண்டே சொன்னான்.

நெகிழ்ந்துபோன நபூ தன் ஆட்காட்டி விரலை அவனுடைய உதடுகளின் மீது வைத்தாள். பிறகு இருவருமாக இன்பக் கனவுகளில் மூழ்கிப்போனார்கள்.

மகிழ்ச்சியில் திளைத்த அமீர், இத்தனை அழகும் அறிவும், இளமையும் கொண்ட இப்பெண்ணிடம் ஏற்படும் திருப்தியை லாலா ஃபாத்மாவிடம் கண்டதில்லை என்று நினைத்துப் பார்த்துக் கொண்டான். அவர்களுடைய திருமணம் சமய சம்பிரதாயப்படி நடந்ததாகும். அவர்களிடையே பரிச்சயம் எதுவும் இல்லை என்ற போதிலும் அவர்கள் ஒருவரையொருவர் விரும்பியாக வேண்டியிருந்தது. அதாவது அவர்களுடைய குடும்பம் அவர்களிடமிருந்து குழந்தைகளை எதிர்பார்த்தது. அந்தச் சம்பிரதாயத்தினை அமீர் மீறவில்லை. திருமணமாகி மூன்று மாதத்தில் அவனுடைய மனைவி கர்ப்பமானாள். அவர்களிடையே அன்பு இருந்ததா? அதைப் பற்றிய கேள்வி எழவில்லை. பார்க்க சுமூகமாகத் தெரிந்தார்கள். அமீரின் வியாபாரம் நல்லவிதமாக நடந்தது. வீட்டில் பிள்ளைகளின் கல்வியைக்

கவனிப்பதிலும் லாலா ஃபாத்மா திறமையாகச் செயல்பட்டாள். எல்லாப் பண்டிகைகளையும் தவறாமல் கொண்டாடிய தம்பதியினர், அனைத்துக் குடும்ப நிகழ்ச்சிகளிலும் தவறாமல் கலந்து கொண்டனர். சம்பிரதாயங்கள் அனைத்தும் முறையாக கடைப்பிடிக்கப்பட்டன. பல நூற்றாண்டு காலமாக நடைமுறையில் இருந்து வரும் இந்த அமைப்பைக் கெடுக்க எதுவும் குறுக்கே வரக்கூடாது. வெளிக் காற்றுப் புகமுடியாத மூடிய நகரான இந்த ஃபேஸ் நகர், தென் அரேபிய பண்பாட்டின் உலைக்களமாக விளங்கியது. இந்நகரில் சம்பிரதாயங்கள் விஷயத்தில் யாரும் விளையாடமுடியாது. அமீர், லாலா ஃபாத்மாவின் கணவனாக இருந்தான். லாலா ஃபாத்மா, அவனது மனைவியாக இருந்தாள். இவ்வுறவு விவாதத்திற்கு அப்பாற் பட்டது. காரணம், அவர்களிடையே ஒரு போதும் பூசல் ஏற்பட்ட தில்லை. இத்தகைய சுமூகமான நல்லிணக்கமும், தொடர்ந்து இதே நிலையும் நீடிக்கும் அளவிற்கு அவர்களிடையே நேசம் இருந்ததா? பாரம்பரியமாக வந்த இந்த ஒழுங்கினைச் சிதைக்க யாருக்கும் உரிமையில்லை. நேசத்தைப் பொறுத்தவரை, ஒரே மாதிரியான காட்சி களையுடைய எகிப்து திரைப்படங்களில் அதனைக் காணலாம்.

வாழ்க்கையில் முதல் முறையாக, வாழ்க்கையை வேறு விதமாக வும் வாழலாம் என அமீர் நினைத்தான். நபூவுடம் இருக்கும்போது ஏற்படும் உணர்விலிருந்து, லாலா ஃபாத்மாவுடனான உறவு வேறுபடு வதை உணர்ந்தான். திடீரெனத் தன் வாழ்க்கையில் சலசலப்பு ஏற்படுவது போல் தோன்றியது. தன் வேகத்துக்கோ ஆசைக்கோ கடிவாளம் போடுவதில்லை என முடிவு செய்தான். அமீர், காதல் வயப்பட்டிருந்தான். அவனுக்கு முதல் முறையாக ஏற்பட்ட இந்த அனுபவத்தை அவன் பகிர்ந்து கொண்டிருந்தால் திவானைச் சேர்ந்த அவனுடைய நண்பர்கள் கேலி செய்திருப்பார்கள். இதுவரை அவன் எந்தப் பெண்ணிடமும் 'நான் உன்னை நேசிக்கிறேன்' என்று கூறியதுமில்லை, மலர்களைத் தந்ததும் இல்லை, உணர்வுகளை வெளிப்படுத்தியதும் இல்லை. அவன் பெற்றிருந்த கறாரான கல்வி அதைத்தான் விரும்பியது. பெண் ஒருத்தியிடம் தன் பலவீனங்களை வெளிப்படுத்தக்கூடாது. காதல் வயப்படுவது என்பது பலவீனமாக வும், ஒரு வகையான ஒழுங்கீனமாகவும் கருதப்பட்டது.

நாட்கள் கடந்தன. நபூ அருகில் இருக்கும்போது தன் இதயம் எப்பொழுதும் மிகவும் இலகுவாக இருப்பதுபோல் அமீர் உணர்ந் தான். ஆனால், தன் அலுவல்களைக் கவனிப்பதில் சுணக்கம் காட்ட

ஆரம்பித்தான். அருகில் உள்ள ஊர்களில் சரக்கு இல்லை என்ப தையும் கேமரூனிலிருந்தோ, சில சமயம் இந்தியாவிலிருந்தோ அவற்றை வரவழைக்கவேண்டும் என்றால் அவர்களிடம் முன் கூட்டியே எவ்வளவு தேவை என்பதைக் கேட்க வேண்டும் என்ப தையும் அவனுக்கு வியாபாரிகள் வந்து நினைவூட்ட வேண்டியிருந் தது. அவ்வாறு சிரமம் பாராது வந்து சொல்பவர்களுக்கு நன்றி தெரிவிப்பதோடு, "வழக்கம் போல் இருக்கட்டும்; கடுகு, மல்லி, இஞ்சி, மஞ்சள், மிளகாய், மிளகு, ரசலொனட் என்னும் கரம்மசாலா, பட்டை, கிராம்பு, ஏலக்காய், முக்கியமாக கறி இலை வேண்டாம். ஃபேஸ் மக்களுக்கு இது அறவே பிடிப்பதில்லை. குங்குமப்பூ கிடைத்தால் தனியாக எடுத்து வையுங்கள். நன்றாக மூடிய பெட்டியில் வைத்து அதை நான் எடுத்துச்செல்கிறேன். அளவு, உங்களுக்குத் தெரிந்ததுதான். உங்கள் மீது எனக்கு நம்பிக்கை இருக்கிறது" என்பாள்.

கொள்முதல்களைத் தானே கவனிப்பதுதான் உகந்தது என்பதை அவனிடத்தில் நபூ மென்மையாக தெரிவித்தாள். இந்த மனிதர்கள் மீது அவளுக்கு நம்பிக்கை இல்லை என்பதோடு அளவுக்கு அதிகமாக நல்லவனாக இருப்பதைப் பலவீனத்தின் அடையாளமாகக் கருதி அவனை அவர்கள் ஏமாற்ற முயலும் அபாயம் இருப்பதாகக் கூறினாள். இதைப்பற்றி அவர்களிடையே விவாதம் நடைபெற்றது. இந்த வியாபாரிகளிடம் விழிப்போடு இல்லாமல் இருப்பது தவறு என்றும், ஆப்பிரிக்க மக்கள் அனைவரும் நல்லவர்கள், நேர்மை யானவர்கள் என எண்ணுவது அப்பாவித்தனமானது என்றும் அவனிடம் கூறினாள். "எல்லோரையும் போலத்தான் அவர்களும், நிச்சயமாக அவர்களிடையே ஒழுங்கான மனிதர்கள் இருக்கிறார்கள். அதே சமயம், நிறைய நேர்மையற்றவர்களும் இருக்கிறார்கள். உங்களிடம் சரக்குகளை ஒப்படைக்கும்போது அவற்றைச் சரிபார்க் காமல் இருக்கக்கூடாது" என்றாள்.

இந்த அறிவுரையை அவளது அன்பின் வெளிப்பாடாக அமீர் ஏற்றுக் கொண்டான். நபூவைத் தன் பக்கம் இழுத்து அணைத்தபடி,

"நன்றி, நன்றி நபூ, இத்தகைய கவனத்துக்கு நன்றி" எனச் சொன்னான்.

சில நாட்கள் இப்படி நபூவுடன் அந்தரங்கமாகக் கழித்த பிறகு, அவளிடம் அறிமுகம் செய்ய தன் மகனை வரவழைத்தான். இருவருமே மிரட்சியில் இருந்தது போல் காணப்பட்டனர். அமீர்

கட்டிவைத்திருந்த வீடு, கரீம் அவர்களுடன் தங்குமளவு தாராளமாக இருந்தது.

கரீம் வேறு ஒன்றும் செய்யாமல், கைகளை அகல விரித்தபடி,

“எங்கள் குடும்பத்துக்கு வருக... வருக” என்றான்.

சில நாட்கள் கழித்து, தன் தற்காலிகக் கணவன் அவளை கோரே தீவுக்கு அழைத்த போது அவள் வர மறுத்துவிட்டாள். அங்கு வியா பாரி ஒருவரை பார்த்துவிட்டு பெரிய ஞானி ஒருவரைப் பார்த்து வரலாம் என அமீர் திட்டமிட்டிருந்தான். தன் கணவனுக்குக் கீழ்ப்படிய மறுத்தது அதுதான் முதல் முறை. அவளை வாஞ்சையோடு பார்த்த அவன், அவளுக்கு மனம் சரியில்லை என்பதைப் புரிந்து கொண்டான். உடையின்றியிருந்த அவளுடைய தோள் மீது கை வைத்து, தன்னிடம் உள்ளதைச் சொல்லுமாறு கேட்டான். சில நொடிகள் மௌனமாக இருந்தவள், பின் வாய்விட்டு அழுதாள். “உங்களுடன் நான் வந்தால், என்னை மரணம் கொன்றுவிடும். எனக்கு அது உறுதியாகத் தெரியும். இதைக் கேட்டதிலிருந்து எனக்குத்தூக்கம் வரவில்லை. என் மூதாதையர்கள், கோரேவுக்குப் போக வேண்டாம் எனத் திரும்பத் திரும்பச் சொல்லிக் கொண்டே இருந்தனர். காரணம், என் கொள்ளுத்தாத்தாவின் ஆன்மா அந்தத் தீவில்தான் சிறைபட்டுக்கிடக்கிறது. அடிமைகளை வாங்கி வியா பாரம் செய்பவர்களால் தூக்கி வீசப்பட்டு மரணமடைந்த அவர் ஆன்மா கிணறு ஒன்றில் கிடக்கிறது. என் புனித மரத்தின் அருகில் இருந்துதான் நான் அந்த ஆன்மாவை விடுவிக்க முடியும். அந்த ஆன்மா விடுதலையாகி விண்ணை நோக்கிச் சென்று விட்டது என்று நான் உணரும் வரை நான் அதனிடம் பேசிக்கொண்டே இருக்க வேண்டும். இந்த நீதியை நான் பெறும்வரை, என் கொள்ளுத்தாத்தா எப்போதும் போல் தொடர்ந்து துன்பப்பட்டுக் கொண்டுதான் இருப்பார்.”

அமீர் அதற்குமேல் வற்புறுத்தவில்லை. அவளைப் பொறுமை காக்குமாறு கேட்டுக்கொண்டான். இஸ்லாமிய மதத்தின் தன்மையை அவள் இன்னும் புரிந்து கொள்ளவில்லை என்று அமீர் நினைத் தான். எனினும், அவளுக்கு ஏற்பட்டுள்ள பயத்துக்கும், மூதாதையர் ஒருவரின் ஆன்மாவை விடுவிக்க வேண்டும் என்ற அவளுடைய விருப்பத்துக்கும் மதிப்பு தந்தான். இவர்கள் பேசிக்கொண்டிருந்த

தைக் கேட்ட கரீம், நபூ வைத்திருந்த வலுவான நம்பிக்கையைக் கண்டு ஆச்சரியமடைந்தான். அதே நேரம், தன் மதத்திலிருந்து வெகு தூரத்தில் இருந்த இந்த மத நம்பிக்கைகளைக் கண்டுகொண்டான். மகனை அழைத்துக்கொண்டு, அமீர் கோரேவுக்குப் புறப்பட்டான். குணமளிக்கும் முதிய ஞானியான ஹாஜி மப்ருகிடம் தன்னை அறிமுகம் செய்து வைக்கும் முன், அந்தத் தீவில் வந்து சேர்ந்த வுடனேயே அங்கிருந்த விளைச்சலின் செழுமை கரீமுக்கு மிகவும் பிடித்துவிட்டது. சுற்றிலும் காணப்பட்ட பெரும்பாலான தாவரங் களின் பெயர்கள் அவனுக்குத் தெரியவில்லை. அங்கே வரிசையாக இருந்த போகன்வில்லே மலர்களை அமீர் அவனுக்குக் காட்டினான். அவை ஃபேஸ் நகரின் வெளிவாயிலில் இருந்த வற்றைபோல் அழகாக இருந்தன. பேரீச்சைமரங்களைப் பொறுத்தவரை, மொராக் கோவில் இருந்தவற்றைவிட உயரம் குறைவாக இருந்தன. ஆனால் இந்த மரங்கள் அடர்த்தியாக இருந்தன. அங்கிருந்த பெரிய மரங் களைத் தக்காரிலேயே பார்த்திருக்கிறான். அவை தனித்துத் தெரிந்தன. மரத்தின் அடிப்பகுதி பெரிதாகவும் அகலமாகவும் இருந்தன. பிரம் மாண்டமான மரத்தின் தலையில், கூந்தல் போல் அமைந்திருந்த கிளைகளோடு காட்சியளித்த இத்தகைய மரங்கள் சிலவற்றுக்கு இயற் கையாய் வடிக்கப்பட்ட சிலைகள் போன்ற தோற்றம் கிடைத்தது. தன் மகனிடம் அமீர் இதனை விளக்கினான்.

“இம்மரங்கள் பல நூற்றாண்டுகளைக் கடந்தவை. இவற்றை ஆப்பிரிக்க மக்கள் மந்திர மரங்களாகக் கருதுகின்றனர். மூதாதையர் களின் நினைவுகளைத் தேக்கி வைத்திருக்கும் புனித மரங்கள் என்பது அவர்களுடைய நம்பிக்கை. சிலர் இதனை வாழ்க்கை மரம் எனவும், வேறு சிலர் இதனை அனைத்துப் புதிர்களுக்குமான விடை இருக்கும் இடமாகவும், அனைத்து மூலங்களின் உறைவிடமாகவும் கருதுகின்றனர். இதனைக் கேட்டு கரீம் ஆச்சரியத்தில் திளைத்தான்.

“மொராக்கோ மக்கள் தங்களை ஏன் ஆப்பிரிக்கர்களாகக் கருது வதில்லை. மேலும் இந்த மாய சக்தியின் மீது நம்பிக்கை வைப் பதில்லை?” என்று அப்பாவிடம் கேட்டான்.

ஹாலந்துகாரர்களிடமிருந்து பிரஞ்சியரிடமும், ஆங்கிலேயர் வசமும் வந்த இத்தீவு, அமெரிக்காவுக்கு அடிமைகளை அனுப்பும் இடமாக இருந்து வந்தது என்பதை மகனுக்கு அமீர் விளக்கினான். சில அடிமைகள் செனெகல்லின் சேன்லூயிலிருந்தும், வேறு சிலர்

கானாவிலிருந்தும் வந்தனர். இன்னமும் அந்த அவலத்தின் சுவடுகள் சில காணப்படும். இங்கே வருபவர்கள் அவற்றை எளிதில் ஊகிக்க முடியும். அப்பாவி மக்களுக்கு ஏன் கெடுதல் செய்கிறார்கள் என்பதை கரீமால் புரிந்து கொள்ள முடியவில்லை. அவனுக்கு நம்பிக்கையூட்ட அமீர் முயன்றான். உண்மையான இஸ்லாமியன் என்ற முறையில் அடிமை வர்த்தகத்தைத் தான் எதிர்ப்பதாகக் கூறினான்.

“வயதான ஞானி ஒருவர் என்ன சொன்னார் என்று உனக்குத் தெரியுமா? குதிரையைக் கண்டுபிடித்ததற்கு நாம் நன்றி சொல்ல வேண்டும். இல்லையென்றால் வெள்ளைக்காரர்கள் கருப்பர்களை வாகனமாகப் பயன்படுத்தியிருப்பார்கள். மற்றவர்களை இழிவு படுத்துவதையே மனிதன் எப்பொழுதும் விரும்புகிறான். அதிலும் குறிப்பாக ஏழைகளை, கருப்பு நிறமுடையவர்களை எவ்விதப் பாதுகாப்பும் இல்லாதவர்களை அவமானப்படுத்த விரும்புகிறான். அது அப்படித்தான். அடிமைத்தனம் என்னும் பயங்கரம் சில நாடு களில் இன்னும் தொடர்கிறது. அதிகாரப்பூர்வமாக இல்லாமல் வேறு வடிவத்தில் இருக்கிறது. மொராக்கோவாசிகள் தங்களை ஆப்பிரிக் கர்களாகக் கருதாமல் இருக்கக் காரணம் அவர்களுக்கு இருப்பது வெள்ளைத் தோல்.

“ஆப்பரிக்.. ஆப்பரிக்கர்களாக இருக்க, கருப்பு.. கருப்.. தோல் இருக்க வேண்டுமா?

“இல்லை; நீ, நான், நம் குடும்பம் முழுவதும் ஆப்பரிக்கர்கள்தான்”.

“அதா, அதாவது நபூபோ போல்?

ஆமாம், ஏறக்குறைய அப்படித்தான்.”

சிறிய வெள்ளிக் கொத்துவிளக்கு ஒன்றில் சொர்க்க வத்தி ஏற்றி வைத்து, தொழுகைகள் நடத்தி அமீரையும் கரீமையும் ஹாஜி மப்ருக் வரவேற்றார். கரீமின் கைகளைப் பற்றிய அவர், தன் பக்கமாக அவனை இழுத்து மௌனமாகச் சில பிரார்த்தனைகளைச் செய்தார்; பிறகு, பேசத் தொடங்கினார்:

“இந்தக் குழந்தை இறைவனின் வரம். ஓர் ஒளி. இக்குழந்தை கிடைக்க நீங்கள் கொடுத்து வைத்திருக்க வேண்டும். இவன், வாழ்வின் அர்த்தமாகவும் அன்பின் அருளாகவும் இருக்கிறான்.

உடலிலும் உள்ளத்திலும் இப்படியொரு தூய்மையை நான் அரிதாகவே கண்டிருக்கிறேன். இக்குழந்தை ஊனமுற்றதில்லை. அவன் பேசக் கஷ்டப்படுவான் என்பதும் பேச்சின் மூலம் புரிய வைக்கக் கஷ்டப்படுவான் என்பதும் எனக்குத் தெரியும். ஆனால் வார்த்தைகளை விடப் பெரிதான விஷயம் இவனிடம் உள்ளது. இவனிடம் மகத்தான இதயம் இருக்கிறது. எனவே, எல்லோரையும் விட இவன் நன்றாகப் பார்க்கிறான் ஆம், கரீம் கண்களால் மட்டுமல்ல இதயத்தாலும் பார்க்கிறான். இவன் ஒருபோதும் கெடுதல் செய்ய மாட்டான். ஆனால், நீங்கள் இவனைப் பார்த்துக் கொள்ள வேண்டும். எந்தக் கெட்ட மனிதர்களும் இவனை நெருங்காதவாறு பாதுகாக்க வேண்டும், எப்படியும், உங்களுக்கு முன்னதாவே அவர்களை இவன் இனங்கண்டு கொள்வான். அவன் மீது நம்பிக்கை வையுங்கள். அவன் பெரிதாக ஒன்றும் படிக்கமாட்டான். ஆனால், அதை விடச் சிறப்பாக, அழகான சிறந்த நற்பண்புடைய மனிதனாக வாழ்வான். இவனுக்குக் கிடைத்திருக்கும் ஞானம் பிறவியிலேயே கிடைத்திருக்கிறது. மற்ற குழந்தைகளைப் போல் எல்லாவற்றையும் கற்பதற்கான ஆற்றல் இல்லாததால் இறைவன் அவனுக்கு அதனை வழங்கியுள்ளான். எங்கள் ஊரில், இது போன்ற குழந்தைகளுக்கு அதிகப் பெருமை. ஏனெனில், நாங்கள் இவர்களை இறைத்தூதர்களாகக் கருதுகிறோம். பெற்றோராகிய நீங்களும் அவன் அருகில் வாழும் மற்றவர்களும்தான் சோதனைகளுக்கு உள்ளாகி இருப்பீர்கள். இன்று கரீமை என்னிடம் விட்டுவிட்டுச் செல்லுங்கள். கொஞ்ச நேரம் அவனிடம் வாழ்க்கையைக் குறித்தும், இந்தப் பிரபஞ்சத்தின் புதிர்கள் குறித்தும் விவாதிக்க விரும்புகிறேன். நீங்கள் சந்திக்க விரும்புகிறவர்களைச் சந்தித்து விட்டு மெதுவாகத் திரும்பி வரலாம். நான் காத்திருக்கிறேன்".

அன்று இரவு அமீர் திரும்பிவந்த போது, மகன் கரீம் அழகான கான்டூரா அங்கி அணிந்திருப்பதைக் கண்டான். அது அந்த ஞானியின் மகள்களில் ஒருத்தியான ஷாதே அவனுக்கு அளித்ததாகும். அவன் மகிழ்ச்சியாகவும், சாந்தமாகவும் காணப்பட்டான்.. நிறைய சாப் பிட்டு விட்டதால் ஏப்பத்தை அவனால் கட்டுப்படுத்த இயல வில்லை. அதற்காக வருத்தம் தெரிவிக்கும் வகையில், கூடவே "ஹமதுல்லா" என்றும் சொன்னான். அன்றைய தினம், அவன் நிறையக் கற்றுக்கொண்டான். அதே சமயம், அந்த முதிய ஞானிக்கும் நிறைய கொடுத்திருக்கிறான். அவனுடைய சிரிப்பு அற்புதமானது. இக்குழந்தையைத் தனக்கு அளித்ததற்காக மீண்டும் ஒரு முறை இறை

வனுக்கு அமீர் நன்றி தெரிவித்தான். இதனால்தான் சில நேரங்களில் அவனை "என் தேவதை" என அழைத்துவந்தான்.

புறப்படுவதற்குமுன் கரீம் அந்த ஞானியை அணைத்து விடை பெற்றான். தடுமாறும் சொற்களைக்கொண்டு ஷாதேயிடம் தன் காதலை வெளிப்படுத்தினான். சங்கடத்துக்குள்ளானவள், சிரித்த படியே குனிந்து கொண்டாள். பிறகு அவன் கைகளைப் பற்றிக் கொண்டு அங்கிருந்த அறையின் மறைவான இடத்துக்கு அழைத்துச் சென்று அவனைத் தன் பக்கம் மென்மையாக இழுத்தாள். இளம் பெண்ணின் விறைப்பான மார்பகத்தின் ஸ்பரிசத்தைத் தன் மார்பின் மீது உணர்ந்த உற்சாகத்தில் தன்னையும் மீறி அவனுடைய கான்டூரா அங்கியில் விந்து வெளியேறியது. அவமானத்தில், எங்குச் செல்வது; தெளிவாகத் தெரியும் விந்தின் கறையை எப்படி மறைப்பது என்று எதுவும் புரியாமல் விழித்தான். எதையும் பார்க்காதது போல் தன் முகத்தை வைத்துக்கொண்ட அவனுடைய அப்பா அமீர் அவன் தோள்மீது கைவைத்து யாருக்கும் தெரியாமல் வெளியே கொண்டு வந்தான்.

கோரேவில் இரண்டு நாட்கள் கழித்தபின்னர், அவர்கள் தக்காருக் குத் திரும்பினார்கள். அந்தப் பயணத்தின் போது அவர்கள் ஏறிய கப்பலில், அவர்கள் எதிரில் பல் தெரிய உட்கார்ந்திருந்த வயதான பெண் புகையிலையைக் குதப்பிக் கொண்டே இருந்தாள். மற்றவர்கள் என்ன நினைப்பார்கள் என்ற கவலையில்லாமல் அடிக்கடிக் கீழே துப்பியபடியே இருந்தாள். கொஞ்ச நேரமாக அவளை உற்றுப் பார்த்துக்கொண்டிருந்த கரீம் அவள் அருகில் சென்றான். அவனுடைய அப்பாவைப் பார்த்து அந்தப்பெண், "இந்தத் தேவதையை மறைத்து வையுங்கள். இவனுடைய ஒளி என் கண்களைக் கூசச் செய்கிறது" என்றாள்.

நபூ அவர்களுக்காகக் காத்திருந்தாள். அவர்கள் மிகவும் வெளுத் துப்போய் வந்திருப்பதைப் போல் அவளுக்குத் தெரிந்தது. தன் புனித மரத்தினடியில் நிறைய நேரம் கழித்ததால், அவள் முதுகில் அதிக வலி ஏற்பட்டுக் கஷ்டப்பட்டாள். அவளுடைய கொள்ளுத்தாத்தாவின் ஆன்மா விடுதலையாகி விட்டது என்று உறுதியாகும் வரை அந்த மரத்தை விட்டு அவள் அகலவில்லை. ஆனால் அதற்குப் பதிலாக, அவள் அந்த நகரை விட்டு வெகுதூரம் சென்றாக வேண்டும். ஒருவேளை தன் கணவருடன் செல்ல வேண்டியிருக்கலாம். அவளை

அங்கிருந்து சென்றுவிடும்படி மூதாதையர்கள் அவளுக்குக் கட்டளை யிட்டு இருந்தனர். காரணம், கருப்பு மனிதர்களின் சுவடுகள் மிகத் தெளிவாகத் தெரிவதோடு அவை கேடு விளைவிப்பவையாகும். தீய சக்தியால் மாசடைந்திருந்த அவர்களுடைய ஆன்மாக்கள் ஆப்பிரிக் காவைவிட்டு நிரந்தரமாகப் போய்விடவில்லை. ஆனால், தான் துரோகம் செய்து திரிந்த நாட்களை மூதாதையர்கள் மன்னித்து விட்டார்கள் என்ற உறுதியில் ஒருவழியாகத் தனக்குள் நபூ அமைதி யடைந்தாள். அமீர் இல்லாத நேரத்தில், மற்ற ஆண்களுடன் அவள் வைத்திருந்த உறவுகள் குறித்து எவ்வளவு வருந்தினாள் என்பதைத் தன் புனித மரத்திடம் தெரிவித்தாள். இனி அவன் ஒரு போதும் திரும்பிவரமாட்டான் என உறுதியாக நம்பியிருந்த காலம் அது. காரணம், ஃபேஸ் நகர மக்களைப் பற்றி அவள் கேள்விப்பட்டிருந்தாள். அலுவல் நிமித்தமாக இங்கு வந்து தங்கும் நேரத்தில் கருப்பு நிறப் பெண்களை அனுபவித்துவிட்டுப் பிறகு ஒரு போதும் திரும்பிவர மாட்டார்கள் என்பது மட்டுமல்ல, இத்தனை இன்பம் தந்த அவர்களுக்குச் சல்லிக்காசுக்கூட அனுப்பவும் மாட்டார்கள் எனத் தெரிந்து வைத்திருந்தாள். பொதுவாகவே வெள்ளை நிறத்தவர்கள் மீது இன வேற்றுமையுணர்வு சிலரிடம் ஏற்பட்டிருந்தது 'வெள்ளை என்பது துரோகத்தின் நிறம்' என அப்பெண்கள் கூறுவதுண்டு.

அமீரை நபூ வற்புறுத்த விரும்பவில்லை எனினும், ஃபேஸ் நகருக்குத் தன்னுடன் வரும்படி அவன் கூறினால் நன்றாக இருக்கும் என நினைத்தாள். மனதில் உள்ளதை அவள் முகம் தெளிவாகக் காட்டிவிடும். அவள் சொல்லாமல்விடுவதை அந்தப் பார்வையிலிருந்து தெரிந்துகொள்ள அமீர் கற்றிருந்தான். அவனுக்காக எந்த அளவு தன் உணர்வுகள் மேலிடுகின்றன என்பதை முதல் முறையாகக் கவனித்தாள். அவனைப் பார்த்த மாத்திரத்திலேயே அவளுடைய நாடித்துடிப்பு வேகமாகிறது. உல்லாசத் திருமணம் என்னும் பந்தத் தைத் தாண்டிச் செல்லும் இந்த உணர்வில் மூழ்கியிருப்பதை அவனும் முதல் முறையாக உணர்ந்தான். இம்முறை, அவன் இதுவரைக் கண்டிராத, எதிர்பாராத திருப்பம் ஏற்பட்டுவிட்டது. ஃபேஸ் நகரின் நடுத்தரக் குடும்பத்தில், இவனது சமூக நிலையில், இவனது தலை முறையைச் சேர்ந்த எந்த நபரும் இப்படி காதல் வயப்பட்டதாக ஒப்புக்கொண்டதில்லை. அவன் காதல் கதைகளைப் படித்திருக் கிறான். அப்போதெல்லாம், அவை புத்தகங்களில் தான் சாத்தியம், வாழ்க்கையில் வாய்ப்பில்லை. குறைந்தபட்சம் தன் வாழ்க்கையில் நிகழாது என்று நினைத்திருக்கிறான். ஆனால் இப்பொழுது தன் காதலி

மேல் நேசம் கொண்ட கதாநாயகனாகத் தன்னைப் பாவித்துக்கொண்டு நபூ குறித்துக் கவிதைகள் புனையத் தொடங்கினான். எழுதும் போது நடுக்கம் ஏற்பட்டுத் தூரத்திலிருந்து வந்த இசையால் தூக்கிச் செல்லப்படுவது போல் தன் உடல் இலகுவாக ஆவது போல் உணர்ந்தான். இவ்வுணர்வு ஏற்படுத்திய பரவசத்தில் நபூ மீது மேலும் காதல் பைத்தியமானான்.

தன் குடும்பத்துடன் நபூ ஏறக்குறைய முற்றிலுமாகத் தொடர் பில்லாமல் இருந்தாள். கடைசியாக நடந்த போரில் பிரான்ஸுக்காக அவளுடைய தந்தை உயிரை விட்டிருந்தார். பல தந்தைகளுக்குப் பிறந்த அத்தனைக் குழந்தைகளையும் அவளுடைய தாய் தன்னந் தனியாக வளர்க்க வேண்டிய இக்கட்டுக்குள்ளானாள். அவளுக்கு நல்ல குரல் வளம் வாய்த்திருந்ததால், திருமணங்களில் பாட்டுப் பாடுவாள். ஆனால் எல்லோரும் சாப்பிடும் அளவுக்கு அந்த வரு மானம் போதவில்லை. அவளுடைய அப்பா வழியில் வந்த தூரத்து உறவினரான சகோதரர் அபிதூ ஒருவர் மட்டும் இப்பொழுதும் தக்காரில் வசித்து வருகிறார். அவருக்கு ஆறு பிள்ளைகள். தன் உறவினரான சகோதரியைக் கவனித்து உதவும் அளவுக்கு அவரிடம் போதிய பணமில்லை. எப்போதாவதுதான் அவளைச் சந்திக்க வருவார். லாரி, டிராக்டர் போன்ற வாகனங்களைப் பழுது பார்க்கும் தொழில் செய்துவருகிறார்.

தற்சமயம், நபூவின் வாழ்க்கை அமீரையே சார்ந்திருக்கிறது. தன் கணவனிடம் உதவி கேட்பதை அவளுடைய தன்மானம் தடுக்கிறது. அவன் நல்லவன், தாராளகுணமுடையவன் என்பதைத் தெரிந்து வைத்திருந்த அவள், அவனுடைய அறிவுக்கூர்மை, எதையும் முன்பே கணிக்கும் பண்பு ஆகியவற்றின் மீதும் நம்பிக்கை வைத்திருந்தாள். இது போன்ற ஃபேஸ் நகர வணிகர்கள் பின்னால் சென்ற பெண்கள் அனுபவித்த இன்னல்களைக் குறித்து ''ஹம்மாமில்'' சில பெண்கள் கூறியதை அவள் கேட்டிருக்கிறாள். பாலியல் அடிமைகளாக நடத்தப் படுவது, அவமானப் படுத்துவது, அவர்கள் மீது வெறுப்பைக் கொட்டுவது ஆகியவைபற்றி விவரித்திருக்கிறார்கள். அதுபோல் அமீரும் நடந்து கொள்வான் என அவளால் யோசித்துப்பார்க்க முடியவில்லை. அமீர் தெய்வ பக்தியுடையவன்; பொதுவாக எதை யும் யோசித்து முடிவெடுப்பவன். ஃபேஸில் அவன் எவ்வாறு வாழ்கிறான் என்பது குறித்துக் கேள்விப்பட்டதில்லை என்றாலும் அவன் மீது நம்பிக்கை வைத்திருந்தாள். அவனுக்குத் திருமணமாகி

நான்கு பிள்ளைகள் உள்ளனர் என்பதும், கரீம் அவனுடைய கடைசி மகன் என்பதும் அவளுக்குத் தெரியும். பொதுவாக ஆண்கள் விஷயத்தில் விழிப்பாக இருக்க வேண்டும், (அதிலும் குறிப்பாக வெள்ளை நிறத்தவர்கள்) என அவளது மூதாதையர்கள் அவளிடம் சொல்லி வைத்திருந்தனர். அதாவது அவர்களின் வேட்டைக்குணம், நயவஞ்சகம், கொடூரம் ஆகியவற்றை மனதில் கொள்ள வேண்டும். ஆனால், அமீர் குறித்து தான் அவர்கள் அப்படிப் பேசியுள்ளார்கள் என்ற எண்ணம் அவளுக்கு ஒருபோதும் ஏற்பட்டதில்லை. இத்தகைய குறைகளை அவனிடத்தில் அவள் காணவில்லை. அவன் குற்றம் குறையில்லாதவன் இல்லைதான் ஆனாலும், தன் உள்ளுணர்வின் மீது அவளுக்கு நம்பிக்கை இருந்தது. உலகின் எந்த மூலைக்குக் கூப்பிட்டாலும் கண்களை மூடிக் கொண்டு அவனது பின்னால் செல்லத் தயாராக இருந்தாள். அவனை அவள் நேசித்தாள்.

சில நேரங்களில் சந்தேகங்கள் வரும். ஃபேஸ் நகருக்குத் தன்னுடன் வாழ வருமாறு அமீர் கேட்டு அங்குப் போய் வாழநேர்ந்தால் தன்னுடைய வாழ்க்கை எப்படி இருக்கும் என அவளால் யோசித்துப் பார்க்க முடியவில்லை, ஹம்மாமில் பேசிக்கொண்டவற்றுக்கும், அமீரின் அப்பழுக்கற்ற நடவடிக்கைக்கும் இடையில் அவள் மனம் ஊசலாடியது. எதைப்பற்றியும் யோசித்துக்கொண்டு இருக்காமல், தற்சமயம் என்ன நிகழ்கிறதோ அதன்படிச் செல்வது என முடிவெடுத்தாள்.

அமீரைப் பொறுத்தவரை, தக்காரில் கொஞ்சம் காலம் தங்கியிருக்கத் திட்டமிட்டான். அவனுக்கு வியாபார நுணுக்கம் தெரிந்திருந்ததால் விரைவிலேயே ஏதாவது வேலை அங்குக் கிடைத்துவிடும். எனினும் தன் குடும்பத்தை அப்படியே விட்டுவிடுவது முடியாத காரியம் என்பதும் உடனடியாக அவனுடைய நினைவுக்கு வந்தது. மனச்சாட்சி அவனைத் தூங்கவிடவில்லை. அவன்முன் ஒரேயொரு தீர்வு மட்டுமே இருந்தது. நபூவைத் தன்னுடன் அழைத்துச் செல்வதுதான் அந்தத் தீர்வு. அதனால் ஃபேஸ் நகரில் அவனுக்குப் பல பிரச்சனைகளும் சங்கடங்களும் ஏற்படும் என்றாலும் வேறுவழியில்லை. ஆப்பிரிக்காவில் தங்கியிருக்கும் காலத்தில் இப்படி உல்லாசத்திருமணம் செய்து கொள்வார்கள் என்பதை வெள்ளை நிற மனைவிகள் தெளிவாகத் தெரிந்து வைத்திருந்தனர். அதைப்பற்றி அவர்கள் கண்டு கொள்வதில்லை. கேள்விகள் எதையும் கேட்பதில்லை. காரணம், விலைமகள்களிடம் சென்று, பாலியல் நோய்க்கு ஆளாகும் ஆபத்தினைவிட இம்முறையே மேல் என

அவர்கள் நினைத்தனர். எனினும், இத்தகைய சகிப்புத்தன்மைக்கும் ஓர் எல்லையுண்டு. தன் நடவடிக்கைமூலம் அந்த எல்லையை மீறி, இருக்கும் ஒழுங்கைக் குலைத்து விடக் கூடும் என்றும் அஞ்சினான் அமீர்.

இரவு வந்ததும், குளித்துவிட்டுத் தன்னுடன் தொழுகை செய்யுமாறு கரீமிடம் கூறினான். கொஞ்ச நேரத் தியானத்துக்கு பின், மகனிடம் தன் திட்டத்தை விளக்கினான்.

"நபூவை என்னுடனேயே அழைத்து வரலாம் என்று எண்ணியிருக்கிறேன். அவளை இங்குத் தனியாக விட்டு விட முடியாது. இப்பகுதியில் இருந்து வெளியேறி அவள் வாழ வேண்டியிருக்கிறது. இடம் மாறினால், அவளுக்கு நல்லது. மேலும் இது சொந்தப் பிள்ளையிடம் விவாதிக்கக்கூடிய விஷயம் இல்லையென்றாலும் உன்னிடம் உண்மையைச் சொல்கிறேன். அவள் மீது நான் அதிக விருப்பம் வைத்திருக்கிறேன்".

கரீம் ஒருபோதும் தன் தந்தையை நேருக்கு நேராகப் பார்த்துப் பேசியதில்லை. அவன் கூறுவதைக் கவனித்தவன் எதுவும் பேசவில்லை ஆனால், இத்தகைய திட்டத்தைத் தந்தை தன்னிடம் கூறியதை நினைத்து பெருமை அடைந்தான். லேசாக முணுமுணுத்த குரலில், "சரி அப்பா" என்றான்.

"நீ...நீ அவளை... திருமணம் செய்து கொள்ளப் போகிறாயா? க...கா...கல்....கல்யாணம்?

"அப்படியும் நடக்கலாம். ஏற்கனவே அவள் என் மனைவிதான். நான் ஒரு இஸ்லாமியன். நான் யாருக்கும் கெடுதல் செய்ய மாட்டேன் என்பதோடு சட்டத்துக்குப் புறம்பாக அவளை வாழுமாறு வற்புறுத்த மாட்டேன். நபூ என்னிடம் தாராளமாக நடந்து கொண்டாள். நானும் அதேபோல் அவளிடம் நடந்து கொள்ளவேண்டும் என்பது இயற்கைதானே. அவளைப் பாதுகாத்தாக வேண்டும்; கவனித்துக் கொள்ளவேண்டும்; நல்லவிதமாக நடத்த வேண்டும்.

'அப்படியானால் அம்மா?'

"நாம் இஸ்லாமியர்கள். நேர்மையான, நியாயமான மனிதன் என்ற முறையில், நான்கு பெண்கள் வரை நான் திருமணம் செய்து கொள்ள

முடியும். இதனை உன் அம்மா புரிந்துகொள்வாள். அவளுடைய அப்பாவுக்கே இரண்டு மனைவிகள். அவர்கள் இருவரும் ஓயாமல் சண்டைபோட்டபடி இருப்பார்கள். ஆனால் சாகும் வரை அவர்களை அவர் காப்பாற்றிவந்தார்.

"ஆமாம். ஆனால் அவர்கள் வெள்ளை நிறப் பெண்கள்"

"அப்படி இருந்தும் அவர்கள் எப்போதும் சண்டைபோடாமல் இருந்ததில்லையே. உன் அம்மா அறிவுள்ள நல்ல பெண். அவள் நிச்சயம் புரிந்து நடந்துகொள்வாள். எது எப்படி இருந்தாலும் நபூவை நம் குடும்பத்தில் ஏற்றுக்கொள்ள நீ உதவுவாய் என நான் நம்பியிருக் கிறேன்.

"நிச்சயமாக அப்பா. நான் முயற்சி செய்கிறேன்.

"அப்பா தன்னிடம் ஒப்படைத்துள்ள வேலையை நினைத்து அந்தப் படபடப்பில் கரீம் அன்றைய இரவைக் கழித்தான். சண்டைகளை வெறுக்கும் அவனால், குடும்பத்தில் ஏற்படக்கூடிய குழப்பங்களையும் சச்சரவுகளையும் தீர்த்துவைக்க முடியுமா? அவனுக் குச் சில சந்தேகங்கள் இருந்தன. நிறைய கேள்விகளைத் தனக்குள் எழுப்பிக்கொண்டான். ஏற்படக்கூடிய பதற்றங்களைத் தணிக்கும் படியான உரையைத் தயார் செய்யும் நல்லதொரு பேச்சாளருக்கான திறமையைப் பெற்றிருக்கக்கூடாதா என ஏங்கினான். அவனுக்கு ஏற் பட்டுள்ள இந்தக் கவலைகள், அவனது ஊனத்தை மேலும் அதிகரிப் பதை உணர்ந்தான். நபூவை அவனுக்குப் பிடித்திருந்தது. ஆனால், இது அவ்வளவு சுமூகமான விஷயமாக முடியாது என்பது அவனுக்குத் தெரியும். அம்மாவின் சித்தப்பா ஒருவர் கானாவிலிருந்து இரண்டு கருப்பு அடிமைப் பெண்களை, அதாவது, இரண்டு "தாதா"க்களை அழைத்து வந்த சம்பவம் நினைவுக்கு வந்தது. அவர்கள் மிகவும் மோசமாக நடத்தப்பட்டார்கள். மிருகங்கள்கூட அத்தனை இன்னல்களை அனுபவித்து இருக்காது. அந்தப் பெரிய வீட்டில், வெள்ளை நிறப் பெண்கள் அந்தக் கருப்புப் பெண்களை அவமதித்ததோடு மட்டுமல்லாமல், அவர்களுக்குச் சரியாக உணவு தராமல், நன்றாகக் கவனிக்காமல், அவர்களைக் கேவலப் படுத்தி அடித்துத் துன்புறுத்தினார்கள். சம்பளமில்லாத வேலைக் காரிகளாக, எல்லாவற்றையும் செய்யும் பணிப்பெண்களாக, வரை முறையின்றிப் பிழிந்தெடுக்கப்படும் அடிமைகளாக அவர்கள் வேலை

செய்து வந்தனர். அவர்களை அழைத்துவந்த அந்த நபரோ எதையும் கேட்பதில்லை. என்றாவது ஒருநாள், இத்தனை அடக்குமுறை யினையும், இனவேற்றுமையையும் எதிர்த்துக் கிளர்ந்தெழுந்து வஞ்சம் தீர்க்கமுடியும் என்பதை அறிந்திருந்தனர். வெள்ளை நிறப் பெண் மீது கடும் வெறுப்பில் இருந்த அவர்கள் ஒன்றாகச் சேர்ந்து அவள்மிது சூனியம் வைத்தனர்.. ஆனால் அது பலனளிக்காமல் போனது. குழந்தையாக இருந்தபோது இதைப்பற்றி அதிகம் கேள்விப்பட்டிருக் கிறான். பல தகராறுகளை நேரில் பார்த்திருக்கிறான். சித்தப்பா மிகவும் பலவீனமாக இருப்பார். அதனாலேயே 'தாதா'க்களுக்காகப் பரிந்து பேச மாட்டார். ஒருநாள் அவர்களில் ஒருத்தியின் தோளில் வெள்ளை நிற மனைவி சமையலறைக் கத்தியால் குத்திவிட்டாள். சரியாகச் சிசிச்சையளிக்காமல், அப்பெண் மிகவும் கஷ்டப்பட்டுக் கடைசியில் இறந்தே போனாள். அந்தச் சம்பவம் நடந்த பிறகு, பதற்றம் குறைவாக இருந்தது. ஆனால், சித்தப்பாவுக்குத் தர்மசங் கடமாக இருந்தது. அஷாபீன் பகுதிக்கு அருகில் உள்ள அடிமைத் திடலில், ஒரு வியாழக்கிழமையன்று மற்றொரு 'தாதா' வை அவர் விற்க வேண்டியதாயிற்று; விற்ற பணத்துடன் வெள்ளை நிற மனைவியை அழைத்துக்கொண்டு மெக்காவுக்குப் புனிதயாத்திரை மேற்கொண்டார். தான் செய்த கெடுதல், ஃபேஸ் பகுதியின் மனைவியைக் கொடுமை செய்ய அனுமதித்த தீங்குகள் ஆகிய பாவங்களை இதன் மூலம் சுத்தம் செய்து மன்னிப்புப் பெறலாம் என அவர் கருதினார்.

மதினாவில் இறைத்தூதர் கல்லறையைச் சுற்றி அவர்கள் தங்கள் வருத்தங்களைத் தெரிவித்தனர்; இறைவனை நோக்கித் தங்கள் பாவங்களை மன்னிக்கும்படிக் கேட்டுக்கொண்டு பிரார்த்தனைகள் செய்தனர் ஆனாலும் அவர்களுக்கு எங்கும் அமைதி கிடைக்கவில்லை. அந்தக் கருப்புப் பெண்ணின் ஆவி இரவு நேரத்தில் பழைய வீட்டில் வந்து உலவும். எதுவும் ஒழுங்காக நடைபெறவில்லை. தூரத்து ஆப்பிரிக்காவிலிருந்து வந்த சாபத்தால் தான் பீடிக்கப்பட்டு இருப்பதாக நம்பிய வெள்ளை நிற மனைவி முதலில் தூக்கமில் லாமல் தவித்தாள். பிறகு புத்தியும் பேதலித்தது. சித்தப்பா எவ்வளவோ பிரார்த்தனைகளைச் செய்து பார்த்தார். மாலை நேரத் தொழுகைகளுக்குக் குரான் ஓதுபவர்களை வரவழைத்துப் பார்த்தார். ஒன்றும் பலனளிக்கவில்லை. 'ஆயிரத்தொரு இரவுகள்' கதையில் வருவது போல் அந்த இரண்டு பரிதாபத்துக்குரிய பெண்களுக்கு இழைத்த தீங்கு அந்தக் குடும்பத்தின் மீது திரும்பியிருந்தது.

அவர்களது பிள்ளைகள் வீட்டைவிட்டு வெளியேறினார்கள். அப்பாவின் வியாபாரம் முடங்கிப் போண்டியானது., 'ரசூல்' என்னும் அழகு சாதனத் தூள் செய்யும் தொழிலில் நன்கு பணம் ஈட்டிய அவரது தாய்மாமன் அம்மாவை அழைத்துச் சென்றார். இவ்வாறாக குடும்பம் எனும் அமைப்புச் சிதைந்து சிதறியது. ஞானிகள் 'சிதறல்' என்ற பதத்தைப் பயன்படுத்துவார்கள். "எல்லாம் உடைந்து மூலைக்கு ஒன்றாக வீசப்படுவது தான் இருப்பதிலேயே மோசமான விஷயமாகும். குடும்பம் என்பது புனிதமானது. அதனைப் பாதுகாக்கத் தன்னால் முடிந்த அனைத்தையும் செய்ய வேண்டும். எதுவும் அதனை உடைக்க விடக்கூடாது. ஒருவரையொருவர் பிரியும்படிச் செய்யக்கூடிய எதுவும் நிகழாமல் பார்த்துக்கொள்ள வேண்டும், குடும்பம் என்ற அமைப்புதான் வாழ்வை உண்டாக்கி வளர்க்கிறது. சிதறல் என்ற சோகத்தால் அது தாக்கப்பட்டால் அதுதான் முடிவாகும்".

நபூ உண்மையாக நல்ல குணம் கொண்ட பெண்ணாகத் தனக்குத் தெரிந்தாலும், இப்படியொரு காட்சி தன் வீட்டில் நிகழ்ந்து விடுமோ எனக் கரீம் பயந்தான். தன் தாய் எவ்வாறு இந்த விஷயத்தில் நடந்து கொள்வாள் என்பதை நினைத்துப் பார்க்க அவனுக்கு கஷ்டமாக இருந்தது.

தாயின் ஆசிர்வாதம் பெற்ற அவன், அவளை எதிர்த்து ஒருபோதும் பேசியது கிடையாது. அவளுக்குக் கீழ்ப்பணிந்து நடந்து கொள்வதுடன் கேள்விகள் எதுவும் அதிகமாகக் கேட்டதில்லை. வெளிப்படையான சண்டைகளுக்கோ, எதிர்ப்புக்கோ அவர்களுடைய சம்பிரதாயத்தில் இடமில்லை. அவரவர் வேலையைப் பார்த்துக்கொண்டு பேசாமல் இருப்பார்கள். மற்றவர்களுடைய மனதை ஆராயும் வேலையில் ஈடுபடமாட்டார்கள். நபூவுக்கும் தன் அம்மாவுக்கும் பாதுகாப்பாக இருக்கவும், குடும்பம் ஒற்றுமையாகவும் உறுதியாகவும் இருக்க இயன்றவற்றைச் செய்யவும் தனக்குள் உறுதியேற்றான். குடும்ப அமைப்புக்குள் இருந்து கொண்டுதான் தன்னால் அதிக முன்னேற்றம் காணமுடியும் என்பதும் தன் உடற்குறையை எதிர்த்து நல்லமுறையில் போராட முடியும் என்பதும் அவனுக்குத் தெரியும். இந்தப் பாதுகாப்பு குறித்து அவன் உறுதியாக இருந்தான்.

ஒரு வழியாக யோசித்து முடிவுக்கு வந்தபின், ஒரு நாள் காலை, தன்னுடன் ஃபேஸ் நகருக்கு வந்து வசிக்குமாறு நபூவிடம்

அமீர் கேட்டான். சிறிது நேரம் தயங்குவது போன்று முகத்தை வைத்துக்கொண்ட நபூ, பிறகு உணர்ச்சி வயப்பட்டவளாய் தான் உடன் வரச் சம்மதிப்பதாகச் சொல்லி அவனுடைய கரங்களில் தஞ்சமடைந்தாள்.

புறப்படுவதற்கு முன், தன் அண்ணனைப் போய்ப் பார்த்துவர விரும்பினாள். வெறுங்கையோடு அங்குச் செல்ல விரும்பாததால், அமீரிடம் வேறுவழியின்றிக் கொஞ்சம் பணம் கேட்டாள். உணவுப் பொருட்களோ, குழந்தைகளுக்கு விளையாட்டுப் பொருட்களோ வாங்கித் தருவதை விடவும் பணம் தரவே பெரிதும் விரும்பினாள். பணத்தாள்களைக் கைக்குட்டையொன்றில் வைத்து அதனை அண்ணனின் சட்டைப்பைக்குள் திணித்தாள். விஷயத்தைப் புரிந்து கொண்டு அவளுடைய அண்ணன் பேசினான்:.

“ஃபேஸ் நகர ஆளுடன் போகிறாய். அவனிடம் ஜாக்கிரதையாய் இரு. இவர்களுக்கு நம்மைப் பிடிக்காது. இதை நீ தெரிந்து கொண்டு முன் ஏற்பாடுகளைச் செய்து கொள்ள வேண்டும். இவர்கள் இங்கு இருக்கும்போது, தங்களுடைய நல்ல முகத்தைக் காட்டுவார்கள். அவர் களுடைய நாட்டுக்குப் போன அடுத்த நொடியே எல்லாம் மாறி விடும். அங்குச் சென்றுவந்த பயணிகள் பல அனுபவங்களைச் சொல்லியிருக்கிறார்கள். அந்த ஊரில் நீ இரண்டு முறை அடிமையாக இருப்பாய். இரவு நேரத்தில், இன்பம் தரும் மனைவியாக உன்னை நடத்துவான். பகல் பொழுதில், நீ அடிமையாக, பணிப்பெண்ணாக மிகவும் கஷ்டமான வேலைகளைச் செய்ய வேண்டியவளாக இருப்பாய். இது எல்லோருக்கும் தெரிந்ததுதான். எனவே ஜாக்கிரதை யாய் இரு. உன் வீட்டுக்குத் திரும்பிவர நீ முடிவுசெய்தால் நான் இருக்கிறேன்; எப்போதும் இங்கு இருப்பேன். மற்றுமொரு ஆலோ சனையும் உனக்குத் தருகிறேன். என் தங்கையே, நீ நன்றாகச் சமாளித்துவிடுவாய்; நீ முதலில் இருந்தே சுதந்திரமாக இருந்தவள். என்பதெல்லாம் எனக்குத் தெரியும். இருந்தாலும், அவனிடம் இருந்து பணத்தை எடுத்துச் சேமிக்க வாய்ப்பிருந்தால் தயங்காமல் அதைச் செய். ஏனெனில், என்றாவது ஒருநாள், அந்த வெள்ளை நிற மனைவி வஞ்சம் தீர்க்க விரும்புவாள். அப்பொழுது, தன் கணவனின் பலவீனத்தைப் பயன்படுத்தி உன்னை வீட்டைவிட்டு வெளியேற்றி விடுவாள். உன்னை வைத்துக் கொஞ்சிக் கொண்டிருக்கமாட்டாள். இது இயற்கைதான்; அவளைப் பொறுத்தவரை நீ ஓர் அபாயம். முக்கிய மான அபாயம். நீ இளமையும், அழகும், அறிவும் படைத்தவள்.

எனவே விழிப்பாக இரு. வெள்ளை நிறத்தவர்கள் விஷயத்தில் ஜாக்கிரதையாக இருக்க இவ்வளவுதான் செய்ய வேண்டும் என ஒரு போதும் என்னால் உனக்குக் கூறிவிடமுடியாது"

இதைக்கேட்ட நபூ, அமீரின் நல் இயல்புகளைச் சொல்லி அவனை விட்டுக் கொடுக்காமல் பேசினாள்.

"அவர் என்னைத் திருமணம் செய்து, அழகான பிள்ளைகளைத் தருவார். உன் ஆசிர்வாதத்தைப் பெறாமல்நான் புறப்பட்டுச் செல்ல விரும்பவில்லை. காரணம் நீ மூத்தவன் என்பதோடு உன்னை நம் அப்பா போலப் பார்க்கிறேன்."

அவளுடைய கரங்களைப் பற்றிய அவன், அவளது உச்சந்தலையில் முத்தமிட்டுச் சொன்னான்.

"உனக்கு நன்றாகத் தெரியும். நான் ஒன்றும் பெரிதாகப் படிக்க வில்லை ஆனால் ஒரு விஷயம் எனக்குத் தெரியும். வாழ்க்கையின் முக்கியமானதொரு விஷயத்தை நான் சாதாரணமாகக் கற்றுக்கொண் டேன். நம்மீது வெள்ளை நிறத்தவர்கள் இனவேற்றுமை கொண்டிருக் கிறார்கள் என்பதுதான் அது. ஆமாம், உண்மைதான். அவர்கள் இன வெறியர்கள் மட்டுமல்ல காலனியவாதிகள்; ஆணவக்காரர்கள்; அவமானப்படுத்துபவர்கள். ஆனால், ஒன்றைத் தெரிந்துகொள். நமக்கும் அவர்களைப் பிடிக்காது. நாமும் இன வெறியர்கள்தான். இது இயல்பானதுதான். அவர்கள் கால்களை வருடிக் கொண்டிருக்க முடியாது. ஆனாலும், அவர்கள்மீது காலனிய ஆதிக்கம் செலுத்துமளவு நம்மிடம் வசதியில்லை. எனவே நீ போகிறாய், போ; எங்களை மறந்து விடாதே."

இப்பொழுது தான் நபூவுக்குச் சில சந்தேகங்கள் எழுந்தன.

"அமீர் நேர்மையானவனா? உண்மையிலேயே என்னை நேசிக் கிறானா?" எனினும், தன் உள்ளுணர்வின் மீது நம்பிக்கை வைப்பது எனும் முடிவுக்கு வந்தாள். அவள் மனதில் உள்ள சக்தி மீதும், அடிமையாக நடத்துவான் என எண்ண முடியாத அவளுடைய கணவன் மீதும் நம்பிக்கை வைப்பதென முடிவெடுத்தாள். அவள் அவன்மீது காதல் வயப்பட்டிருந்தாள். அவளைப் பொறுத்தவரை, அதுதான் முக்கியம். அவளுடைய அண்ணன் கூறும் இவை போன்ற காரணங்களையெல்லாம் கேட்டுக்கொண்டிருக்கத் தயாராக இல்லை.

நபூவிடம் அடையாள அட்டை இல்லை. பெரிய தொகையினைத் தந்து எழுத்தர் ஒருவரை ஏற்பாடு செய்து, கடவுச்சீட்டாகப் பயன்படும் ஆவணம் ஒன்றை அமீர் தயார் செய்தான். மழை பெய்த 1936 ஆம் ஆண்டில் பிறந்ததாக வைத்துக் கொள்ளப்பட்டது.

புறப்படும் நாள் நெருங்கிவர வர, நபூவிடம் கொஞ்சம் பதற்றம் ஏற்படுவதை அமீர் உணரத்தொடங்கினான். அவளுக்கு நம்பிக்கை யூட்ட அவன் விரும்பினான். ஆனால் அதற்குள் கரீம் முந்திக் கொண்டான்; வார்த்தைகளைக் கஷ்டப்பட்டு உச்சரித்த போதிலும், அவன் சொல்ல வரும் செய்தியை அவள் புரிந்து கொண்டாள்.

"கவலைப்படாதே, உனக்கு எதுவும் கெடுதல் நேர்ந்துவிடாது. உன்னைப் பாதுகாக்க நான் எப்போதும் உடன் இருப்பேன். என் அப்பா ஒரு நல்ல மனிதர். உன் மேல் அதிகப் பிரியம் வைத்திருக்கிறார். ஆரம்பத்தில், கொஞ்சம் சிக்கலாகும் ஆபத்தும் இருக்கிறது. ஆனால் பொறுமையாக இரு. நான் இருக்கிறேன்".

பேசும்போது, தன் கைத் தசைகளை அவன் சுட்டியது அவளுக்குச் சிரிப்பை வரவழைத்தது. அவன் தரும் பாதுகாப்பின் மீதும், குறைந்தது அவன் காட்டும் பாசத்தின் மீதும் நம்பிக்கை வைக்கலாம் என்பதை அவள் உணர்ந்தாள்.

அவள் எதுவும் பேசவில்லை; அவள் கன்னத்தின் மீது கண்ணீர் வழிந்தோடியது. கரீமின் கைகளைப் பிடித்துக் கொண்டாள். அவனும் உணர்ச்சிமேலிட அழுதான். மிகையாக வெளிப்படும் அவனுடைய உணர்ச்சி காரணமாக அவன் ஒரே நேரத்தில் அழுவதும் சிரிப்பதுமாக இருப்பான். கைமுட்டியை உப்பவைத்து அவளைப் பார்த்து "இதன் மேல் ஏறிக்கொள். மேலே ஏறி காபி சாப்பிடு" என்றான். அவர்கள் இருவரும் வாய்விட்டு சிரித்தவிதம் அமீரை மகிழ்ச்சியில் ஆழ்த்தியது.

அன்று மாலை, கரீமை அழைத்துக் கொண்டு அந்தப் பகுதியை நபூ சுற்றி வந்தாள். சில வீட்டு வாசல்கள் முன்பும், சில கடைகள் முன்பும் சிறிது நேரம் நின்றாள். அவற்றிடமிருந்து விடைபெறுவதுபோல் கைகளை அசைத்துச் சைகை செய்தாள். பிறகு கரீமிடம், இந்த இடத்தி லிருந்து செல்வதால் எதையெல்லாம் நான் இழக்கிறேன் என்பதை எல்லாம் சொல்லியவாறு தொடர்ந்து நடந்தாள்.

"புரிகிறதா, மிகவும் எளிமையாகவும் அடக்கமாகவும் இருக்கும் இந்தச் சிறிய தேவாலயத்தை எனக்குப் பிடிக்கும். அடிக்கடி இதனுள் நுழைந்து மணிக்கணக்கில் கழித்திருக்கிறேன். கிருத்துவ மதத்தைச்

சேர்ந்தவளாக இல்லாத போதிலும் பிரார்த்தனை செய்திருக்கிறேன். அந்த அமைதியும் புத்துணர்வும் எனக்கு மிகவும் பிடிக்கும். பொதுமக்களுக்குக் கடிதங்கள், விண்ணப்பங்கள் எழுதித்தருபவளாக இருந்த போது, முடித்திருத்துபவர் ஒருவர்தான் எனக்கு இந்த இடத்தில் ஒரு நாற்காலியும் மேஜையும் தந்து உதவினார். இன்று பார்த்து அவர் இங்கு இல்லை. உடல் நலம் சரியில்லை என்று கேள்விப்பட்டேன். அவருக்காக வேண்டிக்கொள்கிறேன். அதோ அந்தப் பலகையில்தான் என் தூரத்து சகோதரிகள் எல்லோரையும் சந்தித்து பேசுவேன்.

சந்தைப் பகுதிக்கு வெளியே பிரதானத் திடலுக்கு வந்து சேர்ந்ததும், அங்கிருந்த புனித மரத்தைச் சுட்டிக்காட்டிச் சொன்னாள்.

"அதோ அங்குதான் மூதாதையரின் ஆன்மா குடியிருக்கிறது. உண்மையின் வழியைக்காட்டி, நாம் எடுத்துவைக்கும் அடிகளை வழி நடத்திச் செல்லத் தேவையான ஒளியைத் தருபவர்கள் அவர்கள் தான்."

உணர்ச்சிவயப்பட்ட கரீம் மரத்தின் அடிப்பகுதியைத் தடவி, மகிழ்ச்சியின் அடையாளமாகக் குரல் எழுப்பினான். அந்த மரத்திடம் நபூ மௌனமாகச் சிறிது நேரம் தனக்குள்ளாகப் பேசிவிட்டு, பிறகு இருவரும் எதுவும் பேசிக்கொள்ளாமல் புறப்பட்டுச் சென்றனர்.

அத்தியாயம் - 3

கூண்டு வண்டி காலையிலேயே புறப்பட்டுவிட்டது. இதைவிடப் பெரிய வண்டியில் சரக்குகள் கொஞ்சநேரம் கழித்துப் பின்தொடரும். அலுப்பில்லாமல் பயணம் சுகமாக அமைய வேண்டும் என்று வண்டியோட்டியிடம் அமீர் சொல்லி வைத்திருந்தான். எனவே அவன் அவ்வப்போது வழியில் நிறுத்தி, கூடாரம் அமைத்துத் தீமூட்டி, சுற்றி அமர்ந்து சாப்பிட்டு விட்டுப் பிறகு தொடர்வது போல பயணத்தை அமைத்திருந்தான். அந்த நேரத்தில் கரீம் நட்சத்திரங்களைக் கவனித்த படிப் பாட்டுப் பாடிக் கொண்டிருப்பான். நபூ காத்திருந்த போதிலும், அமீர் அங்கிருந்து விலகித் தன் மகன் இருந்த கூடாரத்துக்குப் போய் விடுவான்.

ஸகோரா சென்றடைய ஒரு முழு வாரம் தேவைப்பட்டது. வழியில், தன் வீட்டுக்கு வந்து உணவருந்தும்படி வண்டியோட்டி அவர்களை அழைத்தான். பாதையிலிருந்து சில மணற்குன்றுகள் கடந்து, மலையடிவாரத்தில் மணலினாலான சிறிய வீடு ஒன்று அவனுக்கு இருந்தது. அது ஒரு மகிழ்ச்சியான தருணம். கரீம் அங்கிருந்த பிள்ளைகளை அழைத்துக் கொண்டு அருகிலிருந்த மலையின் உச்சிக்குச் சென்றான். அவர்கள் வேறு மொழி பேசு

பவர்கள் என்பதால், நிலவுக்கும் சூரியனுக்கும் நடக்கும் திரு மணத்தை அவர்களுக்குச் செய்கை மொழியில் விளக்கினான். ஒளியின் பிரவாகத்தைத் தன் விரல்களால் செய்து காட்டினான். இந்தத் திருமண உறவில் பிறந்தவைதான் நட்சத்திரங்கள் என விளக்கினான். வண்டியோட்டியின் மனைவி சரியான கலப்பினப் பெண்மணி. அவளுடைய அம்மா, வடமேற்கு ஆப்பிரிக்க நாடான மொரித்தானாவைச் சேர்ந்தவர். அப்பா துவாரக்கைச் சேர்ந்தவர். அவள் நீல நிற உடையை அணிந்திருந்தாள். நபூவைக் கவனித்துவிட்டு, அவள் மிகவும் மெலிந்து இருப்பதாகத் தெரிவித்தாள். எனவே தன் கணவனைக் கைக்குள் பிடித்து வைத்திருக்கத் கவர்ச்சியான இடைப் பகுதிகளைப் பெறும் இரகசியத்தை அவளுக்குக் கூறினாள். அதற்கான உணவுக் குறிப்பு ஒன்றை அவளிடம் பரிந்துரைத்தாள். தினமும் காலையில் வெந்தயம், சுத்தமான தேன், எள் ஆகியவற்றோடு வேறு சில பொருட்களுடன் கலந்து உட்கொள்ளுமாறு சொன்னாள். தான் இருக்கும் நிலையிலேயே தன் கணவன் தன்னை விரும்புவதாக நபூ பதிலளித்தாள். எனவே, கூடுதலாக எடை அதிகரிக்க வேண்டிய தேவை அவளுக்கு இல்லை என்பதைத் தெரிவித்தாள். எனினும், வண்டியோட்டியின் மனைவி அவளிடம், எதற்கும் கவனமாக இருக் கும்படிக் கூறினாள். காரணம், அவளைப் பொறுத்தவரை, எல்லா ஆண்களுக்கும் வாளிப்பான பெண்களைத்தான் அதிகம் பிடிக்கும். நபூ, அவள் கூறுவதை மறுக்கவில்லை. அவளைப் பற்றியும் அவளு டைய பிள்ளைகள் பற்றியும் விசாரித்தாள். தன் மகன்கள் பள்ளிக்குச் சென்றிருப்பதாகவும், வீட்டிலிருந்து அரை மணி நேரத்தில் நடந்து செல்லக் கூடிய தூரத்தில் அப்பள்ளி அமைந்துள்ளதாகவும் கூறினாள். பெண் பிள்ளைகளைப் பொறுத்தவரை, அவர்கள் வயதுக்கு வந்த திலிருந்தே திருமணத்துக்குத் தயாராகும் வேலைகளைச் செய்து வரு வதாகச் சொன்னாள். அதாவது அவர்களுக்கு நல்ல சத்தான உணவு கொடுப்பதில் கவனம் செலுத்தி வருவதாகக் கூறினாள். இந்தச் சம்பிரதாயங்கள் குறித்து நபூ அறிந்திருக்கிறாள். எனவே அவைப் பற்றி விமர்சனம் எதுவும் செய்யாமல் தன்னைப் பிரஞ்சுப் பள்ளியில் சேர்த்ததன் மூலம், மாமா அவளைக் காப்பாற்றிவிட்டதாக மட்டும் சொல்லி வைத்தாள். அவள் விடைபெறும் போது, வெந்தயம் கொண்ட பை ஒன்றை அவளுக்குக் கொடுத்து அனுப்பினார்கள்.

மறுநாள், பயணத்தின் போது செனெகல்வாசிகளை மொரித்தானா நாட்டுக்காரர்கள் எந்த அளவு வெறுத்தார்கள் என்று வண்டியோட்டி அமீரிடம் விவரித்தான்:

"உங்களுக்குப் புரியும் என்று நினைக்கிறேன். நாம், நாம் எல்லோரும் வெள்ளை நிறத்தவர்கள். உங்களைப்போல் அரேபியர்கள். அவர்களோ அடிமைகள். ஓர் ஐரோப்பியரைப் பார்த்தவுடன் முதுகெலும்பு தானாக வளைந்து விடும்". அது இனவேற்றுமை; ஒருவரையொருவர் சந்தித்துக் கொள்ளவும் அறிமுகமாகவும்தான் இறைவன் பலவிதமான மனிதர்களைப் படைத்துள்ளான். இது தொடர்பான குரான் வாசகத்தையும் அமீர் சுட்டிக் காட்டினான். என்றாலும் வண்டியோட்டியை சமாதானம் செய்ய அவனால் முடியவில்லை.

ஸகோரா விசித்திரமானதொரு பெயர். அவ்வூருக்குப் போய்ச் சேர்ந்த அமீர், கரீம், நபூ ஆகியோர் அந்த நகர் சமதளமாக இருப்பதையும் பண்பான, அமைதியான, மனிதாபிமான மக்கள் அங்கு வசிப்பதையும் கண்டு வியந்தனர். அவர்கள் பேரீச்சம்பழங்களைத் தின்று வாழ்வதாகக் கேள்விப்பட்டிருந்தனர். அங்கு தங்கும் விடுதி என்று எதுவும் இல்லை. ஆனால், ஒரு பெரிய வீடு இருந்தது. அதில் உள்ள அறைகளை நல்ல மனிதர் ஒருவர் வாடகைக்கு விட்டிருந்தார். மேலும், நகரின் ஒரே குளியல் இடத்திற்குத் தேவையான விறகுகள் அவரிடம்தான் கொள்முதல் செய்யப்பட்டன. இந்த ஒருவார பயணத்துக்குப்பின், அமீரும் கரீமும் அந்தக் குளியல் பற்றிய கனவில் இருந்தனர். ஆனால், மறுநாள் காலைவரை அவர்கள் காத்திருந்தாக வேண்டும். காரணம், பிற்பகல் நேரம் பெண்களுக்கானது. அங்குச் சென்று குளிக்க முடிந்ததில் நபூவுக்குச் சந்தோஷம். ஆனால், அந்த இடத்தின் பொறுப்பாளரான பெண்மணி, தன்னை விடத் தளர்ந்து போயிருந்த சாய்வு நாற்காலியில் சாய்ந்திருந்தாள். தன்னை அவள் பார்த்த விதம் நபூவுக்கு மிகவும் அசௌகரியமாக இருந்தது. பார்க்கப் போனால் மேற்படிப் பெண்மணியின் தேகமும் மாநிறமாக இருந்தது. ஏன், கருப்பு என்றே கூடச் சொல்லலாம். நபூ ஆடைகளைக் களைந்த போது, ஏதோ வித்தைகாட்டும் இடத்தில் மிருகம் ஒன்றைப் பார்ப்பது போல் மேலிருந்து கீழ்வரை எல்லாப் பெண்களும் உற்றுப்பார்த்தார்கள். மெலிந்து, உயரமாக இருந்த அவளது கெட்டியான கனிகள் போன்ற மார்பகங்கள், இளவரசி போன்ற அவளது நடை, அவளது கனிவு, மற்றவர்களுடன் சகஜமாகப் பழகும் அவளுடைய பண்பு ஆகியவை அந்தப் பெண்களிடம் ஆச்சரியமும் எரிச்சலும் கலந்ததொரு உணர்வை உண்டாக்கின. இத்தகைய ஜீவன் எங்கிருந்து வந்தது, யார் இதனை ஊர்வரை அழைத்து வந்தது, என்ன செய்ய வந்துள்ளது எனப் பலவாறு அவர்கள் யோசித்துப்பார்த்தார்கள். நபூ அவசரப்படாமல்

பொறுமையாகக் குளித்து முடித்தாள். எதுவும் பேசவில்லை. கருப்பான, பருத்த பெண் ஒருவர் அவள் அருகில் வந்து உடம்பை நீவி விடட்டுமா எனக் கேட்டாள். சரி, எனச் சம்மதித்து ஒரு மணி நேரம் அவளுக்கு வேலை கொடுத்தாள். குளியல் இடத்தை விட்டு வெளியே வந்ததும், உள்ளே சென்ற போது இருந்த அதே கருப்பு நிறத்து டன், எப்போதும் போல் அற்புதமாகவும் அழகாகவும் இருந்தாள்.

மீண்டும் வீட்டிற்கு அழைத்துச் செல்ல கரீம் அங்கே இருந்தான். லேசான குளியல் முடித்து, உளூ செய்து கொண்டு, அமீர் அவளுக்காகக் காத்திருந்தான்.

கணவனும் மனைவியும் மீண்டும் இணைந்த இந்த நேரத்தில் கரீம் அந்த நகரினைச் சுற்றிப்பார்க்கப் புறப்பட்டான். அவனுக்கு இடங் களைப் இரவு நேரத்தில் பார்க்கப் பிடிக்கும். அவனுக்கு எதைப் பற்றியும் பயமில்லை. பாதுகாப்பாக இருப்பதை அவன் தெரிந்து வைத்திருந்தான். அவனுடைய அம்மா கூறுவதைப்போல் "ஏதோ ஒரு புனிதரால் பேணப்பட்டுவருகிறான்". ஆனால் ஸகோரா நகர் இரவில் வெறிச்சோடிக் கிடந்தது. யாரையும் பார்க்க முடியமில்லை. உணவு விடுதி எதுவும் இல்லை. அங்குள்ள பொருட்களுக்கு விசித் திரமானதொரு தன்மையைத் தரும் நிலவின் ஒளி மட்டுமே இருந்தது. அதாவது கனவில் நாம் கற்பனை செய்து கொள்ளும் காட்சிகள் போன்று இருந்தன. பாதையை மூடியிருந்த தாரும், சுவர் களும், நிலவொளியில் வெள்ளியாய் மின்னின. சீராகக் குளிர்ந்து வீசிய காற்று, எவ்வித நோக்கமும் காரணமுமின்றி இரவில் சுற்றிக் கொண்டிந்தது,. அவனுக்குச் சிறிதளவு மகிழ்ச்சியைத் தந்தது. அவன் பொறுமையாக நடந்தான். அவ்வப்பொழுது யாராவது தன்னைப் பின் தொடர்கிறார்களா எனத் திரும்பிப் பார்த்தபடியே வந்தான். மயான அமைதி நிலவியது. யாரும் அங்கு இல்லை. இத்தகைய ஆழ்ந்த தனிமையும், வெறுமையான இடமும் அவனை எங்கோ கொண்டு சென்றன. கண்களைக் கசக்கிக்கொண்டு பார்த்தான். அப் பொழுது குள்ளமான ஆள் ஒருவன் தெரிந்தான். அவன் அருகில் வந்து கைநிறைய பேரீச்சம் பழங்களை நீட்டினான்.

"மிகவும் வேகமாகவும் திறமையாகவும் பேரீச்சம்பழம் பறிப்பவன் நான். ஒரு சில நொடிகளில் பேரீச்ச மரத்தில் ஏறி விடுவேன். நான் குள்ளமாக இருப்பதால் மிகவும் உறுதியாகக் கிளைகளைப் பிடித்துக் கொள்ள வசதியாக இருக்கும்," என்றான்.

அவன் கூறியதைத் தலையை அசைத்து கரீம் கேட்டுக்கொண்டான். அந்த மனிதன் கொடுத்த பேரிச்சம்பழங்கள் சிலவற்றை கரீம் சாப்பிட்ட பின் அவனிடம்

"இங்கு வசிப்பவர்கள் எங்கே இருக்கிறார்கள்? எனக் கேட்டான். அவனது பேச்சு முற்றிலும் சகஜமாக இருந்தது.

"அவர்கள் அமைதியாக உறங்குகிறார்கள். நான் அவர்களுடைய தூக்கத்தின் காவலன். அவர்களுடைய கனவுகளைக்கண்காணிப் பவனும் கூட. அவர்கள் வீட்டின் முன் நடந்து போவேன். ஏதாவது குறிப்பிட்ட சத்தத்தைக் கேட்டாலோ, அல்லது உணர்ந்தாலோ குறுக் கிடுவேன். கெட்ட கனவுகளுக்கு இந்த நகரத்தில் வேலையில்லை. அவற்றை இங்கிருந்து விரட்டி உவர்ஸஸாத் என்றும் ஊருக்கு அனுப்பி வைப்பதுதான் என் வேலை. அது வியாபாரிகளும் கொள்ளையர் களும் வசிக்கும் நகர். ஏமாற்று வேலைக்கும் வெளி வேஷத்துக்கும் பெயர்போன இடம்" என்று விளக்கினான்.

ஆச்சரியத்துடன் அவனைப் பார்த்த கரீம்,

"ஏன் அந்த நகருக்கு" எனக் கேட்டான்.

"ஏனென்றால் உவர்ஸஸாத்காரர்கள் ஸகோராவாசிகளை வெறுப் பவர்கள். அது எனக்குத் தெரியும். காரணம், நான் அந்த இடத்துக்குப் போக நேரும் போதெல்லாம் எனக்குப் பிரச்சனைதான். அங்கே நிர்வாகம் தீய பிரஞ்சுக்காரர்களாலும், அவர்கள் பாதங்களை வருடிக் கொண்டிருக்கும் உள்ளூர்க்காரர்களாலும் நடக்கிறது. எல்லாவற்றுக் கும் லஞ்சம் கேட்பார்கள். நான் கொடுக்க மாட்டேன். அவர்களுக்குப் பேரீச்சம்பழம் தர விரும்புவேன்; ஆனால் அவர்களுக்குப் பிடிப் பதில்லை. அவை கசப்பதாகச் சொல்கிறார்கள். பைத்தியங்கள்!

"சரி நீங்கள் எப்படிக் கெட்ட கனவை ஓட்டுகிறீர்கள்?"

"தூங்குபவரை எழுப்பிவிட்டால் போதும். அது மிகவும் எளிது. நான் போயாக வேண்டும். வடகிழக்குத் திசையில் ஏதோ ஒரு சிறிய சலசலப்பு ஏற்படுவதை உணர்கிறேன். கிளம்புகிறேன்".

அந்த ஆள் மறைந்து விட்டான். நன்றாகத் தூங்கியதில் கனவு கண்டிருப்பது கரீமுக்குத் தெரிந்தது. ஆனால், சற்றுமுன் சுவைத்துக் கொண்டிருந்த பேரீச்சம் பழங்களுக்கு என்ன விளக்கம் தருவது?

கரீம் தொடர்ந்து சுற்றிப் பார்த்தான். அவனுக்கு நேர் எதிரில், கருப்புப் பூனை ஒன்று அவனையே உற்றுப் பார்ப்பதைக் கவனித் தான். அதை விரட்டுவது போன்ற பாவனையில் கையை ஓங்கினான். அந்தப் பூனை மெல்ல சப்தம் எழுப்பி, கால்களால் தன்னைத் தேய்த்துக் கொண்டு பின் பேச ஆரம்பித்தது. கரீமுக்குப் பயம் ஏற்பட ஆரம்பித்தது. பேரீச்சம்பழங்களைப் பறிப்பவன், சில வினோதமான கதைகளை அவனுக்குச் சொன்னதை ஏற்றுக் கொள்ள முடிந்தது. ஆனால், ஒரு கருப்புப் பூனை பேசும் சக்தியுள்ளது என்பது அவனை உண்மையிலேயே சங்கடத்தில் ஆழ்த்தியது.

அவனைப் பார்த்து பூனை பேசியது:

“குழந்தைகளைப் பயமுறுத்த இரவு நேரத்தில் வெளியே செல்லும் ஜின் அல்ல நான். மராக்கேஷில் ஸாயூ பாஷாவின் அரண்மனையில் வளர்க்கப்பட்ட பூனை நான். ஒரு நாள், எனக்குத் தண்டனை கொடுப்பதற்காக என்னை ஸகோராவுக்கு நாடு கடத்தினார்கள். அங்குதான், மனிதர்களாகிய உங்களைப் போல் பொய் பேசலாம் என்பதைக் கண்டுபிடித்தேன்”..

இதைக் கேட்டு ஆச்சரியமடைந்த கரீமால் பதில் சொல்லாமல் இருக்க முடியவில்லை.

“சரி, நீ இப்போது என்ன சொல்லப் போகிறாய்”?

“அதுவா, நான் உனக்குக் கதை சொல்லத் தொடங்கினால் இந்த இரவு நமக்குப் போதாது. உங்கள் மனிதக் கணக்குப்படிப் பார்த்தால் எனக்கு 105 வயதாகிறது. எனக்குச் சாவே கிடையாது. இத்தகைய பாழடைந்த, ஒதுக்கப்பட்ட, எவ்வித சுவாரசியமான சம்பவங்களும் நடக்காத நகரில் இப்படி அலைந்து கொண்டிருக்கும் வாழ்க்கை எனக்குச் சலித்து விட்டது. நீயும் உன் அப்பாவும் ஸகோராவிற்குள் நுழைந்த போதே அறிவிப்பு ஒலி கேட்டது. ஒன்றும் பாதகமில்லை. ஆனால் இது ஒரு சம்பவம். பாலைவனம் விரிகிறது. மணற்குன்றுகள் மென்மேலும் வசிப்பிடங்களுக்கு அருகில் காணப்படுகின்றன. ஒரு நாள், நாங்கள் எல்லோரும் மணலால் விழுங்கப்படுவோம். எங்களைவிட்டுப் புறப்படுவதற்குமுன், எங்களுக்காகப் பிரார்த்தனை செய்யுமாறு உன் அப்பாவிடம் சொல்”.

ஸாயூ பாஷாவால் நாடு கடத்தப்பட்டதற்கான காரணத்தைத் தனக்கு மட்டும் சொல்லுமாறு அப்பூனையிடம் கரீம் கேட்டான்.

பெரிதாகப் பெருமூச்சுவிட்ட பூனை பேசியது:

"உன்னிடம் சிகரெட் இருக்குமா? புலோந் சிகரெட் என்றால் நல்லது. என் நிலைமையில் இருந்து தாக்குப் பிடிக்கவும், என் துயரங்களை மறக்கவும் அது உதவியாக இருக்கும்"

தன்னிடம் பேரீச்சம்பழங்கள் மட்டுமே இருப்பதாகக் கரீம் தெரிவித்தான்.

"எனக்குப் பேரீச்சம்பழங்களைப் பிடிக்காது. உப்பு மிகுந்த உணவுப் பொருளே எனக்கு அதிகம் பிடிக்கும். சரி, பரவாயில்லை. இதோ அந்தக்கதை. அது ஒரு குழப்பமான விவகாரம். நான் பார்த்திருக்கக் கூடாத சம்பவம் ஒன்றுக்கு நான் சாட்சியாகி விட்டேன். பாஷாவுக்கு இளம் பெண்களை மிகவும் பிடிக்கும். சம்பிரதாயப்படி, ஒவ்வொரு பண்டிகையின் போதும் முதல் நாள் இரவு, தன் ஆளுகைக்கு உட்பட்ட பிரிவினர் வீட்டிலிருந்து ஒரு பெண்ணை, சந்தேகமின்றிக் கன்னி கழியாத பெண்தான், அவருக்கு அனுப்பி வைக்க வேண்டும். முலூத் பண்டிகைக்குமுன் அனைத்து அம்சங்களுடன் பொருந்திய அழகுடைய இளம் பெண் ஒருத்தி அவருக்குக் கிடைத்தாள். உயரமாக, மெலிந்து, கச்சிதமாக இருந்த அவள் அற்புதமான தேகத்தையும் பெற்றிருந்தாள். நள்ளிரவை நெருங்கும் நேரத்திற்குச் சற்று முன் பெரியதொரு 'புயிர் நோஸ்' என்னும் அரேபிய அங்கியை அணிந்து அவன்முன் வந்து நின்றாள். அந்தக்கணத்தில்தான் திடீரென அவளிடம் எல்லா மாற்றமும் தெரிந்தன.

"என்ன சொல்கிறாய், புரியவில்லை!"

"நீண்ட அடர்த்தியான கருங்கூந்தலோடு பெண் உருவில் இருந்தாலும், உண்மையில் பெண் போன்று உடையணிந்திருந்த பையன் அவன். ஆடையைக் களைந்தபோது, அப்பையன் சிறியதொரு சப்தத்தை எழுப்பினான். பிறகு பாஷாவைத் தன் பக்கமாக இழுத்தான். நான் எல்லாவற்றையும் பார்த்துவிட்டேன். அந்த இளைஞனின் ஆணுறுப்பு சிறிதாக இருந்தது. படுத்திருந்த அவனைப் பாஷா அனுபவிக்கத் துடித்தார். அதற்குள் நான் வந்திருப்பதைக் கவனித்துவிட்டார். எனக்கு அடி கொடுத்ததோடு நில்லாமல், தன் பணியாளர்களை அழைத்து என்னைப் பாம்புக் குழியில் தூக்கி எறியுமாறு கட்டளையிட்டார். நான் ஓட்டம் பிடித்தேன். திரும்பிப் பார்க்காமல் ஓடி உயிர் தப்பினேன். அதாவது, சில மணி நேரம்

கழித்துப் பார்த்தால் ஆள் அரவமில்லாததொரு சாலைக்கு வந்து சேர்ந் திருந்தேன். தொடர்ந்து நடந்து கொண்டேயிருந்தேன். கடைசியில் ஒருநாள், ஆங்கிலேய சுற்றுலாப் பயணி ஒருவர் என்மேல் இரக்கப் பட்டுத் தன் வண்டியில் என்னை அழைத்து வந்தார். எனக்கு அவருடைய மொழி தெரியாதுதான். ஆனால், அவருக்கு என்னை மிகவும் பிடித்திருந்தது என்பதைப் புரிந்து கொண்டேன். நான் மிகவும் இளைத்துப் போய்விட்டேன். ஒருமுறை, ஸகோராவில் அவர் நோய்வாய்ப்பட்டு மெல்ல மெல்ல இறந்து போனார். முக்கிய மானவர்கள் வரும்வரை அவர் அருகிலேயே இருந்து பார்த்துக் கொண்டேன். வந்தவர்கள் என்னை உதைத்துத் துரத்தி விட்டனர். நான் மிகவும் நொந்துபோய், சத்தமாகக் கத்தவும் தொடங்கினேன். ஆனால் என் வாயிலிருந்து சொற்கள் தான் வெளியே வந்தன. எனக்கு மிகவும் ஆச்சரியமாக இருந்தது. அந்த நொடியிலிருந்து பேசுகிறேன் விவாதிக்கிறேன். என்னைச் சாவுக்குப் பிடிக்கவில்லை.'

பூனையைப் பிடிக்க அதை நோக்கிக் கைகளை நீட்டினான் கரீம். ஆனால் அது ஒரே தாவாகத் தாவி இருட்டில் மறைந்து போனது.

வானில் முழுநிலவு தெரிந்தது. இந்த ஒளியில், வினோதமான பொருட்கள் கூடச் சாதாரணமாகத் தோன்ற ஆரம்பிக்கும். இந்தச் சந்திப்பு கரீமுக்குத் திருப்தியைத் தந்தது. இம்முறை வேறு என்ன நிகழப் போகிறது என்று யோசித்தவாறே தொடர்ந்து நடந்தான். யாரும் வீட்டைவிட்டு வெளியில் வருவதாக இல்லை. பேரீச்சை மரம் ஒன்றின் முன் நின்றவன் அங்கேயே உறங்கி விடுவது என முடிவெடுத்தான். அவன் சிறுவனாக இருந்த காலத்தைப் போல் அந்தச் சூழ்நிலை இதமாகவும் நன்றாகவும் இருப்பதாக உணர்ந்தான்.

மான் ஒன்று, அனேகமாக...தப்பி வந்ததாக. இருக்க வேண்டும், அவன் அருகில் வந்தது. அதன் கழுத்தை வருடிக் கொடுத்தான். அது தலையைக் குனிந்து கொண்டது. பிறகு அவன் பக்கத்தில் படுத்தது. சிறிது நேரம் கழித்து, ஆடு மேய்ப்பவன் ஒருவன் சுருக்கம் நிறைந்த முகத்தோடு அங்கு வந்தான். வந்தவன் கரீமையும் மானையும் கோல் கொண்டு பயமுறுத்தினான். அவனைக் கண்டதும் அந்த மான் ஓட, அதனை அவனும் ஆத்திரத்தோடு துரத்தினான். "இது எப்படி முடியும்'' எனக் கரீம் யோசித்தான். அப்பொழுது, இடி முழக்கம் ஒன்று குரல் கொடுத்தது; "விடியும்வரை நட்சத்திரங்களை எண்ணிக் கொண்டிரு. கணக்குத் தவறினால், உன்னை மணல் விழுங்கிவிடும்''. பயந்துபோன

கரீம் விழித்துக் கொண்டான். யாரோ துரத்துவதுபோல், வேகமாக அடி எடுத்து வைத்தான். நிமிர்ந்து வானத்தைப் பார்க்கும் துணிவு இப்பொழுது அவனுக்கு இல்லை. எனவே தான் எடுத்து வைக்கும் அடிகளை எண்ண ஆரம்பித்தான். மிகவும் சோர்ந்து போய், பழங்கள் காய்ப்பதை நிறுத்தியிருந்த ஒருபேரீச்சமரத்தின் முன் வந்து நின்றான். அங்கேயே தூங்கிப் போனான். காலையில், சுள்ளென அடித்த சூரிய வெளிச்சமும், சில குதிரைகள் எழுப்பிய சத்தமும் அவனை விழிக்க வைத்தன. சண்டைபிடித்த அந்த ஆடுமேய்ப்பவனை அடையாளங்கண்டு கொண்டவன் அங்கிருந்து தப்பியோட எழுந்தான். தண்ணீர் வியாபாரி ஒருவனை வழியில் சந்தித்தான். நல்ல குளிர்ச்சியாக இருந்த தண்ணீர் நிறைந்த மண்குவளை ஒன்றை அவனிடம் நீட்டினான். அப்பாவையும் நபூவையும் விட்டுவிட்டு வந்த வீட்டைத் தேடினான்.

அவன் விசாரித்த அனைவரும் "எந்த வீடு?" என்றே கேட்டனர். இங்கே, ஒரேயொரு பெரியவீடு தான் இருக்கிறது. அது முகமது பாஷாவுக்குச் சொந்தமானதாகும். அவர் அந்த வீட்டில் இறந்து அங்கேயே புதைக்கப்பட்டார். எனவே யாரும் உள்ளே போகத் துணிய மாட்டார்கள். அந்த வீடு கெடுதல் செய்யும் தீய ஜின்களால் ஆக்ரமிக்கப்பட்டுள்ளது. உன் பெற்றோர் அந்த வீட்டில் தங்க விரும்பியிருக்க மாட்டார்கள் என நினைக்கிறேன்.

"ஏன்?"

"ஜின்களுக்கு அவர்களைப் பாம்புகளாகவும், ஆடுகளாகவும் மாற்றிவிடக் கூடிய சக்தி இருக்கிறது".

"அது முடியாது. என் அப்பா இறைத் தூதரின் ... மை... மைத்துனர். அவனால் முடியா.... முடியாது... பாம்பு... பாம்பாக...?

அந்தச் சபிக்கப்பட்ட வீட்டுக்குத் தன்னை அழைத்துச் செல்லும்படிக் கேட்டுக் கொண்டான்.

"அரை மணிநேரம் நடந்து செல். ஒரு பெரிய குன்று தெரியும். அதைத் தாண்டிப்போனால் இரண்டாவது குன்று வரும். அதில் ஏறு. ஓரளவு பாழடைந்த நிலையில் சாம்பல் நிறத்தில் ஒரு கட்டடம் தெரியும். அது தான் அந்த வீடு. கதவுகள், இரட்டைத் தாழ்ப்பாள் இடப்பட்டு மூடியிருக்கும். நீ கதவைத் தட்டினால் கதவைத் திறக்க

யாரும் வர மாட்டார்கள். இரவு வரும்வரை காத்திருக்க வேண்டும். அப்பொழுது தான், அங்கு இருப்பவர்கள் உன்னைப் பார்க்க வருவார்கள். வாழ்த்துக்கள். கவனமாக இரு. கண்ணால் பார்ப்பதை எல்லாம் நம்பி விடாதே."

அவனால் இரவு வரும் வரை காத்திருக்க முடியவில்லை. அவர் களை இந்த ஊருக்கு அழைத்து வந்த கூண்டு வண்டியைத் தேடிப் போனான். ஒரு கனவானையும் கருப்புப் பெண்ணையும் யாரோ ஒருவர் பார்த்திருக்கிறார். ஆனால், அவர்கள் இந்த நகரை விட்டுப் போய்விட்டனர் என்று தெரிந்தது உவர்ஸஸாத்துக்குச் செல்லும் சாலையை நோக்கி ஓட ஆரம்பித்தான். இரண்டு துடிப்பான குதிரை கள் பூட்டிய தன் வண்டியில் அவனை ஒரு கிராமவாசி அழைத்துச் சென்றான். இப்படி ஒரு வழியாக மிகுந்த கவலையிலிருந்த "தன் அப்பாவையும் கூண்டு வண்டியையும் கரீம் கண்டுபிடித்தான். அந்தக் கிராமவாசிக்குச் சில நாணயங்களைத் தர அமீர் விரும்பியபோது அவற்றைப் பெற்றுக்கொள்ள அவன் மறுத்தான்.

"பணம் வேண்டாம். உங்கள் அன்பும் ஆசியும் இருந்தால் போதும் ஹாஜி!" என்றான்.

பதற்றத்தில் அமீர் வெளிறிப் போயிருந்தான். நபூவோ தூங்கிக் கொண்டிருந்தாள். கெட்ட கனவுகளும், பயங்கரச் சத்தங்களுமாகக் கழிந்த இரவு அனுபவத்தைக் கரீமிடம் அவன் விவரித்தான். அந்த வீட்டைக் காலி செய்து விட்டு உவர்ஸஸாத் சாலையில் ஓடிக் கொண்டிருக்கும் ஒரு குழந்தையுடன் போய்ச் சேருமாறு யாரோ ஒருவர் அவர்களுக்குக் கட்டளையிட்டுள்ளார்.

தனக்கு நேர்ந்த அனுபவத்தைக் கரீம் சொல்லாமல் தவிர்த்தான். சூரியன் உச்சியை அடைந்த நேரத்தில், வண்டியோட்டி அந்த மலையின் பக்கவாட்டில் இறங்கிச் சிறிய நீரூற்றை நோக்கிச் சென்றான். அங்கு இறங்கி, ஆலிவ் எண்ணெயில் தோய்ந்த ரொட்டித் துண்டுகளைச் சாப்பிட்டனர். நபூ கொஞ்சம் விலகி இருந்து கொண்டாள். அப்பாவும் பிள்ளையும் தங்களுக்குள் பேசவேண்டியது நிச்சயமாக ஏதாவது இருக்கும் என்று நினைத்தாள்.

சென்ற இரவு அனுபவம் ஏற்படுத்திய அதிர்ச்சியிலிருந்து மீள முடியாமல் இருந்த கரீம், ஜின்கள் பற்றியும், நன்றாகப் பேசும் சக்தியடைந்த பூனை பற்றியும், சில நிழலுருவங்கள் குறித்தும்

பேசினான். "பயங்கரம்" என்ற சொல் அடிக்கடி அவன் பேச்சில் தொடர்ந்து வந்தது அவனை அமைதிப்படுத்த அமீர் அவனைப் பார்த்துச் சிரித்து, அவன் நெற்றி மீது கை வைத்துப் பேசினான்.

"நாங்கள் இருந்த வினோதமான வீட்டில், பாம்பு ஒன்று எங்களிடம் பேசியது. ஏதோவொரு ஐந்துவால் தீண்டப்பட்டு, அங்கிருந்த வீட்டுப் பணியாளன்தான் அப்படி இரவில் மட்டும் பாம்பாக மாறியதாகத் தெரிகிறது. அது எங்களிடம், "நான் பார்க்கப் பாம்பாகத் தான் தெரிவேன். ஆனால் என் பெயர் துக்காலி. இந்த வீட்டின் காவல்காரன். பயப்படாதீர்கள், நான் கடிக்க மாட்டேன். எந்தத் தீங்கும் செய்ய மாட்டேன். நான் உங்களைப் பயமுறுத்தி என்னைக் கவனிக்க வைப்பேன், அவ்வளவுதான். ஆனால் விடிந்தவுடனேயே மீண்டும் எனக்கு மனித உருவம் கிடைத்துவிடும். அப்பொழுது நான் தீயவனாக, மிகவும் கெட்டவனாக மாறிவிடுவேன். எனவே நான் உங்களிடம் சொல்லி வைப்பதெல்லாம் இதுதான். வெளிச்சம் வருவதற்குள் புறப்பட்டு விடுங்கள். என்னைப் போலவே கெட்டவனாக இருங்கள். இந்தப் பைத்தியக்கார உலகில் தீய ஒழுக்கம் மட்டுமே அதாவது பெரும் தீமை மட்டுமே வெல்ல முடியும்". என்று அப்பாம்பு கூறியது.

நபூ இதை எப்படி எதிர் கொண்டாள் எனக் கரீம் கேட்டான்.

"நம்மைவிட இதுபோன்ற விஷயங்களில் அவளுக்கு அதிகப் பரிச்சயம் உண்டு. அவள் அதிக மனோபலம் படைத்தவள். அவளைப் பற்றி எனக்குக் கவலையில்லை. அவள் வீட்டுக்குப் போனதும், அந்தச் சூழ்நிலைக்கு நன்கு ஒத்துப்போவாள் என்பதுடன் உன் அம்மா வைக்கூடக் கவர்ந்து விடுவாள். அவள் நல்ல அறிவாளி. பள்ளிக்குச் செல்லவும் தன் நாட்டுமொழிக்கு அப்பால் மற்ற மொழிகளைக் கற்கவும் வாய்ப்பைப் பெற்றவள்.

"அப்படியானால் மமூஷ்?"

"உன் அம்மா, அவளுடைய தலைமுறையைச் சேர்ந்த மற்ற பெண் களைப் போலவே பள்ளிக்குச் செல்லவில்லை."

"நீ"

"நானா? எங்கள் காலத்தில், ஆண்கள் மட்டுமே பள்ளிக்குச்

செல்ல முடியும் என்பதால் "முக்கியஸ்தர்களின் பிள்ளைகளுக்கான பள்ளியில்" சேர்ந்து படிக்கும் வாய்ப்புக் கிடைத்தது. காலையில் பிரஞ்சு, பிற்பகலில் அரபு மொழி கற்றுத் தந்தனர்.

கரீம் மீண்டும் "பயங்கரம்" என்னும் வார்த்தையை உச்சரித்தான். அப்பாவை விட நம்பிக்கை குறைந்தவனாக இருந்த கரீம், நபூவுக்கும் தன் அம்மாவுக்குமிடையே மோதல் ஏற்படலாம் என பயந்தான். அந்தப்பாம்பு, ஏன் தீய குணத்தைப் பெருமையாகப் பேசியது என யோசித்துப் பார்த்தான். எப்படி நன்மையை விடத் தீமையைத் தேர்ந்தெடுப்பது நல்லதாகும்? அவனுடைய வியப்பைப் புரிந்து கொண்ட அமீர், வாழ்வில் தான் புரிந்து கொண்ட உண்மையை அவனுக்கு விபரமாக விளக்கினான்.

"மற்றவர்களைக் காட்டிலும் தீயவர்கள் நீண்ட காலம் வாழ்வார்கள். காரணம், பெரிதாக வேறு எதுவுமில்லை; எதுவும் அவர்களைப் பாதிக்காது என்பதுதான். அவர்களுடைய சுயநலமும் கல்மனமும் அவர்களைப் பாதுகாக்கின்றன. அவர்களது உடல் எல்லாவற்றையும் தாங்கும். ஏனெனில், அவர்களுக்கு ஏமாற்றமோ தடைகளோ எதுவும் ஏற்படாது. அவர்கள் தீங்கு செய்துவிட்டு அதேநேரத்தில் எதுவும் ஏற்பட்டுவிடுமோ எனப் பயமின்றியும் இருப்பார்கள். எதைப் பற்றியும் கவலைப்படாமல், மனிதாபிமானமற்றவர்களாக இருப்பதுதான் அவர் களுடைய பலத்துக்குக் காரணம். நற்குணமோ, பரிதாபமோ, பாசமோ எதுவுமில்லை அவர்களிடம். சந்தேகப் பேர்வழியான அவர்கள், தங்களை அடக்கும் சத்திகளை முன்னதாகவே கணித்து அதற்கேற்பச் செயல்பட்டுவிடுவார்கள். நாகரீகமானவர்கள் போன்று தங்களைக் காட்டிக் கொள்வார்கள் என்பதில் சந்தேகமில்லை. ஆனால், நாம் அதனை நம்பிவிடக்கூடாது. பெரும்பாலும் இவர்கள் அதிக வயதாகித் தூக்கத்திலேயே இறந்து விடுவார்கள். அவர்களது தீயகுணம் அவர்களை நல்ல உடல் நிலையில் வைத்திருக்க உதவும். ஒரு வேளை விருந்தோம்பலறியாத அவர்களது உடலை நோய் களும் கிருமிகளும் தவிர்ப்பதால் அப்படி இருக்கலாம். நம்மைத் தீயவர்களாக இருக்கும்படிப் பாம்பு அறிவுரை கூறியதற்கு இதுதான் காரணம். ஆனால், நம்மால் முடியாது; குறிப்பாக உன்னால் நிச்சயமாக முடியாது. நானோ, நபூவோ தீயவர்களாக இருக்க முடியாது. பரவாயில்லை. அதனால் எதுவும் நஷ்டமில்லை. நம்மிடையே உள்ள குறைகள், பலவீனங்கள் ஆகியவற்றோடு வாழும்போதுதான் வாழ்க்கை மிகவும் அற்புதமாக இருக்கும்."

கூண்டுவண்டி மீண்டும் புறப்பட்டபோது வெயில் கொஞ்சம் குறைந்திருந்தது.

உவர்ஸஸாத் அக்காலத்தில் பெரியதொரு குக்கிராமம்போல் காட்சியளித்தது. அரிதாகச் சில வீடுகளும், பயணிகள் தங்க ஒரு சிறிய விடுதியும் அங்கு இருந்தன. அந்த இடத்துக்கு அவர்கள் வந்து சேர்ந்ததும் தூரத்தில் மின்னும் வெளிச்சங்களைப் பார்க்க முடிந்தது. இசையும் அவர்கள் காதில் விழுந்தது. அந்த ஊரில் ஒரு சந்தையும் சர்க்கஸும் நடைபெறுவது வழக்கம். அந்தப் பகுதிக்கே அது ஒரு பெரிய பொழுதுபோக்காக இருக்கும். பக்கத்துக் கிராமங்களிலிருந்து அவற்றைப் பார்வையிட மக்கள் வந்து போவார்கள். சுற்றிலும் ஆங்காங்கே கூடாரங்கள் அமைக்கப்பட்டிருந்தன. அவற்றில் ஒன்றை அமீர் வாடகைக்கு எடுத்திருந்தான்.

காட்சி தொடங்கியது. பலமான இசையொன்று காற்றைக் கிழித்துக் கொண்டு ஒலித்தது. குட்டிக்கரணம் அடித்தபடிக் குள்ளர்கள் அரங் கத்தின் உள்ளே வந்தனர். அமெரிக்கப் படைவீரர்போல் வேடமணிந்த நிகழ்ச்சித் தொகுப்பாளர் ஒருவர் தெற்கிலிருந்து வரும் அற்புதமான ஆடல் அழகிகளில் மிகவும் கவர்ச்சிகரமான, அழகான, அற்புதமான அழகியான லாலா கெனாத்தா சற்று நேரத்தில் வர இருப்பதை அறிவித்தார். பெருத்த ஒலிக்குப் பிறகு, நீண்ட வெண்மை நிறக் கூந்தலுடன் ஒரு பெண் தோன்றினாள். அவள் முகத்தைத் திருப்பிக் கொண்டாள். பார்வையாளர்கள் பக்கம் அவள் திரும்பியபோது, சில நாட்களேயான தாடியும் பெரிய மீசையுமாக ஓர் ஆணின் உருவம்தான் தெரிந்தது. பளிச்சென்ற நிறத்திலான ஜிகினாக்கள் நிறைந்த துருக்கியர் அணியும் காஃப்தான் என்னும் அங்கியுடன் அவன் காணப்பட்டான். கரடுமுரடான குரலும் பெண்ணின் தோற்றமுமாக அவனைப்பார்க்க வேடிக்கையாக இருந்தது. அந்தப் பகுதி முழுவதும் நிலவி வந்த இந்த வேடிக்கையை அமீர் அறிந்திருந்தான். இந்த மாறுவேடம் குறித்து நபூவிடமும், தன் மகனிடமும் அமீர் விளக்கினான்.

"தன்மானமுள்ள பெண்கள் பொதுமக்கள் முன்னிலையில் இப்படி மேடையில் தோன்ற மாட்டார்கள். எனவே இந்த வேலைக்கு ஆண் களை அழைப்பதுதான் வழக்கம். தடித்த ஆண்குரல் இருந்தாலும், அவர்களால் பெண்களைப்போல் ஆடவும், பாடவும் தெரியும். இது வினோதமாக இருந்தாலும் யாரும் தெரியாமல் இங்கே வருவது இல்லை. இன்னும் கேட்டால், சிலருக்கு உண்மையில் பெண்களை விட இவர்களை அதிகம் பிடிக்கும்".

இதனை கரீமால் எளிதில் புரிந்துகொள்ள முடியவில்லை. அவனிடம் சொல்லப்பட்ட விஷயங்களைக் கோர்வையாகத் தொகுத்துப் புரிந்து கொள்ள முடியாமல் மிகவும் கஷ்டப்பட நேர்ந்தது. சோர்வு ஒருபுறமிருக்க முதல் நாள் இரவு நடந்த விவரிக்க முடியாத சம்ப வங்களும் சேர்ந்து கொண்டதால் அவன் மிகவும் களைப்பாக இருந்தான்.. அவன் பேச்சு மேலும் திக்கியது. அவனுக்கு ஓய்வும் அமைதியும் தேவைப்பட்டது. இருந்தபோதிலும், இந்தக் காட்சியைப் பார்க்க அவன் ஆவலாக இருந்தான். கூடாரத்துக்குத் திரும்பிவிடலாம் என்று அவனுடைய அப்பா கூறியபோதிலும் அவன் கேட்கவில்லை.

நிகழ்ச்சித் தொகுப்பாளர் ஒருவர் பரிசுச் சீட்டுகளை "தெர்பா.... தெர்பா...? (வெற்றி பெற்றவன்) எனக் கூவி விற்றான். சில வாழைப் பழங்களுக்காகக் குரங்குகள் மேடையில் சண்டைபிடித்தன. பார்வை யாளர்கள் கைதட்டி ஆரவாரம் செய்தனர். எல்லாம் நல்ல விதமாக நடந்து கொண்டிருந்தது. கொண்டாட்டமாக இருந்தது. பாலை வனம் தூரத்தில் இருந்தது. கரீமுக்குத் தன் குழந்தை மனதை மீண்டும் பெற்றதைப்போல் உணர்ந்தான். வாய்விட்டுச் சிரித்தான். அவன் மகிழ்ச்சியாக இருந்தான். அவனுக்கு ஒரு பரிசுச்சீட்டை அவனு டைய அப்பா வாங்கித்தந்தார். அது 777 என்னும் மந்திர எண். எப்படியும் பரிசு விழும் என உறுதியாக நம்பினான். சக்கரம் சுத்தி, 555 இல் நின்றது. அவனது மூட நம்பிக்கை தவறாகப்போனது. "ரவாயில்லை..." 'ப' என்று உச்சரிக்க மறந்து அப்படிக் கூறினான்.

இத்தகைய சத்தத்திலும் அலுப்பிலும் உடனே தூக்கம் வருவது என்பது கடினமாக இருந்தது. இருப்பினும், பிரச்சனை இல்லாமல் நபூவுக்குத் தூக்கம் வந்தது. அந்த இரவை வெட்ட வெளியில் நிலா வெளிச்சத்தில் கழிக்க விரும்பிய கரீமிடம், அவர்களது கூடாரத்தை விட்டு அதிகத் தூரம் செல்ல வேண்டாம் என்று அமீர் சொல்லி வைத்தான். கரீம் அருகில் வந்த குள்ளப்பெண் ஒருத்தித் தன் சிறிய மார்பகங்களை ஆட்டியவாறு அநாகரிகமான முறையில் கண்ணடித் தாள். அவனுக்கு இச்செய்கை சிரிப்பை வரவழைத்தது. அந்தக் குள்ளப்பெண் பயத்தில் அலறி விட்டு ஓட்டம் பிடித்தாள். அந்த இரவு மிகவும் குறுகியதாக அமைந்தது. காரணம், வண்டியோட்டி அவர்களை மிகவும் சீக்கிரமாக எழுப்பி விட்டான். பயணம் செய்ய அதிகாலை வேளையில் வீசும் குளிர்ந்த காற்று இதமாக இருக்கும்.

உவர்ஸஸாத் பகுதியை விட்டு வெளியேறும் நேரத்தில் கஸ்சுவானி என்பவனை அமீர் சந்தித்தான். ஃபேஸ் நகரைச் சேர்ந்த திறமையான வியாபாரியான அவனது கடை, திவான் பகுதியில் உள்ள அமீர் கடைக்கு நேர் எதிரில் அமைந்துள்ளது. அவன் மிகவும் பதற்றத்தில் இருப்பது போல் தெரிந்தது. அதுபற்றி அவனை அமீர் விசாரித்தபோது, ஊரில் பிரச்சனைகள் ஆரம்பமாவதாகவும் பிரஞ்சுக்காரர்களுக்கு எதிராக ஒருவித எழுச்சி ஏற்படுவதாகவும் தெரிவித்தான். மொராக்கோவுக்கு விடுதலை வேண்டும். பிரெஞ்சுக்காரர்கள் வெளியேறவேண்டும் என்ற கோரிக்கையோடு தேசியவாதிகள் கொண்ட குழு ஒன்று இயங்கி வருவதாக எங்குப்பார்த்தாலும் பேசிக் கொள்கிறார்கள். உச்சத்துக்குச் செல்லக்கூடிய குழப்பங்கள் குறித்து அந்தப் பணக்கார வியாபாரி கவலை தெரிவித்தான். அவன் கவலையைத் தெளிவாக விளக்கினான்.

“இந்தக் கிளர்ச்சிகள் நம் வியாபாரத்துக்குச் சாவுமணி அடித்து விடும். கிருத்துவர்களுக்கு எதிராகக் கும்பல் கும்பலாக கோஷம் எழுப்பினால் என்ன ஆகும் என்று யோசித்துப்பார். நம் கடையை மூட வேண்டியதுதான். நான் இப்பொழுது சினிமாவுக்குச் செல் கிறேன். திரும்பிவரும்போது, நான் விட்டுவிட்டு வந்த அதே நிலையில் என் கடை இருக்குமா என்று தெரியாது. தேசியவாதிகள் சிலர் இருக்கின்றனர். அதே நேரத்தில் சில கொள்ளைக்காரர்களும் இருக்கிறார்கள். அவர்கள் கிராமத்தில் இருந்து வந்த போக்கிரிகள்”.

பேசிக் கொண்டிருக்கும் போதே, அவனது பார்வை நபூவின்மீது விழுந்தது. அமீரைப் பார்த்துக் கண் சிமிட்டியபடி,

“பார்த்துக் கவனமாக இரு. இவளை உன்னிடமிருந்து அபகரித்து விடுவார்கள்” என்றான்.

அமீர் பதில் எதுவும் சொல்லவில்லை என்றாலும் பயம் அவனை ஆட்கொண்டது. என்னைவிட்டு நபூ சென்று விட்டால் என்ன செய்வது? நபூவின் வறுமை நிலையிலிருந்து அவளை விடுவித்தவுடன் என்னைவிட பலமான, பணம் படைத்த ஒருவன் கிடைத் தால் அவன்பின் சென்றுவிட வாய்ப்புள்ளதே. மனதில் ஒரு நொடி சஞ்சலம் ஏற்பட்டது. நபூவும் அவனும் பார்த்துக் கொண்ட அடுத்த நொடி இத்தகைய சாத்தியக் கூறு மறைந்து மனம் அமைதி அடைந்து விட்டது. சிறிது நேரம் கழித்து, தூங்கப் போகும் முன், அவன்

யோசித்துப் பார்த்தான். "அவள் என்னை நேசிக்கிறாளா?" மீண்டும் இதையே வேறு விதமாக யோசித்துப் பார்த்தான். இது போன்றதொரு கேள்வியை லாலா ஃபாத்மா விஷயத்தில் நாம் ஒருபோதும் கேட்ட தில்லையே.

தன் அண்ணன் மகன் ஹஃபீதை நினைத்துக் கொண்டான். கிளர்ச்சி யாளனும் விடுதலை விரும்பியுமான அவனைப் பொறுத்தவரை, அரசக் குடும்பம் வெளியே போய்விட்டதைப் பயன்படுத்திக் கொண்டு நம் நாட்டை ஆக்ரமித்து அழித்துவந்த ஏகாதிபத்தியத்துக்கு முடிவு கட்ட வேண்டும் என்பான். அவன் ஒருவன்தான் இந்த வசனத் தைப் பேசி வருபவன். மொராக்கோ நாட்டு மக்களுக்கு, சுவீடனில் நடந்ததைப் பின்பற்றி ஜனநாயக முறையில் அடி எடுத்து வைக்க இது ஒரு பொன்னான வாய்ப்பு என்பதை ஏக்கத்தோடு திரும்பத் திரும்பச் சொல்லி வந்தான்; அவர்கள் தொடை நடுங்கிகள் என்பதும், துணிவும் சிந்தனையும் இல்லாதவர்கள் என்பதும் அவனுக்குத் தெரிந்தே இருந்தது.

பலமுறை அவனுக்கு விளக்கங்கள் தந்து புரிய வைக்க அமீர் முயன்றிருக்கிறான். ஆனால் பலனில்லை. அவன் கூறுவதுபோல, அது ஒரு "வெந்து அவிந்து போன மூளை, தனக்குப் பிரச்சனைகளை வர வழைத்துக் கொள்வதோடு நிறுத்தாமல் வீட்டில் உள்ள அனைவருக்கும் பிரச்சனைகள் உண்டாக்குபவன்". விவேகமான மனிதனாக, அமீர் தன் தேசிய உணர்வுகளை வளர்த்து வைத்திருந்தான். 1930 ஆம் ஆண்டிலேயே பிரஞ்சு நிர்வாகம் வட ஆப்ரிக்கர்களைக் குறித்து பெர்பேர் சட்டம்" (தாகீர் பெர்பேர்) நிறைவேற்றியது. அதன்படி, அப்பொழுது புழக்கத்தில் அரேபியர்களுக்கென இருந்த சட்டத்துக்கு மாறாக வேறு மாதிரியான சட்ட விதிகள் வகுக்கப்பட்டன. உடனே அச்சட்டத்தை எதிர்த்துப் பெரிய போராட்டம், ஊர்வலம் எல்லாம் நடைபெற்றன. அதில் தலைமையேற்று நடந்த தன் அப்பாவைப் பின் தொடர்ந்து அமீர் சென்றிருக்கிறான். அந்த ஊர்வலத்தில், "நாம் எல்லோரும் முஸ்லீம்கள். நாம் எல்லோரும் மொராக்கோவாசிகள்" என்ற ஒரே முழக்கத்தைத் திரும்பத் திரும்பச் சொல்லிச் சென்றனர். அந்த நாட்டின் பூர்வக் குடியான 'பெர்பேர்களை' ஒழித்துவிட பிரான்ஸ் விரும்பியது. அவர்கள் அரேபிய தாக்கத்தின் காரணமாக இஸ்லாமியர்களாகவே இருந்தனர். அவர்களுக்கென பிரஞ்சு பெர்பேர் பள்ளிகள் அமைக்கவும் திட்டமிடப்பட்டிருந்தது. மேலும் அவர்களுடைய பழக்க வழக்கங்களுக்கு முன்னுரிமை தரும் சட்ட

விதிகள் இயற்றும் திட்டமும் இருந்தது. இந்த நடவடிக்கைகள் மூலம் அப்போது பெர்பேர்கள் அதிக எண்ணிக்கையில் இருந்த மொராக்கோவைப் பிரித்து விடலாம் என பிரான்ஸ் திட்டமிட்டது. மக்களிடையே ஏற்பட்ட இந்த மாபெரும் எழுச்சி, காலனித்துவத்தைப் புகுத்த முனைந்த பிரான்ஸை பின் வாங்கச் செய்தது என்பது அமீரின் நினைவில் உள்ளது. தன் நாட்டின் விடுதலையைக் கோருவதில் தவறேதும் இல்லை என்று அவன் கருதினான்.

1947 ஆம் ஆண்டு, தன் நாட்டின் விடுதலையை அதிகாரபூர்வ மாகக் கோரிய அரசர் 5 ஆம் முகமது ஆற்றிய உரையைக் கேட்க தாஞ்சியர் நகருக்கு அமீர் பயணம் மேற்கொண்டிருக்கிறான். இஸ்திக்லால் கட்சியில் உறுப்பினராகச் சேர்ந்து, தவறாமல் ஆண்டுக் கட்டணம் செலுத்தி வருகிறான். அவனுடைய வீட்டின் அருகில் வசிக்கும் கசுவானி சுயநலமிக்கவன், கருமி. விடுதலையைப் பற்றிய அக்கறையில்லாதவன். பணம் சேர்க்க வேண்டும். அவ்வப்பொழுது 'பூஸ்பில்' என அழைக்கப்படும் புரோஸ்பெரின் விபச்சார விடுதிக்குச் சென்றுவர வேண்டும். இவைதவிர வேறு எதுவும் அவனுக்கு முக்கிய மில்லை.

மராக்கேஷ் நகருக்கு வந்து சேர்ந்ததும் கெடுபிடி அதிகமாக இருந்தது. காவலர்களும் படை வீரர்களும் கூண்டு வண்டிகளையும் சரக்கு உந்துகளையும் சோதனையிடுவதற்காக நிறுத்தினார்கள். இது போன்றதொரு அவமானத்தை அமீர் ஒருபோதும் சந்தித்ததில்லை. மொராக்கோ கொந்தளிப்பான சூழ்நிலைக்கு ஆளாகியிருப்பது அப் பொழுது அவனுக்குப் புரிந்தது.

பேருந்து நிலையத்தின் அருகில் உள்ள ஜெம்மா எல்ஃபினா சதுக்கத்தில் வண்டியோட்டி அவர்களை இறக்கிவிட்டான். பல மணிநேரம் காத்திருந்த பின்பே ஆட்டோ ஒன்று கிடைத்து அவர்கள் ஏறி அதில் அமர்ந்தனர். அந்த வண்டியில் இருந்த எண் பலகை இன்னமும் பிரஞ்சு மொழியில்தான் காணப்பட்டது. பெர்பேர் ஒருவர், பிரஞ்சு நகரான லியோனைச் சேர்ந்த நிறுவனத்திடமிருந்து அதனை வாங்கிச் சுற்றுலா பயணிகளுக்கு வாடகைக்கு விட்டு வந்தார். காத்திருக்கும் நேரத்தை வீணாக்காமல், அங்கிருந்த அருமையான மசூதியான குத்தூபியாவுக்கு நபூவையும் கரீமையும் அமீர் அழைத்துச் சென்றான். இந்த மசூதியின் தோழியாகக் கருதப்படும் ழிரால்தா என்னும் மசூதி செவீலில் உள்ளது. குத்தூபியா மசூதிக்குச் செல்ல

குதிரைவண்டியொன்றை அமர்த்திக் கொண்டனர். கரீம் வண்டி யோட்டியின் பக்கத்தில் அமர்ந்து, அவனிடம் தாங்கள் மேற்கொண்ட பயணம் குறித்துப் பேசிக் கொண்டு வந்தான். எல்லோரிடமும் எளிதில் தனிப்பட்ட விஷயங்களைக் கூறிவிடுவான். ஆனால் அவன் ஒருபோதும் தவறு செய்வதில்லை. யாரிடம் பேச வேண்டும் யாரைத் தவிர்க்க வேண்டும் என அவனுக்குத் தெரியும். இந்த நேரத்தில் அமீர், இந்த நகரின் அமைப்பு, மராக்கேஷ் தவிர ஹாவூஸின் பெரும் பகுதியின் மீது ஆளுமை செலுத்தித் தன்னிகரில்லாத தலைவனாக இருந்த பாஷா எல் கிலாவுயின் முக்கியத்துவம் ஆகியவை குறித்து நபூவிடம் விளக்கிக் கொண்டிருந்தான்.

கூடுதலாகக் கொஞ்சம் பணம் தரவே, ஆட்டோவின் முன் இருக் கையில் அமீருக்கும் நபூவுக்கும் இடம் கிடைத்தது. கரீம் உள்ளே சென்று அமர்வதையே பெரிதும் விரும்பினான். அவன் அவ்வப் பொழுது தன் உலகில் சஞ்சரிப்பதை அதிகம் விரும்புவான். மக்களிட மிருந்து விலகித்தன் இரகசியக் கனவுகளில் மிதக்கும் ஆற்றல் அவனுக்கு இருந்தது. இதுபோல் தனிமையில் இருக்கும் நேரத்தில் அவனைத் தொந்தரவு செய்யக்கூடாது என்பதை அமீர் தெரிந்து வைத் திருந்தான்.

பயணிகளுக்கு அறிவிக்கும் விதமாக ஓட்டுநர் கத்தினார்.

“மராக்கேஷ் காஸா, மராக்கேஷ் காஸா, இன்னும் ஒருமணி நேரத்தில் வண்டிபுறப்படும், வேகமான பயணம், காஸா போய்ச் சேர ஒரே நாள் பயணம், சீக்கிரம் வாருங்கள், சில இடங்களே மீதம் இருக்கின்றன”.

ஜெம்மா எல்ஃபினா சதுக்கத்தை ஜன்னலிலிருந்து நபூ கவனித்தாள். அந்தப் பரந்த திடலில், இசைவாணர்கள், நடனமாடுபவர்கள், கழைக்கூத்தாடிகள், ஜோசியம் பார்ப்பவர்கள், பாம்பாட்டிகள், தண்ணீர் வியாபாரி ஒருவர், சிகரெட் பிடிக்கும் குரங்கை வைத்து வித்தை காட்டுபவர், மிதிவண்டிகளில் வரும் பெண்கள், பிச்சைக் காரர்கள், குண்டூசி விற்பவர்கள் தவிர பாரம்பரிய உடையில் சில கருப்பு நிறக் கதை சொல்லிகள் கூடக் காணப்பட்டனர்.

ஓட்டுநரும் அவருடைய உதவியாளரும் மோட்டார் என்ஜினின் மூடியின் கீழ் தலையை வைத்துப் பார்த்துக் கொண்டிருந்தனர். இது நல்ல சகுனம் இல்லை. அடிக்கடி நேரும் விஷயமாக இருக்குமோ

என அமீர் சந்தேகித்தான். ஆம், வண்டி பழுதுதான். கொஞ்சம் நேரம் கழித்து, பயணிகளைப் பார்த்து உதவியாளர், அடுத்த நாள் காலை வரை வண்டி புறப்படாது என அறிவித்தான். காரணம், இந்தப் பழுதை நீக்க ஓர் உதிரிப் பாகம் தேவைப்படுவதாகவும், அதைப் பழைய கசாப்புக் கடைக்காரரான ஹமிதா லெ போர்ஜின் என்ற பிரபல இரும்புக்கொல்லர் மட்டுமே தயாரிக்க முடியும் என்றும் தெரிவித் தான். அவரைத் தேடி ஒரு பையன் சென்றான். அவர் மெதினாவில் வசிக்கிறார்; அவர் தன் இரண்டாம் மனைவியுடன் பகல் தூக்கத்தில் ஈடுபடுவது வழக்கம். குறிப்பாக அந்த நேரத்தில் யாரும் தொந்தரவு செய்யக் கூடாது. மற்றவர்கள் தன்னைத் தேடி வருவதையும், வாடிக்கையாளர்களைக் காக்க வைப்பதையும் ஹமிதா விரும்புவார். பிரஞ்சுப் படையில் அவர் பழுது பார்ப்பவராகப் பணியாற்றிப் வந்ததாகவும், அங்குதான் அவர் ஒரு வாகனத்தில் உள்ள எல்லாப் பாகங்களையும் கழட்டி மீண்டும் அவற்றைப் பொருத்துவது எப்படி என்று கற்றுக் கொண்டதாகவும் சொல்லிக் கொள்வார். அட்லாஸில் அவர் மேற்கொண்ட பழுது பார்க்கும் வேலையின் போது அவரது கண்ணை இழக்கக் கூடிய அபாயமிருந்தது. இரண்டு மனைவிகள், தனது உபதொழில் இவற்றில்தான் தன் ஆர்வத்தை வெளிப்படுத்தி வருகிறார். கொல்லராக, அவருக்கு அதிக வேலை இல்லை. ஆனால், பழுது பார்க்கும் வேலை அடிக்கடி நிரம்பி வழியும். தேடி வந்த பையன் அவரைச் சீக்கிரமாக வருமாறு வேண்டினான். சலித்துக் கொண்ட அவர் தொடர்ந்து பழுதாகிப்போகும் அந்த வண்டியைத் தயாரித்தவனை வசைபாடிக்கோண்டே அந்தப் பையனுடன் சென்றார். போகும் வழியில் வறுவல்களுக்குக் கறி விற்கும் தன் மகனின் கடையில் சிறிது நேரம் நின்றார். கடை விரிவாக்கத்திற்கு அனுமதி பெறும் விஷயமாக 'கயீதை' (ஊர்த் தலைவரை) பார்க்க வேண்டும் என்பதை அவனுக்கு நினைவூட்டி விட்டுச் சென்றார். "நேற்று நான் சாப்பிட்டேனே அதே மாதிரியான கறியை அவருக்கு அனுப்பி வைக்க மறவாதே. கறி இல்லை என்றால் அனுமதி இல்லை!" என்றும் சொல்லிவைத்தார்.

அருகில் ஏதாவது தங்கும் விடுதி கிடைக்குமா என அமீர் தேடினான். அதிக நேரம் தேடவேண்டிய அவசியம் ஏற்படவில்லை. காரணம், அங்கு இருந்ததே ஒரேயொரு விடுதிதான். சதுக்கத்தின் அருகில் அமைந்திருந்த அந்த விடுதி, "உல்லாச விடுதி" என்னும் அசாதாரணப் பெயரைத் தாங்கி நின்றது. வேறு விதமாகச் சொன்னால் தங்கிப்போகும் விடுதி.

சதுக்கத்தை நோக்கிச் சென்ற கரீம், அந்த இரவை இத்தகைய சந்தேகத்துக்கிடமான, புதிரான ஆட்களிடையேதான் கழித்தாக வேண்டும் என நினைத்தான். தன் விடுதியில், "நிரம்பிவிட்டது" என்ற அறிவிப்புப் பலகையை வைப்பதற்காக அங்கு வரும் வாடகை வண்டிகளின் மோட்டார்களைக் கள்ளத்தனமாக கழற்றி விற்கும் வேலையை அந்த விடுதியின் காப்பாளர் செய்து வருகிறாரோ என்ற சந்தேகம் பரவலாக நிலவியது. இளம் பெண் தொடர வந்த அமீரின் தோற்றத்தால் கவரப்பட்ட அந்த விடுதிக் காப்பாளர், விடுதியில் இருக்கும் ஆகச் சிறந்த அறையினைத்தர முடிவுசெய்தார். ஃபிளைடாக்ஸ் என்னும் கொசுவிரட்டியின் தயவால் அந்த அறையில் கொசுக்கள் குறைவாக இருந்தன. ஆனால் அதிலிருந்து எழும்பிய கெட்ட நெடி அறை முழுவதும் பரவியிருந்தது. அதனையும் மீறிக் கொசுக்கள் இருந்தன. அவ்விஷயத்தில் எதுவும் செய்வதற்கில்லை என்றும், அவை வாடிக்கையாளர்களின் இரத்தத்தைக் குடித்து வாழும் மூட்டைப்பூச்சிகளின் அட்டகாசங்களைக் காட்டிலும் மிகவும் தந்திர மிக்கவை, அறிவு படைத்தவை எனவும் அந்த விடுதிக் காப்பாளர் கூறினார். அந்தக் கொசுக்கள் கிராமத்திலிருந்து வருகின்றன என்பது பார்த்தாலே தெரியும். பருத்துக் கருப்பாக இருந்த அக்கொசுக்கள், விகாரமாகவும் அகோரப் பசியுடனும் அலைந்தன. குறிப்பாக, உடும்புப் பிடியுடைய இவை, நகரில் அமைதியாக இருந்தமெலிந்த சிறிய கொசுக்களைக் கெடுத்துவிட்டதோடு அவற்றையும் மாற்றிவிட்டன.

அங்கிருந்த கட்டில் ஊஞ்சல் போல் இருந்தது. நடுவில் எதோ ஓட்டை விழுந்தது போல் பள்ளமாக இருந்தது. மெத்தையினைக் கணவருக்குத் தந்து விட்டு, தரையிலேயே படுத்து உறங்க நபூ முடிவு செய்தாள். ஒட்டியிருந்த பக்கத்து அறையில் ஒரு தம்பதி தீவிர சரசத் தில் ஈடுபட்டிருந்தனர். பெண் பெரிதாக சப்தம் எழுப்பினாள். அந்தச் சல்லாப சப்தங்கள் அவர்களுக்குச் சிரிப்பை வரவழைத்தன. நபூ நெளிந்தாள். இந்த அறையில், உடலுறவு வைத்துக்கொள்ள விரும்ப வில்லை என்பதை அமீருக்குப் புரியவைக்க முயன்றாள்:

"தரையில்கூடப் படுத்துத் தூங்கும் பழக்கம் எனக்கு இருக்கிறது. இது ஒன்றும் எனக்குப் புதிதில்லை. என் வாழ்வில் வசதியைக் கொண்டுவந்தவர் நீங்கள்தான். ஆனால், எப்பொழுது வேண்டுமானா லும் என் பழைய நிலைக்கு என்னால் திரும்ப முடியும். இதுதான் எங்கள் மூதாதையர்கள் எங்களுக்குக் கற்றுத்தந்த முதல் பாடமாகும்.

இதைக் கேட்ட அமீர்,

“உண்மைதான். எனக்கு அது தெரியும். ஆனால் என் முதல் மனைவி லாலாஃபாத்மாவுடன் நீ ஒத்துப் போகவும் வேண்டும். அவள் நல்ல பண்புகள் கொண்ட பெரிய இடத்துப் பெண்தான். ஆனால் தன் எதிர்ப்பையும், பொறாமையையும் நேரிடையாக வெளிப்படுத்தக் கூடியவள்.

“நிச்சயமாக அது நான் எதிர்பார்த்ததுதான். ஆனால், கவலைப் படாதீர்கள்”.

நபூ படுத்தவுடன் தூங்கி விட்டாள். தூக்கம் வராமல் இருந்த அமீரைப் பல யோசனைகள் வாட்டின. இயல்பாகவே அவன் அதிகம் கவலைப்படுகிறவன். என்னவெல்லாம் நடக்கும் என்று எதிர்பார்த்து வாழ்பவன். அதனால் அடிக்கடித் துன்பப்படுபவன், பலவீனமானவன். இதுவும் அவனுக்குத் தெரியும். தனது செயல் எதில் போய் முடியும் எனக் கணிக்க முயன்றான். தன் வீட்டுக்குப் போய்ச் சேர்ந்ததும், தன் வீட்டின் அருகில் வசிப்பவர்கள், வீட்டில் இருப்பவர்கள் ஆகியோரின் நடவடிக்கைகள், எல்லாவற்றுக்கும் மேலாக லாலாஃபாத்மா எப்படி நடந்து கொள்வாள் என்பதையெல்லாம் யோசித்துப் பார்த்தான். இத்திருமணத்தை ஏற்றுக் கொள்ளாதது போல் காட்டிக் கொண்டு வெளிவேஷம் போடுபவர்கள் ஒருபுறமிருக்க, எதுவும் சொல்லாமல் இருப்பவர்கள் மறுபுறமிருப்பார்கள். இரண்டு கருப்பு மனைவிகளிடம் தவறாக நடந்து கொண்ட தன் மாமா என்ன செய்வார் என்று இவனால் ஊகிக்க முடிகிறது. அவர் இதை எப்படிப் பார்ப்பார் என்று இவனுக்குத் தெரியும். இவன் வாழத் தேர்ந்தெடுத்த முறை குறித்து அவருடன் விவாதிக்க விரும்பவில்லை.

தொழுகைகளிலும் அவதூறுகளிலும் முழு நேரத்தையும் செலவிடும் வயதான பெண்ணான லாலாஃபாத்மாவின் அக்கா எப்படி நடந்து கொள்வாள் என்பதையும் இவன் அறிவான். தனக்குத் தெரியாத வர்களைப் பற்றிக் கூட அவள் அவதூறாகப் பேசுவாள். யாராக இருந் தாலும் அவர்களுடைய குறைகளைத் தோண்டியெடுப்பதில் அவளுக் குத் தனித் திருப்தி கிடைக்கும். அவதூறுபேசி முடிக்கும்போது, இஸ்லாமிய மதத்தில் இருக்கத் தகுதியற்ற இவர்களைத் தண்டிக் கும்படி, அல்லாவையும் அவரது இறைத்தூதரையும் வேண்டிக் கொள்வாள்.

தன் மகன்களில் ஒருவன் அம்மாவிடம் அதிகப் பாசம் வைத்துள்ளான். அந்த மகன் தன் மீது வைத்துள்ள மரியாதை நபூ வருவதால் குறையுமோ எனும் அச்சம் அமீருக்கு ஏற்பட்டது. ஆனால், அப்படி நிகழக்கூடிய சாத்தியக்கூறு குறைவு. நபூவைப் பார்த்ததும் எல்லோரும் கூச்சலிடுவது போன்றோ, அவளைக் கழிகொண்டு விரட்டுவது போன்றோ சில காட்சிகள் அவன் கற்பனையில் தோன்றி மறைந்தன. பரவலாக எழும் எதிர்ப்பிலிருந்து நபூவைக் காப்பாற்றும் நிலையில் அவளுக்கும், தன் மனைவிக்கும் இடையில் தான் இருப்பதாகவும் கற்பனை செய்து பார்த்தான். எவ்வித எதிர்ப்பும் தெரிவிக்காமல் வேலை செய்து மடிய வரும் கருப்புப் பெண்களை தங்கள் கணவர்களின் காம இச்சைகளைத் தணிக்கவும் உதவுகிறார்கள் என்று தெரிந்த போதிலும் வெள்ளை மனைவிகள் அவர்களைப் பொறுத்துக் கொள்வது வழக்கம். ஆனால், நபூ அப்படியான ஓர் அடிமை இல்லை. அமீர், அவள் மீது காதல் கொண்டதோடு தன் குடும்பத்தில் சேர்த்துக் கொள்வதில் உறுதியாகவும் இருக்கிறான். அவள் அடிமையும் இல்லை. வீட்டுப் பணியாளும் இல்லை. மாறாக, மதிப்புக்கும் மரியாதைக்கும் உரிய அழகான பெண்மணி. இப்படி அவன் தனக்குள் சொல்லிக் கொண்டாலும், எதார்த்தத்தில் இத்தகைய அன்புக்கும் இந்தப் பெண்ணுக்கும் எதிராக இருக்கும் உலகம் இரக்கம் காட்டாது என்பதை அறிந்திருந்ததால் பெருமூச்சு விட்டான்.

வீட்டையொட்டி இருக்கும் 'மஸ்ரியா' என்னும் ஒருவகை சிறிய அறையில் நபூவைக் குடி வைப்பது என அமீர் முடிவெடுத்திருந்தான். மதிப்பு வாய்ந்த பிரதிகளைப் படிக்க அமைதியான சூழல் தேவைப்படும் போது அங்குதான் அவனுடைய அப்பா செல்வார். மஸ்ரியா அதற்குப் பொருத்தமான இடமாகும். அந்த அறையில் ஓர் அலமாரி, ஒரு கட்டில், சில தலையணைகள் இருக்கும். அவள் வருகையை ஏற்றுக் கொள்ளத் தன் மனைவியைத் தயார்ப்படுத்தும் வரை அந்த இடம் நபூவுக்குப் பொருத்தமாக இருக்கும் என அமீர் கருதினான். அவளுடைய அழகைக் கண்டு பொறாமை கொள்ள மாட்டாள். ஏனெனில், அவளைப் பொறுத்தவரை வெள்ளையில்தான் அழகு இருக்கிறது. ஆனால் இந்தப் பெண் மீது நான் இந்த அளவு மோகம் கொண்டிருப்பதையும், அவள் மீது வைத்திருக்கும் அதே அளவு பாசத்தோடு நடந்து கொள்வதையும் அவளால் பொறுத்துக் கொள்ள முடியாது. அதுதான் பிரச்சனையின் முக்கிய முடிச்சு.

நடக்கக்கூடிய காட்சிகளை ஒவ்வொன்றாக மனத் திரையில் ஓட்டிப் பார்த்து அவ்வளவு சாதாரணமாக இந்த விஷயம் முடிந்து விடாது என்ற முடிவுக்கு வந்தான். இயல்பாக நற்குணம் கொண்டிருந்த போதிலும், கரீமிடம் அதிகமாக இவ்விஷயத்தில் நம்பிக்கை வைக்க முடியாது. காரணம், தன் தாயை அவனால் எதிர்த்துப் பேச முடியாது. தனக்குள் ஒரு திட்டம் வகுத்தான். முதலில் பரிசுப் பொருட்களைக் கொடுப்பது. பிறகு ஓய்வு. சில நாட்கள் சென்றபின் அழகான, மென்மையான நபூவை உள்ளே கொண்டுவருவது.

அதிகாலையிலேயே, விடுதிக்காப்பாளர் கதவைத் தட்டினார். டாக்சி பழுது பார்த்து முடிந்துவிட்டது. ஹமிதா லெ போர்ஜ் தன் சிற்றுண்டியை அங்கேயே சாப்பிட்டுக் கொண்டிருந்தார். ஆவியில் வேக வைக்கப்பட்ட ஆட்டுத்தலையொன்றினைச் சுவைத்ததோடு அதனுடன் அதிக இனிப்புக் கலந்த புதினா தேநீரையும் அருந்திக் கொண்டிருந்தார்.

அந்த விடுதியின் வாயிலில் கரீம் அவர்களுக்காகக் காத்திருந்தான். நபூவின் பையை அவன் தூக்கிக் கொள்ள, அவர்கள் பேருந்து நிலையத்தை நோக்கி நடக்கலாயினர்.

வாகன ஓட்டுனரின் முகம் இறுகியிருந்தது. உதவியாளர் இரவுப் பொழுதை ஹமிதாவுக்கு உதவுவதில் கழித்திருந்தார். ஒட்டகம் அல்லது ஏதோ ஒரு வேறு விலங்கினைச் காயப்படுத்தினால் சப்தம் எழுப்புமே அந்தச் சத்தத்துடன் மோட்டார் சுற்ற ஆரம்பித்தது. பயணி ஒருவர் அந்த எந்திரம் போய்ச் சேர வேண்டிய இடத்தைத் தான் அதாவது “மிர்ராக்ஷிக்காஸா’ என ஓலமிட்டு அறிவிக்கிறது என நினைத்தார், கோழி விற்பவரின் கூச்சலும் கேட்டது. இரண்டு சேவல்கள் தப்பிவிட்டன. இடதுபக்க வரிசையில், கரீம் அருகில் அமர்ந்திருந்தவர் மூன்று கோழிக்குஞ்சுகளை வாங்கினார். அவற்றில் ஒன்று தாகத்தில் தவித்துக் கொண்டிருந்தது. சீக்கிரத்தில் அது செத்துப் போகும். அவர்களுக்கு நேர் பின்புறம், ஓரளவு போதையில் இருந்த படைவீரர் ஒருவர் “துரூப்” சிகரெட்டுகளை ஊதித் தள்ளியதில் கொதித்த எண்ணெயின் நெடி பரவியது. தலைமேல் முக்காடிட்டு நபூ தூங்கிப் போனாள். அமீர் தன் ஜபமாலையை எடுத்து வேறு எதையோ யோசித்தவாறே அனிச்சைச் செயலாக உருட்ட ஆரம்பித்தான். நபூவுடன் உடலுறவு கொள்ள வேண்டும் என்ற இச்சை அதிகமாக மேலிடுவதை அமீர் உணர்ந்தான். நிச்சயமாக அதற்கான காலமோ

இடமோ அது அல்ல என்ற போதிலும் தன் உணர்வுகளை அவனால் தணிக்க இயலவில்லை. போதாக்குறைக்கு அவளது தலை அவன் மீது சாய்ந்திருக்க, அவளுடைய மார்பகங்கள் அவன் கையினை உரசிக் கொண்டிருந்தன. தன் மனதை வதைத்துக் கொண்டிருந்த சாத்தானை விரட்டிவிட்டு குரானிலிருந்து ஒரு சூராவை மனதுக்குள் ஓதினான். சில வாசகங்களை வாசித்துத் தொழுததில் அவனுடைய மனதில் அவை ஆழ்ந்த தாக்கத்தை ஏற்படுத்தின. அடக்கமுடியாத ஆசை, மன எழுச்சி எல்லாம் மறைந்து விட்டன. குறிப்பாக வெப்பத்தாலும் சொந்த வேலையாகப் பயணம் செய்யும் படைவீரரின் சிகரெட் புகையினாலும் புழுங்கிக் கொண்டிருக்கும் இந்த இடத்தில் அவன் உறுப்பில் இங்கிதமின்றி ஏற்பட்ட எழுச்சி இப்பொழுது இல்லை.

வாடகை வண்டி மெதுவாக நகர்ந்து சென்றது. அடிக்கடி நின்று போனது. உதவியாளர் அடிக்கடி வண்டியின் முன் பேழையைத் திறந்து எந்திரத்தைக் குளிர்வித்தார். இந்தச்சந்தர்ப்பங்களைப் பிச்சைக்காரர்கள் பயன்படுத்திக் கொண்டனர். வண்டிக்குள் ஏறித் தங்கள் நிலைமையைச் சொல்லிப் புலம்பினர். அமீர் எப்பொழுதும் பிச்சையிடும் வழக்கம் வைத்திருந்தான். எந்த ஒரு நல்ல இஸ்லாமியனுடைய கடமை அது. வெப்பத்தின் காரணமாக சுவாசிக்கத் தக்கதாகக் காற்று இல்லை. இத்தகைய அதிக வெப்பமான பருவநிலைக்கு நபூவைப் போல் அதிகப் பழக்கமில்லாத அமீருக்கும், கரீமுக்கும் இப்பயணம் பெரும் பாரமாக இருந்தது. கிராமவாசிகளிடமிருந்து வெளிப்படும் வாசனையை நகரவாசிகளால் தாங்கிக் கொள்ள முடியவில்லை. நகர வாசிகளின் பார்வையில் கிராமவாசிகள் எல்லோரும் கற்காலத்து மனிதர்கள், அழுக்கானவர்கள், நாகரீகமில்லாமல் ஓரளவு பின் தங்கிய வர்கள். தாங்கள் தான் நாகரீகத்திற்கும், பண்பாட்டிற்கும் காவலர் கள் என்ற எண்ணம் ஃபேஸ் நகரவாசிகளிடம் இருந்தது. மற்றவர் களெல்லாம் தங்கள் அளவு நாகரீகமடைந்தவர்கள் இல்லை என்று அவர்கள் கருதினர். அது ஒரு வகையான இனவேற்றுமை, வெளி யிலிருந்து வருபவர்களையும், அவர்களது பழக்க வழக்கங்களையும் புறக்கணிக்கும் மனப்பாங்கு. அவை அநாகரீகமாக இருப்பதாக நினைத் தனர். அவர்கள் அணிந்திருந்த ஆடைகளிலிருந்து மாட்டுச்சாணவாடை வருவதாகச் சொல்லி வெறுத்தனர். பொதுமக்களுடன் மேற்கொண்ட இப்பயணம் அமீருக்கும் அவனைப் போன்றவர்களுக்கும் பெரும் அசௌகரியமாக இருந்தது. ஆனால், அதனை அவன் வெளிக்காட்டிக் கொள்ளவில்லை. பக்கத்தில் அமர்ந்து இருந்தவன் குளிக்கவில்லை என்பதற்கோ, வேறு ஒருவன் இவன் முகத்தில் புகையை விட்ட

தற்கோ எதிர்ப்புத் தெரிவிப்பதில் பயனில்லை என்பதை அமீர் அறிந்திருந்தான்.

‘‘நகரங்களில் சிறந்த’’ ஃபேஸ் நகரையும், மொராக்கோவில் உள்ள மற்ற ஊர்களையும் ஒப்பிட்டுத் தன் அப்பா அடிக்கடிக் கூறியதை அமீர் கேட்டிருக்கிறான். பாரம்பரிய பழக்க வழக்கங்களைத் தீவிரமாகக் கடைப்பிடிக்கும் ஃபேஸ் நகரவாசிகள் தங்களுக்குள் வாழ்பவர்கள். மெக்காவுக்குச் செல்லவோ அல்லது இவர்களில் சிலர், செனெகல் நாட்டுக்கு வியாபார நிமித்தமாகச் செல்லவோதான் இந்தப் பழைய நகரை விட்டு வெளியே வருவார்கள். ஏனைய நாட்களில், நாட்டி லுள்ள மற்ற பகுதிகள் பக்கம் திரும்பிப் பார்க்காமல், அமைதியாகத் தங்கள் சிறிய தோட்டங்களில் பயிரிடும் வேலையில் ஈடுப்பட்டிருப் பார்கள். அவர்களுடைய மனைவிகளும், பெண்களும் பெரும்பாலும் வீட்டு வேலைக்குச் செல்வார்கள். அது அடிமைத்தனம் போல் தெரியும் என்றாலும் யாரும் அதைப் பெரிதாக எடுத்துக் கொள் வதில்லை. அவ்வப்பொழுது, மோசமாக நடத்தப்படுவதற்கு எதிராகக் குரல் கொடுக்கும் சம்பவங்கள் நிகழும். குடும்பத் தலைவர் தலை யிட்டவுடன் நிலைமை கட்டுக்குள் வந்துவிடும். எல்லோருடைய மனதிலும் மதரீதியான கடும் விசாரணையின் போது ஸ்பெயின் யூதர்கள் இஸ்லாமுக்கு மதம் மாறியதும், குறிப்பாக அந்த கொஹென் குடும்பத்தில் நடந்த துயரமான சம்பவமும் நினைவில் இருந்தன. வீட்டில் வேலை செய்த பணிப்பெண்களில் ஒருவரால், கொஹெனின் மனைவி தூங்கும்போது கழுத்து நெரிக்கப்பட்டுக் கொல்லப்பட்டார். கணவர் வியாபார நிமித்தமாக வெளியூர் சென்றிருந்தார். கொலை செய்த பெண் காவல்நிலையம் அழைத்துச் செல்லப்பட்டு, விரைவில் விசாரணை முடிந்து அவளுக்கு ஆயுள் தண்டனை தரப்பட்டது. அந்தச் சம்பவம் நடந்ததிலிருந்து, குடும்பத் தலைவர்கள் உறங்கப் போகும் முன் தங்கள் அறைகளைப் பூட்டிவிட்டுப் போகும் பழக்கத்துக்கு வந்தனர்.

வறுவல்கள் விற்கும் கடையின் முன் வாகனம் நின்றது. ஒரு கையால் கொசுக்களை ஓட்டிக்கொண்டே மற்றொரு கையால் அடுப்பைக் கவனித்துக் கொண்டிருந்தார் உரிமையாளர். அடுப்பிலிருந்து எழும்பிய புகைமேகம் அவரது முகத்தை மட்டுமே மூட முடிந்தது. அவர் போட்ட கூச்சல் அதனை மீறி ஓங்கி ஒலித்தது: “புத்தம் புதிய ஒட்டகக்கறி! ருசியான கறி மசியல்! “அதிக மசாலா கலந்த கறியடைத்த ரொட்டிகளை அமீருக்கும் நபூவுக்கும் வாங்கி வரும் வேலை

கரீமுக்கு இடப்பட்டது. அவற்றைப் பசியாறச் சாப்பிட்டுவிட்டுப் பெரிய குவளைகளில் வந்த புதினா கலந்த தேநீரைக் குடித்தனர். ஏறக் குறைய விருந்துச் சாப்பாடு போல் இருந்தது. ஆனால், சில மணி நேரம் சென்றதும், மிகவும் மென்மையான அமீரின் வயிறு அதனை ஏற்றுக் கொள்ளாமல் எல்லாவற்றையும் வெளியேற்றிவிட்டது. வாகனத்தை நிறுத்திய ஓட்டுநர், அமீர் வாந்தி எடுத்து முடிக்கும் வரை காத்திருந்தார். செரிமானப் பிரச்சனை எதுவுமில்லாத நபூ இதனைப் பார்த்து இரகசியமாகச் சிரித்துக் கொண்டாள். வண்டி மீண்டும் புறப்பட்டது. வெளிறிப்போயிருந்த அமீர், நபூவின் தோள் மீது தலைவைத்துக் களைப்படைந்த குழந்தை போல் அயர்ந்து தூங்கினான்.

ஜன்னல் வழியாக இயற்கைக் காட்சிகளை நபூ பார்த்துக் கொண்டு வந்தாள். பதின்மவயது நினைவுகள் அவளை ஆட்கொண்டன. அந்தக் காலத்தில், காஸாமான்ஸ் பகுதியைச் சேர்ந்தவரான அவளுடைய அப்பா, அவள் வெளியே செல்ல அனுமதி கேட்கும் போதெல்லாம் அவளுக்கு அறிவுரை கூறுவார். செனெகல்லைச் சேர்ந்த இப்பகுதி மக்களைப் பற்றிய கேலிகளுக்கு முக்கியத்துவம் தர வேண்டாம் எனச் சொல்வார். அப்பாவுக்கு அவளை மிகவும் பிடிக்கும். ஆண்களின் வெளிவேஷத்தை நம்பி ஏமாற வேண்டாம் என அறிவுரை கூறு வார். அந்தப் புனித மரத்திடம் சென்று உணர்வுகளைப் பகிர்ந்து கொள்ளும் பழக்கத்தை அவர்தான் அவளுக்குக் கற்றுத்தந்தவர். மேலும், இஸ்லாம் குறித்தும் கொஞ்சம் விளக்கியிருந்தார். அரேபிய முஸ்லீம்களிடம் மட்டும் கவனமாக இருக்க வேண்டும் என்றும் அவர்கள் பெண்கள்மீது எவ்வித மரியாதையும் இல்லாதவர்கள் என்றும் கூறுவார். ஆன்மீகத்தைக் குறித்து தனக்கேயுரிய எண்ணத்தை நபூ வைத்திருந்தாள். குறிப்பாக, மரணத்தைப் பற்றிய பயம் அவளுக்கில்லை. தான் இறக்கப்போவது அவளது தந்தைக் குத் தெரிந்திருந்தது. ஒரு நாள், அவளை அழைத்து, “தளபதி எப்போதும் கருப்பு மனிதர்களைத்தான் போருக்கு அனுப்புவார். பீரங்கிகளுக்கான உணவு நாம். நான் இறக்க நேரிட்டால், அது நம் மூதாதையர்களின் விருப்பமாகவும் இறைவனின் விருப்பமாகவும் இருக்கும்” என்றார். அவளுடைய அம்மாவைப் பொறுத்தவரை, வீட்டைப் விடப் பெரும்பாலான நேரத்தை இராணுவத்தில் கழித்த இந்தக் கணவரால் சோர்ந்திருந்த அவள், நபூவிடம் பேசும் போது, “உன்னைப்பற்றி எனக்குக் கவலையில்லை. கச்சிதமாக அமைந்த உன் உடல், பாதாம் பருப்பு போன்ற கவர்ச்சியான கண்கள், உன்

அறிவுக்கூர்மை இவற்றைக்கணடு நீ விரும்பும் கணவன் உனக்குக் கிடைத்துவிடுவான். உன் பார்வை, கண் அசைவு ஒன்று போதும். உன் அடியில் ஆட்டுக்குட்டி போல் வந்து விழுவான். இருந்தாலும் கொஞ்சம் கவனமாக இரு. ஆண்கள் ஏமாற்றுப் பேர்வழிகள், சுரண்டல்காரர்கள். எல்லாவற்றையும் முதலிலேயே கொடுத்து விடாதே. காத்திருக்க அவர்களுக்குக் கற்றுக்கொடு. கொஞ்சம் சாமர்த்தியமாக இரு. ஒருபோதும், அழுதுகொண்டு என் வீட்டுக்கு வராதே". என்று சொல்வாள். நிலைமை தெளிவாகத் தெரிந்தது.

பெரும்பாலான நாட்களைக் குழந்தைகள் எதுவுமில்லாத தன் தாய்வழி அத்தையின் வீட்டில்தான் நபூ கழித்தாள். அத்தையின் கணவர் கிராமத்தில் ஆசிரியராக வேலை பார்த்து வந்தார். நபூ எப்போதும் பள்ளியில் தான் இருப்பாள். நபூவுக்குப் படங்கள் வரை வதும், கதைகள் எழுதுவதும் பிடிக்கும். மாமா சொல்லும் அத்தனை விஷயங்களையும் நபூ படித்து விடுவாள்.

இவ்வளவு அக்கறையும், அன்பும் கொண்ட இந்த மனிதர் மீது காதல் வந்தபோது அவளுக்குப் பதினாறு வயதுதான் ஆகியிருந்தது. அவருடைய தயாளக் குணமும் மிகவும் மென்மையான கைகளும் அவளை வெகுவாகக் கவர்ந்து விட்டன. ஒருநாள், தற்செயலாக அவர் குளிக்கும் போது பார்த்துவிட்டாள். அப்போது ஆடையின்றி இருந்தார். தையல்காரியான தன் மனைவி வெளியே சென்றுவிட்டதால் தான் மட்டுமே தனியாக இருப்பதாக அவர் நினைத்தார். அவரது பெரிய, மெலிந்த கச்சிதமான உடம்பைப் பார்ப்பதைத் தவிர்க்க அவளால் இயலவில்லை. அவருடைய ஆண்குறி மீது அவள் பார்வை நின்றது. தன் வாயில் எச்சில் ஊறுவதைக் கண்டு ஆச்சரியமடைந்தாள். அவளுள் வினோதமான ஆசை உருவானதோடு தன் கால்களில் சூடான திரவம் வழிந்தோடுவதையும் உணர்ந்தாள். தன் கைகளை யோனியின் மீது வைத்துத் தடவிக் கொண்டாள். தனக்கு என்ன நேர்ந்தது என்று அவளுக்குத் தெரியவில்லை. அன்றிலிருந்துதான், இரவில் தூக்கம் வரும்முன் தன்னை இந்த அளவு கவர்ந்திழுத்த அவர் நிர்வாணமாக இருந்த காட்சிகளை மீண்டும் மனத்திரையில் ஓடவிட்டு, மெதுவாகவும் முறையாகவும் தன் ஆசைகளைத் தணிக்கத் தடவிக்கொள்ளும் பழக்கத்தை ஏற்படுத்திக் கொண்டாள்.

தையல்வேலைசெய்துவந்தஅவளுடையஅத்தைஇந்தஇளம்பெண் ஒன்றும் அப்பாவி இல்லை என்பதைப் புரிந்து கொண்டாள்.

அவளோடு பேச்சுக்கொடுத்து தன் கணவனை இப்பெண் விரும்புகிறாள் என்பதைக் கண்டுபிடித்தாள். இவ்வளவு நெருக்கமான உறவுடையவர் மீது இத்தகைய விருப்பம் ஏற்படுவது முறையில்லை என்பதையும், அதே குடும்பத்தைச் சேர்ந்தவர் இல்லையென்றாலும், அவளுடைய மாமா அவளுக்குத் தந்தையைப் போன்றவர் என்பதையும் அவளுக்கு விளக்கினாள். தலையைக் குனிந்தவாறு நபூ எல்லாவற்றையும் அழுதபடியே கேட்டுக் கொண்டாள். தன் தாயுடன் போய் வசிக்க அவள் முடிவு செய்தாள். ஆனால், அது விபரீதமாய் முடிந்தது. அவளைப் பார்த்தவுடன் அவளுடைய தாயின் தற்காலிகக் கணவன்களில் ஒருவன் அவளுடன் உறங்கத் துடித்தான். உடனே அங்கிருந்து ஓட்டம் பிடித்த அவள் பள்ளிக்கு மிக அருகில், யாரை விரும்பக்கூடாது என்றார்களோ அதே மாமாவிடம் தஞ்சமடைந்தாள். அவர் ஒன்றும் ஏமாந்தவரில்லை. அவளைப் பள்ளிக்கு வருமாறு அழைத்துச் சென்றார். பள்ளியின் கதவைத் திறந்து உள்ளே சென்று தனது அலுவலகத்தில் வைத்து அவளைத் துகிலுரித்தார். அவள் மிகவும் பயந்து போய் அழுதாள். அவளது தொடைகளைத் தடவியபடி மென்மையாக அணைத்து அவளை அவர் தேற்றினார். பிறகு எழுந்த போது, நடக்கக் கொஞ்சம் கஷ்டப்பட்டாள். சிறிது நேரம் ஓய்வெடுக்கும்படிச் சொல்லிவிட்டு, எலுமிச்சைச் சாறு கொண்டு வந்து குடிக்கவைத்துக் கொஞ்சம் தனியாக இருக்க அவளை விட்டார். இந்த இரகசியம் அவர்களுக்குள் இருக்க வேண்டும் என முடிவானது.

ஏறக்குறைய ஓராண்டுக்கும் மேலாக அந்த அறையில் அவர்கள் சந்தித்துக்கொண்டதுடன் சாதாரணப் பாயிலேயே உடலுறவு வைத்துக் கொண்டார்கள். நபூவின் நடை, உடை, பாவனையில் ஏற்பட்ட மாற்றத்தை அவளுடைய அத்தை கவனிக்காமலில்லை. ஒருநாள், உறுதியான முடிவுடன் அவள் எழுந்தாள். “நபூ மட்டும் அவருக்கு ஒரு குழந்தையைப் பெற்றுவிட்டால், என் கதி அவ்வளவு தான்! எனவே, இந்த உறவை முறியடித்தாக வேண்டும்” என நினைத்தாள்.

தன் கணவர் மீது எவ்வித அழுத்தத்தையும் தரக்கூடிய அளவிற்கு எந்தவொரு சக்தியும் அவளிடம் இல்லை. சிறிய சண்டை வந்தாலும், அவன் கிளம்பிவிடுவான். அங்கே ஆண்களை விடப் பெண்கள் அதிகம். பார்வையற்ற சூன்யக்காரரிடம் பிரச்சனையை அவள் கூறியபோது, தன்னால் எதுவும் செய்யமுடியாது என அவர் சொல்லிவிட்டார்.

நல்ல வேளையாக நபூ கர்ப்பமாகவில்லை.

ஒருநாள் துணி வியாபாரியைப் பார்க்கத் தன் அத்தையுடன் சென்ற போது, வெள்ளை ஆடையில் இருந்த அந்நியரான இஸ்லாமியர் ஒருவரை நேருக்கு நேராக நபூ சந்தித்தாள். ஏதோவொரு புதிரான குகையில் மாட்டிக் கொண்டு தவித்த ஒரு குழந்தையிடம் பேசுவது போல் அவளிடம் அவர் பேசினார்.

"நீ எங்குப் போகிறாய், எங்கிருந்து வருகிறாய். உன்னைப் பார்த் தால், ஏதோ சோகத்தில் உள்ளது போல் தெரிகிறது. உன்னைக் கவனித்துக்கொள்ள ஒரு தலைவன் உனக்குத் தேவை. இவ்வளவு அழகு படைத்த உன்னைப் பாதுகாக்க ஆள் இல்லாமல் நீ இருக்கக் கூடாது."

அமீர் பேசுவதைக் கேட்டுக் கொண்டிருந்த அவளுடைய அத்தை மிகவும் சந்தோஷமடைந்தாள். இந்த நபருடன் செல்லுமாறு அவளை ஊக்குவித்தாள். தன் கணவனிடமிருந்து அவளைப் பிரித்து அனுப்ப இது ஒரு நல்ல வாய்ப்பு.

"நான் அவளுடைய அம்மா இல்லை. அவளுடைய அத்தைதான். ஆனால் அவள் என் மகள் போன்றவள். அவள் இன்னும் வளர வேண்டும். அவளுடைய அப்பா இப்பொழுது இல்லை. அவள் அம்மாவோ திருமணங்களில் பாட்டுப்பாடிச் சம்பாதிப்பவள். குடும்பச் செலவுகளைச் சமாளிக்க கஷ்டப்படுகிறாள்" என்றும் விளக்கினாள்.

நபூ பேசவில்லை. ஆனால் உள்ளுக்குள் இந்தச் சந்தர்ப்பம் குறித்து ஆர்வத்தோடு யோசித்தாள். தன் மாமா மீது இருந்த நேசம் குறைந்திருந்தது. எனவே புதியதாக ஒரு காதலில் ஈடுபட இது சரியான நேரம்

வந்தவர் அவளிடம் பேச்சுக் கொடுத்தார்.

"உன் குரலைக் கேட்கலாமா?

"தாராளமாக அய்யா!"

இப்படிப் பேச நீ எங்கு கற்றுக் கொண்டாய்? மொலியரிடமா?

"ஆமாம். என் மாமா பள்ளி முதல்வராக இருக்கிறார்.

அவர்தான் எனக்கு எல்லாவற்றையும் கற்றுத்தந்தார்."

"உன் படிப்பைக் கெடுக்க நான் விரும்பவில்லை. தொடர்ந்து படி, எனக்கு அதனால் எந்தப் பிரச்சனையும் இல்லை.

இந்த இடத்தில் ஏதோ அவள் தன் சொந்த மகள் போல் அத்தை குறுக்கிட்டாள்.

"அய்யா, உங்கள் நோக்கம்தான் என்ன?"

"நல்ல நோக்கம்தான்! நேர்மையான நோக்கம்!" என்று பதில் வந்தது.

இப்படித்தான் சில நாட்கள் கழித்து, ஐம்பத்தெட்டு நாட்களுக்கு எனக் குறிப்பிட்ட காலத்துக்கு மட்டும் அமீர் அவளைத் திருமணம் செய்து கொண்டான். நபூ அப்போது பதினெட்டு வயதை நெருங்கிக் கொண்டிருந்தாள். அந்தப் பகுதியின் ஒரே மசூதியின் வாயிலில் மத ஊழியர்கள் இருவர் தங்கள் அலுவலகத்தை வைத்திருந்தனர். அவர்கள், ஒப்பந்தம் ஒன்றினை எழுதித்தந்தார்கள். அதில் மணக் கொடையின் தொகை, பரிசுப்பொருட்கள் விபரம், திருமண உறவுக் கான காலம் ஆகியவை குறிப்பிடப்பட்டிருந்தன. இளம்பெண் இத் திருமணத்துக்குச் சம்மதிக்கிறாளா என்பதையும் அவர்கள் உறுதி செய்து கொண்டனர். எனவே, அவளுடைய கையொப்பத்தை அமீரின் கையொப்பத்துக்குப் பக்கத்தில், அந்தத் தாளின் அடிப்பகுதியில் இட வைத்தனர். மத ஊழியர்கள் இருவரும் வந்து அமீரை முதல் 'உல்லாசத்திருமணம்' செய்து கொண்டமைக்காக வாழ்த்தினார்கள். நபூவும் அவளுடைய "கணவனும்" ஏதோ வெகுநாட்களுக்கு முன்பே அறிமுகமானவர்கள் போல் கைகோர்த்தபடிப் புறப்பட்டுச் சென்றனர்.

தேவையான வசதிகளுடன் கூடிய சிறிய வீடு ஒன்றில் அமீர் அவளைக் குடிவைத்தான். தங்களுக்கெனத் தனிக் குடித்தனம் போகும் வரை இல்லற வாழ்க்கையை அங்குத் தொடர்ந்தனர். ஆரம்ப நாட்களில் அவர்கள் சகஜ நிலைக்கு வரக் கஷ்டப்பட்டனர். அவள் தன்னை முழுமையாக அவனுக்கு ஒப்படைக்கவில்லை. அவனுடைய கைகளை வருட விட்டாளே தவிரக் களிப்பில் பங்கேற்க வில்லை. அவளிடம் அவன் கனிவாக நடந்து கொண்டான். கொஞ்சம் சங்கடப்பட்டாலும், பொறுமை காத்தான். பிறகு ஒரு நாள் இரவு, அவள் எல்லாவற்றையும் கவனித்துக் கொண்டாள். மகிழ்ச்சி

வெள்ளத்தில் அமீர் திக்குமுக்காடிப் போனான். பெண் ஒருத்தியால் இவ்வளவு சுகத்தைத் தர முடியும் என அவன் நினைத்ததில்லை. நெகிழ்ந்து வளைந்து கனிவோடு தன்னை அணைத்த இவ்வுடலின் லீலைகளைக் கண்டு வியந்தான்.

சில பெயர் தெரியாத கவிஞர்களின் வரிகளைச் சொல்லத் தொடங்கினான். அவனுடைய சொந்த வரிகளாகவும் இருக்கலாம். இன்ப வெறியில், வாயிலிருந்து எச்சில் ஒழுக, அவளுடைய பாதங்களை முத்தமிட்டான். கால் விரல்களை ஒவ்வொன்றாக நாவினால் வருடினான். பிறகு, தன் முகத்தை அவளது தொடைகளில் புதைத்தான். தொடர்ந்து தன் நாக்காலும், உதடுகளாலும் அவளுடைய மார்பகக் காம்பு, யோனி முடிகள் என எல்லாவற்றையும் கவ்வ முயன்றான். மோகம் தலைக்கேறி, உற்சாகத்தில் கத்தினான். பிறகு, எல்லையில்லாக் காம இன்பத்தின் சுரங்கமான இந்த மென்மையான உடல் மீது அப்படியே வீழ்ந்தான்.

நபூ எதுவும் பேசவில்லை. அவன் மனதில் தோன்றுவதையெல்லாம் பேசட்டும் என இருந்தாள். அவனிடம் தன்னை ஒப்படைத்துவிட்டு, அவன் இன்பத்தில் பிதற்றுவதைக் கேட்பதில் திருப்தியடைந்தாள். அவளுடைய மாமா அவளுக்கு இதில் சரியாகப் பயிற்சியளித்திருந்தார். ஓர் ஆணை எப்படித் திருப்தி செய்வது என்பதையும் அவனைத் தன் மீது எழுச்சி குறையாமல் தக்க வைப்பது எப்படி என்பதையும் அவள் புரிந்து வைத்திருந்தாள். சில நுணுக்கங்களை, வித்தைகளை அவள் கற்று வைத்திருந்தாள். அவை வெளிப்படையாகத் தெரியாவிட்டாலும் வியக்கத்தக்க பலன்களை அளிக்கக் கூடியவை.

ஒரு நாள் ஃபேஸ் நகருக்கு மீண்டும் செல்லலாமா என அமீர் யோசித்துப் பார்த்தான். தன் வெள்ளை மனைவியுடன் கழித்த அந்தரங்கப் பொழுதுகளை எண்ணிப் பார்த்த போது, அவனுக்குச் சிரிப்பும் அழுகையும் சேர்ந்து வந்தன. ஏன் நம் வெள்ளைப் பெண்கள் இவ்வளவு பயந்து போய், தயக்கத்துடன், நாணத்துடன், கூச்ச சுபாவத்துடனும் இருக்கிறார்கள்? அவனுக்கு ஆச்சரியமாக இருந்தது. ஆம் அதுதான். எனக்குத் தெரியும். பிள்ளை பெறுவதற்கு மட்டுமே அவர்கள் உறவு வைத்துக் கொள்கிறார்கள். ஓர் உடலின் இன்பத்தை முழுமையாகத் துய்ப்பதற்கில்லை. அந்த நாள்வரை, உடலுறவு என்பது உணர்ச்சியின்றி எந்திர கதியில் நடக்கும் செய்கை என நினைத்திருந்தான். அதாவது, மனைவி மல்லாக்கப் படுத்துத்

தொடைகளை விரித்து வைத்திருக்க, மீதத்தைச் செய்யும் பொறுப்பு அவனுடையது. அவன் விந்தை வெளியேற்றி முடித்ததும், தன்னை விடுவித்துக்கொண்டு, மனைவி நீட்டும் சிறிய துண்டால் துடைத்துக் கொள்வான். பிறகு திருப்தியடைந்தவனாய்த் தூங்கிப்போவான். இதுவரை அப்படித்தான் நினைத்திருந்தான். இந்த இன்ப எரி மலையைக் கண்டு கொண்டதிலிருந்து தன் பிள்ளைகளின் தாயான, சட்டப்பூர்வமான மனைவியுடன் மீண்டும் உறவு கொள்வது கடினமாக இருக்கும் என நினைத்தான்.

செத்தாத், பெரிதாக ஒன்றும் சொல்லிக்கொள்ள முடியாத அளவுக் குச் சிறு கிராமமாக இருந்த காலம் அது. எந்திரத்துக்கு ஓய்வு தரவும் ஓட்டுநர் சிறிதுநேரம் கண் அயரவும் வாகனம் அங்கு நீண்ட நேரம் நிற்க நேர்ந்தது. சில பிச்சைக்காரர்களைத் தவிர, அந்த இடத்தில் யாரும் இல்லை. பயணிகள் வந்திருப்பது தெரியவே, இருட்டில் வாகனத்தில் ஏறி கைகளை ஏந்தினார்கள். எல்லோரும் தூக்கத்தில் இருந்தனர். சிலர் குறட்டைவிட்டனர். சிலர் தூக்கத்தில் பிதற்றினர். அவர்களைக் கனவுகள் அலைக்கழித்துக் கொண்டிருந்தன. பயணிகள் அனைவருக்கும் மயக்க மருந்து செலுத்தப்பட்டது போன்றதொரு வினோதமான சூழல் அந்த வாகனத்தில் நிலவியது. வண்ணமயமான பெரிய ஆடைகளில், ஸகோராவின் ஆவிகள் கரீமுக்குத் தெரிந்தன. அவை இஸ்லாமிய நாடகத் தலைவர்கள்போல் ஆடிக்கொண்டிருந்தன. அவற்றோடு வந்து சேர்ந்துகொள்ளுமாறு கரீமை அழைத்தன. எழுந்த போது, அவன் கால்கள் மீனவர் ஒருவரின் வலையில் இருப்பதை உணர்ந்தான். மூழ்கி இறக்கும் நிலையில் ஆழ்கடலில் உயிருக்காகப் போராடிக் கொண்டிருந்தான். கூச்சலிட்டபடி விழித்துக் கொண்டான். இந்தப் பயங்கரமான கெட்ட கனவில் மீண்டும் விழுந்து விடுவோமா என்ற பயத்தில் அவன் மறுபடியும் தூங்க விரும்பவில்லை.

கரீமுக்கு நிறைய கெட்டகனவுகள் வந்தன. அது அவனுடைய ஊனத்தோடு தொடர்புடையதா அல்லது எல்லையற்ற அவனுடைய கற்பனையின் விளைவா எனத் தெரியவில்லை. வெளிஉலகின் மீதான அவனுடைய பார்வை எவ்விதக் களங்கமுமின்றித் தெளிவாக இருந்தது. மற்றவர்கள் கவனிக்காததைக்கூட அவன் பார்த்து விடு வான். அவனுடைய சுன்னத் சடங்கின் போது, பெண்கள் பலர் வந்து அவனை அணைத்துப் பரிசுப் பொருட்களைத் தந்து சென்றனர். வலி ஒருபுறம் இருந்தாலும், அவன் மிகவும் மகிழ்ச்சியாக இருந்தான். ஹூதா அவன் அருகில் வந்தபோது, தன்னை அவள்

அணைப்பதையும் பதிலுக்கு அவளைப் பார்த்துச் சிரிக்க வேண்டிய தையும் தவிர்ப்பதற்காகத் தூங்குவது போல் பாசாங்கு செய்தான். கவலையடைந்த அவனுடைய அம்மா காரணம் கேட்டபோது, "கெட்டவள்" எனச் செய்கையால் பதிலளித்தான். அந்தப் பெண்ணின் கெட்ட குணத்தை, அவள் செய்த முகபாவமும் சந்தேகத்துக்கு இடமின்றித் தெரிவித்தது. அம்மாவுக்கு மிகவும் ஆச்சரியமாக இருந்தது. உண்மையிலேயே ஹூதா ஒரு தீய பெண்மணி தான். கெட்டதையே பேசுபவள், பொறாமைக்காரி, சூனியம் வைப்பவள், பேயின் கூட்டாளி. அவளை முன்பின் பார்க்காமலேயே இவை அனைத்தையும் கரீம் புரிந்து வைத்திருந்தான். வேறு ஒருநாள், நாடோடியான தெரு வியாபாரி ஒருவன் வந்து வீட்டுக்கதவைத் தட்டினான். பிரான்ஸிலிருந்து இறக்குமதி செய்யப்பட்ட துணிகள் எனச் சொல்லி விற்றான். லாலா ஃபாத்மா ஏமாறப் பார்த்தாள். அந்த நேரம் அங்கு வந்த கரீம் துணியைத் தொட்டுப்பார்த்துவிட்டு 'வேண்டாம்' எனத் தலையசைத்து "ஜப்பான் சரக்கு" என்றான். மோசமான தரத்தில் பெருமளவில் ஜப்பானிலிருந்து பொருட்கள் வரத் தொடங்கியதிலிருந்து, எவையெல்லாம் அழகாக இல்லையோ அவையெல்லாம் ஜப்பானைச் சேர்ந்தவை என்ற வதந்தி பலமாக உலவி வந்தது. எனவே, கரீமும் அந்தப் பித்தலாட்டக்கார வியா பாரியை அப்படி நிராகரித்தான்.

குடும்பத்தில் கரீமை, 'நல்ல பையன்', 'வெள்ளை உள்ளம்' "நன்மையின் இருப்பிடம்", "கள்ளம் கபடமில்லாதவன்" எனக் கருதினர். சிலர் அவனை உண்மையாக நேசித்தார்கள். வேறு சிலர் அவனிடமிருந்து சற்றே விலகியிருந்தனர். ஒருநாள், ஊனம் என்பது தொற்று வியாதி இல்லை என்று அவனுடைய அப்பா சொல்லி யிருந்தார். இத்தகைய அவ நம்பிக்கையைப் பற்றி கவலையில்லை. கரீம் இதற்கெல்லாம் உயரிய நிலையில் நன்றாக இருந்தான். தன் இதயத்தில் ஏதோ சத்தம் கேட்கவே, ஆண்டுக்கு ஒருமுறை மருத்துவர் அதிரியேனைச் சந்தித்து வந்தான். அவர் பழைய நகருக்கு வெளியே பிரஞ்சு இராணுவ முகாமில் பணியாற்றி வந்தார். அவன் சிறுவனாக இருந்தபோது, ஒருநாள் அம்மாவுடன் பொதுக்குளியலிடத்துக்குப் போயிருந்தான். அங்குவந்த வயதான பெண் ஒருவர் இவனுடைய ரேகைகளைப் பார்க்க வலது கையினைக் காட்டச் சொன்னார். ஜோசியம் பார்ப்பவள் போல் அதனை ஆழ்ந்து கவனித்துவிட்டு, "பரவாயில்லை" எனக் கையினை விடுவித்தாள். அவள் என்ன சொல்ல வருகிறாள் என லாலா ஃபாத்மாவுக்கு விளங்கவில்லை.

அந்தக் குளியல் இடத்தின் வாயிலில் அமர்ந்திருந்த காப்பாளர் அம்மாவிடம் விளக்கினார். அந்த வயதான பெண், உள்ளங்கையின் நடுவில் நேர்க்கோடுடைய குழந்தையைத் தேடிக் கொண்டிருக்கிறாள். காரணம், இந்தக் குறிப்பிட்ட ரேகையுடைய பிள்ளைகள் மட்டுமே மறைந்துள்ள புதையல் ஒன்றைக் கண்டுபிடிக்கும் சக்தியுடையவர்கள் என்று ஒரு நம்பிக்கை உலவுகிறது. அண்மையில் இத்தகைய ரேகை யுடன் பிறந்த குழந்தை ஒன்றைக் கடத்திச் செல்ல போக்கிரிக் கூட்டம் ஒன்று முயன்றது. எல்லா வகையான புதையல்களும் இருப்பதாகச் சொல்லப்படும் மத்திய மொராக்கோவின் மலைத்தொடர்ப் பகுதியில் ஒரு கூட்டத்தினரிடம் குழந்தையை விற்றுவிடுவது அவர்களின் திட்டம். லாலாஃபாத்மாவுக்குப் பயத்தில் வியர்த்துக் கொட்டியது. கரீமின் கைகளைப் பிடித்துக் கொண்டு, யாராக இருந்தாலும் இனி எப்பொழுதும் கையைக் காட்டக் கூடாது என்று சொல்லி வைத்தாள்.

செத்தாத் பகுதியில் கொந்தளிப்பான இறுக்கமான சூழ்நிலை நிலவியது. வானத்தில் இயற்கையான நிறமில்லை. சில இடங்களில் வெள்ளையாகவும், சில இடங்களில் கருப்பாகவும் இருந்தது. எல்லோருக்கும் முன்பாக, அங்கிருந்து உடனடியாகப் புறப்பட்டாக வேண்டும் என்று கரீம் உணர்ந்தான். வாகன ஓட்டுநரிடம் இதனைச் சொல்ல கரீம் முயன்றான். ஆனால், அவர் பிறகு சொல் என்று சைகை காட்டினார். ஆனால், கரீம் மட்டும் இந்த இடத்தை ஏதோ ஒரு தீய சக்தி பிடித்துள்ளது என்பதில் உறுதியாக இருந்தான்.

உண்மையில் புழுதிப்புயல் தொடங்கியிருந்தது. அதே நேரம், வழியில் வரும் எல்லோரையும் தூக்கிச் செல்லக் கூடிய பயங்கரக் காற்றும் வீசியது. பயந்துபோன கரீம், அப்பாவின் கைகளில் முகத்தைப் புதைத்துக் கொண்டு கெட்டகனவில் விழித்துக் கொண்ட குழந்தை யைப் போல் அழ ஆரம்பித்தான். தொடர்ந்து நகர்வது என்பது கடினமாக இருந்தது. இந்த நேரத்தில் ஓட்டுநரும், உதவியாளரும் அந்த ஊர்க்காரர்கள் என்பதால் தங்கள் குடும்பத்தினரோடு சேர்ந்து உணவு உண்ணச் சென்றார்கள். காஸாவுக்குத் தங்களை அழைத்துச் செல்லும் அந்த நபர்கள் இந்தச் சாம்பல் காற்றினிடையே விரைவில் திரும்பவும் தோன்றுவான் என்ற எதிர்பார்ப்பில் பயணிகள் அனை வரும் காத்திருந்தனர். பயணி ஒருவர், “இறைத்தூதர் மேஃதிக்குக் காத்திருக்கவில்லை. ஓட்டுநருக்குக் காத்திருக்கிறோம்” என்றார். இறுதியில், அவர்கள் வாகனத்திலேயே தூங்கிவிட்டனர். விடியற் காலையில் அந்த இரண்டு தடியர்களும் வந்தனர். சோர்வடைந்த முகத்துடன் இருந்த அவர்களிடம் பீர் நெடி அடித்தது. வாகனம்

மீண்டும் புறப்பட்டபோது, ஏதோ ஒரு பேராபத்திலிருந்து தப்பியது போல் எல்லோரும் கை தட்டினர்.

பயணிகளைச் சோதனையிடுவதற்காக வழியில் வாகனத்தைப் போக்குவரத்துக் காவலர்கள் நிறுத்தினார்கள். மெக்னெஸில் பிரஞ்சுக் காரர்களைக் கொன்றிருக்கலாம் எனச் சந்தேகிக்கப்படும் இரண்டு ரௌடிகளைத் தேடுவதாக அவர்கள் தெரிவித்தனர். மொராக்கோவின் விடுதலைக்காகப் போராடும் தேசியப்போராளிகளைத்தான் அப்படிக் குறிப்பிடுகின்றனர் என்பதை அமீர் புரிந்து கொண்டான். அவன் எதையும் வெளிக் காட்டிக் கொள்ளாமல், தன்னுடைய அடையாள அட்டையினையும், நபூ, கரீம் ஆகியோரின் ஆவணங்களையும் எடுத்துக் காண்பித்தான். நபூவைக் கீழே இறக்கிய காவலர்கள் அவளைத் தீவிரமாகச்சோதனையிட்டனர். அவள்எதுவும்பேசாமல்சோதனைக்கு ஒத்துழைத்தாள். அவளை மட்டுமே சந்தேகப்பட்டனர். இச்செய்கை அவளுக்குக் கடும் கோபத்தை உண்டாக்கிய போதிலும் அவள் தன்னைக் கட்டுப்படுத்திக் கொண்டாள். எதிர்ப்புத் தெரிவிப்பதில் எவ்விதப் பயனுமில்லை. ஏனெனில், அவள் தன் நாட்டைவிட்டு வெளியே இருக்கிறாள் என்பதோடு, அவளுடைய அடையாளம் குறித்த ஆவணங்கள் அந்த அளவுக்கு ஒழுங்காக இல்லை. அமீர் பணத்தாள் ஒன்றை வாகன உதவியாளரிடம் தந்தான். அவன் அதனை அங்கிருந்த காவலர்களில் ஒருவரின் சட்டைப்பைக்குள் திணித்தான். நபூ தன் இருக்கைக்குத் திரும்பினாள். ஓட்டுநருடன் இரகசியமாகச் சில வாக்கியங்களைப் பரிமாறி முடிந்ததும், வாகனம் புறப்படக் காவலர்கள் அனுமதித்தனர். பயணிகளில் சிலர் உரத்த குரலில் சில விமர்சனங்களை வைத்தனர். மேலும் சிலர் விடுதலை கீதத்தை இசைத்தனர். தன் ஆதரவைத் தெரிவிக்கும் விதமாக, அப்பாடலுக்கு ஏற்றவாறு சிலமுறை ஒலிப்பானை அழுத்தினார் ஓட்டுநர். மராக் கேஷிலிருந்து புறப்பட்டு வெகு நேரமாகப் பயணிக்கும் இந்த வாகனத்தில் ஒருவழியாக இதமான சூழல் நிலவியது. வெற்றிகரமாக காஸாபிலான்கா நகருக்குள் நுழைந்ததும், ஃபேஸ், தாஸா, ஊஜ்தா ஆகிய பகுதிகளுக்குச் செல்லும் பயணிகள் அங்குக் காத்திருந்தனர். பேருந்து நிலையம் மிகவும் அசுத்தமாகவும், கடைகள் நிறைந்தும் காணப்பட்டது. பேருந்துக்குக் காத்திருப்போர் அமர ஒரு பலகை கூட இல்லை. சிற்றுண்டி விடுதியொன்றில் சில உணவு வகைகள் கிடைக்கும் என்ற விளம்பரம் காணப்பட்டது. பலமுறை பயன்படுத் தப்பட்டிருக்கக்கூடிய எண்ணெய்யின் வாடை வீசியது. நின்றிருந்த வாகனங்கள் புறப்பட்டபோது கக்கிய கரும்புகைமேகம் அந்த

இடம் முழுவதையும் விரைவில் ஆக்ரமித்துவிட்டது. மெலிந்து போன அழுக்கான பூனைகளும், அவ்வப்பொழுது உதை வாங்கும் நாய் ஒன்றும் அங்குத் திரிந்தன. பிச்சைக்காரர்களும் அங்குச் சுற்றித் திரிந்தனர். ஃபேஸ் ப்குதிக்குப் புறப்படும் லாக்ஸாவுவி வாகனம் கிளம்புவதற்கு இன்னும் பல மணிநேரம் காத்திருக்க வேண்டியிருக்கும்.

ஹாஜி ஹபீபைப் போய்ச் சந்திக்காமல், காஸாவைத் தாண்டி அமீரால் செல்ல முடியவில்லை. தாய் மாமாவான அவர், போருக்கு முன்பே ஃபேஸ் நகரைவிட்டுச் சென்று மொத்த வியாபாரம் செய்து பணம் பார்த்தவர். அவரை இவனுக்கு மிகவும் பிடிக்கும். ஏனெனில், அவர் வாழ்க்கையை நன்கு அனுபவிப்பவர்: தாராளக் குண முடையவர்: எவ்வித பாசாங்கும் இல்லாதவர். தன் சகோதரரும் வெள்ளைநிற மனைவியும் சேர்ந்து அந்த இரண்டு கருப்புப் பெண் களை முறைக்கேடாக நடத்தியபோது அவர்களுக்காகக் குடும்பத்தில் பரிந்து பேசிய ஒரே நபர் அவர்தான்.

நபூவையும், கரீமையும் சிற்றுண்டி விடுதியொன்றில் உட்கார வைத்துவிட்டு, மாமாவுக்குச் சொந்தமான கடைகளும், கிடங்குகளும் இருந்த பெரிய 'கிசாரியா' (திடல்) வுக்கு அமீர் சென்றான்.

அவனைப் பார்த்தவுடன், அவர் உற்சாகமாக வரவேற்றார்.

''என்னநீ ஆப்பிரிக்காவிலிருந்து வருகிறாயா! அதுதான் தெரிகிறதே! அஷூரா பண்டிகைக் குழந்தையைப் போல் சந்தோஷமாக இருக் கிறாயே. என் செல்ல கரீம் எப்படி இருக்கிறான். எனக்கு அவனை மிகவும் பிடிக்கும்!" என்றார்.

அமீர் நீண்ட பயணத்திற்கிடையில் வந்திருப்பது தெரிந்ததும், எல்லோரும் சேர்ந்து வீட்டுக்குப் போகலாம் என்று சொன்னார். தன் உதவியாளர்களிடம் போய் மற்றவர்களை அழைத்து வந்து தங்க வைக்குமாறு பணித்தார்.

முதன் முதலாக, கடிலாக் வாகனத்தை வாங்கிய மொராக்கோ நாட்டுக்காரர்களில் ஹாஜிஹபீபும் ஒருவர். விண்ணப்பித்து அமெரிக்கா விலிருந்து அது வந்து சேர ஆறுமாதம் காத்திருந்தார். அது அவரு டைய செல்லம், அவருடைய பெருமிதம். அவ்வப்பொழுது தனக்கு விருப்பமானவர்கள் பயன்படுத்தவும் அதனை அனுமதிப்பது அவர் வழக்கம்.

ஆன்ஃபா குடியிருப்புப் பகுதியில் அமைந்துள்ள அற்புதமான பங்களா ஒன்றில் அவர் வசித்து வந்தார். அங்கு அனைத்தும் சிறப்பாக இருக்கும். ஒருவழியாகப் பெரிய குளியலறை கிடைத்ததில் அமீருக்கு மிகுந்த சந்தோஷம். நபூவுக்கும்தான். மோசமான வாகனத்தில் அவர் கள் மேற்கொண்ட நீண்ட பயணத்தின் அசௌகரியங்களை மறந்து விட்டு, நன்கு குளிக்க வேண்டியிருந்தது.

தொழுகை செய்ய மெக்கா இருக்கும் திசை எது என அமீர் கேட்டுத் தெரிந்துகொண்டான். ஹாஜி ஹபீப் அவனுக்குத் திசையைச் சுட்டிக் காட்டினார். சாப்பிட்டு முடித்தபின், நாட்டின் அரசியல் நிலை குறித்து அவர்கள் விவாதித்தனர். ஹபீப், தேசியவாதிகளுக்கு உதவி வந்தார். அமீருக்குச் சில சந்தேகங்கள் இருந்தன. ஏனெனில், அடிக்கடி நிகழும் ஊர்வலங்களும் வேலை நிறுத்தங்களும் அவனுடைய வியாபாரத்தைப் பாதித்தன. தேசியவாதிகளுக்கு உதவும் படியும், பிரஞ்சுக்காரர்களுக்கு அதிகமாகப் பரிவு காட்ட வேண்டாம் என்றும் அமீரை அவனுடைய மாமா கேட்டுக் கொண்டார்.

மறுநாள் காலை, ஹாஜி ஹபீப், கரீமை எழுப்பி மேற்கூரையினைத் திறக்கக்கூடிய தன் கெடிலாக் வாகனத்தில் அவனை அமரவைத்து, அருகிலிருந்த விடுதிக்குச் சென்று சிற்றுண்டி சாப்பிட்டுவிட்டு வர அழைத்துச் சென்றார். மகிழ்ச்சி வெள்ளத்தில் திளைத்த கரீம் எழுந்து, முடி காற்றில் பறக்க, அந்த வழியாக போவோர் வருவோரைப் பார்த்து, அரசரைப்போல் கை அசைத்தான். இது அவனுடைய மாமா வுக்குச் சிரிப்பை வரவழைத்தது. அவனுக்கு ஒரு பரிசு வழங்குவதாக உறுதியளித்தார் அவர்.

சாப்பிடுவதென்றால் கரீமுக்கு மிகவும் பிடிக்கும். வேண்டாம் என ஒதுக்கவோ, போதும் என நிறுத்தவோ அவனுக்குத் தெரியாது. ஆனால், அவன் நிறைய உடற்பயிற்சி செய்வதால், அவன் குண்டாக வில்லை. வீட்டுக்குத் திரும்பும் வழியில், ஹாஜி ஹபீப், எழுது பொருட்கள் விற்பனை செய்யும் கடைக்குச் சென்றார். அதில் புத்தகக் கடை ஒன்றும் இருந்தது. அங்கு விற்பனைக்குள்ள தட்டச்சு எந்திரங்களைக் காட்டுமாறு கேட்டார். இத்தாலிய தயாரிப்பான "ஒலிவெட்டி" எனும் ஒரேயொரு வகை மட்டுமே காட்டப்பட்டது. அதனை வாங்கிய அவர் சில காகிதக் கட்டுகளையும் வாங்கி கொண்டார். கையால் எழுதுவதில் கரீமுக்குப் பிரச்சனை இருப்பதைத் தெரிந்திருந்த அவர், அவனிடம், "இதன்மூலம், வாரம் ஒருமுறை நீ

எனக்குக் கடிதம் எழுத முடியும். அதற்குமுன், இதை எப்படிப் பயன்படுத்துவது என்பதை உனக்குக் கற்றுத்தர யாராவது ஒருவரை அனுப்பி வைக்கிறேன்" என்றார்.

கரீமுக்கு மிகுந்த திருப்தி ஹாஜி ஹபீப்பின் கைகளை இறுகப் பற்றி, "உங்களை எனக்கு மிகவும் பிடிக்கும்" என்று சொன்னான்.

இரண்டு நாள் விருந்து உபசாரத்துக்குப் பின் ஃபேஸ் நோக்கிப் பயணத்தைத் தொடர அமீர் முடிவு செய்தான். மலைப் பள்ளத்தாக்கில் விழுவதிலும், பழுதாவதிலும் பெயர்போன வாகனத்தில் மீண்டும் ஏறுவது என்ற பேச்சுக்கே இடமில்லை. நேரத்தோடு புறப்பட்டுபோய்ச் சேராத தொடர்வண்டியும் வேண்டாம். மெக்னெஸூக்கும் ஃபேஸ் நகருக்கும் சரக்குகளை ஏற்றிச் செல்லும் ஹாஜி ஹபீபின் சரக்குந்தில் புறப்படுவது என முடிவு செய்தனர்.

அமீரும், நபூவும் முன் இருக்கையில் ஓட்டுநருக்குப் பக்கத்தில் அமர்ந்து கொண்டனர். கரீமும் உதவியாளரும் பின் இருக்கையில், துணிக்கட்டுகள் இருந்த வசதியான இடத்தில் அமர்ந்து கொண்டனர். தட்டச்சு எந்திரத்தை வெளியே எடுத்த கரீம், மனதில் தோன்றியதையெல்லாம் தட்டச்சு செய்தான். இந்தப் பரிசு கிடைத்ததில் மிகுந்த மகிழ்ச்சியடைந்த அவன், இதனை இன்னும் சிறப்பான முறையில் பயன்படுத்த, தனக்குக் கற்றுத்தருவதற்கு வர இருக்கும் ஆசிரியரைப் பெரும் ஆவலுடன் எதிர்பார்த்திருந்தான். வழியில் நிறைய சரக்குகளை இறக்க வேண்டியிருந்ததால், பயணம் கொஞ்சம் அதிக நேரம் பிடித்தது. மெக்னெஸில் பகல் உணவை முடித்தனர். அங்கே நிறைய காவலர்கள் காணப்பட்டனர். காரணம், எல் ஹஜெப் கிராமம், சில கிலோ மீட்டர் தொலைவில்தான் இருந்தது. அங்கு ஒரு பெரிய இராணுவ முகாம் இருந்தது. மேலும் அந்த ஓட்டுநருக்கும் உதவியாளருக்கும் நன்கு தெரிந்த ஒரு விபச்சார விடுதியும் இருந்தது.

ஃபேஸ் நகர் நெருங்க, நெருங்க அமீரின் இதயம் கனக்க ஆரம்பித்தது.

அத்தியாயம் – 4

அன்று காலை, காற்று மென்மையாக வீசிக்கொண்டிருந்தது. வெண்ணிற வானின் உச்சியில் புகை மூட்டத்தின் சுவடுகள் தெரிந்தன. மண்பாண்டம் செய்பவர்களும் ரொட்டிக் கடைக்காரர்களும் தங்கள் அடுப்புகளைப் பற்ற வைக்கும் நேரம் அது.

தூரத்திலிருந்து பார்க்கும் பொழுது ஃபேஸ் நகரம், பெரியதொரு வெண்ணிற பாத்திரத்திற்குள் சிறிய பாத்திரங்களைப் போட்டு மூடி வைத்திருப்பதைப் போல் தோன்றியது. முதன் முறையாக இங்கு வரும் எவரையும் ஃபேஸ் அதிசயிக்க வைத்துவிடும். மேற்கூரை களும், தளங்களும் தங்களுக்குள் உறவாடிக் கொண்டு அரேபியத் தன்மையொன்றை வரைந்து காட்டும். அது தூர தேசத்திலிருந்து வரும் விருந்தினர்களைக் கனவுலகிற்குக் கொண்டு சென்று விடும். அதற் கென ஒரு மணம், பிரத்தியேகமான வாசனை உண்டு. கி.பி. 808 ஆம் ஆண்டிலிருந்து இந்த மண்ணில் தெளிக்கப்பட்ட அத்தனை வாசனைத் திரவியங்களின் மணத்தையும் கொண்ட விவரிக்க முடியாததொரு வாசம். அந்த 808ஆம் ஆண்டு தான் இறைத்தூதர் முகமதுவின் நேரடி வழித்தோன்றலான முதலாம் முலே இதிரிஸினால் இப்பகுதி உருவான காலமாகும்.

இந்நகரின் தன்மை இதன் எல்லைகளைக் கடந்தும் பரந்து விரிந்திருக்கும். ஃபேஸ் நகரின் இசை, நாடு முழுவதும் பரவி ஒலித்தது. அருகில் உள்ள நகரில் வசிப்பவர்களுக்கு இது ஓரளவு இடைஞ்சலாகத்தான் இருந்தது. ஃபேஸ் பகுதி காலத்தின் கல்லறை, மகிழவைக்கும் இறையருளின் ஊற்று, உணர்வின் அலைக்கழிப்பினால் வருந்துபவர்களின் புகலிடம், தங்கள் கவிதைகள் மூலம் மங்கிய குறுகலான வீதிகளை இணைக்கும் கவிஞர்களின் சாய்விருக்கை. மேலும், இந்த இடம் வர்த்தகம், பரிவர்த்தனை, பஞ்சாயத்து ஆகிய வற்றிக்கு மட்டுமின்றி தங்கம், பட்டு உள்ளிட்ட எல்லாப் பொருட் களையும் ஏலம் விடுவதற்கான மையமும் கூட.. அனைத்தும் அதனதன் இடத்தில் இருக்கும். அதுதான் இந்த நகர் அழகின் இரகசியம். யூதர்களின் பொறுப்பில், தங்கம், தங்க இழைகள், முரட்டுக் கம்பளி அடைத்த மெத்தைகள் ஆகியவை இருந்தன. நகரின் நுழை வாயிலில் உள்ள மெல்லா என்னும் பகுதியில் அவர்கள் வசித்து வந்தனர். ஃபேஸ் இஸ்லாமியர்களுக்கு யூதர்கள் மீது கொஞ்சம் வெறுப்பு இருந்தாலும் அறவே புறக்கணிக்க மாட்டார்கள். மேலும் வன்முறை அதிகமில்லை. கலப்பு மணமும் இல்லை. இந்த இரண்டு பிரிவினரும் சேர்ந்து வாழும் நிலையினைக் குலைக்கும் விதமாக நிகழ்ந்த அச்சம் பவம், நகரில் உள்ள அனைவருக்கும் நினைவில் இருக்கும். லாராக்கி என்னும் ஃபேஸ் இஸ்லாமிய இறையியல் பேராசிரியரின் மகன் முராத், யூத மதபோதகர் ஒருவரின் மகளான சாராவைத் திருமணம் செய்ய விரும்பிய சம்பவம் பெறும் சர்ச்சையை ஏற்படுத்தியது. காதலர்கள் இருவரும் பிரான்ஸ் அல்லது பெல்ஜியம் போன்ற நாட்டுக்கு வெளி யேற வேண்டியிருந்தது. காதல் மோகத்தில் பாதைமாறிய இந்தப் பிள்ளைகளை மறந்துவிடும்படி இருதரப்பினருக்கும் அறிவுரை கூறப் பட்டது. பிரச்சனைக்குரிய அவர்கள் இருவரும் தங்களிடையே பிறந்து வாழவே இல்லை என்பது போல் அனைவரும் நடந்து கொண்டனர். ஆச்சரியம்படும்படி, இச்சம்பவம் இரண்டு குடும்பங்களையும் சில தொடர்புகள் மூலம் இணைத்து விட்டது. காதலர்களின் தாய்கள் இருவரும் தங்கள் பிள்ளைகளைப்பற்றி ஏதாவது தகவல் கிடைக்கும் என்ற எதிர்பார்ப்பில் இரகசியமாகச் சந்தித்துக் கொண்டனர். நாட்கள் கடந்தன. ஒருநாள், முராத்தும் சாராவும் யாருக்கும் தாங்கள் வருவதைச் தெரிவிக்காமல் கையில் குழந்தையுடன் வந்து இறங்கினார்கள். தத்தமது குடும்பத்தோடு இணைய இக்குழந்தை பிறந்தது தான் காரணமாக அமைந்தது. எனினும், உள்ளுக்குள் ஒருவித வருத்தம் இருந்து வந்தது. சில பெருமூச்சுகளிலும் வேண்டாவெறுப்பான பார்வைகளிலும் அது வெளிப்பட்டது.

ஒவ்வொரு வகையான கடைக்கும் ஒவ்வொரு ஊர் இருந்தது. இந்நகர் முறையாகவும் நடைமுறைக்கு ஏற்றவாறும் வடிவமைக் கப்பட்டிருந்தது. இதன்படியே மசாலாப் பொருட்களுக்கான பகுதி யான திவானில், அமீரின் கடை அமைந்திருந்தது. வீதியின் மறுபக் கத்தில் துணி வியாபாரிகள் இருந்தனர். தூரத்தில் ஏராளமான பறவைகள் சூழ்ந்த திடல் ஒன்றில் உலர் பழ வியாபாரிகள் குழுமியிருந்தனர்.

ஒருவிதப் பதற்றம் மனதில் இருந்தபோதிலும், வீட்டிற்குச் சீக்கிர மாகப் போய் லாலா ஃபாத்மாவுக்கும் மூன்று குழந்தைகளுக்கும் வாங்கி வைத்திருக்கும் பரிசுப் பொருட்களைத் தருவதற்கு அமீர் ஆவலாக இருந்தான். மனைவிக்காக அவன் வாங்கி வைத்திருக்கும் பரிசு அவளுக்கு அதிர்ச்சியாக இருக்கலாம். காஸாபிலான்கா நகரின் நகை கடைகளில் உள்ள ‘கிசாரியா’ வில் மிகவும் நேர்த்தியான தங்க வளையல்களை அவளுக்காக வாங்கியிருந்தான். அவற்றுக்காக அவள் ஏங்கிக் கொண்டிருந்தாள் என்பது அவனுக்குத் தெரியும். ஏனெனில் அவளிடமிருந்த வளையல்கள் பழையதாகிவிட்டன. எது எப்படி இருந்தாலும், இப்பரிசுப் பொருள் மூலம் நடக்கப்போவது எதையும் தடுத்து நிறுத்த முடியாது என்பதையும் அறிந்திருந்தான். சண்டை, சச்சரவு, குழப்பம், கூச்சல், அழுகை, பதற்றமான சூழ்நிலை என எல்லாம் உண்டாகிப் பிறகு தான் எல்லாம் சகஜ நிலைக்குத் திரும்பும்.

அடுத்த சில நாட்களுக்கு நபூவைத் தங்க வைக்கலாம் என எண்ணி யிருந்த ‘மஸ்ரியா’ (பண்ணை வீடு) வின் சாவி தன்னிடம் இல்லை என்பது நினைவுக்கு வந்தது. நபூவுக்குத் தெரியாமல் அவளை அமீர் பார்த்தான். அவள் முகத்தில் எவ்வித உணர்ச்சியும் தென்படவில்லை. செனெகல்லுக்கு வந்த முதல் நாளிலேயே அவனுக்கு இது தெரிந்து போனது. அதாவது ஆப்பிரிக்கர்களின் முகத்தை வைத்து எதையும் எளிதில் கண்டுபிடித்துவிட முடியாது என்பதைத் தெரிந்துக் கொண்டான். நிச்சயமாக, பழக்கமில்லாததும் அவர்களுடைய உடல் அமைப்புக் குறித்துத் தெரியாததும்தான் இதற்குக் காரணம். தட்டச்சு எந்திரத்தை கரீம் தன் மார்போடு அணைத்திருந்தான். ஓட்டுநரிடம் வாகனக் கதவைப் பூட்டுமாறு சொல்லவேண்டும் என அமீர் நினைத்தான்.

பிற்பகல் நேரத்தில் அவர்கள் சென்ற வாகனம் ஃபேஸ் நகருக்குள் நுழைந்தது. சரக்குந்து அவர்களைப் பாத்தா சதுக்கத்தில் இறக்கி விட்டது. மஸ்ரியாவுக்கு நேரிடையாக இட்டுச் செல்லும் வீட்டின் மற்றொரு வாயில் அருகில் தான் அந்தச் சதுக்கம் இருந்தது.

ஸியாத், அர்ஸா, ஆந்தாலூசியா போன்ற தார்ச்சாலை போடாத குறுகலான சந்துகளை அவர்கள் கடந்து செல்ல வேண்டியிருந்தது. ஓட்டுநர் நெட்டித்தள்ளியதில் கதவு திறந்து கொண்டது. பருவநிலை நன்றாக இருந்தது. மரங்கள் பூத்துக்குலுங்கின. யாரோ அந்த இடத்தைத் தயார் நிலையில் வைத்திருந்ததைப் போல் இருந்தது. மஸ்ரியாவில் அனைத்தும் ஒழுங்காக இருந்தன. நபூவைக் குடியமர்த்தியாகி விட்டது. உணவுக்குத்தேவையான பொருட்கள் அடங்கிய கூடையை நபூவிடம் கொடுத்த அமீர், அவளை எங்கும் வெளியில் செல்ல வேண்டாம் என்றும் யாருக்கும் கதவைத் திறக்க வேண்டாம் என்றும் சொல்லி வைத்தான். அந்த வீட்டில் மின்சாரம் இல்லை. அதனைச் சீர் செய்தாக வேண்டும். பயணக் களைப்பில் நபூவுக்குத் தூக்கம் சொக்கியது. கட்டிலில் படுத்தவள் உடனடியாகத் தூங்கிப் போனாள். இவ்வளவு எளிதாக அவளால் ஆழ்ந்து தூங்க முடிவது குறித்து அமீர் ஆச்சரியப்பட்டான். இதழ்களில் சிறு புன்னகையுடன் அகண்ட விழிகள் லேசாகத் திறந்திருந்த நிலையில் உறங்கிக் கொண்டிருந்தாள். கரீம், அமீர் ஆகியோரின் பெட்டிகளை வாகன உதவியாளர் வீட்டின் பிரதான வாயில் வரைத் தூக்கி வந்தார். தன் கணவர் வீட்டை நெருங்குவதைப் பார்த்ததும் தெரிவிக்குமாறு வீட்டின் தளத்தில் ஒரு பணியாளரை லாலா ஃபாத்மா நிறுத்தியிருந்தாள். அமீர் வருவதற்கு முதல் நாள் இரவு, விரைவில் அவன் வர இருக்கும் தகவலை அவளிடம் ஒருவன் சொல்லிவிட்டுச் சென்றிருந்தான். அவர்கள் வருகையை வரவேற்கும் ஆரவார ஒலிகள் அமீருக்கும், கரீமுக்கும் கேட்டன. சொர்க்க வாசனைப் பத்தி மணமும் வந்தது. கரீம் முகத்தைச் சுளித்தான். கொண்டாட்டங்களின் போதும் இறுதிச் சடங்குகளின் போதும் ஏற்றப்படும் இந்தப் பத்தி வாசனை அவனுக்குப் பிடிப்பதில்லை. ஆனால், இன்று கொண்டாட்டமான நாள். லாலா ஃபாத்மா, தங்க இழையால் தைக்கப்பட்ட பார்டர்களையுடைய தன் கஃப்தான் ஆடையில் அழகாக இருந்தாள். அவ்வளவாக ஒப்பனை செய்து கொள்ளாமல் இரண்டு மாத காலமாக வெளியூர் சென்று திரும்பும் கணவனைச் சாந்தமாக, கனிவாக, வரவேற்கக் காத்திருந்தாள். கரீம் அவளுடைய கைகளை முத்தமிட்டுத் தோள்மீது சாய்த்து கொண்டான். தட்டச்சு எந்திரத்தை அவளிடம் காட்டினான். கணவனை நெருங்கிய அவள், அவனுடைய வலது கையை எடுத்து முத்தமிட்டாள். அதுதான் வழக்கம். அவளை ஆசீர்வதிப்பதுபோல், அவள் தலை மீது தன் கையை வைத்தான் அமீர். அவன் தோள் மீது முத்தமிடுவதுபோல அவன் பக்கமாகக் குனிந்தாள். அப்பாவைப் பிள்ளைகள் அனைவரும் வந்து வரவேற்றனர். தூரத்தில், பத்தூலும்

பணியாட்களும் தங்கள் வாழ்த்துக்களைத் தெரிவிக்கும் விதமாக முத்தங்களைப் பரிமாறிக் கொண்டனர். இரவு உணவு தயாராக இருந்தது. உறவினர் சிலரை லாலாஃபாத்மா அழைத்திருந்தாள். பிரபு திரும்பியிருக்கும் இந்த நாள் விருந்து வைப்பதற்குரிய நாளாகும். எப்பொழுதும் மற்றவர்களைப்பற்றிக் கெட்டதைப் பேசத் தயாராக இருக்கும் தீய குணம் கொண்ட மைத்துனி சாதியா அங்கு இருந்தாள். மேலும், அவளது தீயகுணத்தை அவளுக்குள் வைத்திருக்க முடியாது.

"அந்தக் கருப்பினப் பெண்கள், கலூஷாத்துகள் என அழைக்கப் பட்டனர். அவர்களும் கருப்பாகத்தான் இருப்பார்கள்: மேலும் அவர்கள் வியர்வையும், கெட்ட வாடையும் கொண்டு அசுத்தமாகத்தானே இருக் கிறார்கள்?"

அமீர் எதுவும் பதில் கூறாமல் இருந்தான். அவள் அடுத்த விஷயத் துக்குத் தாவினாள்.

"அதுபோகட்டும், கரீம் என்ன இன்னமும் அப்படியேதான் பேசத்தடுமாறியபடி இருக்கிறானா?"

இதைக் கேட்டதும், அவள் பக்கமாக திரும்பிய அமீர், அவளைப் பேசாமல் இருக்கும்படிக் கூறினான்: இல்லையென்றால் தயவு தாட்சண்யமில்லாமல் அவளை வெளியேற்றிவிட முடியும் என்பதை யும் அவளுக்குத் தெரிவித்தான். பேச்சில் தொனியில் கடுமை தெரிந்தது. ஏற்கனவே ஒருமுறை, ஒழுங்கீனமாக அவள் நடந்து கொண்டதிற் காகத் தன் வீட்டைவிட்டுத் துரத்தியிருக்கிறான். எனவே அத்துடன் நிறுத்திக் கொள்ளவேண்டும்:. அடக்கி வாசிக்க வேண்டும் என்பதை அவள் புரிந்து கொண்டாள். மேலும், லாலாஃபாத்மாவும் அவளைப் பார்த்து அமைதியாக இருக்கும்படிச் செய்கை செய்தாள். அவளுக்குத் தீய குணம் வந்துவிட்டால் கண்கள் மஞ்சளாக மாறி, கடைவாயில் சிறிது எச்சில் ஒழுக, முகத்தில் சிறு சுழிப்பும் தெரியும். பார்க்க அருவருப்பாக இருப்பாள். உண்மையில் அவள் இரக்கமற்ற எவ்வித நல் இயல்புகளும் இல்லாத பரிதாபகரமான பெண்.

கரீமால், நபூவைப் பற்றிக் குறிப்பிடாமல் இருக்க முடியவில்லை. அவனுக்கேயுரிய மொழியில்,

"அழகு.. நா... நபூ... " என்றான்.

'யார் இந்த நபூ' என்று எல்லோருக்கும் ஆச்சரியமாக இருந்தது.

அது, தாங்கள் சந்தித்த பெண் ஒருத்தியின் பெயர் என்றும், அதைப் பற்றிப் பிறகு சொல்லலாம் என இருந்ததாகவும் அமீர் தெரிவித்தான்.

பிரச்சனை அத்துடன் முடியவில்லை. இரவு உறங்க செல்லும் முன், அமீரின் மனைவி அமைதியாக அவனைப் பார்த்துப் பேசினாள். "செனெக்கல்லிலிருந்து அடிமை ஒருத்தியை அழைத்து வந்திருக்கிறாய்? இல்லையா? நம்மிடம் ஏற்கனவே இரண்டு வேலைக்காரிகள் இருக்கின்றனர். சமையல்காரியோடு சேர்த்தால் மூன்று ஆகிறது. வந்திருப்பவள் உபரியாக இருப்பாள்". என்றாள்.

"இல்லை. அவள் அடிமை இல்லை. நான் ஒரு சுதந்திரமான பெண்ணை அழைத்து வந்திருக்கிறேன். அல்லாவின் நன்மதிப்பைப் பெற்ற நம் தூதர் முகமதுவின் நன் மொழிகளைப் பின்பற்றி, இளம் பெண் ஒருத்தியுடன் நான் ஒரு "முத்-ஆ" திருமணம் (அதாவது உல்லாசத் திருமணம்) செய்துகொண்டேன். அவள் பெயர் நபூ. அழகான பெயர் இல்லையா?"

"நான் என்ன சொல்வது? இறைவன், ஆண்களாகிய உங்களுக்கு நான்கு மனைவிகள் வரைத் திருமணம் செய்துகொள்ளக் கூடிய சாத்தியக்கூற்றைத் தந்துள்ளார். இறைவனின் விருப்பத்துக்கு எதிராக நான் செயல்பட விரும்பவில்லை. என்னால் பதற்றப்படமுடியும்; பாத்திரங்களை உடைத்தெறிய முடியும்; மோசம் போய்விட்டேன் எனக் கூச்சலிடமுடியும். அழுது புலம்பி என் பெற்றோர் வீட்டுக்குக் கூடச் செல்ல முடியும். ஆனால் நான் உனக்கு உரிமையானவள்; உன்மீது அதிகம் பாசம் வைத்திருப்பவள். உன்னைநான் இழக்க விரும்ப வில்லை. மற்ற மனைவிகளோடு சேர்ந்து வாழ நேர்ந்த எல்லாப் பெண்களைப்போல் நானும் நடந்துகொள்கிறேன். ஒரே நிபந்தனை, என்னிடம் அவள் மரியாதைக் குறைவாக நடந்து கொள்ளக்கூடாது. நான் உன் அதிகாரப்பூர்வமான மனைவி. எனக்கெனத் தனி உரிமையும் மரியாதையும் இருக்கின்றன.. யாரும் என்னை அவளோடு ஒப்பிட்டுக் கொண்டிருக்கக் கூடாது. எனக்கென்று ஒரு பெருமை உள்ளது. நான் ஓர் உண்மையான இஸ்லாமியப் பெண். நான் இறைவனுக்கு அடிபணிந்து நடப்பவள். உனக்கு உரியவள். எதிர்த்துக் குரல் கொடுத்த பெண்கள் எல்லோரும் தங்கள் குடும்பம், பிள்ளைகள், பெருமை என எல்லாவற்றையும் இழந்து விட்டனர். நான் பள்ளிக்கூடம் சென்றதில்லை. ஆனால், குரான் வாசகங்கள் மனப்பாடமாகத் தெரியும். குரானின் நன்மொழிகளையும் சட்டங்களையும் நான் பின்

பற்றி வருகிறேன். இந்த அந்நியப் பெண்ணிடமிருந்து நம்மைக் காப்பாற்றி, நம் குடும்பத்தையும் காப்பாற்றுமாறு நான் இறைவனைத் தொழப்போகிறேன். அவள் ஓர் அந்நியப் பெண்ணாகவே நீடிப்பாள், இல்லையா?"

அவள் பேச்சைக்கேட்டு அமீர் ஸ்தம்பித்து நின்றான். நீண்ட நாட் களாக இதற்கென அவள் தயாராக இருந்திருக்க வேண்டும் என்பது போல் அவளது பேச்சு இருந்தது. இப்படி நடக்குமென நிச்சயம் அவளுடைய உள்ளுணர்வு கூறியிருக்க வேண்டும். நபூவை வீட்டுக்கு அழைத்துவர வேண்டிய வேலைதான் அமீருக்கு மீதம் இருந்தது.

தன்னை அவனிடம் ஒப்படைக்கும் முன் லாலா ஃபாத்மா,

"மஸ்ரியாவில் தானே அவளைக் குடி வைத்திருக்கிறாய்?" எனக் கேட்டாள்.

"ஆமாம்; நீ எல்லாவற்றையும் சரியாக ஊகம் செய்திருக்கிறாய், எல்லாவற்றையும் புரிந்து வைத்திருக்கிறாய். உனக்கு நான் மிகவும் கடன் பட்டிருக்கிறேன். உன்னை இறைவன் காக்கட்டும். நம் வாழ்நாள் வரை நீ உடன் வர நல்ல உடல் நிலையை இறைவன் வழங்கட்டும்." என்றான்.

உடல் நிலையில் ஏதாவது பிரச்சனை ஏற்படும்போது சொல்லப் படும் வாசகம் அது. "நம் வாழ்நாளுக்கான உடல்நலத்தை இறைவன் வழங்கட்டும்" என அவளும் அவனுக்குத் திரும்பச் சொன்னாள்.

அவளிடம் காணப்பட்ட அமைதியான, அறிவுப்பூர்வமான அணுகுமுறையைக் கண்ட அமீர் தடுமாறிப் போனான். உறுப்பில் எழுச்சியே ஏற்படவில்லை. அவர்கள் இல்லற வாழ்க்கையில் முதல் முறையாக, கணவனின் உறுப்பை அவள் தன் வாய்க்குள் நுழைத்தாள். அவனும் இதுவரை அவளது அல்குலை முத்தமிட்டதில்லை. குளியல் இடத்தில் பேசிக்கொள்ளும் பெண்கள், இவையெல்லாம் மோசமான நடத்தையுடையவர்கள், விலைமகள்கள் ஆகியோரின் பழக்கங்கள் எனச் சொல்லியிருக்கிறார்கள்.

இப்படிச் செய்த போதிலும் அவனுடைய குறி விறைப்பின்றி, ஆசையின்றி, உற்சாகமின்றிதான் கிடந்தது. சிறிது நேரம் தன் கையில் வைத்து அதனை எழுப்பப் பார்த்தவள், பிறகு கைவிட்டாள். அவளை

அணைத்து, நன்றாகத் தூங்கு எனச் சொன்னான். அடுத்தநாள் காலை, முதல் நாள் இரவு அவள் காட்டிய துணிச்சலை அவனால் நம்ப முடியவில்லை. என்ன, வாயில் குறியை வைக்கும் வேலையை அவள் செய்கிறாளா! என்னவொரு நல்ல முயற்சி! பொதுவாக, ஃபேஸ் நகரின் எந்தவொரு நல்ல மேல்தட்டுப் பெண்ணும் சகித்துக் கொள்ளத் துணியாத செயலை லாலா ஃபாத்மா செய்யும் அளவு இவன் இங்கே இல்லாத அந்த நாட்களில் என்ன நடந்தது? ஆம் அந்தக் குளியல் இடம்தான்! அந்த இடத்தில்தான் வாய்க்கு வந்ததையெல்லாம் பேசுவார்கள். பெரும்பாலும் மூச்சை முட்டும் வெப்பம் உள்ள அந்த இடத்தில், பெண்கள் தங்களுக்குள் எவ்விதத் தணிக்கையுமின்றி எல்லாச் செய்திகளையும் தாராளமாகப் பரிமாறிக்கொள்வார்கள். அங்கு சாம்ரா இருப்பாள். விவாகரத்துப் பெற்ற பெண்ணான அவள் இப்போது திருமணத் தரகராக இருக்கிறாள். காலம் கடந்தும் திருமணமாகாத இளம்பெண்களுக்கு அவள் அறிவுரைகளை வாரி வழங்குவாள்.

"நீ உன் ஆளைப் பிடிக்க வேண்டும். உன் பிடியிலேயே வைத்திருக்க வேண்டும் என்றால், இரண்டு விஷயங்கள் முக்கியமானவை. ஒன்று உடலுறவு, மற்றொன்று உணவு. இரண்டிலும் உன்னையே அவன் சார்ந்து இருக்குமாறு பார்த்துக் கொள்ள வேண்டும். அவனிடம் எல்லாவற்றையும் உடனடியாகக் கொடுத்துவிடக் கூடாது. அவன் நாக்கில் எச்சில் ஊற வைக்க வேண்டும். ஏங்கச் செய்ய வேண்டும். காத்திருக்கும்படி வைக்க வேண்டும். புதிரை விடுவிக்காமல் காக்க வேண்டும். எல்லாவற்றையும் சொல்லிவிடக்கூடாது. மற்றுமொரு விஷயம், கருப்புப் பெண்கள் நம்மைவிட உடலுறவில் சிறப்பான வர்கள் என்று நம்பிக் கொண்டிருப்பதை நிறுத்துங்கள். அவர்களும் நம்மைப்போல் தான். ஒரே வித்தியாசம். உடலுறவில் முற்றிலும் சுதந்திரமாக இருக்கவேண்டும் என்பதையும், எந்தத் தடையும், விலக்கும் இருக்கக்கூடாது என்பதையும் அவர்கள் விரைவாகப் புரிந்து கொள்கின்றனர்.. அவ்வளவுதான். இதைத்தான் நான் உங்களுக்குக் கற்றுத் தருகிறேன். நீங்கள் தாராளமாக நடந்து கொள்ள வேண்டும்.. உங்கள் ஆளைப் பித்துப்பிடிக்க வைக்கும் அளவிற்கு உங்கள் உடம் பைப் பயன்படுத்துங்கள். மறந்துவிடாதீர்கள்; அவர்கள் துணிவில்லா தவர்கள். மிகவும் பலவீனமானவர்கள். அவர்களை எல்லா இடத் திலும் தடவிக் கொடுங்கள். எல்லா இடத்திலும் முத்தமிடுங்கள், தாராளமாகப் பழகுங்கள்.. இதன்மூலம் உங்கள் ஆசையும் அவர் களுடைய ஆசையும் மேலும் அதிகமாகும். உணவைப் பொறுத்

தவரை, சமையல்காரி வழக்கமாகச் செய்யாத சிறிய உணவு வகைகளை நீங்களே தயாரித்துத் தரவேண்டும். அவனுக்கு நன்றாக உணவிட்டு, நன்றாக அணைத்துப் பின் எல்லா இடத்திலும் முத்தமிட வேண்டும். இரகசியம் அவ்வளவுதான் என் தங்கைகளே!"

அடுத்து, ஆண்களின் பிறப்பு உறுப்புகளைப் பற்றியும் அவற்றின் அளவு, மொத்தம், வீரியம் ஆகியவற்றைப் பற்றியும் பேச்சு வரும். அந்த விஷயத்தில் சாம்ரா தெளிவாகப் பேசுவாள்:

"எப்பொழுதும் பெரிதாக இருப்பது அதிக இன்பத்தைத் தராது. அது ஒரு பழங்கால நம்பிக்கை. மேலும் வெள்ளை நிறத்தவர்களைவிடக் கருப்பு மனிதர்கள் அதிக வீரியமுடன் இருப்பார்கள் என நம்புவதை நிறுத்துங்கள். எல்லாம் மனதில்தான் இருக்கிறது. ஜட்டியில் இல்லை. என்ன சொல்கிறேன் எனத் தெரிந்துதான் சொல்கிறேன். திருமணமான இளம்பெண் ஒருத்தி கூறுவாள்: "கருப்பினப் பெண்களிடம் எவ்வித விலக்கும் இல்லை. ஆண்களுக்கு இவ்விஷயம் பிடித்தமானது. இதன் காரணமாகத்தான், சில பெண்களின் மார்பகக் காம்புகள் வெட்டப்படுகின்றன." சாம்ரா இதனைத் தெளிவாக்கினாள்: "அப்படி இல்லை, அவர்கள் அதிக சுதந்திரம் படைத்தவர்கள். மதம் அவர்களுக்குத் தடையாக நிற்பதில்லை. மேலும் நம்மிலிருந்து அவர்களுடைய பழக்க வழக்கங்கள் வேறுபட்டவையாக இருக்கின்றன." இந்த நேரத்தில், ஒருத்தி கேட்டாள், "அப்படியானால், நம் ஆண்கள் எதற்காக ஆப்பிரிக்காவுக்குச் செல்கிறார்கள்? வர்த்தகம் செய்வதற்காக என அவர்கள் சொல்கிறார்கள். ஆனால் எனக்கென்னமோ, நம் கணவர்களையும் அவர்கள் ஆரோக்கியத்தையும் பறித்து விடும் அந்தக் கருப்பினப் பெண்களின் இடைகளுக்கிடையில் வெட்கத்தை விட்டு வீழ்ந்து கிடப்பதற்காகத்தான் செல்கிறார்கள் எனச் சந்தேகம் இருக்கிறது. அவள் மிகவும் கோபமாக இருந்தாள். ஏனெனில், அப்பெண்ணின் கணவன் அவளைப் பிரிந்து சென்றது மட்டுமல்ல, அவளை அப்படியே கைவிட்டு விட்டு கினியாவுக்குச் சென்று நிரந்தரமாகவே வாழச் சென்று விட்டான்.

சாம்ரா சொன்னதைக் கேட்ட லாலாஃபாத்மாவுக்குப் பயமும் அதிக ஆர்வமும் ஏற்பட்டன. குளியல் இடத்திற்குக் கடைசியாகச் சென்று வீடு திரும்பியபோது, "இப்பொழுது, சுதந்திரமாக இருப்பது எப்படி என்று நான் கற்றாக வேண்டும். அது கடினமாக இருக்கும்!" என்று நினைத்துக் கொண்டாள்.

நபூவை வீட்டுக்கு அழைத்துவர, அமீர் அவசரப்படவில்லை. எதையும் சொதப்பிவிடக் கூடாது. எந்தத் தவறும் நேர்ந்துவிடக் கூடாது. ஏனெனில், எந்தவொரு மனைவியும் இவ்விஷயத்தில் மனம் கோணவே செய்வாள். உண்மை அப்படியிருக்க லாலாஃபாத்மா பேசியது அவனுக்குப் புதிராகவே இருந்துவந்தது. எனினும், பாரம் பரியமாக கடைப்பிடிக்கப்பட்டுவரும் சில பழக்க வழக்கங்கள், ஆண்களுக்கு இஸ்லாம் மதம் வழங்கியுள்ள சலுகைகள், ஆகியவை அதிகப் பிரச்சனைதரக்கூடிய இந்தச் சூழ்நிலையைச் சமாளிக்க முயன்ற அமீரின் வேலையை எளிதாக்கின. எவ்விதச் சிக்கலும், பிணக்கும் அவர்களுக்கிடையே இல்லாமல், இரண்டு மனைவிகளுடன் ஒரே வீட்டில் வாழ்வதுதான் அச்சலுகை. சாத்தியமில்லாத ஒன்றைத் தான் எதிர்பார்ப்பதை அவன் அறிவான். பிரச்சனை இதுதான். அவனுக்கு எல்லோரையையும் திருப்தி செய்ய வேண்டும் என்ற விருப்பம் உள்ளது. இவ்வீட்டில் தான் வந்திருப்பதை யாரும் எதிர்க்கவில்லை என நபூவை நம்ப வைக்கும் அதே நேரம், லாலாஃபாத்மாவுக்குக் கோபம் ஏற்படும்படி எதையும் செய்துவிடக்கூடாது. தவறினால், ஒரே நாளில், எல்லாம் தலைகீழாக மாறி அன்றாட வாழ்க்கை நரக மாக மாறிவிடும். சச்சரவுகளைத் தவிர்த்து விடமுடியும் என்பது சாத்தியமில்லை. இத்தகைய சச்சரவுகளைக் கண்டு பயந்த அவன் அவற்றைத்தவிர்க்க முயன்று, வாழ்நாள் முழுவதும் எல்லாத் தளங் களிலும் தோல்வியடைந்தான். இது தான் அவனுடைய இயல்பு.

ஒருநாள், அமீரின் அண்ணன், அவனிடம் “நீ மிகவும் கூச்ச சுபாவமாக இருக்கிறாய். இதனால்தான் நீ சம்பாதிக்காமலேயே இருக் கிறாய். நற்குணம் மட்டுமே எல்லாப் பிரச்சனைக்கும் தீர்வு என்று நீ நினைக்கிறாய். கிடையவே கிடையாது. நற்குணம் என்பது ஒரு மாயை; உன்னை முட்டாளாக்கி விடும். இதைப் பயன்படுத்தி, உன்னிடம் உள்ள அனைத்தையும் மற்றவர்கள் பறித்துக் கொள்வார்கள். எனவே தயவு செய்து, கூச்ச சுபாவத்துடன் இருந்தது போதும். வாழ்க்கை என்பது ஒரு போராட்டம். எல்லாம் நன்றாக அமைந்து, அனைவரும் நட்புடன் சிறந்து, வசந்த காலத்தில் மேற் கொள்ளும் இன்பச் சுற்றுலா அல்ல. இப்பொழுதாவது விழித்துக் கொள். நான் எப்படி இயங்குகிறேன் என்றுபார். நான் கவனமாக இல்லாவிட்டால், என்னிடம் வேலை செய்பவர்கள் என்னைப் போண்டியாக்கி விடுவார்கள். அதற்காக, தீயவனாக மாற வேண்டும் என்று அர்த்தமில்லை. அது முடியாத காரியம். ஆனால், குறைந்தது எதார்த்தமாகச் செயல்படு. நீ கொஞ்சம் தயங்கினாலும், மற்றவர்

களைச் சிறிதே அனுசரித்துப்போனாலும் அவ்வளவுதான். உன்னைப் பலவீனமானவன் என்று கருதிவிடுவார்கள். மேலும், அப்படி இருந்தால் பெண்களுக்கு அறவே பிடிக்காது.

அமீர், வாழ்க்கையை அனுபவித்து வாழ்பவன். உல்லாசத்துக்கும், வாளிப்பான உடலுக்கும் முக்கியத்துவம் அளிப்பவன். காலையில், அவன் மனைவி கால்களைப் பிடித்துவிடக் கட்டிலில் கிடப்பான். தன் வியாபாரத்தைக் கவனிக்க மாட்டான். அதனைக் கவனிக்க மற்றவர் களை நம்பியிருந்தான். தன்னிடம் ஊறிப்போயிருந்த பழக்க வழக்கங் களையும், தன் இயல்பினையும் மாற்றிக்கொள்ள முடியாது என்பதை அறிந்திருந்தான். மகிழ்ச்சியாக இருந்தான். மேலும், தன் அண்ணன் அவனை ஒருபோதும் கைவிடமாட்டார் என்பதும் அவனுக்குத் தெரியும். ஒரு வேளை, மாலை நேர வகுப்புக்குச் சென்று தீயவனாக, சமரசம் செய்து கொள்ளாதவனாக, பலம் பொருந்தியவனாக இருக்கக் கற்றுக் கொண்டாலும், கடைசியில் தான் மிகவும் சோகத்துக்குள்ளாகிப் போவதாக நினைத்தான்.

அந்தப் பெரிய வீட்டில் நரகம் வந்து நிரந்தரமாகக் குடியமர்வதற்குச் சிறிது காலம் பிடித்தது. தொடக்கத்தில், குறிப்பாக, முதல் நாள் அன்று, சீக்கிரத்தில் அங்கிருந்து கிளப்பி விட வேண்டிய ஒரு விருந்தினரைப் போல் நபூவை, லாலாஃபாத்மா நடத்தினாள். கனிவான சொற்களால் அவளை வரவேற்றாள் தான் எனினும், தங்களைவிட்டு விரைவில் அவள் போய் விட வேண்டும் என்பதை அவள் மனதில் பதியும்படிச் சொல்லிக்கொண்டே இருந்தாள்.

“நீ எவ்வளவு நாள் இங்கு இருக்கப்போகிறாய்? சில நாட்களுக்கா? ஓரிரு வாரங்களுக்கா?”

நபூ எதுவும் பேசவில்லை. சிரித்துக்கொண்டே ‘இன்ஷா அல்லா’ போன்று ஏதாவது சொல்லுவாள். இது போன்ற தருணங்களில், இதற்குப் பெரியதாக எந்த அர்த்தமும் இல்லை. அவள் தன்னம்பிக் கையும் தகுதியும் உடைய பெண்.. மிகவும் நிதானமாக நடந்து கொள்ளும் அவள் ஒருபோதும் பதற்றமடைவதில்லை.

நண்பர்கள் தங்கும் அறையில், அவளை அமீர் குடிவைத்தான். குளியல் அறை ஒன்றும் சேர்ந்திருந்த அந்த அறை வசதியாக இருந்தது. சில நாட்கள் தன் கணவன் வெளியூர் சென்றிருந்த சூழலைப் பயன்படுத்திக்கொண்டு, நபூவை, அவள் பொருட்களைக் காலி

செய்யும்படி லாலாஃபாத்மா செய்துவிட்டாள். சமையலறையின் ஓரத்தில் இருந்த இடம் ஒன்றில் அவளை உறங்க வைத்தாள். அமைதியாக ஆனால் உறுதியான குரலில் அவளுடைய நோக்கத்தைத் தெளிவாகத் தெரிவித்துவிட்டாள். இதனைக் கண்ட நபூவும், இப் பெண் பலம் பொருந்தியவள் என்பதையும் இவளை எதிர்த்து நிற்கும் அளவு தாம் இல்லை என்பதையும் உடனடியாக உணர்ந்து கொண்டாள். உள்ளுக்குள், எதையும் வெற்றி கொள்ள முடியவில்லை என்பதை உணர்ந்த நபூ, தான் பலமிழந்து போகும்படி அவமானப் படுத்தப்பட்டதைக் கண்டு கொண்டாள்.

"சரி, நீ இருக்க வேண்டியது அதோ அந்த வேலைக்காரிகளுடன்தான். தெரிகிறதா? நீ இங்கு இருப்பது வேலை செய்ய, வீட்டு வேலைகளைக் கவனிக்க, துணி துவைக்க, இஸ்திரி போடத்தான்: என் சொல்படி நடக்கத்தான். வீடுகளைக் கவனித்துக் கொள்ளும் மற்ற இரண்டு கிராமப் பெண்களுடன்தான் சாப்பிட வேண்டும். சமையல்காரியான பத்தூலைப்பொறுத்தவரை, அவள்அருகில்நீசெல்லக்கூடாது. மேலும், உணவினை நீ தொடக்கூடாது. கருப்புப் பெண்களுக்கெனத் தனி வாடை வரும் என்பது எனக்குத் தெரியும். அந்த வாசனையை நான் நன்கு அறிவேன். குளியல் இடத்துக்கு நீ வியாழக்கிழமைகளில் போக வேண்டும். அன்று மட்டும்தான் நீ வெளியே போகலாம். வெளியே நடக்கப்போவது, ஊரில் உள்ளவர்களிடம் பேசுவது என்ற பேச்சுக்கே இடமில்லை. இங்கே, நான் சொல்வது தான் சட்டம். என் கணவன் உட்பட எல்லோரும் நான் சொல்வதைத்தான் கேட்பார்கள். எனவே, அவரவருக்கென உள்ள இடத்தில் அவரவர் இருந்துகொள்ள வேண்டும். நெருக்கம், ஒன்றோடு ஒன்று கலப்பது என்பதெல்லாம் கிடையாது. முக்கியமாக ஒரு விஷயத்தை நினைவில் வைத்துக்கொள். நீ இந்தக் குடும்பத்தைச் சேர்ந்தவள் அல்ல. தன் உடைமைகளுடன் ஒரு கூச்ச சுபாவமுள்ள கணவனால் கொண்டு வரப்பட்ட அடிமை. இன்னுமொரு விஷயம். நீ என்னிடம் பேசும்போது ஓரளவு தூரத்தில் நின்று பேசவேண்டும். அதுமட்டுமல்ல, கண்களைஉயர்த்திப்பார்த்துப் பேசக்கூடாது.

சிறிது நேரம் இடைவெளிவிட்டு, தலையைக் குனிந்தவாறு நின்றிருந்த நபூவைப் பார்த்து வெள்ளைநிற மனைவி,

"என்ன, நான் சொல்வது விளங்கியதா?

"புரிகிறது மேடம்"

“இல்லை, நான் மேடம் இல்லை. நான் லாலா. சரியாகச் சொன்னால், “உன் லாலா”, அதாவது உன் எஜமானி, உன் வாழ்வுக்கும், சாவுக்கும் உரிமையுடையவள்.

“சரி, லாலா”

அழுகையை அடக்கிக்கொண்டு, தன் வேலையைப் பார்க்கத் தொடங்கினாள். முன்பு போல் இல்லாமல் இப்பொழுது தன் கணவனாக ஆகிவிட்டவன், தன்னை இதுபோன்ற நிலையில் விட மாட்டான் என நினைத்தாள். ஒருவேளை, அவள் நினைப்பது தவறாகவும் இருக்கலாம். அமீர் வீட்டுக்குத் திரும்பியதும், தான் செய்த காரியத்தைத் தன் கணவனிடம் அவனுடைய மனைவி லாலா தெரிவித்தாள். அவன் எதுவும் கூறவில்லை என்பதோடு, நபூவைச் சந்திப்பதையும் நிறுத்திக் கொண்டான் என்பதுதான் கொடுமை. எனினும், இதில் எவ்வித கோழைத்தனத்தையும் அவள் காணவில்லை. மாறாக, இது ஒருவித தந்திரம் என நினைத்தாள். கரீம் மட்டுமே அவளைப் பார்க்க வந்தான். அவளைத் தேற்றுவதற்குத் தன்னிடம் அபரிதமாக இருக்கும் மனிதாபிமானம், பிறவியிலேயே அமைந்த கனிவு, உள்ளுணர்வு ஆகியவை உரிய வார்த்தைகளைத் தந்து உதவின. இந்த இருட்டான சமையலறையிலிருந்து அவளை எப்படியும் விடுவித்து விடுவேன் எனக் கரீம் உறுதி கூறினான்.

“கரீம் உன்னை மிகவும் நேசிக்கிறான். உன்னைச் சிறையில் விட்டு வைப்பது என்பது நடக்காத காரியம்”

கரீமைக் கடிந்து கொள்வதற்கு யாருக்கும் உரிமையில்லை. நேரத்தை வீணாக்காமல், தட்டச்சுப் பயிற்சிக்குச் செல்லும்படி மட்டும் அவனுடைய அம்மா அவனிடம் கூறினாள். சரி, என்று ஒப்புக் கொண்ட கரீம், “உம்மா, உன்னை மிகவும் பிடிக்கும்” என்று சொன்னான்.

வேலைக்காரிகளில் ஒருத்தியின் பெயர் ‘ஹோரா’. மற்றொருவள் பெயர் ‘தாம்’ அவர்கள் இருவரும் அதே ஊரைச் சேர்ந்தவர்கள். இக்குடும்பத்திடம் அவர்களுடைய பெற்றோர்கள் அவர்களை ஒப்படைத்திருந்தனர். ஆண்டுக்கு ஒருமுறை அவர்கள் அமீரைச் சந்திக்கும்போது, அவன் சிறிது அளவு பணம் தருவான். எழுதப் படிக்கத் தெரியாத அவர்கள் ஒருநாள் கூட ஓய்வின்றி உழைத்தாக வேண்டும். அனைவரும் உண்டு முடித்த மீதத்தைத்தான் அவர்கள்

உண்ண வேண்டும். குரலை உயர்த்திப் பேச உரிமையில்லை. அவர்களிடம் எப்படிப் பேசுவது என்று நபூவுக்குத் தெரியவில்லை. செய்கைகள், பார்வைகள், அமீரிடம் அவள் கற்றிருந்த சில அரபுச் சொற்கள் ஆகியவற்றை அவர்களுடன் பரிமாறிக் கொண்டாள். அவர்களுடைய கண்களில் எவ்வித எதிர்ப்பு உணர்ச்சியும் இல்லை. நம்பிக்கையிழந்து, அடிபணிந்த நிலையில் இந்தப் பெரிய வீட்டில் காலம் தள்ளி வந்தார்கள். இந்த வீட்டில் உள்ள குடும்பத் தலைவர்கள் தொழுகை செய்வதும், விரதம் இருப்பதும், ஏன் பிச்சை இடுவதும், மெக்காவுக்கு செல்வதுமாகக் கூட இருப்பார்கள். ஆனால், தங்களின் மேற்கண்ட நடவடிக்கை வெறுக்கத்தக்கதாகவும், இஸ்லாம் மதத்தின் கொள்கைகளுக்கு விரோதமாகவும் உள்ளது என்பதை எண்ணிப் பார்க்காமலேயே இதையெல்லாம் செய்வார்கள். ஆனால், அது அப்படித்தான். அந்தக் காலத்தில் எல்லோரும் கிராமத்திலிருந்து வேலைக்காரிகளை வரவழைத்து அவர்களை அடிமைகள் போல் நடத்துவார்கள். அப்படி நடத்துவதைப் பற்றிய பிரக்ஞை உண்மையிலேயே அவர்களுக்குக் கிடையாது.

கரீம் மட்டுமே அவ்வப்பொழுது தன் எதிர்ப்பைக் காட்டுவான். குறிப்பாக, தனக்கெனப் பத்தூல் தயாரித்துத் தரும் உணவு வகைகள் அவனை மகிழ்ச்சியூட்டும்போது அப்படி நடந்து கொள்வான். அவனது கைச்சைகைகள் மூலம் தனக்குள் புலம்பிக்கொண்டிருந்தான். ஒருநாள், அமீர் இந்நிலைமையை நியாயப்படுத்த முயன்றான்.

"இங்கே பார். இந்த ஏழை மக்கள் கிராமத்தில் பிறந்தவர்கள் புரிகிறதா? பெரும் பஞ்சம் ஏற்படும்போது அல்லது விளைச்சலில் ஏமாற்றம் ஏற்படும்போது அவர்கள் எந்த வேலை கிடைத்தாலும் செய்யத் தயாராய் நகரத்துக்கு வருவார்கள். அந்த நேரத்தில், நாங்கள் ஒருவொருக்கொருவர் உதவிக்கொள்வோம். ஹோராவும் தாமும் வீட்டுவேலை செய்கிறார்கள். உன் துணிகளைச் சலவை செய்கிறார்கள். நம் பங்குக்கு, அவர்கள் தங்க இடம் தந்து சாப்பாடும் போடுகிறோம், ஆண்டுக்கு ஒருமுறை அவர்களுடையப் பெற்றோர்களுக்குப் பணம் கிடைக்கிறது. இரண்டு தரப்பினருக்கும் லாபம் தான். நாம் அவர்களை வெளியே அனுப்பினால், அவர்கள் இதை விடப் பரிதாபகரமாக இருப்பார்கள். உலகம் அப்படித்தான். பெரியவர், சிறியவர், நல்லவர், கெட்டவர், ஏழை, பணக்காரன் என எல்லா விதமான மக்களையும் இறைவன் படைத்திருக்கிறார். மனிதர்களாகிய நம்மால் அதற்கு ஒன்றும் செய்ய முடியாது. அது தான் வாழ்க்கை." என்று சொல்லி முடித்தான்.

ஒருநாள் கரீம் அதிகக் கோபத்தில் இருப்பது போல் தெரிந்தது. உணவையும், அந்த வேலைக்காரிகள் உறங்கும் இடத்தையும் காட்டிப் பெரியதாகச் சைகை காட்டினான். அப்பாவுக்கு அவனுடைய கோபம் புரிந்தது. அவன் சொல்வதில் உள்ள நியாயத்தை உணர்ந்தவன்.

"இனிமேல் அவர்கள் நாம் சாப்பிடும் உணவைத்தான் சாப்பிடு வார்கள். மிச்சம் மீதியைச் சாப்பிட மாட்டார்கள். பத்தூலிடம் எல்லோ ருக்கும் சேர்த்து சமைக்கும்படியும் நாம் சாப்பிடும் நேரத்திலேயே அவர்களுக்கும் பரிமாறும்படியும் சொல்லி விடுகிறேன். மீதமாகும் உணவை நம் வீட்டுப் பூனைகளும் அருகில் உள்ள வீடுகளில் உள்ள பூனைகளும் சாப்பிடட்டும்" என உறுதியளித்தான்.

அவன் எதையும் செய்யவில்லை அவை கோபத்தில் உள்ள ஆத்மாவைத் தணிக்கச் சில வார்த்தைகள்; அவ்வளவு தான்.

நபூவின் விதியைப் பொறுத்தவரை, தான் கொஞ்சம் நிதானமாக இருந்து படிப்படியாகக் காய்களை நகர்த்த வேண்டும் என்பதை அமீர் புரிந்து வைத்திருந்தான். அவசரம் கூடாது முன்னேற்பாடில்லாமல் செயல்படக்கூடாது. கோபமும் ஆகாது. நபூவைக் காண வேண்டும் என்ற ஆசை மென்மேலும் அதிகரித்தது. அவளை நினைக்கும் போதெல்லாம், அவனுடைய இதயம் வேகமாகத் துடிக்க ஆரம்பித்தது. உற்சாகமடைந்த அதே நேரம் பதற்றமாகவும் இருப்பதை உணர்ந்தான். இவையெல்லாம் அவனுக்குப் புதியதாய் இருந்தன. தன் வெள்ளை மனைவியுடன் உறங்கும்போதும், அவனுடைய கனவில் நபூவின் முகமும் உடலும்தான் காட்சியளித்தன. அவளையே நினைத்து ஏங்கிய அவன், எப்பொழுதும் அவளையே கனவுகண்டு கொண்டிருந்தான். லாலா ஃபாத்மா இதனைக் கவனித்து விட்டாள். ஒருநாள் இரவு, கட்டிலிலிருந்து விழுமளவிற்கு, அவனைத் தள்ளி விட்டாள். அவள் கோபம் உச்சத்தைத் தொட்டது எனினும் இது வெளியில் தெரியக் கூடாது என நினைத்தாள். இரண்டு வார காலத்திற்கு அவனுடன் உறவுகொள்ளச் சம்மதிக்கவில்லை. அமீர் சோகமானான். நபூவைச் சந்திக்க வழியில்லை. காரணம் அவள் மற்ற வேலைக்காரிகளுடன் உறங்குகிறாள். சமையலறை செல்வது என்ற பேச்சுக்கே இடமில்லை. மேலும், ஆண்கள் ஒருபோதும் போகாத இடம் அது. அவன் என்ன செய்வான்? நிர்க்கதியான ஏழைப் பெண்கள் தூங்கும்போது அவர்களை அத்துமீறித் தொந்தரவு செய்வது தவறு. நபூவுக்கெனத் தனியிடம் அமைத்துக்கொடுக்க அவன் ஒரு வழியைக் கண்டுபிடித்தாக வேண்டும். நண்பர்கள் அறையாகத்தான் இருக்கவேண்டும் என்ப

தில்லை. அவள் அமைதியாக இருக்கவும், அவன் போய்ப் பார்த்து வரவுமான இடமாக ஒரு தனி அறை இருந்தால் போதும்.

லாலா ஃபாத்மாவுடன் பேசிப்பார்க்கலாமா? கடினம். தவற்றை உணரும்மாறு அவளைச் செய்ய முடியுமா? அது அவ்வளவு எளிதான காரியம் இல்லை. அல் குராயூயின் பல்கலைக்கழகத்தில் தன் அலுவலகத்தை வைத்துள்ள முலே அகமதுவிடம் ஆலோசனை கேட்க முடிவு செய்தான்.

அவருடைய கருத்து அதிகாரப்பூர்வமானது. மேலும் அவருடைய அறிவு, திறமை குறித்து எல்லாம் யாருக்கும் ஐயமில்லை.

"திருமணம்"

"முத்ஆ திருமணம் செய்து கொள்ளக் கூடாதா?

"இல்லை. நீ இப்பொழுது பயணத்தில் இல்லை. அவள் உன் வீட்டில் இருக்கிறாள். நீ சொல்வதை வைத்துப் பார்க்கும் பொழுது, அவ்ள் திரும்பி ஆப்பிரிக்காவுக்குப் போகப்போவதில்லை. உன் மண வாழ்க்கையை நம் மத ரீதியாக ஒழுங்கு செய்தாக வேண்டும். அப்பெண்ணைப் பாலியல் அடிமையாகவோ, வீட்டு வேலைக் காரியாகவோ வைத்திருப்பது என்ற பேச்சுக்கே இடமில்லை. சில மாதங்கள் அவள் உன் மனைவியாக இருந்திருக்கிறாள். அவளை நீ இங்கே அழைத்து வந்திருக்கிறாய். அவளுக்கு நீ மரியாதை செலுத் தியாக வேண்டும். அவளுக்கு நீ செய்ய வேண்டிய கடமைகள் உள்ளன. அவளுக்கான உரிமைகளை நீ தந்தாக வேண்டும். இறைவன் கருணையுள்ளவன். ஆனால் நியாயமாக நடந்துகொள்ள வேண்டும்.

"அப்படியானால் லாலா ஃபாத்மா?"

"நம் சமூகத்தில் எப்பொழுது பெண்கள் முடிவெடுக்கத் தொடங் கியிருக்கிறார்கள்? இப்பிரச்சனையை நீ சீக்கிரமாக தீர்க்க வேண்டும். 'ஹரம்' என்கிற பாவச் செயலிலேயே நீடித்துக் கொண்டிருக்காதே! ஆண் ஒருவன் நான்கு பெண்கள் வரை மணம் செய்து கொள்ள இறைவன் அனுமதியளித்துள்ளான். ஆனால் ஒரு நிபந்தனையுடன்;. மீண்டும் சொல்கிறேன் ஒரு நிபந்தனையுடன்.அவர்களைச் சரிசமமாக, சரி.... சம... மாக நடத்த வேண்டும் என்ற நிபந்தனையுடன். உன்னால் அது முடியுமா?

"நான் முயற்சி செய்கிறேன்"

பொதுவாக, பலதார மணம் அது உண்டாக்கப்பட்ட நிலையும், அதனை நடைமுறைப்படுத்தக் கூடிய முறையும் சாத்தியமில்லாத வையாகும். நான்கு மனைவிகள் மீதும் துல்லியமாக ஒரே மாதிரி யான உணர்வுகளை எந்த ஆணாலும் கொண்டிருக்க முடியாது. அதில் பேசப்படும் சமத்துவம் என்பது ஒரு வகையான தடை. நான்கு மனைவிகளிடமும் நியாயமாக இருக்க இயலாதபோது, ஒரே யொரு மனைவியுடன் திருப்தியடைய வேண்டும். இதன்மூலம் இஸ்லாத்தின் சட்டம் கடைப்பிடிக்கப்படும். ஆனால் ஆண்கள் வழி தவறிப்போய் விட்டு அதன் பிறகு தங்களை மன்னிக்கும்படி இறைவனிடம் தொழுவார்கள்!'

குராயூயினை விட்டு வெளியே வந்த அமீருக்கு நிம்மதி ஏற்பட்டது. நபூவை மணப்பது என முடிவு செய்தான். இதனை எப்படி லாலாஃ பாத்மாவுக்கு அறிவிப்பது என்று தெரியவில்லை.

முலே இத்ரீஸ் பள்ளி வாசலுக்குள் நுழைந்தவன் உளூ செய்து கொண்டு பிற்பகல் தொழுகைக்குச் சென்றான். தொழுகைக்குப் பிறகு, அங்கிருந்த தூண் ஒன்றில் சாய்ந்தபடிப் பெரிய கொத்து விளக்கையே பார்த்துக் கொண்டிருந்தான். அதில் சில சின்ன விளக்குகள் தீய்ந்து போய்க் கொண்டிருந்தன. தூக்கம் கண்ணைச் சொக்கியது. கனவில், பாலைவனம் ஒன்றில் தனியாக நடந்து போய்க்கொண்டிருந்தான். கோச்சு வண்டிக்காரன் ஒருவன் வந்து உதவிக்கு வரும்வரை அப் படியே நடந்தான். வண்டியில் ஏற்றி கொண்டவன் அமீரை ஒரு துறைமுகத்துக்கு அழைத்துச் சென்றான். அங்குப் பாழடைந்த படகு ஒன்றில் ஏறினான். அதில் மாலுமியோ, ஊழியர்களோ யாரும் இல்லை. பேரலைகளின் விருப்பத்துக்கு ஏற்றவாறு சிலநேரம் பச்சை யாகவும், வானத்தை நோக்கி எழும் ஜுவாலைகளின் காரணமாகச் சிலநேரம் சிவப்பாகவும் காட்சியளிக்கும் சிகரத்தை நோக்கி அப் படகு சென்று கொண்டிருந்தது. அப்படி எழுந்த தீக்கதிர்கள் கரும் புகையினை விட்டுச் சென்றன. அப்புகையில் புதிர் நிறைந்த கவலையளிக்கக்கூடிய முகங்கள் இருந்தன. அவன் எழுந்திருக்கத் துணியவில்லை. நிழல்களின் தாலாட்டில் அமர்ந்திருந்தான். அமைதி யானதொரு உலகத்திற்குள் நுழைந்தான். தூரத்தில் உள்ள சிகரத் துடன் சேர்ந்து வானம் மறையத் தொடங்கும் அவ்வேளையில், நெருங்கிவரும் இரவு அச்சுறுத்தல்களை அழைத்து வரக்கூடும் என்பது அவனுக்கு உறுதியானது.

அவன் ஆழ்ந்த தூக்கத்தில் இல்லை. தன்னைச் சுற்றிலும், கைவினைக் கலைஞர்கள், தண்ணீர் விற்பவர்கள் ஆகியோர் எழுப்பும் சத்தம், அந்தப் பெரிய பள்ளிவாசலின் இரகசியங்களில் கரைந்துபோகும் பறவைகளின் கானம் ஆகியவை அவன் காதில் விழுந்தன.

ஏதோ ஒரு கை அவனை உலுக்கியது. அவன் விழித்துக் கொண்டான்.. வருத்தம் தெரிவித்துவிட்டுப் பார்த்தான். பிற்பகல் தொழுகைக்கான நேரம் அது. மற்றவர்கள் செய்வது போல், அவனும் எழுந்து நல்ல குரல் வளம் படைத்த இமாம் பின்னால் சென்றான்.

வீட்டுக்குத் திரும்பியவன், லாலாஃபாத்மாவிடம் தான் கண்ட கனவினைப் பகிர்ந்து கொள்ள வேண்டும் என்று விரும்பினான். ஆனால், அதனைக் கேட்கும் மனநிலையில் அவள் இல்லை என்பததோடு தான் எடுத்துள்ள முடிவைக் கேட்க இன்னும் அவள் தயார் நிலையில் இல்லை என்பதும் அவனுக்குத் தெரிந்தது. ஏராளமான சந்தேகங்களோ கவலைகளோ தன்னை அலைக்கழிக்கும் போதெல்லாம் கரீமைப் போய் பார்ப்பது அமீரின் வழக்கம். காரணம், அமீரைத் தணிக்கும் சக்தியைப் பெற்றிருந்தான். ஏறக்குறைய எப்பொழுதும் சிரித்துக் கொண்டே இருப்பான். எத்தகைய இறுக்கமான சூழ்நிலையினையும் மாற்றிவிடுவான். தன் ஆள்காட்டி விரலை வானத்தை நோக்கிக் காட்டி, “இறைவா!” என்பான். பதற்றத்தைத் தணித்து, சச்சரவுகளை மறக்க அது போதும்.

நபூவைப் பார்த்துவிட்டான். வீட்டுவேலைகளைச் செய்து கொண்டிருந்தாள். சிறிது நேரம் அவளைக் கவனித்தவன் பின் கண்களை மூடி, முதன் முறையாக அவள் தன்னுடன் உறவு வைத்துக் கொண்டதை நினைத்துப் பார்த்தான். அவளைச் சட்டப்பூர்வமாகவும், அதிகாரப் பூர்வமாகவும் தன் இரண்டாவது மனைவியாக ஆக்குவது என்று அவன் எடுத்துள்ள முடிவிலிருந்து எதுவும் அவனைப் பின் வாங்கச் செய்ய முடியாது. லாலாஃபாத்மா விடுக்க இருக்கும் அச்சுறுத் தல்களாலும் ஒன்றும் செய்ய முடியாது. வெள்ளிக்கிழமை வரட்டும் எனக் காத்திருந்தான். குளித்து முடித்து வெளியே வந்ததும், நான்கு பிள்ளைகளையும் அழைத்தான். எவ்வித விளக்கங்களும் தந்து கொண்டிருக்காமல், அவனுடைய முடிவை அவர்களிடம் அறிவித்தான். கரீம் மட்டுமே கைத்தட்டி ஆரவாரம் செய்தான். நிறுத்துமாறு அவனைப் பார்த்து அவனுடைய அண்ணன் சைகை செய்தான். எந்த விவாதமும் நடக்கவில்லை.

மிகவும் கடினமான வேலை ஒன்று அவனுக்குப் பாக்கி இருந்தது. வெள்ளை நிற மனைவியிடம் அறிவிக்க வேண்டியதுதான் அது. அவன் அதை செய்ய வேண்டிய அவசியம் ஏற்படவில்லை. அனேகமாக அவளது பிள்ளைகளில் யாரோ ஒருவர் சொல்லியிருக்க வேண்டும். அவளே முந்திக்கொண்டாள்:

"இந்த வீட்டுக்குள் சோகம், பாவம், பேதம் ஆகியவற்றைக் கொண்டுவந்துவிட்டாய். நீ ஒரு கருப்பு நிற வேலைக்காரியைத் திருமணம் செய்து கொள்ள விரும்புகிறாய். அவளுடைய தேகத்தின் கருப்பு நிறம் அவளுடைய ஆன்மாவின் கருப்பு நிறத்தையும் மிஞ்சி விடும். அதுசரி, அவளுக்கு ஆன்மா என ஒன்று இருக்கிறதா? எப்படியோ, கடைசியில் நீ என்னை ஏமாற்றிவிட்டாய். உன் விருப்பம் போல் செய். என்னைப் பொறுத்தவரை, என் குழந்தைகளின் படிப்பைக் கவனித்துக் கொண்டு, அந்தத் தீய நாற்றம் பிடித்த ஜென்மத்தை நெருங்க விடாமல் அவர்களைத் தூரத்தில் வைத்திருப்பேன். சாத்தானின் கூட்டாளியாக இருக்கும் கருப்பினப் பெண் ஒருத்தியின் காரணமாக ஒட்டுமொத்தக் குடும்பத்தையும் அழிவிற்குள்ளாக்கியவர்களில் நீ ஒன்றும் முதல் ஆளோ கடைசி ஆளோ இல்லை. இறைவன் பெரியவன்" எனப் பொரிந்து தள்ளினாள்.

குறிப்பாகக் கூற வேண்டிய அனைத்தும் கூறப்பட்டுவிட்டன. அமீர் எதுவும் பதில் சொல்லாமல், தன் ஜெலாபா ஆடையை மாற்றிக் கொண்டு கிளம்பினான். இச்செய்தியை நபூவுக்குத் தெரிவிக்க வேண்டும் என்ற விருப்பம் அவனுக்கு இருந்தாலும், அது உகந்த நேரம் இல்லை; தன் புதிய வாழ்க்கையை எப்படி அமைப்பது என்பது குறித்து யோசனை செய்தபடி ஃபேஸ் நகர வீதிகளில் அமீர் நடந்தான். குறுகலான சந்து ஒன்றில், சுமை ஏற்றி வந்த ஒரு கழுதை அவனைத் தள்ளியதில் விழப் போனான்; அதற்குள் யாரோ ஒருவர் கை கொடுத்து உதவினார். பலவீனமான தன் இயல்பை முறியடித்தாக வேண்டும். இதயத்தைக் கல்லாக்கிக் குரலை உயர்த்த வேண்டும். எதற்கும் வளைந்து கொடுக்காத, எதற்கும் பரிதாபப்படாத, வருத்தப் படாதவனாக மாற வேண்டும். ஆனால் இப்படியெல்லாம் எப்படி மாறுவது என்று யோசித்தான். மற்றவர்கள் எவ்வாறு இப்படி நடந்து கொள்கின்றனர்? என்றும் எண்ணிப் பார்த்தான். முலே அகமது கூறிய ஆலோசனைகளை மீண்டும் ஒருமுறை நினைத்துப் பார்த்து உறுதியாகத் தலையை அசைத்துக் கொண்டான்..

ஆம், நான் ஓர் ஆண்மகன். ஒரு நல்ல இஸ்லாமியன். இஸ்லாமியன் என்ற முறையில் இரண்டாவதாக ஒரு மனைவியைத் திருமணம் செய்துகொள்ள எனக்கு உரிமை இருக்கிறது. அதில் நான் உறுதியாக இருப்பேன். நபூ மீது எனக்குச் சிலதனி விருப்பங்கள் இருக்கின்றன. மேலும் அப்படி இருப்பதை நான் உணர்வது இதுதான் முதல்முறை. நான் காதல் வயப்பட்டிருக்கிறேன். லாலா ஃபாத்மாவைப் பொறுத் தவரை, அனைத்தும் முன்னரே எதிர்பார்த்தவை, திட்டமிடப் பட்டவை, அனைத்தும் எதிர்பார்த்ததுதான். குறிப்பாகக் கற்பனைக்கு இடமேயில்லை. காதல் உணர்வைப்பற்றி நான் பேசிக் கொண்டிருக்கக் கூடாது. என்னைக் கேலி செய்வார்கள் என்பதெல்லாம் எனக்குத் தெரியும். ஏனெனில் அவற்றையெல்லாம் யாரும் வெளியில் பேசிக் கொண்டிருப்பதில்லை. என் பெற்றோர், 'நான் உன்னை நேசிக்கிறேன்' என அவர்களுக்குள் ஒருபோதும் சொல்லி நான் கேட்டதில்லை. அதேபோல், அவர்கள் அணைத்துக் கொண்டதையோ, மென்மையான சரசங்களில் ஈடுபட்டதையோ இதுவரைக் கண்டதில்லை. அவர்களுக் குள்ளும் காதல் இருந்திருக்கும் தானே. ஆனால் அவற்றை மறைவான முறையில் மிக அந்தரங்கமாக நிறைவேற்றியிருப்பார்கள். ஆனால் நானோ, காதல் வயப்பட்டிருப்பதாகச் சொல்லிக்கொள்கிறேன்! இந்த ரகசியத்தைக் கூற யாரும் இல்லை. காதல் உணர்வு இருப்பது என்பது வெளியில் சொல்லக்கூடிய விஷயம் இல்லை. ஆண்கள் பொதுவாக உடலைப் பற்றியே பேசுவார்கள், அரிதாகவே உணர்வுகளைப் பற்றிப் பேசுவார்கள்.

அஷாபீன் சதுக்கத்தில் நின்று இக்காதலை உரக்கச் சொல்ல வேண்டும் என்ற ஆசை இருந்தது. ஆனால், மக்கள் என்ன நினைப் பார்களோ என்ற பயத்தில் கட்டுப்படுத்திக் கொண்டான். அமீர் எல்லோராலும் மதிக்கப்படும் ஒரு நபர். சமய மரபின் ஒழுங்கு, மரியாதை ஆகியவற்றின் அடையாளம் என்றே கூறலாம். தான் காதல் வயப்பட்டுள்ளதாகக் கத்தினால், அமீருக்குப் பைத்தியம் பிடித்து விட்டது என மக்கள் பேசிக்கொள்வார்கள்.

வீடு திரும்பிய அமீர், லாலா ஃபாத்மா தன் பெற்றோர் வீட்டுக்குச் சென்று விட்டதை அறிந்தான். அவளைப் போய் அழைத்து வரும் பேச்சுக்கே இடமில்லை. அவள் தந்தைதான் அவளைப் புகுந்த வீட்டிற்கு மீண்டும் அழைத்துவர வேண்டும். அதுதான் மரபு.

சில நாட்கள் கழித்து அதுதான் நடந்தது. வெளிறிப்போய்ச் சோர்வாகக் காணப்பட்ட அவள், நடக்கச் சிரமப்பட்டாள். வந்ததும் அறைக்குள் சென்று தாழிட்டுக் கொண்டாள். அதுதான் வழக்கமான நடைமுறை. மௌனமும் கண்ணீரும் சிறந்த புகலிடங்களாகும். மூதாதையர்களாலும், இஸ்லாம் மதத்தாலும், குறிப்பாகக் காலத்தாலும் நல்லிணக்கத்துக்கு வந்து இச்சூழ்நிலையை இறுதியில் அவள் ஏற்றுக்கொள்ள வேண்டியதாயிற்று. ஒன்பதாம் நூற்றாண்டிலேயே நங்கூரமிட்டு அசைவற்று நின்று போயிருக்கும் இந்நகரில் அவளால் வேறு எதுவும் செய்வதற்கில்லை.

முலே அகமதுவை, அமீர் மீண்டும் ஒருமுறை சென்று பார்த்தான். அவரது ஆதரவும் ஆலோசனைகளும் அவனுக்குத் தேவைப்பட்டன. பலவீனமான அவனுடைய இயல்பு அவரை ஆச்சர்யப்பட வைத்தது:

“ஓர் ஆண்மகனாக, உறுதியாக இரு. பெண்களின் தந்திரங்களில் மயங்கிப்போகாதே. இஸ்லாம் கூறுவதுபோல், ‘அவர்கள் செய்யக்கூடிய தீங்கு அளவற்றது.’’ “எனவே, நீ செய்யவேண்டியதைச் செய். உன்னிடம் நான்கு பெண்களைத் திருப்தி செய்யப் பொருளளவிலும் உடலளவிலும் வலிமை இருக்கும் போது இதுபோன்ற நிர்க்கதியான, உறுதியற்ற நிலையில் இனி இங்கே வராதே. கருப்புப் பெண்ணைத் திருமணம் செய்து கொண்டு அமைதியாக வாழ்க்கையை நடத்து” என அறிவுரை கூறினார்.

வீட்டுக்குத் திரும்பிய அமீர், மீண்டும் தன் நான்கு குழந்தைகளையும் அழைத்தான். பெரியவன் முகமது, அஸீஸ், ஃபாத்தியா, கரீம் எல்லோரும் வந்தனர்; தான் எண்ணியுள்ள திட்டத்தை விரிவாக விளக்கினான்:

“உங்களிடம் அன்று நான் அறிவித்தபடி, என்னுடன் ஆப்பிரிக்காவிலிருந்து வந்திருக்கும் இளம்பெண் நபூவை நான் திருமணம் செய்ய முடிவு செய்துவிட்டேன். என்னைச் சந்தோஷமாக வைத்திருக்கும் அவள் ஒரு நல்ல பெண். எந்த வகையிலும் இந்தத் திருமணம் உங்கள் அம்மாவுக்குக் கெடுதல் செய்வதற்காக முடிவு செய்யப்பட்டது அல்ல. நம் மதத்தின் விதிகள் அப்படித்தான் அமைந்திருக்கின்றன. என்னால் பாவத்தின் பிடியில் வாழ முடியாது. இப்பெண்ணுடன் நான் தற்காலிகத் திருமண ஒப்பந்தம் செய்துள்ளேன். இன்று அவள் நம் வீட்டில் வசிக்கிறாள். சட்டப்படியும், இறைவனின் நன்மதிப்பைப்

பெற்றவரான இறைத்தூதரின் 'சுன்னா' (மொழி) படியும் நான் அவளை என் இரண்டாவது மனைவியாக ஆக்கிக் கொள்ளபோகிறேன். இதை நான் உங்களுக்கு அறிவிக்க விரும்புகிறேன். மற்ற விஷயங்கள் எதிலும் மாற்றம் இல்லை," எனக் கூறி முடித்தான்.

முழு அமைதி. ஒரு வார்த்தையும் வெளியில் வரவில்லை. எதையும் காட்டிக்கொள்ளவில்லை. ஒருவர் பின் ஒருவராக எழுந்து கொண்டனர். கரீம் மட்டுமே அவனுடைய அப்பாவை அணைக்க அருகில் வந்தான்.

மற்ற மூன்று பிள்ளைகளும் நேராக அம்மா இருக்கும் இடத்திற்குச் சென்று தங்கள் ஆதரவைத் தெரிவித்தனர். மற்றவர்கள் சார்பில் முகமது பேசினான்.

"அம்மா, இங்கே பார், நாங்கள் உங்களை நேசிக்கிறோம். நீ எங்களை நம்பலாம். அப்பா, ஒரு பிழையைச் செய்து விட்டார். இறைவன் அவரை மீண்டும் நேர்வழியில் கொண்டுவந்து விடுவார். இந்தப் புதிய பெண் நம் வீட்டிலிருந்து வெகுதூரத்தில் இருக்க வேண்டும். நாங்கள் ஒற்றுமையாகவும் உனக்கு ஆதரவாகவும் இருப்போம்' என ஆறுதல் கூறினான்.

தன்முன் எதுவும் வெளிக்காட்டிக் கொள்ளவில்லை என்றாலும், தன் பிள்ளைகள் இவ்வாறு தான் நடந்து கொள்வார்கள் என்ற சந்தேகம் அமீரிடம் வெகுவாக இருந்தது.

அடுத்த வெள்ளிக் கிழமையன்று, நோட்டரி போன்ற பணியில் உள்ள இரண்டு சமய ஊழியர்கள் அமீர் வீட்டுக்கு வந்தனர்; முழு மையாக வெள்ளைநிற ஆடையில் இருந்த அமீர் அவர்களுக்காகக் காத்திருந்தான். லாலா ஃபாத்மா பெயர் இடம் பெற்றிருந்த திரு மணப் பதிவில் செனெகல் நாட்டின் தியேஸ் நகரில் பிறந்த நபூதியா லோவுடனான புதிய திருமணத்தைப் பதிவதற்கு வந்தனர். சடங்கு மிகவும் சுருக்கமாக முடிந்தது. வெள்ளை உடையில் இருந்த நபூவும் அந்தத் திருமணப் பதிவில் தன் கையொப்பத்தை இட்டாள். சில துணிமணிகளும் தங்க நகைகளும் வரதட்சணையாக அவளுக்கு வழங்கப்பட்டன. ஒரு தொழுகை நடந்தது. அந்தக் கூடத்தில் முழு அமைதி நிலவியது. மையத்தில் இருந்த சிறிய நீரூற்று, பறவையின் சப்தம் போல் ஒலி எழுப்பியது.

முதல் இரவு அமைதியாக இருந்தது. சென்ற சில வாரங்களாக அவர்கள் அனுபவித்த பரபரப்பான தருணங்கள் காரணமாக மிகவும் சோர்ந்து போயிருந்தனர். 'முத் ஆ' திருமணத்தின்போது வைத்துக் கொண்ட உடலுறவு போல் இருவரும் ஈடுபடக்கூடிய நிலையில் இல்லை. இருவரும் கட்டியணைத்தபடித் தூங்கிப்போனார்கள்; அதற்கு முன், நபூ கொஞ்சம் கண்ணீர் விட்டாள். அனேகமாக மகிழ்ச்சியினால் இருக்கலாம் அல்லது சோர்வினால் இருக்கக்கூடும். விடியற்காலையில் தன்னுள் பெரும் ஆசை எழுவதை அமீர் உணர்ந்தான். அவனுக்கு ஏற்பட்ட எழுச்சியைக் கண்டு நபூவால் எதுவும் செய்யாமல் இருக்க முடியவில்லை. இறுதியில் இருவரும் ஒன்று கலந்தனர்.

ஃபேஸ் நகரில் இரண்டு விதமான மக்கள் வசித்தனர். ஒருபுறம் ஃபேஸ்வாசிகள். இவர்களுடைய மூதாதையர்கள் அரேபியாவிலிருந்து அல்லது ஆன்டாலூசியிலிருந்து வந்தவர்கள். மறுபுறம் ஏனையோர். இந்த ஏனையோருக்கு அங்கு இடம் இல்லை. எவ்வித மரியாதையும் அவர்களுக்குத் தரப்படவில்லை. இந்த நகரில் தனக்கென ஓர் இடத்தைப் பெற நபூவுக்கு எவ்வித வாய்ப்பும் இல்லை. குறிப்பாக, இந்தப் பெரிய வீட்டில் இல்லை. ஒருநாள் அமீருக்கு உடல்நலம் சரியில்லாமல் போனது. பயப்படும்படியாக ஒன்றும் இல்லைதான்; என்றாலும் நபூ ஒரு கணம் ஆடிப்போய்விட்டாள். துரதிஷ்டவசமாக, அமீர் மறைந்து போனால் இவள் கதி என்னவாகும்? இக்கவலை அவளை யோசிக்க வைத்தது. நிச்சயமாக, தன் உடைமைகள் உட்பட எதுவுமில்லாமல் நிர்க்கதியாக அவள் வீதியில் தூக்கி வீசப்படுவாள். கலக்கத்துடன், இறைவனிடம் தன் கணவனைக் காப்பாற்றி அவனுக்கு நல்ல உடல்நிலையைத் தருமாறு மனதுக்குள் வேண்டிக் கொண்டாள்.

குளியல் இடத்தில் கால், கை பிடித்துவிடும் கருப்புப் பெண் ஒருத்தியைச் சந்தித்தாள். கினியாவிலிருந்து அழைத்துவரப்பட்ட அவள், தன்னை அழைத்து வந்த நபர் இறந்த அடுத்த நாளே வீதிக்கு வந்து விட்டாள். தனது பாதுகாப்பில் மட்டுமே இருந்த அவளை அவன் மணம் முடிக்கவில்லை. அப்பெண் அனைத்தையும் இழந்து விட்டாள். அவள் பெயர் என்ன. அவள் எப்படி இந்த நகருக்கு வந்தாள். சரியாக ஊதியம் தராத, கடினமான இந்த வேலையை எப்படி ஏற்றாள் என எதுவும் நபூவுக்குத் தெரியாது. அவள் திக்கித் திக்கிப் பேசினாள். ஆனாலும் அவள் என்ன சொல்கிறாள் என்பதை நபூ புரிந்து கொண்டாள். நடைமுறையில் இருக்கும் எந்தச் சட்டமும் இத்தகையோரைப் பாதுகாக்கும் விதத்தில் இல்லை. அதிகாரப்

பூர்வமாக அடிமைமுறை இல்லை. ஆனால் எவ்விதக் கவலையுமின்றி அது கடைபிடிக்கப்படுகிறது. அது அவர்களுடைய அன்றாட வாழ்வின் ஒரு கூறாக இருக்கிறது.

மசாஜ் செய்பவள் அந்தக் குளியல் இடத்தின் கூடத்தில் இருந்த சிறிய அறையில் உறங்கிக் கொண்டாள். அவ்வப்பொழுது உணவு வழங்கப்பட்டு வந்தது. வேலையில்லாத போது, அந்நகரின் தலைவரும் புனிதருமான முலே இதிரீஸ் பள்ளிவாசலின் வாயிலில் பிச்சை எடுப்பது வழக்கம். அவளுடைய இந்தப் பின்னணியைப் புரிந்து கொண்ட நபூ முடிந்த போதெல்லாம் அவளுக்குப் பணம் தந்து உதவுவாள்.

நபூவுக்குத் திருமணமாகியிருந்த போதிலும், எதிர்காலத்தைப் பொறுத்தவரை, எவ்வித பாதுகாப்போ, உத்திரவாதமோ இல்லை. எதையும் ஒன்றுமில்லாதவாறு ஆக்கிவிடும் கலையைக் கற்றிருந்த அமீரிடம் இது குறித்துப் பேச நபூ முன்வந்ததில்லை. ஆனாலும் அவனுக்கு ஒரு குழந்தையைப் பெற்றுத்தர அவள் முடிவெடுத்தாள். அவள் போட்ட கணக்குபடிப் பலன் கிடைத்தது. திருமணம் முடிந்து மூன்று மாதங்களில் நபூ கர்ப்பமடைந்தாள்.

இச்செய்தி லாலா ஃபாத்மா மீது பேரிடியாக இறங்கியது. உடலின் இடது பக்கமாக ஒருவகையான பக்கவாதத்தால் பாதிக்கப்பட்டாள். முகம் கோணலாகி, எழுந்திருக்கவும் முடியாமல், கத்தவும் முடியாமல், அறைக்குள்ளேயே அடைந்து கிடந்தாள். தன் கணவனை உள்ளே அனுமதிக்க மறுத்தாள். அவளுடைய பிள்ளைகள் மட்டுமே அவளைப் பார்க்க முடிந்தது. அவளது நிலைமையைக் கண்டு மிகவும் கவலையடைந்த கரீம் அவள்மீது தான் வைத்திருக்கும் பாசத்தைத் தெரிவிக்கவும் அவளைச் சிரிக்க வைக்கவும் முயற்சி செய்து பார்த்தான். எல்லாவற்றிலிருந்தும் வெகுதொலைவில் இருந்த அவள், துயரங்களில் சிக்கியிருந்தாள். அவமதிப்புக்குள்ளானதாய் உணர்ந்தவள் மிகவும் மெலிந்து போனாள். மருந்துகளை உட்கொள்ளவும் மறுத்துவிட்டாள். அவளுடைய பெற்றோர் அவளை அடிக்கடிப் பார்த்து, வாழ்க்கையின் எதார்த்தத்தை ஏற்றுக் கொண்டு புதிதாய் வந்துள்ள பெண்ணுடன் ஒத்துப்போவது அவளுக்குத்தான் நல்லது என்பதை விளக்கினார்கள். ஆனால், அவள் அழுதபடியே, “ஒரு போதும் நடக்காது. கருப்பினப் பெண் ஒருத்தி, அதுவும் நாகரீகமாகப் பேசக்கூடத் தெரியாத, அசுத்தமான அந்நியப்பெண் ஒருத்தியிடம்

தோற்றுப்போவதை ஒருபோதும் என்னால் தாங்கிக் கொள்ள முடியாது. அவள் என் கணவனை வசியம் செய்து விட்டாள். அவனுக்குச் சூனியம் வைத்துவிட்டாள். எனக்கும்தான். அவர்கள் காட்டு மிராண்டி மக்கள். இறைவன் நம்மை வெள்ளையாகவும் சுத்தமாகவும் படைத்து விட்டதால் அவர்களுக்கு நம்மீது வெறுப்பு. மனித இனத்தின் கழிவுகள் அவர்கள்" என்று பிதற்றியபடியே இருந்தாள்.

நியாயமாகப் பேசுமாறும், ஒரு இஸ்லாமியப்பெண் பேசத்தகுதி யற்ற அபத்தமானவற்றை இனியும் பேசிக் கொண்டிருக்க வேண்டாம் என்றும் அவளுடைய அப்பா கேட்டுக்கொண்டார். அவளது கோபத் தைத் தணிக்க குரான் வாசகங்களை வாசித்துக் காட்டினார். ஆனால், அவளுடைய வெறுப்பும், துக்கமும் எல்லாவற்றையும் விட வலிமையாக இருந்தன.

அந்த வீட்டிலிருந்த அமைதி வெகுதூரம் சென்றிருந்தது. அமீர், நபூவுடன் சேர்ந்து உணவு உண்டான். பிள்ளைகள், சமைய லறையில் தாங்களே பரிமாறிக் கொண்டனர். அவர்களுடைய அம்மாவோ அறையை விட்டு வெளியே வருவதேயில்லை. குடும்ப வாழ்க்கை என்பது காணாமல் போயிருந்தது. இதில் அதிகப் பாதிப்பு கரீமுக்குத்தான். அவன் சிறிது நொடிந்து போனான். தட்டச்சுப் பயிற்சி கூட அவனுக்கு ஆறுதல் அளிக்கவில்லை. வேலைக் காரிகள் வெளியில் சென்று விடுகின்றனர். முன்புபோல் எதுவும் நடைபெறுவதில்லை. கவனமாய் இருந்த நபூ எதிலும் தலையிடு வதில்லை. வேலைக்காரிகளில் மிகவும் இளையவள் நபூவிடம் இருந்தாள். குளிக்கும் இடத்துக்கு வாரம் ஒருமுறை செல்லும் நபூவுடன் துணைக்குச் சென்று வருவாள். அந்த மசாஜ் பெண்மணி வழக்கம் போல அவளை அக்கறையாகக் கவனிப்பாள்.

லாலா ஃபாத்மாவைச் சமாதானம் செய்ய அமீர் எடுத்த அத்தனை முயற்சிகளும் தோல்வியடைந்தன. காத்திருக்குமாறு அவனுக்கு முலே அகமது அறிவுரை கூறினார். ஒருநாள், அவள் விழித்துக் கொள்வதோடு இந்தக் கெட்ட எண்ணங்களை மறந்து போவாள் என்றார்.

ஆண்டுதோறும், ரமலான் பண்டிகையின் 27 ஆம் நாளின் இரவிற்கு முன்னதாக மாலையில் ஒரு பெரிய ஆன்மீகச் சந்திப்புக்கு அமீர் ஏற்பாடு செய்வது வழக்கம். குடும்பத்தில் உள்ள அனைவரையும் அந்நிகழ்ச்சிக்கு அழைப்பான். மேலும் நண்பர்கள், குரான் படிக்கும்

‘தொல்பாக்கள்’, சுஃபி கவிஞர்கள் ஆகியோரையும் அழைப்பான். குழந்தைகளுக்கு இந்த நீண்ட இரவுக் கொண்டாட்டம் மிகவும் பிடிக்கும். மேல்தளத்தின் மீது ஏறி நின்று நட்சத்திரங்களைப் பார்த்துக் கொண்டிருப்பார்கள். அவரவர் தங்கள் தங்கள் நட்சத்திரத்தைச் சொந்தம் கொண்டாடிக் கொள்வார்கள். பின் தங்கள் நட்சத்திரம்தான் மற்ற நட்சத்திரங்களை விட அதிகமாக மின்னுவதாக நம்புவார்கள்.

மற்ற ஆண்டுகளைப்போல் இந்த ஆண்டும் இந்த நிகழ்ச்சியில் கலந்து கொள்ளாமல் தன் அறைக்குள் அடைபட்டுக்கிடக்க லாலா ஃபாத்மாவால் இயலவில்லை. வெளியில் சென்று, வழக்கம்போல் விருந்தினர்களை வரவேற்பது என அவள் முடிவு செய்தாள். மேலும் அவளது பக்கவாதம் ஏறக்குறைய மறைந்து போனது; இயல் பான தோற்றம் மீண்டும் அவளுக்கு வந்திருந்தது. அமைதி திரும்பி விட்டதா? கணவன் பக்கத்தில் அவள் இருப்பதைப் பார்க்க முடிந்தது. சற்றுத் தூரத்தில் கர்ப்பமாக இருந்த நபூ சிரித்தபடி நின்றிருந்தாள். குறிப்பிட்ட நேரத்தில், விடியற்காலைத் தொழுகைக்காக முலே இதிரீஸ் பள்ளிவாசலை நோக்கி எல்லோரும் நகர்ந்தனர். இதுபோன்ற விழாக்காலங்களில் நடப்பதுபோல், அன்றும் குழந்தைகள் தூங்கா மல் விளையாடிக் கொண்டிருந்தனர். ஆண்கள் முன் நடக்க, பெண்கள் பின் தொடர்ந்தனர். ஊர்வலம் பள்ளிவாசலை அடைந்தது. ஆண்கள் முன் வரிசைகளில் அமர, பின்னால் பெண்கள் இருக்க, உரத்த குரலில் தொழுகை தொடங்கியது. விடியும்போது எல்லோரும் பள்ளிவாசலிலிருந்து வெளியேறினர். லாலா ஃபாத்மாவை அவளது அறைவரை அமீர் அழைத்துச் சென்றான். இருவரும் தொட்டுக் கொள்ளாமல் உறங்கினர். எப்படி இருந்தாலும், விரத நாளின் போது அதற்குத் தடை இருந்தது. எனினும், தம்பதிக்குள் ஓரளவு இறுக்கம் குறைந்திருந்தது.

முன்பைக் காட்டிலும் அமைதியாகக் காணப்பட்டாள், லாலாஃ பாத்மா; ஆனாலும் நபூவுடன் ஒத்துப்போகத் தயாராக இல்லை. ரமலான் விரதம் முடிந்து சில வாரங்கள் கழித்து, தாடி வைத்த ஒரு நபரை அவள் வரவழைத்திருந்தாள். ஒழுங்கற்ற முறையில் உடையணிந்திருந்த அந்த நபர் அட்டைப்பெட்டி ஒன்றை இழுத்து வந்தான். சமையலறை நோக்கிச் சென்ற அந்த நபர் சாப்பிட, சமைக்காத பச்சைக்கறி கேட்டான். தான் செய்யப்போகும் வேலைக்கு இது தேவை என்று சொன்னான். பத்தூல் அப்படியே தந்தாள். பித்தலாட்டக்காரனாகத் தெரிந்த அவனை நம்ப அவள் தயாராக இல்லை. காரணம், இது

போன்று பலரை அவள் ஏற்கனவே பார்த்திருக்கிறாள். தன் உரிமை யாளரான லாலாவுக்கு, அத்துப்படியான இத்தகைய நடவடிக்கைகள் எவ்விதப் பலனும் அளிப்பதில்லை என்பதும், தன் கணவனின் பணத்தை வீண் செலவு செய்வதுதான் மிச்சம் என்பதும் அவளுக்குத் தெரியும்.

தன்னிடம் தரப்பட்ட அனைத்தையும் விழுங்கிச் சத்தமாக ஏப்பம்விட்டுப் பெரிய கிண்ணத்தில் வெந்நீர் வாங்கி அருந்தினான். பிறகு லாலா ஃபாத்மாவின் அறைக்குள் சென்று கதவைத் தாளிட்டுக் கொண்டான். அங்கு அவன் என்ன செய்தான் என்று யாருக்கும் தெரியாது.

இந்த மந்திரவாதியின் வேலை, நபூவை இங்கிருந்து வெளியேற்ற வேண்டும். குறிப்பாக, அவளுக்குக் கருச்சிதைவு உண்டாக்க வேண்டும். இக்குடும்பத்தில் கருப்புக் குழந்தை ஒன்று பிறந்து, தன் சொந்தக் குழந்தைகள் போலவே அதுவும் இதே குடும்பப் பேரைச் சுமக்கப்போகிறது என்னும் அபாயம் உள்ளது என்ற எண்ணம் லாலா ஃபாத்மாவை வாட்டியது. இந்த எண்ணம் அவள் கோபத்தை மிகவும் அதிகரித்தது.

"விலைமகள் ஒருத்தியுடன் உல்லாசமாக இருக்கட்டும், மேலும் மேலும் தொடரட்டும். ஆனால் அவளுக்குக் குழந்தைகள் தருவது என்பதை மட்டும் தாங்கிக் கொள்ள முடியாது. அதற்கு முன் அவள் செத்துப் போக வேண்டும்."

மந்திரவாதி, லாலாவிடம் தனக்கு நபூவின் தலைமுடிக் கற்றையும் அவளது யோனியைச் சுற்றியுள்ள முடிகளும் தேவை எனக் கூறினான். மந்திரம் வெற்றிபெறத் தேவையான இவற்றை எப்படி அடைவது? வேலைகாரிகளில் யார் மூலமாவது, நபூ தூங்கும் போது அவளது தலைமுடியைக் கத்தரிக்கும்படிச் செய்துவிடலாம். ஆனால் யோனி முடிகளைப் பொறுத்தவரை, அமீரால் மட்டுமே அவற்றைப் பிடுங்க முடியும். அவன் எப்படி இதற்கு உடந்தையாக இருப்பான் என நினைத்துப்பார்க்க முடியும்? இப்பெண் மீது காதலில் இருக்கும் அவன், அவளுக்குத் தீங்கு செய்ய யாரையும் ஒருபோதும் அனுமதிக்க மாட்டான். வாய்விட்டுத் தன் யோசனையை கூறிய அதே நேரம் அவளுக்கு ஓர் எண்ணம் உதித்தது. மசாஜ் செய்யும்போது முடிகளைக் களையும் அப்பெண்ணுக்கு லஞ்சம் கொடுத்து விடலாம் என்பதுதான்

அந்தத் திட்டம். கருப்பினப் பெண்கள் தங்களுக்குள் ஒற்றுமையாக இருப்பார்களோ என்ற அச்சம் ஏற்பட்டது. எனினும், பணம் பல அற்புதங்களை நிகழ்த்திவிடும் என்று சொல்லிக்கொண்டு முயற்சி செய்து பார்த்து விடுவது என முடிவெடுத்தாள்.

மசாஜ் பெண்ணுடன் பேரம் பேசுவது அவ்வளவு எளிதானதாக இல்லை. லாலா ஃபாத்மா என்ன கேட்கிறாள் என்பது அவளுக்குப் புரியவில்லை. வேறு ஒரு வெள்ளைக்கார மசாஜ் பெண், கணிசமான தொகைக்கு நபூவின் யோனி முடியைப் பிடுங்கித் தர உடன்பட்டாள்.

பதினைந்து நாட்களுக்குப் பிறகு, அவளுக்குத் தலைமுடியும் யோனி முடியும் கிடைத்தன. அவற்றைப் பாதுகாப்பான இடத்தில் வைத்து, மந்திரவாதிக்காக லாலா காத்திருந்தாள். அவன் இந்நகரைச் சுற்றிப்பார்த்துவிட்டு, திடீரெனக் கண்பார்வையை இழந்த குழந்தை ஒன்றுக்குச் சிகிச்சையளிக்க ஓரிரு நாட்கள் மெக்னெஸில் தங்கிச் செல்வது வழக்கம்.

ஏதோ தவறான வழியில் லாலா ஃபாத்மா தனக்கு எதிராகத் திட்டம் தீட்டுகிறாள் எனும் சந்தேகம் நபூவுக்கு எழுந்தது. ஆனால், மூதாதையரின் ஆன்மா தன்னைக் காத்துக் கொண்டிருப்பதாக அவள் நினைத்தாள். எந்தத் தீங்கும் அவளை அண்ட முடியாது. மேலும், அவள் இஸ்லாமியராக மாறியதிலிருந்து, இறைவனிடம் தன்னை ஒப்படைத்து அவருடைய நல் உள்ளத்தையும் கருணையையும் வேண்டியிருக்கிறாள். சில குரானின் வாசகங்களை ஜெபிக்கவும், தொழுகை செய்யவும் அரபு மொழியைக் கற்றிருக்கிறாள். பிரஞ்சு மொழியினையும் அரபு மொழியினையும் கலந்து விடுவாள். எனினும், இறைவனின் நேர்வழியில் செல்ல வேண்டும் என்ற அவளுடைய நோக்கம்தான் முக்கியமானதாகும். அவளுடைய வயிறு பெரிதாகியது. அது அவளுடைய அழகை மேலும் அதிகரித்தது. நடக்கும்போது அவளுக்குச் சிரமம் இருப்பதாகத் தெரியவில்லை. சப்தமின்றி நடந்தாள். அமீர் அவளைக் கொஞ்சுவான். வரும்போதும் போகும்போதும் அவளுடைய வயிற்றின் மீது முத்தமிடுவான். காதல் வயப்பட்ட ஓர் இளம் வாலிபன்போல் மகிழ்ச்சியாக இருந்தான். அரசியல் காரணங்களினால் வியாபாரம் சரியாக அமையவில்லையென்றாலும், அருகில் வசிப்பவர்கள், அவனுடைய தூரத்துச் சகோதரர்கள் ஆகியோரைப் போல் அவன் புலம்பிக் கொண்டிருக்கவில்லை. அவன் அதற்கு முன்னுரிமை தரவில்லை. நபூவின்

பிரசவத்தைக் குறித்தே இடைவிடாது நினைத்த அமீர், நாட்களை எண்ணிக் கொண்டிருந்தாள். தன் அவசரத்தை அவனால் மறைக்க முடியவில்லை. பிரசவம் பார்க்கும் துரியாவைத் தொடர்பு கொண்டான். அவள் வயது முதிர்ந்து போய் இப்பொழுது பிரசவம் பார்ப்பதை நிறுத்தியிருந்தாள். அவளுடைய சகோதரரின் மகளான கென்ஸாதான் அவளுக்குப் பதிலாக வந்தாள். செவிலியராக மருத்துவமனையில் பணியாற்றும் அவள், நபூவை மருத்துவ சோதனையிட்டுவிட்டு, உறுதியானதொரு தொனியில்,

“இன்னும் 10 நாட்களில் பிரசவம் ஆகும்; ஆணோ, பெண்ணோ இரட்டைக் குழந்தைகள்” என அறிவித்தாள்.

அமீருக்கு மயக்கமே வந்துவிடும்போல் இருந்தது. நபூ பதற்றத்தில் சிரித்தாள். ஆக இக்குடும்பத்தில் இரண்டு கருப்பு குழந்தைகள்! லாலா ஃபாத்மாவைத் தீர்த்துக் கட்ட அவை வரக்கூடும்.

விரிந்து பரந்த இந்நகரில், வீடுகள் ஒன்றுக்குள் ஒன்றாக நெருக்க மாக இருந்தன. சிக்கல் நிறைந்த குறுகலான சந்துகள். நகரின் புனிதக்காவலரின் கல்லறையின் மேல் இருந்த பெரிய கையேட்டில் இங்குள்ளவர்களின் வாழ்க்கை ஏற்கனவே விதிக்கப்பட்டுவிட்டது போல் தோன்றியது. “எல்லோரும் அவரவர் இடத்தில் இருந்து கொள்ள வேண்டும். பல நூற்றாண்டுகளாகக் காலத்தாலும், ஆண்களாலும் வரையறுக்கப்பட்ட எல்லைகளை எந்த நிலையிலும் பெண்கள் மீறக்கூடாது. ஏழைகள் தங்கள் ஏழ்மை நிலையினைக் குறித்துத் திருப்தியடைய வேண்டும். வசதிபடைத்தவர்கள் திரும்பிப் பார்த்துக் கொண்டிருக்காமல், ஏற்றத்தாழ்வு உணர்வினை மறந்து வியாபார வழியில் முன்னேறிச் செல்ல வேண்டும். அவர்கள் தானம் செய்ய வேண்டும். ஏழ்மையானவர்களை நல்ல விதமாக நடத்தவேண்டும். இத்தனை செல்வம் தந்த இறைவனுக்கு நன்றி கூற வேண்டும்”.

அமீர், ஆழ்ந்த சிந்தனையில் இருந்தபோது, பாசத்துக்கு ஏங்குவது போல் கரீம், அவன் தோள்களின் மீது சாய்ந்து கொண்டான். அவனுக்கு அழுகை வந்தது. ‘திருவிழா’ என்ற சொல்லைச் சரியாக உச்சரிக்க முடியாமல், ‘இருவிழா’ எனச் சொன்னதற்காக ஆசிரியர் அவனைப் பள்ளியை விட்டு வெளியே அனுப்பியிருந்தார். கவலை யளிக்கக்கூடிய சம்பவங்கள் நிகழும்போது கரீம் மிகவும் பதற்றமடை கிறான் என்பதை அமீர் கவனித்துள்ளான்.

"என்ன ஆயிற்று?"

"எனக்குப் பயமாக இருக்கிறது."

"எதற்குப் பயம்?"

"அம்மா உடல்நலமில்லை, அம்மா அழுகிறாள். அழுகிறாள்.."

"கவலைப்படாதே. விரைவில் உனக்குப் புதுத் தம்பியோ தங்கையோ கிடைப்பார்கள்"

"தெரியும். நபூ கர்... கர்... கர்ப்ப... குழந்தைக்காக... காத்..."

"அதேதான். இனிமேல் கடையைக் கவனித்துக் கொள்ள உன்னைத் தான் நம்பியிருக்கிறேன். மீதி நேரத்தில், உனக்குப் பாடம் சொல்லித் தர ஆசிரியர் வீட்டுக்கு வருவார். அந்த முட்டாள் போல் இவர் உன்னை அழ வைக்க மாட்டார்".

"எனக்குத் தனியாகவா?"

"இப்போதைக்கு, என்னுடன் கடைக்கு வா. அங்கு எல்லாவற் றையும் ஒழுங்குப்படுத்த வேண்டும்".

பொறுப்பை ஏற்பது கரீமுக்கு மிகவும் பிடிக்கும். சிகிச்சையைவிட அப்பாவுடன் வேலை செய்வது சிறந்தது. புதிய நகரில் பேச்சுப்பயிற்சி நிபுணர் ஒருவர் வந்து தங்கியுள்ளதாக அமீரிடம் ஆண் செவிலியர் ஒருவர் தெரிவித்தார். விசாரித்ததில், பிரஞ்சியர் வசிக்கும் பகுதியில் அவர் தங்கியிருப்பது உறுதியானது. அவருடைய பெயர், முகவரி ஆகியவற்றைக் குறித்துக் கொண்ட அமீர், புதிய மருத்துவர் ஒரு வரிடம் அவனைக் காட்டப் போவதாகக் கரீமிடம் கூறினான். இதைக்கேட்டு பெரிதாக சிரித்த கரீம்,

'நான் நோ.. நோ.. நோய்... இல்லை. என்றான்.

அந்த ஆசிரியர் வேறு யாரும் இல்லை. முலே அகமதுவின் கடைசிப் பிள்ளை தான். கரீமுக்கு எழுதவும் படிக்கவும் தினமும் இரண்டு மணிநேரப் பயிற்சி அளிக்கப்பட்டது.

லாலா ஃபாத்மா இருந்த அறைக்கு இணையாக இருந்த அழகான தொரு அறையில் வசித்த நபூ, அவ்வளவாக வெளியில் வராமல் அடக்க மாக இருந்தாள். இரண்டு பெண்களுக்கிடையே தொடர்பு இல்லை.

வாரம் இரண்டு முறை, இரவில் தன் வெள்ளை மனைவியுடன் கழித்து வந்தான். ஆனாலும் அவனை இன்னும் அவள் அனுமதிக்காமல் இருந்தாள். அதே நேரத்தில் கர்ப்பமுற்றிருந்த போதிலும் நபூ அவனைத் தன் வருடல்களாலும், மிகுந்த கனிவினாலும் மகிழ்ச்சியடையச் செய்தாள். கவனமாக இருக்கும்படித் தங்கள் அம்மா கூறியதைக் கேட்ட பிள்ளைகள் சங்கடத்துக்குள்ளானார்கள். அவளது மகள் மட்டும் கருப்புப் பெண்ணுக்கு எதிரான நிலைப்பாட்டில் உறுதியாக இருந்தாள். அதனைத் தன் பேச்சிலும் வெளிப்படுத்தினாள்: என்றைக்காவது ஒரு நாள் நான் திருமணம் செய்து கொள்ள வேண்டியிருந்தால், நான் பலதார மணம் தடைசெய்யப்பட்டிருக்கும் வெளி நாட்டிலிருந்து வந்த ஒரு கிருத்துவரைத்தான் திருமணம் செய்து கொள்வேன். அந்நாட்டில் வெள்ளைக்காரர்கள் கருப்பின மக்களுடன் கலக்காதவர்களாக இருப்பார்கள். தான் என்ன செய்கிறோம் என்று தெரியாத நிலையில் அப்பா இருக்கிறார். இனியும் நாம் அவரை உரிமை கொண்டாட முடியாது. ஒரு கூட்டத்தின் தீய பிடியில் இருக்கிறார். பார்த்துக் கொண்டே இருங்கள்,. ஒருநாள் அவர்கள் எல்லோரும் இங்கே வந்திறங்கி நம்மீது ஆதிக்கம் செலுத்தப்போகிறார்கள். நம்மிடம் உள்ளதையெல்லாம் அபகரித்துவிட்டு நம்மைத் தெருவில் நிறுத்தப் போகிறார்கள்" என்று உறுதிபடக் கூறினாள்.

தன் அறையைவிட்டு வெளியே வராத லாலா ஃபாத்மா, ஜன்னல் வழியாக கென்ஸா அங்குமிங்கும் ஓடுவதைப் பார்த்துவிட்டாள். நபூவுக்குச் சற்று நேரத்தில் பிரசவம் நடக்க இருந்தது. இந்தப் பரபரப்பைக் கவனித்த அவளுடைய கண்களில் கண்ணீர் உதிர்வதைத் தவிர்க்க முடியவில்லை. சோகமாக இருந்த அதே நேரத்தில், இந்தச் சூழ்நிலையை ஏற்றுக்கொண்டு அதனுடன் ஒத்துப்போக முயற்சி செய்ய வேண்டும் என விரும்பினாள். ஆனால், இச்சூழலை ஏற்கத் தயாராக அவள் இல்லை. தன் கணவனை இழந்துவிட்டது போன்ற உணர்வு ஏற்பட்டிருந்தது. ஏதோ தான் இறந்துபோய், தன் கணவனைக் கருப்புப்பெண் மகிழ்ச்சியாக வைத்திருக்கும் இந்தப் புதிய வாழ்க்கையில் பங்கேற்றிருப்பதாகத் தோன்றியது. அப்பெண்ணின் நடவடிக்கை, அவளுடைய பாலியல் செயல்பாடு ஆகியவை குறித்துத் தனக்குள் கேள்விகளை எழுப்பினாள்; ஆப்பிரிக்கப் பெண்களைச் சபித்தாள்; இவ்விஷயத்தில் இனவேற்றுமை எதுவும் அவளுக்குத் தெரியவில்லை. எப்போதும் மொராக்கோவைச் சேர்ந்தவர்கள், மற்றவர்களைத்தான் இனவெறியர்களாகக் கருதுவார்கள். கருப்பின மக்கள்தான் உடலுறவில் சிறப்பாகச் செயல்படுபவர்கள் என்னும் இத்தகைய அபத்தமான எண்ணங்கள் எங்கிருந்துதான் வருகின்றனவோ?

அமீர் அங்கு வந்தான். கரீம் கடையைப் பார்த்துக் கொண்டான். பணிப்பெண்கள் வீட்டைச் சுத்தப்படுத்துவதில் மும்முரமாயிருந்தனர். பிரசவத்திற்குப் பிறகு, பிள்ளை பெற்றவளுக்கு மீண்டும் வலிமை யைத் தரும் ரசம் தயாரிக்க ஆட்டுக்கால், கறி ஆகியவற்றை வாங்கி வரும்படி பத்தூல் கேட்டாள். வர இருக்கும் புதிய உறுப்பினர் அல்லது உறுப்பினர்களை வரவேற்க அனைத்தும் தயார் நிலையில் இருந்தன.

ஜெபமாலையை உருட்டியபடி அமீர் கொஞ்சம் தள்ளியே இருந்தான். லாலா மாத்திரை ஒன்றை விழுங்கி, ஒரு கசாயத்தையும் குடித்துத் தூங்கிப்போனாள். தன்னைப் பெரிதும் அலைக்கழித்த இந்த நிகழ்வில் கலந்து கொள்ளும் பேச்சுக்கே இடமில்லை. அவளுடைய மகளும், அம்மாவின் அறையில் ஒரு மெத்தையைப்போட்டு, பிரசவம் நடக்கும் அந்த நேரத்தில், அம்மா அருகிலேயே படுத்து உறங்குவது என முடிவு செய்தாள்.

முதல் சிசு வெளியே வந்ததும், கணீரென்ற குரலில் பத்தூல் ஆரவார ஒலியை எழுப்பினாள். அவளுடைய எஜமானியை அது எழுப் பியது. இரண்டாவது சிசு வந்த போது, அவள், “அல்லா அக்பர்” எனக் கூச்சலிட்டாள். கென்ஸா நிம்மதியடைந்தாள். அவள் அறிவித் திருந்தது போலவே இரட்டைக் குழந்தைகள். ஆனால், ஒன்று கருப்பு, நல்ல கருப்பு. மற்றொன்று வெள்ளை. உண்மையில், ஒரு குழந்தை மற்றதைக் காட்டிலும் அடர்த்தியான நிறத்தில் இருந்தது. ஆனால், எப்படியும் சில நாட்கள் சென்றபின்தான் அவர்களுடைய தோலின் நிறம் வெளிப்படையாகத் தெரியும். முதலில் பிறந்த குழந்தை, வெள்ளை. முழு வெள்ளை. இரண்டாவது குழந்தை கருப்பு, நல்ல கருப்பு.

இதுபோன்று அவள் இதுவரைப் பார்த்ததில்லை. இது சாத்தியம் என்பதை அவள் எண்ணிக்கூடப் பார்த்ததில்லை. எனவே அவள்,

“இது இறைவனின் சமிக்ஞை. அருட்கொடை. இரட்டைச் செல்வம்” என்றாள்.

மிகவும் நெகிழ்ந்து போன அமீர்,

“ஹசன், ஹூசேன். இவர்களை நான் ஹசன், ஹூசேன் என அழைப்பேன். அதுதான் மரபு” என்று மட்டும் கூறினான்.

இது பற்றி விவாதிக்க மீண்டும் ஒருமுறை முலே அகமதுவைச் சந்தித்தான். "பொதுவாகப் பார்த்தால் உன் குழந்தைகள் பால் கலந்த காபி போன்றவர்கள். ஒருபுறம் கருப்பு காபியும், மறுபுறம் பாலுமாக இருக்கின்றனர். இறைவன் ஏதாவது காரணங்கள் வைத்திருப்பான். இறைவனின் அருட்கொடையை ஏற்றுக்கொண்டு, இது அவருடைய நல்லுள்ளத்தின் அடையாளம் என நினைத்துக்கொள். மனித இனத்தைப் பலவாறாகப் படைத்து அதன்மூலம் ஒருவருக்கொருவர் உதவி செய்யும்படி இறைவன் செய்துள்ளார். கருப்பு மனிதருக்கும் வெள்ளை மனிதருக்குமிடையேயும்; அந்நியருக்கும் இதே நாட்டைச் சேர்ந்தவருக்கும்; இங்கிருப்பவர்களுக்கும் அங்கிருந்து வந்தவர்களுக்கும் என இறைவன் பேதம் பார்ப்பதில்லை. நீ கொடுத்து வைத்தவன் என்பதை நினைவில் வை. உனக்குக் கிடைத்துள்ள நல்வாய்ப்பைத் தேவையற்ற விஷயங்களில் விரயமாக்காதே. நம் மதத்தின் மீதும் நம்பிக்கைகள் மீதும் ஈடுபாடு வருமாறு நல்லதொரு கல்வியை அவர்களுக்கு வழங்கு".

தனக்கு இரண்டு புதிய சகோதரர்கள் கிடைத்திருக்கும் மகிழ்ச்சியை வெளிக்காட்டாமல் இருக்க கரீமால் இயலவில்லை. நீச்சல் போட்டியில் வெற்றி பெற்றபோது மகிழ்ந்ததைப்போல் அவன் ஆடுவதும் பாடுவதுமாக இருந்தான். பிரசவத்தின் போது, அங்கு இருந்ததால் இன்று காலை அவன் பயிற்சியில் ஈடுபடவில்லை. அம்மாவிடம் அவன்தான் இச்செய்தியை அறிவித்தான். அவள் ஆச்சரியப்படவில்லை. மாறாக,

"ஒன்று வெள்ளை, மற்றது கருப்பு என்பதிலிருந்தே அவள் ஒரு சூன்யக்காரி என்பது புலனாகிறது! இதுவரை யாராவது இப்படிக் கேள்விப்பட்டதுண்டா?" என்றாள்.

கரீம் எதுவும் மறுத்துப் பேசவில்லை. எல்லோருக்கும் இச்செய்தியை அறிவிக்க வீட்டுக்குள் ஓடினான். வாணலி ஒன்றைக் கையில் வைத்துக் கொண்டு, ஒரு மரக்கரண்டியால் அதை அடித்து ஓசை எழுப்பியபடிக் கூவினான்.

"எல்லோருக்கும் ஓர் அறிவி... அறிவிப்பு: ஹஸ்... ஹசன்.. ஹூ... ஹூசேன் வந்திருக்கின்றனர். வாழ்க அப்பா... வாழ்க அம்மா..."

மூத்த அண்ணன் அவனைப் பிடித்துக் கொண்டு, நபூ, அவனுடைய அம்மா இல்லை என்பதை நினைவூட்டினான்.

“ஆமாம். அது எனக்குத் தெரியும். ஆனால் என் சகோதரர்கள் ஹசன், ஹூசேன் ஆகியோரின் அம்மா” எனத் திக்கியபடிப் பதில் கூறினான்.

பிரசவமாகி ஏழாவது நாள், இரண்டு ஆடுகளை வெட்டி, இரண்டு மகன்களுக்கும் பெயர் வைத்தான். முலே அகமது தன் கைகளை இணைத்து மேலே உயர்த்தி தன்னுடன் தொழுகையில் பங்கேற்ற வர்களை நோக்கி, “இவ்வுலகுக்கு இந்த இரண்டு குழந்தைகளும் நல் வரவாக அமையவும், இறைவனால் ஆசிர்வதிக்கப்பட்டு, அல்லா மற்றும் அவருடைய தூதர் சித்னா முகமதுவின் மதத்தில் நன்மை, வளம், கனிவு, அமைதி ஆகியவற்றை அறிவிக்க வந்தவர்களாகவும் இருக்க” எல்லாம் வல்ல இறைவனிடம் மன்றாடும்படிக் கேட்டுக் கொண்டார். மேலும், “நம் நம்பிக்கை, நம் விழுமியங்கள் மூலம் இவர்களுக்கு நேர்வழியில் செல்ல வழிகாட்டும்படியும், நாம் இந்த வாழ்க்கையில் சாதாரண வழிப்போக்கர்களே என்பதையும், நாம் இறைவனுக்கு உரிமையானவர்கள், அவருடைய புனிதமான விருப் பத்தின்படி அவரிடமே திரும்புவோம் என்பதையும், இவர்களுக்கு உணர்த்தும்படியும்” வேண்டிக் கொள்ளச் சொன்னார்.

தொழுகைக்குப் பின், சிற்றுண்டி விருந்து பரிமாறப்பட்டது. இசைக்கலைஞர்கள் மட்டுமே அந்தக் கொண்டாட்டத்தில் இல்லை. லாலா ஃபாத்மாவின் பொறாமையை அதிகரிக்க விரும்பாமல் அமீர் அதனைத் தவிர்த்திருந்தான். எனினும், புண்பட்டு, நிலைகுலைந்த நிலையில் இருந்த லாலா எதிலும் பங்கேற்கவில்லை. சில நாட்கள் கழித்து, அந்த மந்திரவாதியைப் போய்ப் பார்த்துவருமாறு பத்தூலிடம் சொல்லி அனுப்பினாள். உடல் நலம் சரியில்லாததால் அவர் எங்கும் நகர்வதில்லை என்பதை அறிந்து, தானே நேரில் சென்று அவனைச் சந்திப்பது என முடிவெடுத்தாள். அப்படிச் செய்ய கணவனின் அனுமதி தேவைப்பட்டது. கூடத்தில் உள்ள தரை விரிப்புகளை மாற்றியமைக்கக்கூடிய யூதத் தரை விரிப்பாளர், உடல் நலமில்லாமல் இருப்பதால் மெல்லாவை விட்டு வர இயலாமல் இருப்பதாக ஒரு கதையை உண்டாக்கிக் கொண்டாள். அமீரிடம்,

“நீ அனுமதியளித்தால், அவரைப் போய்ப் பார்த்து, மெத்தை களுக்கான அளவுகளைக் கொடுத்துவிட்டு வருவேன். முன்பணம் கொஞ்சம் கொடு. மேலும், உள்ளே அடைந்து கிடப்பதால், வெளியே போய் நான்கு பேரைப் பார்க்க வேண்டும்போல் இருக்கிறது” என்றாள்.

தன் கருப்பு ஜெலாபாவை அணிந்து கொண்டு, வாய், கன்னம் ஆகிய வற்றை மறைக்கும் வெள்ளை முகத்திரையையும் அணிந்தாள். பிறகு, பத்தூலை அழைத்துக் கொண்டு மதினாவுக்கு அப்பால் கிடங்கு போன்றதொரு இடத்தில் காத்திருந்த அந்த மந்திரவாதியைப் போய்ச் சந்தித்தாள்.

"நான் உன்னிடம் கேட்டது இருக்கிறதா?" கைக்குட்டை ஒன்றில் முடித்துக் கொண்டு வந்திருந்த தலைமுடிக் கற்றையையும், யோனி முடியையும் அவனிடம் லாலா தந்தாள்.

"நீ கொஞ்சம் முன்னமே வந்திருக்கலாம். ஒன்று கருப்பு, ஒன்று வெள்ளை என ஊர் முழுவதும் அந்த இரட்டைப் பிள்ளைகளைப் பற்றித் தான் பேச்சு. இப்பொழுது என்ன செய்வது?"

சில பணத்தாள்களை அவனிடம் திணித்த லாலா, "அது உன் வேலை ஒரே குறிக்கோள் இதுதான். இந்தப் பெண் எங்கிருந்து வந்தாளோ அங்குத் திரும்பிப் போக வேண்டும். நிச்சயம், அவள் பெற்ற இரண்டையும் அழைத்துக் கொண்டுதான்." என்று கூறினாள்.

மந்திரவாதி அவளிடம் ஒரு தாயத்தைக் கொடுத்து அதனை நபூவின் கட்டிலுக்கு அடியில் போட்டுவிடும்படிக் கூறினான்.

"இது அங்கே இருந்தால் அவள் தூக்கம் போகும்,. பிறகு அவள் புத்திபோகும். நீ பார்த்துக்கொண்டே இரு. வீட்டை விட்டு, வந்த சுவடு தெரியாமல் ஓடப் போகிறாள். இருந்தாலும், இன்னும் விரை வாகவும் அதிகப் பலனளிக்கும் படியுமான வேலையையும் செய்யப் போகிறேன். அதற்குச் சில தங்கக் கம்பிகள் தேவைப்படும். தாயத்து களை இறுக்கிக்கட்ட அவை அவசியம். பத்தூலிடம் கொடுத்து அனுப்பு" என்று சொன்னான்.

அன்று இரவு, தரைவிரிப்பாளரிடம் போன காரியம் குறித்து அவளிடம் அமீர் விசாரித்தான்.

"அவரைப் பார்க்க முடியவில்லை. மருத்துவமனையில் சேர்த்திருப் பதாகத் தகவல் கிடைத்தது"

"ஆச்சரியமாக இருக்கிறதே! ஏனெனில், இன்று பிற்பகல்தான் நான் ஆப்பிரிக்காவுக்குப் போவதற்கு முன் அவர் செய்த வேலைக்

கான பணத்தைப் பெற்றுச் செல்ல வந்திருந்தார். நல்ல உடல் நலத்துடன்தான் இருந்தார். நீ என்னிடம் எதையோ மறைக்கிறாய்."

லாலா ஃபாத்மா ஏதோ உளறிவிட்டுத் தன் அறைக்குள் சென்று புகுந்துகொண்டாள். பத்தூல் கொடுக்கும் உணவில் கவனமாக இருக்கும்படி நபூவை எச்சரித்தான். பொறாமை கொண்ட பெண் ஒருத்தி என்னவெல்லாம் செய்யக்கூடியவள் என்பதை அமீர் அறிந்திருந்தான்.

காலப்போக்கில், வெள்ளை மனைவி இருக்கும் அதே வீட்டில் நபூவை வைத்திருக்க முடியாது என்பதை அமீர் புரிந்து கொண்டான். அப்பகுதியிலேயே அவளுக்கு வேறு இடம் பார்த்தாக வேண்டும். அதன் மூலம், அவளை அச்சுறுத்தும் ஆபத்திலிருந்து அவளைக் காக்கலாம். ஆனால், அதற்கான பணம் அவனிடம் இல்லை. சமையல்காரியை அழைத்து, தன் இளம் மனைவி பலியாகக் கூடிய மந்திர வேலை எதுவும் நடக்காமல் கவனமாகப் பார்த்துக்கொள்ளும்படிக் கேட்டுக் கொண்டான். நபூவுக்குக் கெடுதல் எதுவும் செய்ய மாட்டேன் என குரான் மீது சத்தியம் செய்ய வைத்தான். தாயத்து, மந்திரித்து எழுதுவது போன்றவற்றைப் பற்றி அவனுக்கு அச்சமில்லை. ஆனால் சோற்றில் கலந்து வைக்கப்படக் கூடிய நரிமூளை போன்ற பொருட்கள் குறித்துதான் பயப்பட்டான். அவைப் பக்கவாதம், மூளைக்கோளாறு போன்றவற்றை உண்டாக்கக் கூடியவை. லாலாவின் கோபத்தைக் கிளறாமல் இருக்க, தன் எஜமானியான அவள் சொல்வதைக் கேட்டு நடப்பதைப்போல் காட்டிக் கொள்வதாகவும் நபூவுக்கு ஒருக்காலும் தீங்கு இழைக்கமாட்டேன் என்றும் உறுதியாகச் சொன்னாள். ஓய்வில்லாமல் வேலை வாங்கும் தன் எஜமானியைப் பத்தூலுக்குப் பிடிக்காது.

ஒருநாள், பாத்திரம் துலக்கும் எந்திரம் ஒன்றை வாடகைக்கு எடுக்கலாமா எனும் எண்ணம் அமீருக்கு உதித்தது. புது நகரில் அமைந்துள்ள ஒரு நிறுவனம் அதனைப் பிரான்ஸிலிருந்து இறக்குமதி செய்திருந்தது. ஒரு மாதம் போனதும், திருப்தி ஏற்பட்டால், அதனைப் பிடித்த விலைக்கு வாங்கிக் கொள்ளலாம் என நினைத்தான். அதன் படியே வீட்டில் இந்த எந்திரத்தைப் பொருத்திய ஃபேஸ் நகரின் முதல் நபராக அமீர் ஆனான். பணிப்பெண்களின் வேலையை எளிதாக்கியதில் அவன் பெருமையடைந்தான். அவர்கள் மிகவும் ஆச்சரியமடைந்ததுடன், மகிழ்ச்சியும் அடைந்தனர். அவர்களுக்கு இது ஒரு கனவுபோல் இருந்தது. இனிப் பாத்திரம் துலக்கும் வேலை என்பது

கிடையாது. அந்த எந்திரம் இயங்கும் முறையைத் தொழில்நுட்பம் தெரிந்த ஒருவர் அவர்களுக்கு விளக்கினார். செய்முறை விளக்கம் முடிந்தபின் அவர்களுக்கு அதனைப் பயன்படுத்திக்காட்டிச் சில அறி வுரைகளைத் தந்து சென்றார். பரவசமடைந்த அவர்கள் தங்கள் எஜமானிக்கு இது பிடிக்காது என்பதை நினைத்துப்பார்த்தார்கள். அதிகமாக எதுவும் பேசிக் கொண்டிருக்கவில்லை. முழுக்க முழுக்கத் தன் தீய எண்ணத்தின் காரணமாக அந்த எந்திரத்தை அவர்கள் பயன் படுத்தக்கூடாது என்று தடைவிதித்து விட்டாள்.

“உங்களிடம் கை, கால்கள் இருக்கின்றன. உங்களுக்கு இந்த எந்திரம் தேவையில்லை என்று என் கணவனிடம் சொல்லுங்கள். இந்த எந்திரம் ஊனமுற்றோர்களுக்கும் சோம்பேறிகளுக்கும் தயாரிக்கப் பட்டது. உங்களுக்கு இல்லை. முதலில் இதை அவர் திருப்பி அனுப்பி விட வேண்டும். இதை யார் தொட்டாலும் பிறகு உயிருள்ளவரை வருத்தப்படும்படி ஆகிவிடும். சொன்னது முழுசா புரிந்ததா”

எனக் கறாராகக் கூறிவிட்டாள்.

அந்த எந்திரத்தை எடுத்துச் செல்ல இரண்டு பேர் வந்தனர். இந்த மந்திர எந்திரம் மறைந்து போவதை வேலைக்காரிகள் பார்த்துக் கொண்டிருந்தனர். அவர்களுக்கு அழுகை வந்தது. எஜமானி பேசியது அவர்கள் மனதைப் பெரிதும் புண்படுத்தியது. ஆனால், இப்படி அடிமைகள் போல் நடத்தப்படுவது அவர்களுக்குப் பழகிப் போயிருந் தது. என்றாவது ஒருநாள், நீதி வெல்லும் என்பது அவர்களுக்குத் தெரியும். இந்த விஷயம் குறித்து அமீரிடம் பேசும் துணிவு அவர் களுக்கு இல்லை. எப்படியும், அவர்களால் அவனிடம் பேச முடியாது. தன் மனைவியை எதிர்த்து பேசாததன் மூலம் புதிதாய் ஒரு சண்டையைத் தவிர்த்தான். அவளுடன் முரண்பட உகந்த நேரம் இல்லை இது.

தன் வெள்ளை நிற மனைவியுடன் வாரம் இரண்டு இரவுகளைக் கழித்து வந்தான். ஒரு கட்டத்தில், மீண்டும் உடலுறவு வைத்துக் கொள்ளச் சம்மதித்தாள். உற்சாகமற்ற இந்த நடவடிக்கைகள் அவனுக் குச் சோகத்தையும், கசப்பையும் தந்தன. எவ்வித சுகமும், சந்தோஷ மும், சுவாரஸ்யமும் இல்லாத வகையில் இல்லறக் கடமையொன்றை அவர்கள் நிறைவேற்றி வந்தனர். நபூவுடன் உறங்கியபோது அவன் அதிகமாக மகிழ்ச்சியடைந்தான். பிள்ளை பெற்றிருந்த போதிலும்,

அவளிடமிருந்த துடிப்பும் லாவகமும் குறையவில்லை. அவளுடைய மார்பகங்கள் பெரிதாகி இருந்தன. அவற்றைக் குழந்தையைப் போல் அமீர் கவ்விக் கொண்டிருந்த அதே நேரத்தில் அதிக மென்மையாகவும், பரவசமாகவும் இருந்த அவளது உடல் முழுவதையும் வருடிய படியே இருந்தான்.

மந்திரவாதி எடுத்த முயற்சி, நபூ மீதோ அவளுடைய பிள்ளைகள் மீதோ எவ்விதத் தாக்கத்தையும் ஏற்படுத்தவில்லை. இறுதியில், தற் போதைய நிலையை ஏற்றுக்கொள்ள முடிவெடுத்து, உகந்த நேரம் வரும்வரைக் காத்திருந்தாள் லாலா.

அமீரின் ஒரே பெண்ணான ஃபாத்தியாவின் நிச்சயதார்த்த விழா மிகவும் பதற்றமான சூழலில் நடந்தது. குழப்பத்தில் முடியாமல் தப்பியது. இரண்டு வயது ஆகியிருந்த ஹசன், ஹூசேன் இருவரும் அந்தப் பெரிய வீட்டில் அங்குமிங்கும் கத்திக்கொண்டு ஓடியபடி இருந்தனர். மாப்பிள்ளையின் அம்மா, அந்தக் கருப்புக் குழந்தை யாருடைய குழந்தை என்று கேட்டார். ஒருவிதமான உறுதியான குரலில், கொஞ்சம் மிரட்டலாக அமீர் பதிலளித்தான்.

“அவன் என் மகன், ஹசன். ஹூசேனின் தம்பி. ஒரு வகையில் மணப்பெண்ணின் தம்பியும் கூட.”

மௌனம் நிலவியது. எங்கும் கள்ளப்பார்வைகள். திருமண ஒப்பந்தத்தைப் பதிய வந்த மத அலுவலர்கள் என்ன செய்வது எனத் தெரியாமல் விழித்தனர். லாலா ஃபாத்மா குறுக்கிட்டு,

“அக்குழந்தை ஒன்றும் உடன்பிறந்த தம்பி இல்லையே. இந்தச் சின்ன விஷயத்தை நாம் பெரிதுபடுத்த வேண்டாம். கத்தியில் ஒட்டி யுள்ள கொழுப்பின் வாசனை மாதிரி. அது ஒன்றுமில்லை” என்றாள்.

“ஆமாம். அக்குழந்தை கருப்பாக இருக்கிறது. மணப்பெண்ணின் தம்பிகளில் ஒருவன் கருப்பாக இருக்கும் குடும்பத்திலா நாங்கள் சம்மந்தம் வைத்துக் கொள்ளப்போகிறோம். அது எங்கள் மரபில் இல்லை. ஃபாத்தியாவுக்கும் கருப்புக் குழந்தை பிறக்காது என்பதற்கு என்ன உத்திரவாதம்?” என்று மாப்பிள்ளையின் அப்பா கேட்டார்.

“அதற்காக என்னவாம்? நம் தூதர் விடுவித்த கருப்பு அடிமையான பிலால் பெயரைத்தான் அவனுக்கு வைக்கலாம் என நினைத்தேன்.

அவனுக்கு ஒரு அண்ணன் இருப்பதால் ஹசன், ஹூசேன் எனப் பெயர் சூட்டிவிட்டேன். இதில் என்ன தவறு கண்டீர்கள்? மேலும், தோலின் நிறம் தொற்றக்கூடியதில்லை.'' என்று அமீர் உறுதியாகக் கூறினான்.

நீண்ட நேரம் அமைதி நிலவியது. பெரும் சங்கடமாகவும் இருந்தது. கற்றுக்கொண்டிருக்கும் இராகம் ஒன்றை பியானோவில் வாசித்து, சூழ்நிலையின் இறுக்கத்தைக் கரீம் தணித்தான்.

எல்லோரும் கைத்தட்டினார்கள். அவனுக்குத் திருப்தி ஏற்பட்டிருக்க வேண்டும். அந்த விழாச்சூழல் வீணாகாமல் காப்பாற்றிவிட்டான்.

இரண்டு மத அலுவலர்களுக்கும் நல்ல யோசனை ஒன்று உதித்தது. பாத்தியா ஓதி, குவித்த கைகளை மேலே உயர்த்தி, இறைவனிடம் இந்தத் தம்பதியை ஆசிர்வதிக்குமாறும், அவர்களுடைய உள்ளத்தில் கனி வையும் அமைதியையும் வீற்றிருக்கும்படிச் செய்ய உதவுமாறும் வேண்டினர். பிராகிம் பெரியப்பா, தம்பதியரிடம் பன்னிரண்டு வெள்ளிக் கரண்டிகளைப் பரிசாக அளித்தார். தமக்கென வெள்ளிக் கரண்டிகள் வாங்குவது கெட்ட சகுனம் என்ற நம்பிக்கை உள்ளது.

அதே காலகட்டத்தில், வதந்தி ஒன்று உலவியது. வெள்ளைக் குழந்தையான ஹூசேன் நபூவால் திருடப்பட்டக் குழந்தை என்ற இந்த வதந்தி, குளியல் இடத்தின்காசாளர்பரப்பியதாகும். குடியிருப்புப்பகுதி யில் வேகமாக வலம் வந்த அந்த வதந்தி அமீரை எட்டியது. அமீர் கடையை மூடிக்கொண்டிருக்கும் பரபரப்பில் இருந்தபோது, அருகில் கடைவைத்திருக்கும் பொறாமையும், தீயகுணமும் கொண்ட ஒருவன் அருகில் வந்து காதோடு காதாக,

"ஒரு வாளிப்பான கருப்புப் பெண்ணை அனுபவிக்கிறாயா, அது பரவாயில்லை. ஆனால், வெள்ளைக் குழந்தையின் அம்மா என உன்னை நம்ப வைப்பது என்பதெல்லாம் சகிக்கவில்லை.'' என்றான்.

அமீர் எதுவும் பேசவில்லை. நேராக வீட்டுக்குப் போனான்.

லாலா ஃபாத்மா அவனிடம் நேரிடையாகக் கேட்டாள்.

"பிரசவம் நடந்தபோது நீங்கள் அந்த அறைக்குள் இருந்தீர்களா? இல்லை அல்லவா! எனவே, திருமணமாகாத, ஓடுகாலியான, பல பேருடன் உறங்கிய அந்த மோசமான புதிய செவிலித்தாயின் கூட்டு

சதியோடு வெள்ளைக் குழந்தையைத் திருடி இருக்க வேண்டும். அவள் சொல்வதையெல்லாம் நம்ப முடியாது. நம்மிடம் வந்து அவள் கதை அளக்க அனுமதிக்க முடியாது.

வாழ்க்கையில் முதன் முறையாக அமீருக்கு அரிதான கடும் கோபம் வந்தது.

உரக்கப் பேசினான்.

"லாலா ஃபாத்மா, "நபூ மீது இத்தகைய பழியைச் சுமத்துவதை இனியும் என்னால் தாங்கிக் கொண்டிருக்க முடியாது. ஆமாம், அவள் ஒரு தேவதை, பெரிய இடத்துப்பெண். தகுதியும் பெருமையும் உடையவள். ஆகவே போதும்; ஆமாம், இத்துடன் நிறுத்திக்கொள். இனியும் அவள்மீது ஒரு வார்த்தை கூட இழிவாக வரக்கூடாது. அவளைத் திட்டினால், அது என்னையும், என் புகழ், என் நேர்மை ஆகியவற்றையும் கேள்விக்குள்ளாக்குவதற்குச் சமம். எனவே நீ எல்லாவற்றையும் நிறுத்திக் கொள்ள வேண்டும்."

அவள் துணிந்து,

"இல்லையென்றால்? எனக் கேட்டுவிட்டாள்.

"இல்லையென்றால், விவாகரத்து! ஒரு நிமிடம் கூட ஆகாது. உன்னைத் திருப்பி அனுப்பும் கடிதத்தை எழுதினால் உன் பெட்டி படுக்கையைக் கட்ட வேண்டும். அவ்வளவுதான். என் மனைவியாக இல்லாமல் போக மூன்று முறை "நீ விலக்கப்பட்டாய்" (தலாக்) எனச் சொன்னால் போதும். அதுதான் சட்டம்" எனக் கடுமையான தொனியில் அமீர் கூறினான். லாலா ஃபாத்மா ஓங்கி அழுதாள். ஏனெனில் அவன் இவ்விஷயத்தில் வேடிக்கையாகச் சொல்லவில்லை என்பதை அவள் அறிவாள். இத்தகைய கோலத்தில், தன் கணவனை அவள் ஒருபோதும் பார்த்ததில்லை. ஆப்பிரிக்க சூன்யம் வேலை செய்கிறது என்று நினைத்தாள். பிறகு அறைக்குள் சென்று விட்டாள். அமீருக்கும் லாலாவுக்கும் நடந்த சண்டையை வேலைக்காரி ஒருத்தி வந்து நபூவிடம் சொல்லிவிட்டாள்.

இதைக் கேட்டுப் பெரிதாக ஆச்சரியமடையாத நபூ, தன் பிள்ளை களை யாராவது வந்து தூக்கிச் சென்று விடுவார்களோ எனப் பயந்தாள். சதித்திட்டங்களும், துரோகங்களும் நிறைந்த இந்த ஊரில்

எதுவும் நடக்கலாம் என்று அவளுக்குத் தெரியும். உறங்கும் போதும், இரண்டு பிள்ளைகளையும் அணைத்தபடியே உறங்கினாள். அவர்களுடைய பிறந்தநாள் அன்று, ஊரில் உலவும் வதந்திக்கு முற்றுப்புள்ளி வைக்க அமீர் ஒரு காரியம் செய்தான். ஹூசேன் ஒரு புறமும், ஹசன் ஒரு புறமாக, நபூ பின் தொடர அமீர் வெளியே வந்தான். அழகிய ஆப்பிரிக்க ஆடையை நபூ அணிந்திருந்தாள். தன் அறைக்குள்ளேயே இருந்த லாலா, இதைக்கண்டு வெம்பினாள். தன் அழிவினை நேரிடையாக அனுபவிப்பதைப்போல் உணர்ந்தாள். தன்னைவிடக் கருப்புப் பெண் ஒருத்திக்கு இறைவன் அதிக முக்கியத்துவம் தந்துவிட்டதாக நம்பிய அவள் தொழுகைகள் செய்வதை நிறுத்திக் கொண்டாள்.

1955 ஆம் ஆண்டு நவம்பர் மாதத்தில், ஒருநாள் திடீரென "ஐந்தாம் முகமது நிலவில் தெரிகிறார்" என்ற செய்தி நகர் எங்கும் பரவியது. தங்கள் அரசர் கண் முன் தோன்றுவதை நேரில் பார்க்க வரும்படி மொராக்கோ வாசிகள் அனைவருக்கும் இடமும் நேரமும் சொல்லப்பட்டது. அன்று பருவநிலை நன்றாக இருந்தது. குறிப்பாக, வானம் நட்சத்திரங்களுடன் காட்சியளித்தது. வீட்டின் தளங்கள், குன்றுகள், மரங்கள், அரிதாகக் காணப்பட்ட கட்டடங்கள் ஆகியவற்றின் மீது மொராக்கோ மக்கள் அனைவரும் கூடிவிட்டனர். பிரான்ஸ் நாட்டால் தண்டிக்கப்பட்டுக் குடும்பத்தோடு தம்நாட்டிலிருந்து வெகு தூரத்துக்கு, அதாவது மடகாஸ்கருக்கு நாடுகடத்தப்பட்ட தங்கள் அரசரின் உருவத்தைக் காண அனைவரும் குழுமியிருந்தனர். இவ்வளவு நம்பிக்கையும் ஆதரவும் காட்டும் மக்கள் கூட்டம் ஒன்றை அரிதாகவே பார்க்க முடியும். இது ஒன்றும் கற்பனையல்ல. சிலர் அவர் சிரித்த முகத்தைக் கண்டதாக கூறினார்கள். இன்னும் சிலர், அவர் அமைதியாகவும் நம்பிக்கையோடும் இருப்பதாகவும் அவர் மீண்டும் ஆட்சி பொறுப்பேற்பது தவிர்க்க முடியாதது, இன்னும் சில வாரங்களில் அது நடக்கும் என்றும் தெரிவித்தனர்.

அரசியல்வாதிகள் விரைவில் அதற்கு ஓர் ஏற்பாடு செய்து விடுவார்கள். அதன் மூலம் தங்கள் அரசரை மீண்டும் ஆட்சிக் கட்டிலுக்குக் கொண்டு வருவதோடு மொராக்கோவுக்கு விடுதலையும் கிடைத்துவிடும். இந்த அடக்குமுறை ஆட்சி நீண்டகாலம் இருந்துவிட்டது. குறிப்பாக, அல்ஜீரியாவில் நிகழ்ந்த போரில் பிரான்ஸூக்குப் பெருத்த சங்கடம் ஏற்பட்டது. அந்தப் போர், இரண்டு தரப்பினருக்கும் பாதிப்பை ஏற்படுத்தி, மீண்டுவர முடியாத பலத்த சேதங்களை உண்டாக்கியிருந்தது.

எதார்த்தத்தினைக் கடந்து இந்தக் காட்சியைக் கேலி செய்யும் துணிவு யாருக்கும் இல்லை. இரகசிய சுற்றுலா வழிகாட்டியும், முன்னாள் ஆசிரியருமான ஹஃபீதுக்கும் அத்துணிவு இல்லை. அடக்குமுறைக்கும், மன்னராட்சிக்கும் எதிரான இவனைத் தேசிய வாதப் போராளிகள் கொல்லப் போவதாக அச்சுறுத்தியிருந்தனர்.. மறைந்தே வாழ்ந்து வந்த அவன், வாய்ப்புக் கிடைக்கும் போதெல்லாம், 1789 இல் நிகழ்ந்த பிரஞ்சுப்புரட்சியை ஆதரித்து முழங்கினான். பாழடைந்த வீட்டைக்காட்டி, அங்கே பதுங்கியிருக்குமாறு அமீர் அவனிடம் சொன்னான். அவ்வப்பொழுது அவனுக்குச் சாப்பாடு அனுப்பிவைத்த அமீர் பழைய ஜெலாபாவை அணிந்து இரவில் மட்டும் போய் அவனைப் பார்த்து வருவான்..

“இங்கே பார் ஹஃபீத், வீணாக வம்பை விலைக்கு வாங்காதே. மொராக்கோவாசிகளுக்கு எதிரான நிலையில் நீ இருக்கிறாய். மொராக் கோவில் இருப்பவர்கள், தங்கள் அரசரை நேசிப்பதோடு, அவர் திரும்பிவர வேண்டும் என்று போராடுகிறார்கள். எனவே, முட்டாள் தனமான காரியங்களை நிறுத்திக்கொள்” என்று அமீர் அறிவுரை கூறினான்.

“சரி, நாட்டு மக்களின் நன்மைக்கு இந்த அடக்குமுறை ஆட்சி என்ன செய்தது?” என்று கேட்டான்.

ஹஃபீத் நிறைய துன்பங்களை அனுபவித்திருக்கின்றான். அவன் மற்றவர்களைப்போல் இல்லை. கினியாவிலிருந்து தன் அப்பா அழைத்து வந்திருந்த கருப்பு அடிமைப் பெண்ணுக்குப் பிறந்த பிள்ளை களில் ஹஃபீதும் ஒருவன். எனவே அவன் கலப்புக்குழந்தை. வெறுப்பு, அவமதிப்பு ஆகியவற்றுக்குள்ளான அவன், தனக்கு யாரும் எளிதில் உதவிக்கு வரமாட்டார்கள் என்பதைப் புரிந்துகொண்டான். எனவே, அல்லும் பகலும் வாசிக்கத் தனக்கென ஒரு நூலகத்தை அமைத்துக் கொண்டான். இறுதியில், தனக்கென ஓர் அடையாளம், அடித்தளம், அமைதி ஆகியவற்றைப் பெற நூல்கள் அவனுக்குப் பெரிதும் உதவின. கருப்பு நிறத்தோல் உடையவர்களைக் கீழான வர்கள் என நிராகரித்த சமுதாயம் ஒன்றில் இனவெறி என்பது ஏறக்குறைய இயல்பானதாக இருந்தது. அவன் வொல்தேர், உய்கோ, ஸோலா, ரபலே, ரேம்போ, ஒமர்கயாம், கலீல் ஜப்ரான், ஆந்திரேஜீத், அகமது சாவ்கி, அனத்தோல் பிரான்ஸ், ழோர்ழ் தரியேன், தாஹா ஹூசேன் ஆகியோர் நூல்களைப் படித்திருக்கிறான். கையில் கிடைத்த

தையெல்லாம் வாசித்துவிடுவதோடு, குறிப்புகள் எடுத்துச் சில பகுதி களை மனனமும் செய்து விடுவான்..

தன் மாமா அமீரிடம் பேசும்போது,

“நான் தனியாக வளர்ந்தவன். என் அப்பா என்னைக் கைவிட்டு விட்டார். நல்லவேளையாக, இந்தப் புத்தகங்களை எல்லாம் பழைய புத்தகக்கடையில் வாங்கியுள்ளேன். இவை அரசியல் காரணங் களுக்காக மொராக்கோவை விட்டு வெளியேறிய பிரஞ்சுக்காரர் களுக்குச் சொந்தமானவையாகும்.

ஹம்ஃபீத் கற்பனை உலகில் வாழ்பவன். பெரிய அளவில் தீவிரமான வாசகன். சில புத்தகங்கள் அவனை ஆட்கொண்டுவிடும். இப்படித்தான் காஃப்காவின் “உருமாற்றம்” என்ற புதினத்திலிருந்து அவன் விடுபட மிகவும் கஷ்டப்பட்டான். தினமும் காலையில் ஓடிப்போய் கண்ணாடி முன் நின்று பார்ப்பான். இரவில் தன் உடலில் மாற்றம் ஏதும் நேர்ந்துவிடவில்லை என்பதை உறுதிசெய்து கொள்வான். ஒருநாள் காலை, உதட்டின் இடதுபக்கமாக மரு ஒன்று உண்டாகியிருப் பதைக் கவனித்தான். மறுநாள் அந்த மரு நகர்ந்ததுடன் பெரிதாகி இருந்தது, கையடக்கப்பதிப்பாக இருந்த காஃப்காவின் புத்தகத்தைத் திறந்த அவன் அதிர்ச்சியடைந்தான். அந்த நூலில், முன்புபோல் எழுத்துக்கள் இல்லை. அதற்குப் பதிலாக அவன் முகம் வரையப்பட்டு இருந்தது. பல்வேறு அளவுகளில் பத்துக்கும் மேற்பட்ட மருக்கள் கொண்ட முகங்களாக அவை இருந்தன. இனி இப்பக்கங்களில் அவனுடைய விதி எழுதப்பட்டிருப்பது அவனுக்குத் தெரியும் என்ற குரலும் அவனுக்குக் கேட்டது. சோர்வினால் இவையெல்லாம் அவனுக்குள் உண்டாகியிருக்கலாம் என்றும் நினைத்தான் எனினும், எந்தச் சுமையும் அவனுக்கு இருந்ததில்லை. வேலைப் பளு கிடையாது. இரகசியமாக அவன் செய்து வந்த சுற்றுலா வழிகாட்டிப் பணியும் ஓரளவு அமைதியாகவே இருந்தது. ஆனால், அவனை ஏதோ ஒன்று அலைக்கழித்தது. அவனால் அதனை இனங்காண இயலவில்லை. நீளமான தன் சுருட்டை எடுத்து அதில் கஞ்சாவை அடைக்கக் குனிந்தபோதுதான் அவனுக்கு இந்த இலைதான் அவன் மனதில் சஞ்சலத்தை ஏற்படுத்துகிறது என்பது புரிந்தது. அதைக் கீழே வைத்துவிட்டுப் பெரிய குவளையில் தண்ணீர் குடித்தான். அவன் தொடர்ந்து புகைப்பிடித்து வருகிறான் என்றாலும் இந்தக் கஞ்சா தனக்குப் பல கற்பனைகளை உண்டாக்கியிருப்பதை முதன் முறையாக உணர்ந்தான்.

அன்று பகல், நீண்டநேரம் தூங்கி எழுந்தபின் காஃப்காவின் புதினத்தை மீண்டும் எடுத்து வாசித்தபோது, அந்தப் புத்தகத்தில் எல்லாம் இயல்பாக இருந்தன. கிறுக்கல்களோ, படமோ எதுவும் இல்லை. தன்முகத்தைக் கண்ணாடியில் பார்த்துக்கொண்ட ஹஃபீத் "போதும், உன் சேட்டைகளை நிறுத்திக்கொள்" என்று சிரித்தபடியே தனக்குள் சொல்லிக்கொண்டான்.

அனாத்தோல் பிரான்ஸ் எழுதிய 'கடவுள்களுக்குத் தாகம்" என்ற புத்தகத்தின் அட்டைப்படம் வெள்ளை நிறத்தில் அமைதியாக இருந்தது. இந்தப் புதினத்தை அவனுடைய நண்பன் மொசெ தந்த போது கூடிய விரைவில் இதனை வாசிக்கும்படிக் கூறியதோடு,

"இந்த மாபெரும் படைப்பைப் படிக்க நீ கொடுத்து வைத்திருக்க வேண்டும்" என்று பரிந்துரைத்திருந்தான்.

அந்தப் புத்தகத்தில் மூழ்கிப்போனான் ஹஃபீத். கலகக்குரல் அவனுக்குக் கேட்பதுபோல் தோன்றியது. மிகுந்த உற்சாகமடைந்தான். இது போன்ற நூல்கள்தான் அவனுக்கு மிகவும் பிடித்தமானவையாகும். கனவு வந்தது. அவனுடைய அப்பா, யாருமில்லாத கிராமம் ஒன்றில் கழுதையின் மீது அமர்ந்தபடிக் கத்திக்கொண்டு வந்தார். "மத நம்பிக்கையற்ற, எதையும் மதிக்காத, தன் சொந்த மதத்தை மட்டுமே எதிர்க்கும் இப்படி ஒரு மகனைத் தந்த இறைவனே! என்னை மன்னித்துவிடு. நம் வரலாற்றுக்கும் இதற்கும் எவ்விதத் தொடர்பும் இல்லை. நாம் அரசாட்சிக்கு விசுவாசமானவர்கள். யாருடைய தலையையும் வெட்ட நாங்கள் விரும்பவில்லை. இறைவன் அவனை மன்னிக்கட்டும்!" நம் இனத்தில், எந்த நிலையிலும், அப்பாவுக்குப் பணம் திருப்பிச் செலுத்துவதில்லை. பெற்றோருடன் ஓரளவு மதம் சார்ந்த உறவுகளைத்தான் வைத்துள்ளோம் என நினைத்தான். அவர்கள் இருக்கும் நிலையிலேயே அவர்களை ஏற்றுக் கொண்டு, எப்போதும் அவர்களுக்குச் செலுத்த வேண்டிய மரியாதையில் குறைவைக்காமல் இருக்கிறோம். இல்லையென்றால் முறிவு உண்டாகிச் சமூகத்தால் நிராகரிக்கப்படும் நிலை ஏற்படும்.

ஹஃபீத் ஒரு கிளர்ச்சியாளன். ஆனால் அவன் ஒரு நல்ல மகன். தன்னைக் கைவிட்ட அப்பாதான் தன் நிலைக்குக் காரணம் என்று குற்றஞ்சாட்ட அவனால் முடியவில்லை. அவனுடைய அம்மா மெக்கேனஸ் பகுதியில் அதிக நிலங்கள் வைத்திருக்கும் பணக்காரர் ஒருவரிடம் அவனை விற்றுவிட்டு மறைந்திருக்க வேண்டும்.

ஒரு நாள், தனக்கு நல்லது நினைக்கும் மாமா அமீரிடம் அமைதியான முறையில் ஹஃபீத் தன் கருத்துக்களை விளக்கினான்:

பிரஞ்சுக்காரர்கள் அந்த அரசரைத் தண்டித்திருக்ககூடாது. அவரைத் தன் போக்கிலேயே விட்டுவைத்திருக்க வேண்டும். மன்னராட்சி தானாகவே வீழ்ந்திருக்கும். மேலும், ஐந்தாம் முகமதுவை ஒரு கதாநாயகன் நிலைக்கு உயர்த்தி மொராக்கோவைக் கடைசிவரை மன்னராட்சிக்கு உட்பட வைத்து, அதனை உறுதி செய்துவிட்டனர். மக்கள் அனைவரும் வீதியில் இறங்கி அந்த மன்னர், தன் மூதாதையர் வழியில் ஆட்சிக்கட்டிலுக்குத் திரும்ப வேண்டும் எனப் போராடுவதே இதனை உறுதி செய்கிறது. என்னைப் பொறுத்தவரை, தனிப்பட்ட முறையில் அந்தக் குடும்பத்தின் மீது எவ்வித வெறுப்பும் இல்லை. ஆனால், உண்மையில் எத்தனை காலத்துக்குதான் ஒரு மன்னருக்கு விசுவாசமாக அடிபணிந்து சேவகர்களாய் நாம் இருக்கப்போகிறோம்? இது போல் நினைப்பது நான் மட்டுமே என்று நினைக்கிறேன். என் மாமாவும் நண்பனுமான உன்னிடம் நான் என்ன நினைக்கிறேனோ அதைச் சொல்கிறேன். நான் இப்படிப் பேசினால், எவ்வித விசாரணையுமின்றித் தண்டித்து விடுவார்கள் என்று தெரிந்தே பேசுகிறேன். எனவே கிளம்புகிறேன். என்னை மன்னித்துவிடு!" என்றான். குடியரசு ஆட்சி முறைகள் அனைத்தும் உண்மையில் ஜனநாயக முறையில் இருப்பதில்லை என்பதையும் அவனுக்கு விளக்கிய அமீர், இராணுவப் புரட்சி மூலம் அண்மையில் எகிப்தில் பதவியைப் பிடித்த நாசரை உதாரணமாகச் சுட்டிக்காட்டினான். விவேகமானவன் என்ற முறையில், இந்த நாட்டுக்குத் தேவையான நிலையான ஆட்சி எவ்வளவு முக்கியமானது என்பதை அமீர் அவனுக்கு விளக்கினான். மத நம்பிக்கை உடையவர்களின் தலைவர் என்ற முறையில் மன்னருக்கு மட்டுமே, அமைதியான இஸ்லாம் என்ற முழக்கத்துடன் மொராக்கோவாசிகள் அனைவரையும் ஒன்றிணைக் கக்கூடிய சக்தி உண்டு.

தான் நம்புகின்ற நிலைப்பாடுள்ள மக்கள், சிறுபான்மைக்கும் சற்று கீழான சதவீதத்திலேயே இருப்பார்கள் எனத் தெரிந்திருந்தும், ஹஃபீத் அதில் உறுதியாக இருந்தான். சுற்றுலாவழிகாட்டி என்னும் வேலையை விட்டுவிட்டான். அதிகாரப்பூர்வமற்ற சுற்றுலா வழிகாட்டிகளுக்கு எதிராக அதிகாரிகள் கடும் நடவடிக்கை எடுத்து வருவதும் அதற்குக் காரணமாகும். அவன் ஒரு முடிவுக்கு வந்துவிட்டான். நாட்டைவிட்டு வெளியேறுவது என்பதுதான் அது. பல நாடுகளை யோசித்துப்பார்த்து

இறுதியில் சுவீடனைத் தேர்ந்தேடுத்தான். அந்தநாடு தான் தன் விருப்பம், தன் கனவு எனக் கூறினான். ஏன் அந்த நாடு? ஏனெனில் அந்தக் காலத்தில், ஆப்பிரிக்க நாடொன்றில் நிகழ்ந்த உள்நாட்டுப் போருக்குப் பிறகு நூற்றுக்கும் அதிகமான அனாதைக் குழந்தைகளை சுவீடன்தான் தத்தெடுத்திருந்தது. அந்த நடவடிக்கை குறித்து ஊடகங் கள் பெருமளவில் விவாதித்தன. ஹஃபீத்துக்குத் தான் ஓர் அனாதை என்பதோடு தான் ஓர் ஆப்பிரிக்கன் என்ற உணர்வும் ஏற்பட்டது. மேலும், வட ஐரோப்பா நாடுகளின் அரசியல்முறை குறித்தும் விசாரித்து வைத்திருந்தான்.

அவனிடம் கடவுச்சீட்டு இல்லாததால், அதைப் பெறுவதற்கு அமீரை நம்பியிருந்தான்.. அது அவ்வளவு எளிதாக இல்லை. பிரஞ்சுக் குடியுரிமைப் பெற்றவர் என்ற தகுதியுடன் இருந்த அல்ஜீரிய அதிகாரிகள்தான் கடவுச்சீட்டுகளை வழங்கும் பொறுப்பில் பெரு மளவில் இருந்தனர். இவர்களில் நிறையப்பேர் காவல்துறையிலும், தகவல்துறைப் பிரிவிலும் பணியாற்றி வந்தனர். தேசிய உணர் வாளர்கள் இவர்களைத் தவிர்த்ததுடன் தங்கள் வெறுப்பையும் காட்டத் தயங்குவதில்லை. ஃபாத்தியாவின் வருங்காலக் கணவருக்குப் பிரஞ்சுக் காவல் துறையில் உளவுப்பிரிவில் பணியாற்றும் யாரோ ஒருவரைத் தெரிந்திருந்தது. மொராக்கோவைச் சார்ந்த தந்தைக்கும் கினியாவைச் சார்ந்த தாய்க்கும், ஃபேஸ் நகரில் பிறந்ததாகக் குறிக்கப்பட்டு ஹஃபீதுக் குக் கடவுச்சீட்டுப் பெறப்பட்டது. தேவையான ஆவணங்களுடன் “உறை” ஒன்றைக் கோப்புக்குள், வைத்துச் சமர்பித்து ஹஃபீத் தன் கடவுச்சீட்டைப் பெற்றான். பிறகு தனக்குக் கொஞ்சம் பணம் தந்த அமீரைத் தவிர யாரிடமும் தெரிவிக்காமல், ஒரு பெட்டியில் புத்தகங் களை நிரப்பிக்கொண்டு தாஞ்சியருக்குப் படகு மூலம் சென்று, அங்கிருந்து, அல்ஜெசிராஸ் செல்லும் தொடர்வண்டியில் ஏறி, டிசம்பர் மாத இரவொன்றில் ஸ்டாக்கோம்மில் போய் இறங்கினான்,. அப்பொழுது அப்பகுதி முழுவதும் பனியால் போர்த்தப்பட்டிருந்தது.

தான் படித்த புதினங்களில் விவரிக்கப்படும் இக்காட்சியை அவன் நேரில் இதுவரைப் பார்த்ததில்லை. இப்பொழுது அது வினோத மாகவும், உற்சாகமாகவும் இருந்தது. பனிக்கட்டிகளை எடுத்துச் சிறுவர்களைப் போல் உருண்டைகள் பிடித்து அவற்றை முகத்தில் தேய்த்துக் கொண்டான். தான் கனவுகண்ட இந்த மண்ணில் வந்து இறங்கியதில் பெரிதும் மகிழ்ந்து போனதால் அங்கு நிலவிய கடுமையான குளிரைக் கூட முழுவதுமாக அவன் உணரவில்லை.

அவனுக்குத் தெரிந்த நபர் ஒருவர் அங்கு இருந்தார். இவன் ஊரைச் சேர்ந்த அந்த நபர் ஓரளவு வயதான சுற்றுலாப் பயணியைப் பிடித்து இங்கு வந்தவர். ஹஃபீதுக்கு நல்ல உபசரிப்பு கிடைத்தது. மீண்டும் விண்ணப்பங்களை நிறைவு செய்ய வேண்டியிருந்தது. தவிர, தன் வாழ்க்கையைப் பற்றியும், நாட்டை விட்டு வெளியேறியதற்கான காரணம் குறித்தும் சிறிது விளக்க வேண்டியிருந்தது. ஹஃபீதின் நண்பர் அவனை ஒரு விஷயத்தில் கவனமாக இருக்கும்படிக் கேட்டுக் கொண்டார்:

“இங்கு யாரும் பொய் பேசுவதில்லை. உன் சூழ்நிலை குறித்துக் கதை அளக்க வேண்டியதில்லை. இங்கு ஒருவர் வெள்ளைக்காரராக இருந்தாலும் கருப்பு மனிதரோ அல்லது கலப்பின மனிதரோ யாராக இருந்தாலும் அவருக்குச் சமமானவர்தான். அதுதான் நீ விரும்பும் நிலை, இல்லையா? எனவே நேர்மையாக இரு. வட ஐரோப்பியர்கள் நேர்மையானவர்கள். கடலோர நாடுகளைச் சேர்ந்தவர்கள் போல் கிடையாது. அளவுக்கதிகமாக உணர்வுகளை வெளிக்காட்டிக் கொள்ள மாட்டார்கள். நெருக்கத்திற்கு இடமில்லை. மற்றவர்களுக்குள்ள அதே உரிமை உனக்கும் உண்டு. முதலில் இங்குள்ள மொழியைக் கற்றுக்கொள். பிறகு ஒரு வேலையைத் தேடு. முழு முனைப்புடன் நீ நினைத்ததை எட்டுவதற்கு நேர் வழியில் செயல்படவேண்டும், அதுதான் முக்கியம். நான் என்ன சொல்ல வருகிறேன் என்றால் அரசியல் எதுவும் வேண்டாம். அதாவது மொராக்கோவின் மன்னராட்சிக்கு எதிரான உன் வெறுப்பை ஒதுக்கி வை. இங்கிருப்பவர்களுக்கு அதில் ஈடுபாடில்லை. நீ ஒழுங்காக நடந்து கொண்டால், சட்டப்படி உனக்குச் சேர வேண்டிய அனைத்தும் கிடைக்கும். மாறாக, சிறு தவறு இழைத்தாலும், எவ்வித விசாரணையுமின்றி நீ திருப்பி அனுப்பப்படுவாய். ஆனால், நீ அறிவாளி என்பது எனக்குத் தெரியும். நீ பிழைத்துக்கொள்வாய்.. மன்னராட்சிக்கு எதிரான கொஞ்சம் அதிகப்படியான உன் எண்ணங்களை மறந்துவிடு, புரிகிறதா?”

“புரிகிறது! நீ என்னை நம்பலாம். இனி ஒரே பாதைதான். அதில் முனைப்பு, ஒழுங்கு, நேர்மை மட்டுமே இருக்கும்!” என ஹஃபீத் உறுதியளித்தான்.

சில மாதங்கள் கழித்து, அமீருக்குத் தன் படம் ஒன்றை அனுப் பினான். அதில் அவனைவிட உயரமான வெள்ளைக்காரப் பெண் ஒருத்தி அவன் கைகளைப்பற்றியபடி நின்றிருந்தாள். பனிச்சறுக்குத்

திடலில் எடுக்கப்பட்ட படம் அது. மொராக்கோவில் இருந்திருந்தால், இப்படி வெள்ளைக்காரப் பெண் ஒருத்தியின் கைகளைப் பற்றியிருக்க முடியாது. பனிச் சறுக்கலை ஒருபோதும் அவன் கண்டிருக்க முடியாது என்ற எண்ணம் அமீர் மனதில் தோன்றியது. ஸ்வீடன் நாட்டு மன்னர் குடும்பத்திற்கு ரோஜாப்பூக்கள் நிறைந்த பூங்கொத்து ஒன்றை அனுப்பியாக வேண்டும்!

இரட்டைக் குழந்தைகள் பிறந்ததில் இருந்தே அமீருக்கு ஓர் எதார்த்த நிலை புரிந்தது. இதற்கு முன் அதனைத் தூரத்திலிருந்தே கவனித்து வந்துள்ளான். காரணம், அதைப்பற்றிய கவலை அவனுக்கு இல்லை. இன வேற்றுமை என்பது ஏழை, பணக்காரர் என்றில்லாமல், மற்ற நகரங்கள் போல் ஃபேஸ் நகர மக்கள் மத்தியிலும் எல்லோருடைய மனத்திலும் நன்கு வேரூன்றி இருக்கிறது. இத்தனைக்கும், மொராக்கோ மக்கள் அனைவருமே வெள்ளைநிறத்தவர்கள் இல்லை. இங்கு அடிமை களின் சந்ததியினரும் இருக்கின்றனர். குறிப்பாகத் தென் பகுதியில் வசிக்கும் இவர்கள், விளிம்பு நிலைப் பணிகளைச் செய்து வருகின்றனர். அதிகமான தகுதியுடையவர்கள் மன்னரின் பாதுகாவலுக்காக அமர்த்தப் பட்டனர். அந்தக் குறிப்பிட்ட பாதுகாவல் படை, கருப்பு மனிதர் களை மட்டுமே கொண்டிருக்க வேண்டும் என்று மன்னர் ஆணை யிட்டிருந்தார். ஏறக்குறைய தங்களை அறியாமலேயே நிகழ்த்தும் இனவெறியின் வெளிப்படையான ஆதாரம் இது. நிச்சயமாக இதற்குப் பலியானவர்களைத் தவிர்த்து வேறு யாரையும் இது பாதிக் கவில்லை. எனினும், யாரும் அசையவில்லை, சுதந்திரத்தின் வாயிலில் இருந்தாலும் இன்னமும் அடக்குமுறையின் பிடியில் இருக்கும் மொராக் கோவில், இது போன்ற விஷயங்களை எதிர்த்து யாரும் குரல் எழுப்ப வில்லை.

ஃபாத்தியாவின் திருமணத்திற்குப் பிறகு, மகன்கள் முகமது, அஸீஸ் ஆகிய இருவரும் இஸ்லாமியக் குழுமம் ஒன்றின் உதவித் தொகை கிடைத்துப் படிப்பை மேற்கொள்ள கெய்ரோவுக்குப் புறப் பட்டுச் சென்றனர்.

இந்த இஸ்லாமியர்களின் நல்லெண்ணத்தின் மீது நம்பிக்கை வைத்துள்ள அமீருக்கு அந்த நாட்டில் எவ்வித ஆபத்தும் இருப்பதாகத் தெரியவில்லை. வீட்டில் கரீம் மட்டுமே இருந்தான். தன் இரண்டு தம்பிகளையும் பாசத்தோடு கவனித்துக்கொண்டான். நிறைய நேரம் தட்டச்சு எந்திரத்திலும் கழித்தான். அவன் சொல்வது போன்ற ஒரு

பாணியில் அதில் 'நாட்குறிப்பு' எழுதினான். லாலா ஃபாத்மா தன் அறைக்குள் நாளுக்கு நாள் மெலிந்து வந்தாள். அமீர் வீட்டை விட்டுக் கிளம்பியதும், நபூவின் குழந்தைகள், சமையறையில் மீதமிருந்த உணவினை சாப்பிடும்படி லாலா சொல்லுவாள்; லாலாவின் பார்வை யிருந்து நபூ தப்பிவிடுவாள். லாலாவை ஒரு போதும் எதிர்க்காத அளவு அவளை நபூ தவிர்த்து வந்தாள். இது லாலாவுக்கு மேலும் அதிக கோபத்தை உண்டாக்கியது.

அமீரின் வியாபாரம் நாளுக்கு நாள் நலிந்து வந்தது. அடிக்கடி நடைபெறும் வேலை நிறுத்தங்கள், ஊர்வலங்கள் ஆகியவை வாடிக் கையாளர்களின் வருகையைப் பாதித்தன. தன் அண்ணன் பிராகிமிடம் இதுபற்றி அமீர் பேசினான். நாற்பதுகளின் தொடக்கத்தில் ஃபேஸ் நகரை விட்டு வெளியேறிய அவர் தாஞ்சியர் சென்று, அங்கு நிறைய பணப்பரிமாற்றம் செய்யும் கடைகளை வைத்திருக்கிறார். யோசித் துப்பார்த்த பிராகிம், செழிப்பும் வளமும் கொண்ட தன் ஊருக்கு வந்து சேரும்படி அவனுக்கு ஊக்கம் ஊட்டினார்.

ஒரு நாள் இரவு, தூக்கத்திலேயே லாலா ஃபாத்மா இறந்து போனாள். அப்பொழுது ஃபேஸ் நகரைத் தாக்கிய கடும் சூறாவளி, வழியில் வந்த அனைத்தையும் தூக்கிச் செல்லப்பார்த்தது. அவளைப் புதைக்கவும், துக்கம் விசாரிக்க வந்தவர்களை உபசரிக்கவும், மழை நிற்கும் வரை காத்திருக்க வேண்டியிருந்தது. இறுதிச் சடங்குகள் நடத்த வேண்டிய மூன்று நாட்களையும் கடக்க மிகவும் கடினமாக இருந்தது. வந்தவர்களுக்கு உணவளித்தாக வேண்டும். அவர்களைத் தங்கவைக்க வேண்டும். நபூவைக்குறித்துத் தேவையற்ற கேள்விகள் எழுப்புவோருக்குப் பதில் அளித்தாக வேண்டும். "இது யார் உங்கள் புதிய வேலைக்காரியா?" என அவள் யார் என்று தெளிவாகத் தெரிந்து கொண்டே சிலர் கேட்டனர். மேலும் சிலர், அப்படி எல்லாம் சுற்றி வளைக்காமல், லாலா ஃபாத்மாவின் மரணம் இவ்வளவு சீக்கிரமாக நிகழ்ந்ததற்கு இவள்தான் காரணம் என்று நேரடியாகவே குற்றஞ் சாட்டினர். இந்தத் தீய சொற்களையெல்லாம் கேட்க அவள் எந்தப் பாவமும் செய்யவில்லை. "இறைவன் மனித இனத்தை வெள்ளையாகத்தான் படைத்தான். இறைவனால் தேர்ந்தெடுக்கப் பட்ட, அவருடைய தூதரால் மிகவும் விரும்பப்பட்ட பெரிய குடும் பங்களில் கருப்பர்களுக்கு இடமில்லை. அவர்கள் இயற்கையில் நேர்ந்து விட்ட பிழைகள்." எல்லோரும் கலந்திருந்த கூட்டத்தில், துக்கம் கொண்டாடும் இந்த நாட்களில் இப்படியான முணுமுணுப்புகள்தான்

கேட்ட வண்ணம் இருந்தன. அங்குப் பருமனான மாமாவைக் காணலாம். எந்த விஷயத்தைப்பற்றியும் கருத்துக் கூற அவர் தயங்க மாட்டார். பொது இடத்தில் தன் மூக்கைக் குடையும் கெட்ட பழக்கம் அவரிடம் இருந்தது. அவருடைய மனைவியோ, விஷத்தைக் கக்கும் நாக்குக்குப் பெயர் போனவள். துக்கத்தின் அடையாளமாக வெள்ளை ஆடையினை அணிந்து ஓரத்தில் அமைதியாக உட்கார்ந்திருந்த நபூவையும் அவளுடைய இரட்டைக் குழந்தைகளையும் வெறுப் புடன் பார்த்த வண்ணம் இருந்தாள் அந்தப் பெண். அங்கு அமீரின் தம்பியும் இருந்தான். மிகவும் இறுக்கமாக இருந்த அவன் ஒரு கருமி. பாரம்பரியத்தைப் பற்றிப் பேசியபடியே இருந்தான். "இதை விடப் பெரியகுற்றம் எதுவும் இல்லை. இறைத்தூதர் வழியில் வந்த பெரிய இடத்துக் குடும்பத்தில் கருப்பு மனிதர்களிடம் கவனமாக இருக்க வேண்டும். சூன்யம் வைப்பதில் கருப்புப் பெண்கள் பெயர் போனவர்கள். யூதர்களுடன் சேர்ந்து கொண்டு அவர்கள்தான் 'பிளாக் மேஜிக்' என்னும் சூன்யம் வைக்கும் முறையைக் கண்டு பிடித்தவர்கள். அது இயற்கைதான். இரண்டு உருப்படிகளும்தான் இதற்குக் காரணம்.

"பல பெண்களை மணந்து, பரம்பரைச் சொத்துக்களின் வருமானத் தில் சந்தோஷமாக வாழ்ந்துவரும் தூரத்து மைத்துனன் ஒருவன், அமீருக்கு மணம்முடிக்க அழகிய வெள்ளைநிற இளம் பெண் ஒருத்தியை ஃபேஸ் நகரில் தேடித்தர முன்வந்தான். "இவனை இப்படியே அந்த அடிமைப் பெண்ணிடம் தனியாக விட்டுவைக்கக் கூடாது. வெள்ளைநிறத்தவர்களைப் பித்துப் பிடிக்கவைக்கக் கூடிய காம வித்தைகள் இந்தப் பெண்களுக்குத் தெரியும் போலிருக்கிறது" என்றான். குரான் பள்ளியின் ஆசிரியரும் அங்கு இருந்தார். பல் எடுப்பாக மெலிந்து காணப்பட்ட அவருடைய கை எப்போதும் தன் ஜெலாபாவுக்குள் அடங்க மறுத்த உறுப்பைப் பிடித்தபடியே இருந்தது. ஒருமுறை, கலப்பின வேலைக்காரி ஒருத்தித் தன் மீது சூன்யம் வைத்துவிட்டதாகவும் கடைசியில் இருப்பிடத்தை மாற்ற வேண்டியதாகிவிட்டது என்றும் சொன்னார். மனைவிக்குத் துரோகம் செய்பவர்களை, குறிப்பாக வேறு நிறமுடைய பெண்களோடு தொடர்பு வைத்துள்ளவர்களை இறைவன் கடுமையாகத் தண்டிப் பான் என்பதை உங்களுக்காகத் தான் சொல்வதாக மீண்டும் மீண்டும் கூறினார். மேலும், அங்கு அமீரின் அண்ணன், தாஞ்சியரைச் சேர்ந்த பிராகிமும் இருந்தான். அவன் மட்டுமே நபூவிடம் சென்று துக்கம் விசாரித்துவிட்டு, இந்த முட்டாள்களின் விமர்சனங்கள் குறித்துக்

கவலைப்பட வேண்டாம் என்றும் ஆறுதல் கூறினான். புறப்படும் போது, தன் வீடு அவர்களுக்காக என்றும் திறந்தே இருக்கும் என்றும் சொன்னான்.

"நீங்களும் உங்கள் குழந்தைகளும் எப்பொழுது வேண்டுமானாலும் என் வீட்டுக்கு வரலாம்" என்று கூறி விடைபெற்றான்.

தன் மனைவியின் மரணம் ஒருவிதமான விடுதலை என்ற போதிலும், இறைவனின் சித்தம் அதுதான் என்றாலும் அமீர் சோக மாக இருந்தான். நிலைமை தற்சமயம் சீராக இல்லை.

தன் குடும்ப வாழ்க்கையை மாற்றி அமைத்தாக வேண்டும். ஒவ் வொருவருக்கும் தகுந்தாற்போல், சூழ்நிலைக்கேற்றவாறு சம்பிரதாய மான வார்த்தைகளோடு பதில் அளித்தான். கூடவே சகிப்புத்தன்மை பற்றிய வாசகத்தையும் கூறினான். இறைவன் மனித இனத்தை ஒரே மாதிரியாகவும் அதே நேரத்தில் வெவ்வேறு விதமாகவும் படைத் துள்ளான் என்றும், மக்களிடையே உள்ள ஒரே வித்தியாசம் நம்பிக் கையின் சக்தியிலும், ஞானத்தின் ஒழுங்கிலும்தான் அடங்கியுள்ளது என்றும் நினைவூட்டினான்.

லாலா ஃபாத்மா இறந்த நாற்பதாவது நாள் நினைவுச்சடங்குக்குப் பின்பு, தாஞ்சியருக்குச் செல்வது என்று அமீர் முடிவு செய்தான். அங்குப் போய் என்ன செய்யலாம், தன் மனைவி, பிள்ளைளோடு அங்குக் குடியேறக் கூடிய சூழ்நிலை எப்படி இருக்கிறது என்பதையும் அறிந்து வரலாம் என நினைத்தான். அதன்படிச் செல்லவும் செய்தான்; நேரத்தை வீணாக்காமல் உடனே போய் மனைவியையும் குழந்தை களையும் அழைத்து வரும்படி அமீரிடம் அவனுடைய அண்ணன் அறிவுரை கூறினார். வியாபாரமும் துளிர்ப்பது போல் தெரிந்தது. அங்கு உள்ள நிலைகுறித்து அதிகம் ஆராய்ந்து கொண்டிருக்கக்கூடாது. விதி விலக்கின்றி எல்லை நகரின் இயல்புக்கேற்ப தாஞ்சியர் விளங்கியது. அங்கு எல்லாம் சாத்தியப்படக் கூடியதாக இருந்தது. சிலருக்கு அது பொற்காலமாக இருந்தது. மாறாக, தங்கள் கொள்கைகள், விழு மியங்கள் ஆசியவற்றை விட்டுக் கொடுக்காதவர்களுக்குச் சோகமாக இருந்தது.

அத்தியாயம் – 5

ஐம்பதுகளின் இறுதியில் தாஞ்சியர், மொராக்கோவின் மற்ற நகரங்கள் போல் இல்லாமல், அமெரிக்கா, இங்கிலாந்து, இத்தாலி, பிரஞ்சு, ஸ்பானிஷ், இந்தியா, ஜெர்மனி ஆகிய நாடுகளுடனான தொடர்புகள் காரணமாக சர்வதேச நகரம் என்னும் தகுதியைப் பெற்றிருந்தது. நீண்ட காலமாகவே அனைத்து வகையான கொள்ளையர்களும், ஒற்றர்களும் தங்கள் உளவு வேலைகளுக்கும், கொள்ளைகளுக்கும் என சந்தித்துக்கொள்ள அந்த நகரத்தைத் தேர்ந்தெடுத்திருந்தனர். ஏதாவது குழப்பம் ஏற்பட்டால், தாஞ்சியரின் பாஷாவான, பிரபல தாஸி பாஷா தலையிட்டு இந்தக் கூட்டத்தின் ஆட்டத்தை ஒழுங்கு செய்வார். இவர்கள் நகரின் இரண்டு பெரிய விடுதிகளில் முகாமிட்டிருப்பார்கள். அந்த விடுதிகள் துறைமுகத்தை நோக்கி நிற்கும். அவை, லெ கோன்டினன்டலும் பிரஞ்சுத் தூதரத்திலிருந்து சில அடிகள் தூரத்தில் அமைந்துள்ள எல் மின்ஸாவும் ஆகும்.

பிராகிம்முக்கு அந்தக் காலகட்டம் மிகவும் தோதாக அமைந்திருந்தது; இவன் வணிகத்தைக்காட்டிலும் ஆன்மீகத்தில் அதிக நாட்டமுடைய தன் தம்பி அமீரைப் போல் இல்லாமல் தயவு தாட்சண்யம் பாராமல் வியாபாரத்தில் கெட்டியாக இருப்பவன், அத்தனைத்

தந்திரங்களும் தெரிந்தவன். இவன் இங்கே ஒரு கூட்டத்தை தயார்ப் பண்ணி வைத்திருந்தான். ஜிப்ரால்டாருக்கும், தாஞ்சியருக்குமிடையில் சரக்குகளைக் கள்ளத்தனமாகப் பரிவார்த்தனை செய்வதற்கு அக்கூட்டத்தைப் பயன்படுத்தி வந்தான். இதனைக் குற்றமாகப் பார்ப்பவர்களுக்கு இவன் கூறும் பதில், "இந்த நகரத்தில் எதுவும் சட்டப்படி நடப்பதில்லை;. பொய் சொல்லத்தெரியாதவர்கள் இங்கே ஒரு போதும் பிழைக்கமுடியாது" பிராகிமுக்குப் பல மொழிகள் பேசத் தெரிந்திருந்தது; வணிகமும் அரசியல் மாஃபியா பித்தலாட்டங்களும் சகஜமாகக் கைக்கோர்த்திருந்த சூழல், வர்த்தகத் தொடர்புகளுக்கு உதவியாக இருந்தது. பிராகிம்மை ஒருபோதும் ஏமாற்றமுடியாது. அவரவருக்குத் தேவையானவற்றைக் கொடுத்துக் கவனிக்கவும் தெரிந்தவன். பாஷாவின் கையாளான தன் நண்பன் லபாரிடம், தான் செய்யும் கள்ளத்தனமான தொழில் அனைத்துக்கும் சேர வேண்டிய பங்கைத் தந்துவிடுவதில் கவனமாக இருப்பான். அந்த லபார், முக்கியமாக தாஞ்சியரில் உள்ள இந்திய வர்த்தகர்களுடன் நெருங்கிய தொடர்பு வைத்திருப்பவன். அவர்கள் தனிக்கூட்டமாக நகரில் வசிப்பவர்கள். இவன் வசிக்கும் பகுதியிலேயே இருக்கும் அவர்களுக்கு நல்ல மதிப்பும் மரியாதையும் உண்டு. அவர்கள் உள்ளூர்க்காரர்களுடன் கலக்க மாட்டார்கள். பிரச்சனைகளின் போது லபாரின் பாதுகாப்பு வேண்டும் என்பதற்காக மாதக்கடைசியிலும் அவனுக்குப் பணம் செலுத்தி வந்தனர்.

தாஞ்சியருக்குச் சென்று தன் வாழ்க்கையை மாற்றியமைக்கவும், புதியதொரு வியாபாரத்தைத் தொடங்கவும் முடிவெடுத்தபின் ஊருக்குப் புறப்படுவற்கு முன் ஃபேஸ் நகரில் உள்ள தன் பெரிய வீட்டை விற்கும் பொறுப்பைத் தன் மைத்துனர்களில் ஒருவரிடம் அமீர் ஒப்படைத்திருந்தான். சூழ்நிலை மோசமாக இருந்தது. வீடுகளை வாங்க ஆள் இல்லை. எனவே தலைமுறைகள் பலகண்ட சிறிய அரண்மனை போன்ற இந்த வீட்டை விற்க வேண்டாம் என அமீருக்கு அனைவரும் அறிவுரை கூறினர். நாட்கள் கடந்தன. யாரும் வாங்க முன்வரவில்லை. இறுதியில் விற்கும் பொறுப்பேற்ற அந்த மைத்துனரே அடிமாட்டு விலைக்கு அதனை வாங்க முன் வந்தார். அமீர் பேரம் எதுவும் பேசவில்லை. எத்தனையோ மகிழ்ச்சியான நாட்களைக் கழித்த அந்த வீட்டை மறந்து விடுவது என முடிவு செய்து அதை விட்டு வெளியேறினான்.

தாஞ்சியருக்கு அமீர் வந்து சேர்ந்தபோது நள்ளிரவு கடந்திருந்தது. தன் அண்ணனைப் பார்க்க வந்து சில நாட்களே தங்கிச் சென்ற இந்த நகர் குறித்து அமீருக்கு அதிகம் தெரியாது. அவனுடன் கரீம், நபூ தவிர, அவனுடைய இரட்டைக் குழந்தைகளும் வந்திருந்தனர். பழைய மலைப் பகுதியில் பிரம்மாண்டமானதொரு பங்களாவில் பிராகிம் வசித்து வந்தான். பின் அங்கு அமீர் குடும்பத்துடன் ஒரு வாரம் தங்கியிருந்தான். அதன்பிறகு பாழடைந்த பெரிய வீடு ஒன்றில் அவர்கள் குடியேறினர். அந்த வீடு ஒரு கடையை நோக்கி அமைந்திருந்தது. வசதியாக இருந்தது. தன் அண்ணன் கூறிய அறிவுரைகளை அமீர் அப்படியே பின்பற்றினான். போலந்து நாட்டு யூதன் ஒருவனிடம் துணி களை வாங்கி விற்க ஆரம்பித்தான். யூதர்களுக்கு எதிரான போக்கின் காரணமாக தன் நாட்டிலிருந்து வெளியேறிய அந்த யூதனை அப்பகுதி யில் "பொலாக்கோ" என அழைத்து வந்தனர். போலந்தால் மறுக்கப் பட்ட அமைதியும், செல்வமும் தாஞ்சியரில் அவனுக்குக் கிடைத்தது.

தன் வீட்டின் அருகில் வசிக்கும் பெண் ஒருத்திமீது பொலாக்கோ காதல் கொண்டுள்ளான் என்ற வதந்தி அமீரை எட்டியது. மொராக்கோ மலைப்பகுதிப் பெண்ணான அவளின் கணவன் ஒரு மாலுமி. தினமும் கடைக்கோ அல்லது குளியல் இடத்துக்கோ செல்லும் வழியில், சிறிது நேரம் துணிக்கடையின் முன் நின்று செல்வாள். கடைக்கு உள்ளே சென்று, தன் வீட்டுக் கூடத்திற்குத் திரைச்சீலைக்கான துணி வாங்க வும், கொஞ்சம் பேசியிருந்து விட்டுப் போகவும் விருப்பம் இருந் தாலும், தன்னை எல்லோரும் கவனிக்கிறார்கள் என்பது அவளுக்குத் தெரிந்திருந்தது. ஒருநாள், அருகில் வசிப்பவர் மூலம் தன் மனைவியை பொலாக்கோ விரும்புவது அந்தக் கணவனுக்குத் தெரியவந்தது. சமை யலறையிலிருந்து பெரியகத்தியை எடுத்துக் கொண்டு யாரும் எதிர்பாராத நேரத்தில் பொலாக்கோ வீட்டுக்குப் போனான்.

"என்ன பொலாக்கோ நிஜம் தானா? என் மனைவியை நீ விரும்பு கிறாயாமே? கொஞ்சம் வெளியே வா, உன் உறுப்பை வெட்டி விடு கிறேன். பிறகு, தொடர்ந்து அவள் பின்னால் நீ சுற்றிவருகிறாயா எனப் பார்த்துவிடலாம்" என்று கத்தினான்.

பொலாக்கோவுக்கு உயிர் மீது பயம் ஏற்பட்டது. மன்னிப்புக் கேட்டபோது அவனுக்கு நாக்குக் குழறியது. இனி ஒருபோதும் அவளை ஏறிட்டுப் பார்ப்பதில்லை எனச் சத்தியம் செய்தான்.

“முடியாது நீ உடனே இந்த இடத்தை விட்டுக் கிளம்ப வேண்டும். இது என் கட்டளை. வேறு வழியில்லை. சீக்கிரம், ஏனெனில் நான் உறுப்புகளை வெட்டுவதில் கை தேர்ந்தவன்.”

அடுத்த நாளே பொலாக்கோ பெட்டியைக் கட்டிவிட்டான். அவன் காஸாபிலான்கா பகுதியில் குடியேறிவிட்டதாகவும் அந்த உயர மான யூதரின் உதவியுடன் ஹலால் இறைச்சிக் கடை ஒன்றை அவன் திறந்துள்ளதாகவும் சொல்லப்பட்டது. இதற்கிடையில், இந்ததுரதிஷ்ட மானசம்பவத்தின் காரணமாக அமீர், பிராகிம் ஆகியோர் தங்கள் சிறந்த வினியோகஸ்தரை இழந்து விட்டனர். எனவே அமீர் வேறு தொழில் செய்ய வேண்டியதாயிற்று. அன்றிலிருந்து, இந்தியர்களோடு சேர்ந்து பணியாற்றினான். புகைப்படக் கருவிகளை விற்றான். மேலும், பிலிப்ஸ் வானொலிப் பெட்டிகள், தெப்பாஸ் டேப்ரெக்கார்டர்கள், இறக்குமதி செய்யப்பட்ட பார்க்கர் பேனாக்கள் ஆகியவற்றையும் விற்றான்.

தாஞ்சியரில் அமீர் குடியிருக்க, அவனுடைய மற்ற மூன்று பிள்ளைகளும் வெகு தொலைவில் இருந்தனர். மகன்கள் கெய்ரோவில் படித்துக்கொண்டிருந்தனர். பெண், திருமணமாகி ஊஜ்தாவில் வசித்து வந்தாள். தொடர்புகள் எதுவும் வைத்துக்கொள்வதில்லை. ரம்ஜான் பண்டிகையின் இறுதியின்போதும், ஈகைத் திருநாளின் போதும் அமீர் வீட்டுக்கு வருவார்கள். தங்கள் தந்தையின் வாழ்க்கையில் நபூ நுழைந்ததை அவர்கள் ஒருபோதும் ஏற்றுக்கொள்ளவில்லை. கரீம் மட்டுமே அவளை முழுமையாக ஏற்றுக்கொண்டான். தன் தாயின் மரணத்தால் உண்டான சோகத்திலிருந்தும் மீண்டுவர அவனுக்குத் தெரிந்திருந்தது.

தன் மூத்த பிள்ளைகள் இவ்வாறு விலகி நிற்பது அமீருக்குக் கவலை யளித்தது. இப்போக்கு அமீரை மெல்ல மீளமுடியாத சோகத்தில் ஆழ்த்தியது, தோற்றத்தில் அதிக அக்கறை காட்டாமல் இருந்தான். வேலைக்குப் போகும்போது உற்சாகம் குறைந்து காணப்பட்டான். சில நேரங்களில் மௌனமாகத் தனிமையில் பொழுதைக் கழித்தான். நபூவும் கரீமும்தான் அமீரை நடமாடவைத்துக்கொண்டிருந்தனர். மேலும், ஹசன், ஹூசேனுக்கு நல்லதொரு வாழ்க்கையை அமைத்துத்தர வேண்டும் என்ற ஆசையும் அவனை நகர்த்திக் கொண்டிருந்தது. அவர் களுடைய படிப்பு, அவர்களுக்குத் தேவையான வசதி ஆகியவற்றைக் கவனிப்பதில் அக்கறை காட்டி வந்தான்.

நபூ, தொடந்து அவனிடம் கனிவோடும், பாசத்தோடும் வாழ்ந்து வந்தாள். அமீரின் அன்றாடப் பொழுதை எளிதாக்கிய நபூ, அவனுக்கு எவ்விதச் சிக்கலும் ஏற்படாமல் பார்த்துக்கொண்டாள். ஒரு கோடை காலத்தின்போது அமீரின் மூத்தமகன் எதிர்பாராவிதமாக வந்து இறங்கி, தன் தாய்க்குச் சொந்தமான சொத்துக்களில் தனக்குச் சேர வேண்டிய பங்கைப் பிரித்துத் தருமாறு கேட்டபோது, அவன் கோபத்தைத் தணித்ததோடு அமீர் வருவதற்கு முன்பாகவே அவனைப் புறப்பட வைப்பதிலும் வெற்றி கண்டாள். அமீருடன் இணக்கமாக இருக்கும் படியும், அவனைப் போய் பார்த்து ஆசி பெறுமாறும் அறிவுரை கூறினாள். ஆனால் அப்படிச் செய்ய அறவே மறுத்ததுடன் அவன் அவளை மிரட்டினான்.

அக்காலத்தில், இத்தகையப் போக்கு ஏற்றுக்கொள்ள முடியாத தாகும்; எந்த நிலையிலும் தன் அப்பாவை எதிர்த்து ஒருவன் நடந்து கொள்ளமுடியாது. அப்படி நடந்தால் குடும்பத்தை விட்டுத் தள்ளி வைக்கப்படுவதோடு, சொத்திலும் பங்கு மறுக்கப்படவும் வாய்ப்பு உண்டு. மிகவும் அரிதாகவே அப்படி நடக்கும். ஹம்ஸாவுக்கு அப்படித் தான் நேர்ந்தது. அப்பாவை எதிர்த்துக்கொண்ட அவன் பிரஞ்சுக் காவல் துறையுடன் சேர்ந்து வேலை பார்த்தான். மொராக்கோவில் இருக்கும் பிரஞ்சியருக்கு எதிரான கிளர்ச்சியை உருவாக்கப் பாழடைந்த ஒரு வீட்டில் குடியிருந்த தன் மாமாவையும் நண்பர்களையும் ஒதுக்கி விட்டு பிரஞ்சுப்படையுடன் சேர்ந்து கொண்டான். துரோகம் செய்தது தன் மகன் என்று அறிந்ததும் அவனுடைய அப்பா திவானின் மையப் பகுதிக்கு வந்தார். எல்லோருக்கும் தெரியும்படி அவனைச் சபித்து விட்டு, தான் அளித்திருந்த ஆசியைத் திரும்பப்பெற்றார். ஓட்டம் பிடித்த மகன் அதன் பின் பழைய நகரில் தென்படவேயில்லை.

சில சோதனைகள் ஏற்பட்ட போதிலும் காலப்போக்கில், தாஞ்சியர் பகுதியின் மக்களோடு நபூ நன்கு ஒத்துப் போனாள். பெருநகரங் களுக்குரிய தன்மை இருந்ததால், ஃபேஸ் நகரைக்காட்டிலும் தாஞ்சியர் மக்கள் மிகவும் நாகரிகமாக இருந்தனர். அமெரிக்கப் பள்ளியில் ஒரு கருப்பின ஆசிரியரைக்கூட காணமுடிந்தது அவர் பெயர் ஜிம். நபூவுக்கு அவரிடம் ஓரளவு பழக்கமிருந்தது. அருமையான மனிதர் அவர்; வாரம் ஒருமுறை கூட்டம் போடுவார். அப்பொழுது சில ஜாஸ் இசைத்தட்டுக்களை அறிமுகம் செய்து, தன் கருத்துக்களைக் கூறி அவற்றைக் கேட்க வைப்பார். இரட்டைக்குழந்தைகளை அழைத்துக் கொண்டு சில நேரங்களில் நபூ அங்குச் செல்வது வழக்கம்.

இப்படித்தான் ஹசனுக்கு இந்த இசை மீது ஆர்வம் வந்தது. நாள் முழுவதும் தேசிய வானொலி ஒலிபரப்பும் எகிப்திய பாடல்களை விட இப்பாடல்களையே அவன் பெரிதும் விரும்பினான். இதைத் தொடர்ந்து அந்த ஆசிரியரிடம் ஆங்கிலம் கற்று அவருடைய நண்பன் ஆனான். கினியா அல்லது மாலியில் உள்ள தன் மூதாதையரின் மண்ணை என்றாவது ஒருநாள் சென்று பார்க்கும் கனவு தனக்கு உண்டு என்று ஹசனிடம் அவர் கூறினார். சில விளக்கங்களைத் தந்து தன்னை அமெரிக்கர் மட்டுமல்ல, ஆப்பிரிக்கரும் கூட என்பதை அவனுக்கு அவர் விளக்கினார். அன்றையதினம், தங்களுக்குள் நெருக்கம் ஏற்படச் செய்வது எது என்பது ஹசனுக்கு திடீரெனப் புரிந்தது. ஜிம்மைப் போலவே, தானும் ஆப்பிரிக்கர் என்றும், மொராக்கோவாசி என்றும் சொல்லிக் கொள்ளலாம் என்று நினைத்தான். இது உண்மையிலேயே அவனுக்கு ஒரு விழிப்புணர்வை ஏற்படுத்தியது எனலாம்.

நடனக்குழுவான 'பூலுஸ்' குறித்தும் கருப்பின இசைக்கலைஞர் களையும் பாடகர்களையும் பலி வாங்கிய நிறவேற்றுமை குறித்தும் எழுதிய ஜிம், பில்லி ஹாலிடே என்னும் அமெரிக்கக் கருப்பினப் பாடகரின் துயரமான வாழ்க்கையை ஹசனுக்கு விவரித்ததுடன் அவருடைய பாடல்களைக் கேட்க வைத்தார். புண்பட்டுச் சோர்ந்த அந்த அழகான நெகிழ வைக்கும் குரல் கருப்பின மக்கள் மீது எவ்விதமான பச்சாதாபமுமின்றி, வெள்ளையர்கள் மேற்கொண்ட அத்தனை அடக்குமுறைகளையும் பறைசாற்றியது. மிகவும் இளம் வயதிலேயே விபச்சாரம், போதைப்பொருள், மது ஆகியவற்றோடு அவருக்குத் தொடர்பு ஏற்பட்டது. இதனால் குடல் பாழாகி நாற்பத்து நான்கு வயதில் மரணமடைந்தார். நிறவெறி என்பது வரலாற்றின் விபத்து இல்லை; மாறாக, மனிதன் எங்கு இருந்தாலும் அவனோடு ஒட்டியிருக்கும் நோய் என்பதை ஹசன் புரிந்து கொண்டான். இது குறித்து தன் உடன்பிறந்த ஹூசேனிடம் பேசினான். அவன் கூறுவதைக் கவனமாக கேட்டுக்கொண்டபோதிலும், தன் சகோதரன் அளவுக்கு அவ்விஷயம் அவனைப் பாதிக்கவில்லை. மிகவும் உணர்ச்சி வயப்படுபவனான ஹசன், இதனைக் கவனித்தபோது மொராக் கோவில் வழங்கப்படும் சொலவடை அவனுக்கு நினைவுக்கு வந்தது. "அடிவாங்கும் தோலுக்குத்தான் சாட்டையின் வலி தெரியும்".

எளிதில் மொழிகளைக் கற்றுக் கொள்ளும் திறன் கொண்ட நபூ, அரபு மொழியை எவ்வித அன்னிய வாடையும் இல்லாமல் பேசுவாள். வெளியில் செல்லும் போது, எப்போதும் அழகான ஜெலாபாவைத்

தான் அணிந்து செல்வாள். குறிப்பாக, ரம்ஜான் இரவுகளில் சியாஜின் பகுதியில் அமைந்துள்ள பள்ளிவாசலுக்குச் சென்று வருவாள். துறைமுகத்துக்குச் செல்லும் சறுக்குப் பாதைக்கு முன் அப்பள்ளிவாசல் வரும். மற்ற நேரங்களில் பிரஞ்சு நூலகத்திலிருந்து எடுத்து வந்த புத்தகங்களை வாசிப்பாள். வாசிக்கும் போது, கையில் பென்சில் இருக்கும். அவளுக்குப் பிடித்த வாக்கியங்களை மாணவர் கையேடு ஒன்றில் குறித்து வைப்பாள். இரவில், கணவனிடம் அவற்றை வாசித்துக்காட்டி இலக்கியத்தின் முக்கியத்துவம் குறித்து விரிவாகப் பேசிக் கொண்டிருப்பாள். நபூ மேற்கொள்ளும் முயற்சியினையும் கற்பதில் அவளுக்குள்ள ஆர்வத்தினையும் கண்டு அமீர் ஆச்சரியமடைவான். இப்படித் தெரிந்து கொண்ட விஷயங்களை தன்னுடன் நபூ பகிர்ந்து கொள்வது அமீருக்கு மிகவும் பிடிக்கும். ஒரு நாள், இத்தாலி வீதியின் சாலையோரக்கடையிலிருந்து ‘ஆயிரத்தோரு இரவுகள்’ கையடக்கப் பதிப்பினை வாங்கி வந்திருந்தாள். அதிலிருந்து ஒரு கதையை அவள் வாசிக்க ஆரம்பித்தாள். அமீர் உடனடியாக அதன் தொடர்ச்சியைச் சொன்னான். வாய் மொழியாக அக்கதையின் கருவை அவன் அறிந்திருந்தான்.

அவர்களுக்குள் இது ஒரு மகிழ்ச்சியான, உற்சாகமான விளையாட்டாக மாறியிருந்தது. அதில் உள்ள பாலியல் விஷயங்கள் அவளுக்கு மிகவும் பிடிக்கும். அவள் படித்துக்காட்டிவிட்டு அமீரின் கையினை எடுத்துத் தன் மார்பின் மீது வைத்துக் கொள்வாள். பெரும்பாலும் இத்தகைய உரையாடல்கள், அவர்களை சிரிப்பில் ஆழ்த்தும். உடலுறவில் போய் முடியும். அவர்களுக்கிடையே இருந்த நேசம் தொடர்ந்தது. அதனை முழுமூச்சுடன் வாழ்க்கையில் கடைப்பிடித்தனர். தங்கள் நேசத்தை வெளிப்படுத்த அவர்களுக்குச் சாதாரண மக்கள் பயன்படுத்தும் வார்த்தைகள் தேவைப்படவில்லை. தன் மீது நபூ கொண்டிருக்கும் பாசத்தை அமீர் முழுமையாக நம்பினான், ஒரு நாள் இரவு, நபூவை எழுப்பி, அவள் கையை முத்தமிட்டு. “நபூ, நீ தான் என் வாழ்க்கை. நீ காட்டும் அன்புக்கு நான் தகுதியானவனாக இருப்பேன் என நினைக்கிறேன்,” என்று கூறுமளவிற்கு அவளுடைய நேசத்தை அவன் நம்பினான்.

பதற்றமடைந்த நபூ எதுவும் பேசவில்லை; அவனுடைய இரண்டு கைகளையும் முத்தமிட்டு அவன் தோள் மீது சாய்ந்து உறங்கினாள்.

அடுத்த நாள் தொடர்வண்டி நிலையத்துக்குச் சென்ற அமீர், முலே அகமதுவுக்காகக் காத்திருந்தான். சில நாட்கள் கழித்து, முலே

அகமது படகில் பயணம் செய்து அல்ஜெசிராஸ் சென்று அங்கிருந்து ஸ்பெயினில் உள்ள லான்ஜாரோன் 'ஸ்பா' எனப்படும் ஆரோக்கிய நீர்க்குளியல் நிலையத்துக்குச் செல்லத்திட்டமிட்டிருந்தார். அங்கே மூட்டு வலியால் அவதிப்படும் அவர் வயதுடைய நண்பர்களுடன் போய்ச் சேர்ந்து கொள்வார். அவரை வீட்டுக்கு அழைத்திருந்த அமீர், நபூவை தான் எந்த அளவுவிற்கு விரும்புகிறேன் என்பதை அவருக்குத் தெரிவிக்க இது சரியான வாய்ப்பாக இருக்கும் என நினைத்தான். அமீரை முறைத்துப் பார்த்த முலே அகமது, "அவள் உன்னைக் கட்டிலில் சந்தோஷமாக வைத்திருக்கிறாள் அவ்வளவுதான். இதனைக் காதலுடன் போட்டுக் குழப்பிக்கொள்ளாதே. பெண்களிடம் கவனமாக இரு. இன்று பெரிதும் விரும்பும் ஒரு விஷயத்தை நாளையே அழித்து விடக் கூடியவர்கள் அவர்கள். காதல் என்பது என்ன? உன் பெற்றோர்கள் என்ன, கற்பனைக் கதாநாயகர்களைப் போலவா காதல் செய்தார்கள்? தற்சமயம் நீ உன் புத்தியைப் பேதலிக்க விடுகிறாய். இந்தப் பெண் உனக்கு அளிக்கும் சுகத்தை, அரிதாகத் தோன்றும் காதலெனும் மகத்தான உணர்வோடு குழப்பிக்கொள்கிறாய். காதல் என்பது எல்லோருக்கும் தெரியும்படி மெதினாவின் வீதிகளில் தெரிய வேண்டிய அவசியமில்லை. என் நண்பனே, கொஞ்சம் விவேகத்தோடு விழித்துக் கொள்" என்று அறிவுரை கூறினார். ஆனால் அதன் பின் அமீர் நபூ தம்பதிகளிடையே உள்ள நேசத்தைக் கண்டு நெகிழ்த்து போன முலே அகமது தான் அவ்வாறு பேசியதற்கு வருந்தினார். மேலும் தன் கைகளைக் குவித்து இறைவனிடம் அவர்களை காப் பாற்றுமாறும், அவர்களை வட்டமிடும் தீயவற்றிலிருந்து காக்குமாறும் வேண்டினார்.

அஹெர்மூ படைக்களத்திலிருந்து விடியற்காலையிலேயே புறப் பட்டுச் சென்ற சில அதிகாரிகளும் அவர்களுடைய பயிற்சி காவலர்களும் அரசரைக் கொல்ல முயற்சி செய்தபோது, ஹசனும், ஹூசேனும் தாஞ்சியரில் உள்ள ரெஞ்ஞோ உயர்நிலைப்பள்ளியில் படித்துக் கொண்டிருந்தனர். ஸ்கிராட் நகரில் அரசர் தன் பிறந்த நாளை முன்னிட்டு அளித்த விருந்தின்போது, இந்த அதிகாரிகளும், காவலர்களும் பெரும் கொலை வெறித்தாக்குதலில் ஈடுபட்டனர். இந்த முதல் இராணுவப்புரட்சி தோல்வியில் முடிந்ததும், ஓராண்டு கழித்து 1972 இல் மீண்டும் உயிர்ப்பிக்கப்பட்டது. அறுபதுகளின் மத்தியில் பிறப்பிக்கப்பட்ட அவசரநிலை உத்தரவின் காரணமாக மொராக் கோவில் உண்டான கொந்தளிப்பான சூழ்நிலை முடிவதாக இல்லை. தன் பிள்ளைகளை அடக்கமாக இருக்கும்படியும், எந்த அரசியல்

நடவடிக்கையிலும் ஈடுபடவேண்டாம் என்றும் அமீர் அறிவுரை கூறியிருந்தான். எதிர்ப்பாளர்களைத் தேடும் நடவடிக்கை தொடங்கியது. கைதுகளும் சில நேரங்களில் தலைமறைவுகளும் நடந்தன. நபூவுக்குப் பயம் ஏற்பட்டது. ஏனெனில் ஹசன் கிளர்ச்சியாளனாக இருப்பானோ என உள்மனம் நினைத்தது.

பள்ளியில், தன் சகோதரனை விட ஹசன் சரியாகப் படிப்பதில்லை. பெரும்பாலான மாணவர்கள் வெள்ளையாக இருந்த இப்பள்ளியில் இவன் மட்டுமே கருப்பின மனிதனாக இருந்தான். மர்த்தினீக் அப்பாவுக்கும் மொராக்கோ அம்மாவுக்கும் பிறந்த சலீம் என்பவன் இருந்த போதிலும் அவன் வெள்ளையாக இருந்தான். இரட்டையர்களான இவர்கள் எப்பொழுதும் ஒன்றாக இருந்தார்கள். பள்ளிக்கு ஒன்றாக வருவதும் செல்வதுமாக இருந்தனர். அவர்களுடைய அப்பா அமீர் வெளியே செல்வது குறைந்து போனது. எப்பொழுதும் நபூவின் அருகிலேயே இருந்தான். அவளும் அவனைக் கனிவாகக் கவனித்துக் கொள்வதை விரும்பினாள். முதுகுவலி காரணமாக அமீர் தன் அறையிலேயே முடங்கிக்கிடக்க நேரிட்டது. நாளுக்கு நாள் மெல்ல மெலிந்து வந்த அவனைக்கண்டு நபூ தனிமையில் அழுதாள். கீழைக்காற்று தாஞ்சியரைத் தாக்கியபோது வீட்டில் எல்லோரும் கலக்கமும், பதட்டமும் அடைந்தனர். கரீம் பொறுமை இழந்தான். அவனது மனநிலை மாறியது. இரட்டைச் சகோதரர்கள் திரையரங்கத்திற்குச் சென்றனர்.

சில மாத இடைவேளைக்குள், அமீரின் உடல்நிலை முற்றிலும் மோசமடைந்தது. அவனுக்குச் சிகிச்சையளிக்க மருத்துவர்கள் வீடு தேடி வரவேண்டிய நிலை ஏற்பட்டது. அவர்களால் அவனை வாட்டும் நோய்க்கான காரணத்தைக் கண்டுபிடிக்க இயலவில்லை. மிகவும் மெலிந்து போன அமீருக்கு வாழ்க்கை மீது வெறுப்பு ஏற்பட்டது. இரவும் பகலும் தொழுகை செய்த நபூ, மேலும் சில காலம் அவன் வாழ வேண்டும் என்று இறைவனை வேண்டினாள். தன் வீட்டைத் தீமை நெருங்குவதை கரீம் உணர்ந்தான். அவனது உள்ளுணர்வு உறுதியாக இதனை உணர்த்தியது. எனவே, அமீரைப் பார்க்கும் போதெல்லாம் அவனது மெலிந்த உடலை இறுக அணைத்து, தான் அவனை மிகவும் நேசிப்பதாகச் சொல்லிக் கொண்டே இருப்பான். பிராகிமைப் பொறுத்தவரை, தன் சகோதரனின் வியாபாரத்தைக் கவனித்துக்கொண்டான். அமீரின் குடும்பத்துக்குக் கணிசமான வருவாய் வருமாறு சரியானதொரு வழிமுறையை அவன் கண்டுபிடித்

திருந்தான். இந்தியர்களிடம் எந்திரங்களை வாங்கும் காலம் முடிந்தது. இப்போதெல்லாம், ஐரோப்பா மற்றும் அமெரிக்காவிலிருந்து இறக்கு மதி செய்யப்பட்ட அழகுசாதனப் பொருட்களைத் தன் கடையில் விற்கத் தொடங்கினான். இதுபோன்ற பொருட்கள் விற்பதில் அவ னுடைய கடை தாஞ்சியரில் முதல் கடையாக விளங்கியது. அங்கு விற்கப்படும் வாசனைத் திரவியங்கள், ஏனையக்களிம்புகள் ஆகிய வற்றை வாங்கிச்செல்லப் பெண்கள் வரிசையில் நின்றனர். இப் பொருட்களின் சிறப்புகளை அவற்றிற்கான இதழ்கள் பறைசாற்றின. பிராகிம்மின் கடைசிப் பையனுடன் சேர்ந்து சிறுவர்கள் ஹசன், ஹூசனும் அக்கடையில் இருந்தனர்.

அமீர் இறப்பதற்கு முதல்நாள் இரவு, கரீம் கட்டுப்படுத்த முடியாத சோகத்தில் ஆழ்ந்து கதறி அழுதான். எல்லோருக்கும் முன்பாக, அமீரின் இறுதிக்காலம் நெருங்கிவிட்டதை அவன் அறிந்திருந்தான். நபூவின் தோள்மீது சாய்ந்தபடி வலியில் முனங்கிக் கொண்டிருந்த தன் அப்பாவின் அறைக்குள் செல்ல அவன் தயங்கினான்.

தன் அண்ணனின் நிலையைப் பார்த்ததும் ஹசன், ஹூசேனுக்கு நிலைமை புரிந்து விட்டது. பிராகிம் பெரியப்பாவைக் கூப்பிட்டனர். அமீரின் வலது ஆள்காட்டிக் கைவிரலைப் பிடித்து மேலே உயர்த்தி சாகும் தருவாயில் உள்ள இஸ்லாமியர் கூறும் "ஷகா ஹத்" என்னும் இறுதித் தொழுகையைச் செய்ய வைக்கும் பொறுப்பு பிராகிம் மிடம்தான் கொடுக்கப்பட்டது.

அந்தத் தொழுகை வரிகள் "ஓர் இறைவனைத் தவிர வேறு இறைவன் எவரும் இல்லை, முகமது தான் அவருடைய தூதர்"

கெய்ரோவில் படித்துக்கொண்டிருந்த இரண்டு மூத்தப்பிள்ளைகள் வரும் வரைக் காத்திருக்க இயலவில்லை. அமீரின் பெண்ணைப் பொறுத்தவரை, தன்கணவனுடன் அன்று இரவு வந்து சேர்ந்தாள். மோச மான நபரான அவள் கணவன், தன் இனவேற்றுமை உணர்வினையும் ஆணவப்போக்கினையும் வெளிக்காட்டத் தயங்கவில்லை. மத வழக் கப்படி, இறந்த அன்றே புதைத்தாக வேண்டும். பிராகிம் பெரியப்பா எல்லாவற்றையும் கவனித்துக்கொண்டார். துக்க உடையிலும் நபூ, மதிப்பாகக் காணப்பட்டாள் அவளுக்கு அங்கொன்றும் இங்கொன்று மாக நரைமுடிகள் முளைக்க ஆரம்பித்தன. வயதைக் காட்டிலும் வீதியிலும், சந்தையிலும் வாய்க்கு வந்தபடி அவள்மீது வார்த்தை

களால் வீசப்பட்ட அவமதிப்புகள், அவள் அனுபவித்த அவமானங்கள், சோதனைகள் ஆகியவையே அதற்குக் காரணம். எதையும் வெளிக் காட்டாமல் இருந்து பழகி நீண்ட நாட்கள் ஆகிவிட்டன. தனக்கு வரும் கோபத்தை விழுங்கிவிட்டுத் தன் வாழ்வுக்கு எது நல்லதோ, சரியானதோ அதைக் கவனிப்பதையே அவள் பெரிதும் விரும் பினாள். தன்னை எதிர்க்கும் சக்தியிடமிருந்து விலகி நிற்பது எப்படி என்பது அவளுக்கு எளிதாகத் தெரிந்தது. யார் மீதும் அவள் பழி போடுவதில்லை. உறங்கச் செல்லும்முன் அமைதியாகத் தொழுகை செய்வாள். இரகசியமாகத் தன் உதவிக்கென நாடும் அந்த புனித மரத்தை நினைத்துக் கொள்வாள். தன் பாரம்பரியம் ஞானம், பொறுமை ஆகியவற்றின் மீது அவளுக்கு இருந்த ஈடுபாட்டின் உதவியுடன் தன் கணவன் கூறிய அறிவுரைப்படித் தாக்குப் பிடித்தது டன், மனிதர்களிடம் உள்ள குறைகளையும், தீயபழக்கங்களையும் பெரிதுபடுத்துவதை விட அவர்களிடம் உள்ள நல்ல குணங்களைப் பார்க்கவே அவள் பெரிதும் விரும்பினாள். இப்பொழுது, அமீரும் மறைந்துபோக, அவள் நிலைமை என்ன? தன் பிள்ளைகளைக் கனிவாகப் பார்த்த நபூ, தன் ஒரே துணையாகவும், ஆதரவாகவும் இருக்கும் கரீமைத் தன் கைகளில் பற்றினாள்.

இடுகாடுவரைத் தன் கணவனின் உடலுடன் செல்ல நபூ வெள்ளை ஆடை அணிந்திருந்தாள். எனினும், மொராக்கோவில் இறுதி ஊர் வலத்தின் போது, உடன் செல்லப் பெண்களுக்கு அனுமதியில்லை என்பதை அவளுக்கு பிராகிம் விளக்க வேண்டியிருந்தது. அது அப்படித்தான். தன் விருப்பப்படி எப்போது வேண்டுமானாலும் தன் கணவனுடைய கல்லறைக்குச் சென்று அஞ்சலி செலுத்தலாம். அவள் அழுது கொண்டே துக்கம் விசாரிக்க வந்த பெண்களுடன் சேர்ந்து கொண்டாள்.

இறுதி ஊர்வலத்தில் கலந்து கொண்ட இரண்டு நபர்களை ஹூசேன் கவனித்தான். அவர்களுடைய குடும்பத்தைச் சேர்ந்த ஆட்கள் இல்லை என நன்றாகத் தெரிந்தது. ஹசன் அவன் பக்கம் குனிந்து காதோடு “அவர்கள் காவல்துறையைச் சேர்ந்தவர்கள்” என்று கூறினான். அந்தக் காலகட்டத்தில் இருந்த வழக்கப்படி அரசுக்கு எல்லா விஷயங்களும் தெரிந்தாக வேண்டும். எல்லாவற்றையும் சோதனையிட்டாக வேண்டும். அந்தக் கல்லறைத் தோட்டம் இருந்த மோசமான நிலவரம், இரட்டைச் சகோதரர்களை மிகவும் பாதித்தது. எங்கும் நெகிழிப்பைகள், காலிப் புட்டிகள், காகிதங்கள், மலம்,

நாய், பூனை, குதிரை ஆகியவற்றின் கழிவுகள். கல்லறை வாயிலில் இருந்த சில கருப்பின இளைஞர்கள் கல்லறையைச் சுத்தம் செய்ய முன்வந்தனர். உண்மையில் அவர்கள் பிச்சைக்காரர்கள். யாரோ ஒருவர் அவர்களுக்கு ஒன்றிரண்டு நாணயங்களை அளித்தார். உடனடியாக குரான் வாசிக்கும் ஏனைய வெள்ளைக்காரப் பிச்சைக்காரர்கள் அவர்களைக் கல்வீசி விரட்டினர். மொராக்கோவில் வன்முறை அதிகமாகி விட்டதால் ஸ்வீடன் நாட்டுக்குச் சென்றுவிட்ட மாமா ஹஃபீத்தின் நினைவு ஹசனுக்கு வந்தது. ஹஃபீத்தின் கணிப்பு எவ்வளவு உண்மையானது என நினைத்துக் கொண்டான்.

நல்லடக்கம் நடைபெற்ற வேகத்தைக் கண்டு இரட்டைச் சகோதரர்களுக்கு அச்சம் உண்டானது. முடிந்தவரை விரைவாக அதனை முடிக்கவேண்டும் என்பது போல் இருந்தது. வெள்ளை வெல்வெட்டுத் துணியால் சவத்தைச் சுற்றி, ஜல்லிக்கற்களைப் போட்டு, அவற்றைச் சிமெண்டால் மெழுகி, அதன்மீது மண்ணைப் போட்டு மூடி, குவிந்த கைகளை மேலே உயர்த்தி அந்த நேரத்துக்கான தொழுகைகளைக் கூறினர். எல்லாம் முடிந்ததும், ஒருவர் வந்து எல்லோருக்கும் வட்டமான ரொட்டியும் உலர்ந்த அத்திப்பழங்களையும் தந்தார். வரும் வழியில் எல்லோருக்கும் சில்லறைகளை வழங்கியதுடன் குழி தோண்டியவர்களுக்கும் வேண்டிய கூலியையும் கொடுத்தார். பிறகு அவர்கள் வீட்டுக்குத் திரும்பினர்.

விதியால் குறிக்கப்பட்ட நேரம் வந்துவிட்டது. எல்லோருடைய உள்ளத்திலும் வெறுமை நிறைந்துள்ள நேரம் அது. இறுதிச் சடங்கின் போது, வீட்டில் இருந்த கண்ணாடிகள் அனைத்தையும் நபூ வெள்ளைத் துணியால் மூடிவிட்டாள். தொலைக்காட்சியையும்தான். ரொட்டி, வெண்ணெய், தேனுடன் விருந்தினர்களுக்கு மிகவும் எளிமையான உணவினை நபூ தயாரித்திருந்தாள். சிலர் அமீர் குறித்த நினைவுகளைப் பகிர்ந்து கொண்டனர். வேறு சிலர் மனைகளின் விலை உயர்ந்து வருவதைப் பற்றிப் பேசினர். இன்னும் சிலர், இந்த அழகான கருப்புப் பெண்ணின் எதிர்காலம் குறித்த எண்ணங்களைத் தாழ்ந்த குரலில் பேசிக்கொண்டனர். அவளை இந்த வாரமே கூடத் திருமணம் செய்து கொள்ள சிலர் தயாராக இருப்பது தெரிந்தது. லாலா ஃபாத்மா இறந்ததிலிருந்து நிலைமை எப்படியெல்லாம் மாறிவிட்டது. இது ஒரு வித்தியாசமான காலகட்டம். துயரம் எங்கும் பரவி இருந்தாலும் துக்கத்தை எல்லோரும் ஒரேவிதமாக உணரவில்லை. அவர்களைக் கவனித்த நபூ, மனித இனத்தைப் பற்றி எந்தத் தவறான முடிவுக்கும்

வரவில்லை. இதே போல் தன் நாட்டிலும் நடந்திருக்கக்கூடும். மனித சுயநலத்திற்கு எல்லைகள் இல்லை. ஒரே வித்தியாசம் இங்கு தாஞ்சியேரில் உள்ள ஆண்களிடம் பெருந்தன்மையும் நாகரீகமும் குறைவாக இருப்பதை உணர்ந்தாள்.

பிறகு, அனைத்தும் விரைவாக நடந்தேறின. பிராகிம் பெரியப்பா பாகப் பிரிவினையைக் கவனித்துக் கொண்டார். பெரிதாக ஒன்றும் அதிகமாக இல்லாத அந்தச் சொத்தை அமீரின் ஆறு பிள்ளைகளுக்கும் பிரித்தபின், நபூவுக்கு ஒரு சிறுபாகம் ஒதுக்கப்பட்டது. அதை வைத்துக் கொண்டுத் தனியாகச் சமாளிக்க முடியாது என்பதை உணர்ந்த நபூ, ஏதாவது ஒருவேலையைத் தேட முனைந்தாள். ஹூசேன் தொடர்ந்து கடையைக் கவனித்து வந்தான். கொஞ்சக் காலமாகவே “செண்ட்” வகைகள் மீது தனி ஆர்வமும் விருப்பமும் கரீமுக்கு ஏற்பட்டிருந்தது. எனவே பெத்திசெரக்கோ என்னும் பகுதியில் இருந்த செண்ட் தயாரிப் பாளர் மதானியின் கடையில் தன் பொழுதைக் கழித்து வந்தான். மதானி, அவனுக்கு மல்லிகைக்கும் ரோஜாவுக்கும் இடையே உள்ள வித்தியாசம், சந்தனம், ஆம்பர், கஸ்தூரி ஆகியவற்றுக்கு இடையே உள்ள வித்தியாசம் போன்றவற்றைக் கண்டுபிடிக்கக் கற்றுத்தந்தார்.

நாளுக்கு நாள் குறிப்பிடத்தக்க அளவில் நுகரும் திறனை கரீம் வளர்த்துக் கொண்டதோடு அக்கலையில் பெரும் ஆற்றலைப் பெற்றான். கடை உரிமையாளரின் மதிப்பைப் பெற்றிருந்த கரீமிடம், ஆலோசனை பெற பெண்கள் குவிந்தனர். ஆகவே அவனுக்குப் பெரும் கிராக்கி ஏற்பட்டது. உடல் ஊனமுற்றவனாக இருந்த அவனைப் பிரான்ஸில் உள்ள அமைப்பு ஒன்றில் மறைத்து வைக்க ஒரு கால கட்டத்தில் அந்தப் பிரஞ்சு மருத்துவர் விரும்பியிருந்தார். ஆனால், துடிப்பும் உத்வேகமும் கொண்ட அவன், தீயவை என்றால் என்னவென்றே அறியாத ஜீவனாவான். அவனிடம் உள்ளுணர்வும், எதையும் எளிதில் அனுமானிக்கக்கூடிய திறனும் இருந்ததால் ஒருவழியாகத் தன் பாதையை அவன் கண்டு கொண்டான். அவனுடைய மூக்குத் தனித்து விளங்கியது. நீண்ட உரையாற்ற வேண்டிய தேவையோ நிறைய பக்கங்கள் எழுத வேண்டிய அவசியமோ இல்லை. காஸாபிலான்காவின் மாமா தனக்கு அளித்த தட்டச்சு எந்திரத்தை விடாமல் பயன்படுத்தி வந்த போதிலும் தன் கண்கள், பார்வை தவிர இசைக்குழுவின் தலைவனைப் போன்று துல்லியமாக சைகை செய்யும் கைகள் ஆகியவற்றோடு நறுமண திரவங்களை இனங்கண்டான்.

தன் மகனிடம் உள்ள இத்தனைத் திறமைகளைக் கண்டும், வாய்ப்பு களைச் சரியாகப் பயன்படுத்தத் தெரிந்திருந்த அவனுடைய விவேகத் தைக் கண்டும் நபூ மிகவும் பூரிப்படைந்தாள்.. அவன் திறமையைப் பார்த்துப் பெருமையடைய அமீர் இல்லையே என நினைத்துக் கொண்டாள். கரீமின் புகழ் வேகமாக நகரெங்கும் பரவியது, அவன் மகத்தான அறிவுபடைத்தவன் எனப் பேசிக்கொண்டனர். தன் உரிமை யாளரைக் காட்டிலும் சென்ட்களைப்பற்றி இவனுக்கு அதிகமாகத் தெரியும் எனச் சாதித்தனர். அதையெல்லாம் மதானி பொருட் படுத்தவில்லை. வெறும் கைவினையாளன் என்பதைவிடக் கலைநயம் மிக்கவனாக இருக்க வேண்டியதொரு தொழிலில் இந்த இளைஞனை ஈடுபடுத்தியதில் அவர் திருப்தியடைந்தார். கரீம் கலைஞனாகவும் இருந்தான், கலைநயமிக்கவனாகவும் மாறியிருந்தான்.

சோதனை எதுவாக இருந்தாலும் எதிர் கொள்வதில் ஹசனும் ஹூசேனும் ஒற்றுமையாகச் செயல்பட்டனர். எனினும் வாழ்க்கை மீது அவர்களுக்கு வெவ்வேறு பார்வை இருந்தது. தன் நிறம், மூதாதையர்கள் ஆகிய விஷயங்கள் ஹசனின் உள்ளத்தை அரித்துக் கொண்டிருந்தன. தன் அம்மா, குடும்பம் ஆகியவற்றின் சுவடுகளைத் தேடி செனெகல்லுக்குச் செல்ல அவன் திட்டமிட்டான். நபூவைப் பார்க்க வந்தபோது, அவளிடம் நிறைய கேள்விகளை எழுப்பினான். அவற்றுக்கு அவள் பதிலளிக்கவில்லை. அதாவது அவனுக்குத் திருப்தி யளிக்கும் விதத்தில் அவளது பதில்கள் இல்லை என்றே சொல்ல வேண்டும். கடந்த காலத்தை அவன் கிளறுவதை அவள் விரும்ப வில்லை. அது அப்படியே மறைந்து போக வேண்டும் என்பதே அவளுடைய ஆசையாகும். சிதறிப்போன அவளுடைய குடும்பம், அவள் அனுபவித்த தனிமை, அமீருக்கு முன் அவள் சந்திக்க நேர்ந்த ஆண்கள் ஆகிய விஷயங்களைப் பற்றி அவனிடம் எப்படிப் பேச முடியும்? இதுவரை மறைத்து வைத்த இவற்றைத் திடீரென எப்படிச் சொல்வது? ஃபேஸ் பகுதியின் பாரம்பரியமும் இஸ்லாமிய அறமும் அந்த அளவுக்கு அவற்றை வெறுத்து ஒதுக்கியிருந்தன. இதன் காரணமாகத்தான், ஹசன் எழுப்பும் கேள்விகளை ஓரளவு தவிர்க்கும் நபூ வேறுவிதமாக அவற்றைத் திசை திருப்பிவிடுவாள். இதன் மூலம் இந்த இளைஞனின் ஆர்வத்திற்குத் தடை போடலாம் என அவள் நினைத்தாள்.

மற்றொரு புறம், மிகவும் அமைதியான குணம் கொண்ட ஹூசேன், எதற்கும் பதற்றப்படாமல், அலட்டிக் கொள்ளாமல் தன் போக்கில்

வாழ்ந்து கொண்டிருப்பவன். தன் பெற்றோரைக் குறித்துத் தனக்குக் கூறப்பட்ட குறைவான தகவல்களுடன் திருப்தியடைந்ததோடு, சகோதரனுடன் எவ்வித பிணக்கும் ஏற்படாமல் மிகக் கவனமாக நடந்து கொண்டான். ஆரம்பத்தில், கடையைக் கவனித்து கொள்வதில் ஹசன் உதவி செய்து வந்தான். எனினும், அவனுக்கு அந்த வேலையில் விருப்பமில்லை என்பது ஹூசேனுக்கு நன்றாகத் தெரிந்துவிட்டது. பெண்களுக்கான ஒப்பனைப் பொருட்களை விற்பதில் அவனுக்கு ஆர்வமில்லை. அவனது இலக்கு, அதையெல்லாம் தாண்டிப் பெரிய அளவில் இருந்தது. ஒருநாள் இளம் கருப்புப்பெண் ஒருத்தி கடைக்கு வந்தாள். ஹசன் அவள் அருகில் விசாரிக்கச் சென்றபோது, "எனக்குக் கடையின் உரிமையாளர்தான் வரவேண்டும், அவருடைய வேலைக்காரர் அல்ல" என்று கூறி, இவனுடன் பேச மறுத்துவிட்டாள். ஹசன் எதுவும் பேசாமல் தன் வெள்ளை அங்கியைக் களைந்த பின்பு கடையை விட்டு வெளியேறினான். அங்கு வந்திருந்த அப்பெண், அரசரின் கொள்ளுப் பேத்திகளில் ஒருத்தி என்பதையும் அதன் மூலம் தன்னை ஓர் இளவரசி போல் பாவித்துக் கொள்வது வழக்கம் என்பதையும் அவன் தெரிந்து கொண்டான். தன் சொந்த நிறத்தையே மறந்துபோய் இருந்தாள். இதனால் ஏழைகளையும் கருப்பு மனிதர்களையும் வெறுக்கும் அளவுக்குத் தன்னைப் பற்றி அவள் உயர்வாக நினைத்திருந்தாள்.

இப்பொழுது நபூவுக்குக் கொஞ்சம் வருவாய் வந்தது. ஃபேஸ் பகுதியையும் செனெகெல்லையும் இணைத்துத் தானே உருவாக்கிய ஒருவித மெல்லிய கலவையில் தையல் வேலையினை அவள் செய்து வந்தாள். பெரும்பாலும் ஐரோப்பியப் பெண்களாக இருந்த அவளு டைய வாடிக்கையாளர்கள் தனித்தன்மையாக விளங்கிய இந்தத் தையல் வேலையை மிகவும் விரும்பினார்கள். யாருடனும் சகஜமாக பழகாத தாஞ்சியரில் உள்ள அந்நிய மக்களிடம் இதன் மூலமாகத்தான் நபூ அறிமுகமானாள். குறைவான எண்ணிக்கையிலேயே மொராக் கோவாசிகள் இத்தகைய மக்களுடன் கலக்க முடிந்தது.

நபூவின் சிறந்த வாடிக்கையாளர்களில் ஒருவரான எலீனா புலூம் ஃபீல்ட்டின் வீட்டில் உள்ள ரால்ஃப், மூவான் கர்லோஸ் ஆகியோரின் அறிமுகம் கிடைத்தது. ஓரினச் சேர்க்கையாளர்களான இவர்கள் ஆம்ஸ்டெர்டாமுக்கும் மியாமிக்கும் இடையில் பயணம் செய்தபடித் தங்கள் வாழ்க்கையை அமைத்துக்கொண்டவர்கள். அண்மையில்தான் காஸ்பாவில் பழைய வீடு ஒன்றை வாங்கியுள்ளனர். ரால்ஃப்,

பல்கலைக்கழகப் பேராசிரியர்; அவருடைய தோழர் நடனமாடுபவர். ஐரோப்பாவில் நிறைய நிகழ்ச்சிகளை வழங்கும் கொலம்பிய நிறுவனத்தில் அவர் பணிபுரிகிறார். தாஞ்சியரின் கஸினோவில் நடைபெற்ற ஒரு நிகழ்ச்சியின்போது, இந்த நகரை ழுவான் கர்லோசுக்கு மிகவும் பிடித்துப் போகவே, இந்த ஊரில் சொத்து ஒன்றை வாங்குவது என முடிவெடுத்துவிட்டார். இங்கு இல்லாத நேரத்தில் தாங்கள் வாங்கிவைத்திருக்கும் வீட்டைக் கவனித்துக்கொள்ள நம்பிக்கையான ஒருவர் அவர்களுக்குத் தேவையாக இருந்தது. குறிப்பாக, கோடையின் போதும், சில நேரங்களில் வசந்த காலத்தின் போதும் அவர்கள் இங்கு வருவார்கள். அவர்கள் தேடிகொண்டிருந்த பொருத்தமான நபராக நபூ அமைந்தாள்.

“உங்கள் தையல் வேலையைத் தொடர்ந்து செய்துவரலாம். நீங்கள் செய்ய வேண்டியதெல்லாம், ஈரப்பதமான வானிலை இருப்பதால், ஜன்னல்களைத் திறந்து வைக்க வேண்டும். ஒட்டு மொத்தமாக வீட்டைச் சுத்தமாக வைத்திருக்க வேண்டும். நாங்கள் வருவதற்குச் சில நாட்களுக்கு முன்பு வீடு தயார் நிலையில் இருக்குமாறு பார்த்துக் கொள்ளுங்கள். அவ்வளவுதான். நீங்கள் விரும்பினால், உங்கள் பிள்ளைகளும் இங்கு வந்து தங்கி இருக்கலாம். போதுமான இடம் இங்கிருக்கிறது. நாங்கள் இங்கு இருக்கும்போது, உங்களுக்குச் சம்மதமானால் எங்களுக்காகப் பொருட்கள் வாங்கி வருவது, சமைப்பது எனத் தேவையான அனைத்தையும் நீங்கள் கவனித்துக் கொள்ளலாம்”, என்றனர்.

இதைப் பற்றி நபூ தன் பிள்ளைகளிடம் விவாதித்தாள். அவர்களும் இந்தத் திட்டத்துக்குத் தங்கள் சம்மதத்தைத் தெரிவித்தனர். அவளை ஒருபோதும் பிரியப்போவதில்லை என கரீம் அவளிடம் உறுதி கூறினான். ‘முயன்று பார்த்தால் தவறில்லை’ என்றான் ஹூசேன். ஹசனைப் பொருத்தவரை, தான் எப்போதும் அவளுக்கு ஆதரவாக இருப்பதாக உறுதியளித்தான். பெரியதாக மதிக்கும் அவளது ஆசீர்வாதத்தை மட்டும் வேண்டினான். தான் மட்டுமே அறிந்த புதிரும் மந்திரசக்தியும் அதில் அடங்கியுள்ளதாக அவன் நினைத்தான்.

ரால்ஃப், ழுவான் கார்லோஸ் ஆகியோரது வீடு கடலைப் பார்த்து அமைந்திருந்தது. அதை முற்றிலுமாக மாற்றியமைக்க வேண்டியிருந்தது. குளிர் காலத்தில் ஈரத்தன்மையைப் போக்கக் கனப்பு அடுப்பை நபூ ஏற்றி வைத்தாள். நாள்தோறும் வீட்டினைச் சுத்தம்

செய்து வந்தாள். வீட்டின் உரிமையாளர்கள் எந்த நேரத்திலும் உள்ளே நுழைவார்கள் என்பது போல் அறைகளைத் தயார் நிலையில் வைத்திருந்தாள். சில நேரங்களில், கலைந்த நிலையில் உள்ள கட்டிலின் முன் கொஞ்ச நேரம் நிற்க நேர்ந்திருக்கிறது. அமீருடன் அவள் கழித்த மகிழ்ச்சியான தருணங்களை நினைத்துத் தனிமையில் அழுவாள். அவள் ஒருபோதும் மற்றவர்முன் தன் நினைவுகளைப் பகிர்ந்து கொண்டதில்லை.

ஒருநாள், பெரிய அளவில் சுத்தம் செய்து கொண்டிருந்தபோது தவறுதலாக 'காந்தோன் ரோஜாக்குடும்பம்' என்னும் அழகிய பீங்கான் பூச்சாடியை உடைத்துவிட்டாள். மிகவும் வருத்தமடைந்த அவள், அஜாக்கிரதையால் விளைந்த தன் தவறை எப்படிச் சரிசெய்வது என்று தெரியாமல் விழித்தாள். அந்த ஜாடியை ஒட்டவைக்க முடியவில்லை. எந்த வழியும் தெரியாமல், இதைப்போன்றதொரு ஜாடி கிடைக்குமா என்று தேடிப் பழைய பொருட்கள் விற்கும் கடைகளைப் பார்த்துவர வெளியில் சென்றாள். இப்படித்தான், ரூய் தெ லா லிபெர்தே என்னும் வீதியில்கடை வைத்திருக்கும்சித்தி புபேக்கரின்அறிமுகம்அவளுக்குக் கிடைத்தது. கடைக்குள் அவள் நுழைந்தபோது, சித்தி புபேக்கர், கடையின் கடைசி கோடியில் அமர்ந்து குரானில் மூழ்கியிருந்தார். ரால்ஃப்பும், மூவான் கார்லோசும் அவருடைய வாடிக்கையாளர்கள் என்பதால், நபூவைப் பற்றி அவர் ஏற்கெனவே அறிந்திருந்தார். அவரிடம் தன் நெருக்கடியை விளக்கினாள். தாராளக் குணமுடைய நல்ல மனிதரான சித்தி புபேக்கர், அவளுக்கு ஆறுதலாகப் பேசினார்.

“அது எந்த மாதிரியான ஜாடி என்பது தெரிகிறது. அது ஜோடியாக வரும். ஆனால், ரால்ஃப் ஒன்றை மட்டுமே விரும்பினான். உடைந்து போன அதே போன்ற இன்னொரு ஜாடி என்னிடம் இருக்கிறது. இதை எடுத்துச் செல்லுங்கள், நான் ரால்ஃபிடம் பேசிக் கொள்கிறேன். இதற்குப் பணம் தருகிறேன் என்று மட்டும் சொல்லக்கூடாது. உங்கள் உரிமையாளர் என் நண்பர். அவரிடம் கணக்கை நேர் செய்வது எனக்குத் தெரியும். எப்படியும் இது விலை மதிப்பிடமுடியாதது. நல்லது, இதனைப் பெட்டியில் வைத்துக் கட்டித்தரும்படி முகமதுவிடம் சொல்கிறேன். இதை அவர்கள் திரும்பி வரும்வரை உடையாதபடி பத்திரமான இடத்தில் வைத்துக் கொள்ளுங்கள். உரிமையாளர்கள் வருவதற்கு முந்தைய நாள் வெளியில் எடுத்துப் பழைய ஜாடி இருந்த இடத்தில் வைத்துவிடுங்கள். இது நமக்குள் இருக்கட்டும்”,

சித்தி புபேக்கருக்கு எப்படி நன்றி சொல்வது என நபூவுக்குத் தெரியவில்லை. அமீரைத்தவிர, இத்தனைத் தாராளக் குணம் படைத்த மனிதரை அவள் பார்த்ததே இல்லை. அடுத்தநாள், அவரை மீண்டும் பார்க்க வந்த அவள், தானே பின்னிய அழகானதொரு ஸ்கார்ஃபை அவருக்கு அன்பளிப்பாக வழங்கினாள். ‘‘இது உங்கள் மனைவிக்கு. அவங்களுக்கு இது பிடிக்கும் என நினைக்கிறேன்'' எனக் கூறிப் புறப்பட்டவள், நல்லவேளையாக இப்படி நல்ல குணம் படைத்த மனிதர்களும் இருக்கிறார்கள்; இவர்கள்தான் உண்மையான இஸ்லாமியர்கள்'' என நினைத்துக் கொண்டாள்.

இப்படி நினைத்து அந்தக் கடையிலிருந்து மூன்று அடிகள் கூட எடுத்து வைத்திருக்க மாட்டாள், மெலிந்து போய்க் குள்ளமாக இருந்த கருப்பு நபர் ஒருவன் அவளிடம் தொந்தரவு செய்தான்.

“உங்களைக் காட்டிக் கொடுக்கப் போகிறேன். காட்டிக் கொடுக்கப் போகிறேன். நீங்கள் லாலா ஃபாத்மாவைக் கொன்றுவிட்டீர்கள். அவளுக்கு விஷம் வைத்துவிட்டீர்கள்'' என்று கத்தினான்.

நபூ வேகமாக நடக்க ஆரம்பித்தாள். அந்த நபர் தொடர்ந்து அவள் மீது குற்றஞ்சாட்டிக்கொண்டும் சங்கடம் தரும் சில செய்திகளைக் கூறிக் கொண்டும் பின் தொடர்ந்தான். ஒரு கட்டத்தில், போலீஸ்காரர் ஒருவரைக் கண்டவுடன் நபூ கூச்சல் போடவே, துன்புறுத்திக் கொண்டே வந்த நபர் உடனே ஓட்டம் பிடித்துவிட்டான். ஆனால், தன்னை மிரட்ட அந்த ஆள் திரும்பிவருவான் என அவள் உள்ளுணர்வு கூறியது.

அதன்படியே அடுத்தவாரமே அந்த மெலிந்த கருப்பு நபர் வீட்டின் கதவை வந்து தட்டினான். ஹசன்தான் போய்க் கதவைத் திறந்தான். அம்மா கூறியிருந்த அடையாளங்களை வைத்துச் சட்டென அந்த நபர் யாரெனப் புரிந்து கொண்டவன் அவன் மீது பாய்ந்து அவனைச் செந்தூக்காகத் தூக்கி,

“இனி ஒருமுறை என் அம்மாவிடம் கைவரிசை காட்டலாம் என உனக்கு எண்ணம் இருந்தால், உன்னை ஒரு கொசுவை அடிப்பது போல், கரப்பான் பூச்சியை நசுக்குவது போல் நசுக்கிவிடுவேன். மற்றுமொரு விஷயம், நான் உயிரோடு இருக்கும் வரை, இந்த ஊருக்குள் நீ வரக் கூடாது. இதை ஏதோ விளையாட்டாகச் சொல்லவில்லை; என்

கட்டளை" என்று கத்திவிட்டு அவனைக் கீழே போட்டான். அந்தக் குள்ள மனிதனின் கால்கள் குப்பைத்தொட்டி ஒன்றில் மாட்டிக் கொள்ள கீழே விழுந்தான். மீண்டும் எழுந்து ஓட்டம் பிடித்தான். அதன் பிறகு அவனை எங்கும் பார்க்க முடியவில்லை.

அன்று இரவு, கரீமிடம் நடந்த சம்பவத்தை நபூ தெரிவித்தாள். தட்டச்சு எந்திரத்தின் முன் அமர்ந்த கரீம், அந்த நபருக்குக் கடிதம் ஒன்றை எழுதினான். "வாழ்க்கை அழகானது, ஆனால் நீயோ அழகில்லை".

ஒரு நாள், தன் அம்மாவைப் பார்க்க ஹூசேன் அந்தப் பங்களாவுக்கு வந்தான். சிறிது நேரத் தயக்கத்துக்குப் பின், அவளிடம்,

"நான் திருமணம் செய்து கொள்ளப் போகிறேன்" எனத் தெரிவித்தான்.

வேகமாகவும் நேர்த்தியாகவும் மிளிர வைக்கக்கூடிய அமெரிக்க சோப்புத்தூளைக் கொண்டு பங்களாவின் மரத்தரையை நன்றாகத் தேய்த்துக் கொண்டே, அவன் பக்கம் திரும்பாமல்,

"நல்லது. ஆனால் உன் சகோதான் என்ன ஆவது? அவனைப் பற்றி நினைத்துப் பார்த்தாயா?" எனக்கேட்டாள்.

"நான் யாரைத் திருமணம் செய்து கொள்கிறேன் என்று கேட்கவில்லையே?"

"நிச்சயமாக. ஆனாலும், உன் தம்பியை நினைத்துதான் கவலையாக இருக்கிறது"

அவளைப் பொறுத்தவரை, இரட்டைச் சகோதரர்களான அவர்கள், மரபினை மதித்து நடக்க வேண்டும்; மேலும் குறைவான பண வசதியின் காரணமாக ஒரே நேரத்தில் திருமணம் செய்து கொண்டாக வேண்டும். ஹூசேனுக்கு முதலில் திருமணம் முடிந்துவிட்டால் மீண்டும் ஒருமுறை அவனுடைய கருப்புச் சகோதரன் இனவேற்றுமையின் பாதிப்புக்கு உள்ளாவான். அதைத்தாங்கிக் கொள்ள மிகவும் கஷ்டப்படுவான். மேலும், கடந்த சில மாதங்களாகத் தன் வேலையில் மும்முரமாக இருந்த ஹூசேன், தன் சகோதரனுக்கு ஊக்கம் அளிக்கும் வகையில் எதையும் செய்யவில்லை.

தன் அம்மா கூறியதைக் கண்டுகொள்ளாத ஹூசேன், ஒரு வழியாகத் தனக்கு வாழ்க்கைத்துணை கிடைத்ததைத் தெரிவிக்க மட்டுமே விரும்புவதாகக் கூறினான். தாஞ்சியர் பகுதியின் பெரிய குடும்பத்தைச் சேர்ந்தவள் அப்பெண். அவளுடனான உறவை விரைவில் சட்டப்பூர்வமாக்க வேண்டும் என அவன் விரும்பினான்.

ஹசனிடம் இச்செய்தியை நபூ கூறினாள். அவளது விருப் பத்தை அறிந்த அவன், கூடிய விரைவில் எப்படியாவது ஒரு பெண்ணைப்பார்த்துத் திருமணம் செய்து கொள்வதாக உறுதியளித் தான். அன்றாட வாழ்வில் இனவேற்றுமைச் சம்பவங்களில் தொடர்ந்து பலியாகி வருவதைப்பற்றி அவளிடம் அவன் கூறவில்லை. காரணம், எல்லோராலும் அவை ஏற்றுக்கொள்ளப்பட்டு யாரும் அவற்றைக் கண்டு கொள்வதில்லை. ஆனால், “இதயம் உறுதியாகட்டும் அல்லது உடையட்டும், என்னைப் பொறுத்தவரை, ஒவ்வொரு நாளும் அதனை மேலும் உறுதியாக்குகிறேன்” என அடிக்கடித் தன் சகோதர னிடம் கூறும் ஹசன் இத்தகைய இனவேற்றுமைகளுக்கு இன்னும் பழக்கமாகிக் கொள்ளவில்லை.

சிறிது நாட்கள் கழித்து, ஹூசேன் தன் திருமணத்திட்டத்தை ஹசனிடம் தெரிவித்தான். ஹசன் அவனைக்கட்டி அணைத்து நல்ல வாழ்க்கை அமையட்டும் என வாழ்த்தினான். அவனிடமும் ஓர் இரகசியம் இருந்தது. ஸ்பெயின் தூதரகத்தில் வேலை பார்க்கும் கலப்பினப் பெண்ணான மினா என்னும் அந்நிய நாட்டுப் பெண் மூலம் தனக்கு ஒரு மகன் இருக்கும் விஷயத்தைக் கூறினான். அது ஒரு காதல் கதை இல்லை. அதிக அளவில் குடித்தும், நடனமாடியும் கழித்த ஒரு கொண்டாட்டத்தின் போது நிகழ்ந்த ஒரு சந்திப்பு மட்டுமே. அப்பெண்ணை அவன் தன் பக்கம் ஈர்க்க, அவளோ துடிக்கும் தன் உதடுகளை அவனது உதடுகள் மீது திணித்தாள்; அந்த வீட்டின் அமைப்பை நன்றாக அறிந்திருந்த ஹசன், அங்கிருந்த பிரதான அறைக்கு அவளை அழைத்துச் சென்றான் அங்கு ஒருவருக்கொருவர் எதுவும் பேசிக்கொள்ளாமலேயே உடலுறவு வைத்துக் கொண்டனர். எவ்விதப் பேச்சுக்கும் இடமின்றி நடந்த அது ஒரு வகையில் உடல் கவர்ச்சி. சேர்ந்து கலக்க வேண்டும் என்றொரு முரட்டு வேட்கை இரண்டு உடல்களுக்கிடையே ஏற்பட்டது. அடுத்த நாள், அழகானதொரு பிழையைச் செய்து விட்ட உணர்வுடன் அவர்கள் இருவரும் பிரிந்து விட்டனர்.

ஒரு நாள், கடைக்கு வந்த மினா, தான் கர்ப்பமாக இருக்கும் விஷயத்தை ஹசனிடம் தெரிவித்ததோடு, கருச்சிதைவு செய்யும் எண்ணம் அறவே இல்லை என்பதையும் கூறினாள். அவனிடம் எதையும் கலந்து பேசாத அவள், அவன் மீது என்றும் நேசமாய் இருப்பதாக உறுதியளித்ததுடன் இக்குழந்தையை வயிற்றில் சுமக்கத் தான் மிகவும் மகிழ்வதாகத் தெரிவித்தாள். குழப்பத்திலும் பதற்றத்திலும் இருந்த ஹசன், யாரிடமும் எதையும் சொல்லவில்லை. குழந்தை எப்பொழுது பிறக்கும் என ஆர்வமாக எதிர்பார்த்துக் கொண்டிருந்தான். தன் அப்பாவைப் போலவே கருப்பு நிறத்தில் ஆண் குழந்தை பிறந்தது.

மினாவின் பெற்றோர் கொடுத்த நெருக்கடியின் காரணமாகவும், அவளை வேலையைவிட்டு நீக்க நேரும் என்ற தூதரக அதிகாரிகளின் அச்சுறுத்தல் காரணமாகவும் ஹசனை அவள் பிரிய வேண்டியதாகிவிட்டது. அவர்களுக்குள் ஏற்பட்ட உடன்பாட்டின்படி, மர்ஷான் பகுதியில் ஸ்பெயின் அருட்சகோதரிகளால் தனிமையில் இருக்கும் தாய்மார்களுக்காக நடத்தப்பட்டுவரும் நிறுவனம் ஒன்றில் குழந்தையைச் சேர்ப்பது என முடிவாகியது. சமய ஊழியர்களிடம் சில பணத்தாள்களைத் தந்து தன் குழந்தைக்குச் சலீம் என ஹசன் பெயரிட்டான். இதன் மூலம் அரசின் பிறப்புப்பதிவு அலுவலகத்தில், "பிரசவத்தின் போது காலமான தாய்க்குப்" பிறந்ததாகக் குழந்தையின் பெயரைப் பதிய முடிந்தது. என்றாவது ஒரு நாள் தன் குழந்தையை அழைத்துச் செல்லத் தான் திரும்பி வருவதாக அருட்சகோதரிகளிடம் ஹசன் தெரிவித்தான். அந்த நாள் இதோ வந்து விட்டது.

தன் மகனைப் பற்றி ஹசன் கூறிய போது, நபூ துக்கத்தில் உடைந்து அழுதாள். சம்பவம் நடந்தவுடனேயே ஏன் சொல்லவில்லை என வருந்தினாள்.

"சரி, அவனுக்கு இப்பொழுது என்ன வயது?"

"ஒரு வயது"

"நான் எவ்வளவு சந்தோஷப்பட்டிருப்பேன். என் நிலைமையைப் பார்த்தாயா. நான் பாட்டியாகி விட்டேன். ஆனால் அது தெரியாமல் இருந்திருக்கிறேன். அந்தக் குழந்தையை என்னிடம் கொடு. அது ஓர் அற்புதம். கடவுள் தந்த பரிசு. ஏன் நீ அவனுடைய அம்மாவைத் திருமணம் செய்து கொள்ளக்கூடாது?"

அதில் உள்ள சிக்கலை ஹசன் அவளுக்கு விளக்கினான். மினா மிகவும் ஈடுபாடுடைய கத்தோலிக்கக் குடும்பத்தைச் சேர்ந்தவள் என்பதையும், இத்திருமணத்தைத் தூதரகம் தவறான கோணத்தில் பார்க்கும் என்பதையும் எடுத்துக் கூறினான். தாங்கள் இருவரும் காதலர் களாக இருந்ததில்லை என்றும், தன் குழந்தையைப் பார்க்க மினா விரும் பினால் அப்படிப் பார்க்க எந்தப் பிரச்சனையும் இல்லை என்றும் சொன்னான். அண்மையில், அவளிடம் சில செய்திகளைச் சொல்லத் தூதரகத்தைத் தொடர்பு கொண்டபோது, முகவரி எதையும் தராமல், தன் பெற்றோருடன் அவள் சென்றுவிட்டதை ஹசன் அறிந்தான். அனேகமாக, அவளது சொந்த நாடான கியூபாவுக்குச் சென்றிருக்கக் கூடும்.

எனவே, தனக்கு ஒரு துணையைத் தேட ஹசன் முயற்சிகளை மேற்கொண்டான். கவாக்கேப் என்னும் எகிப்து சினிமாப் பத்திரிக் கையில் விளம்பரம் தந்து திருமணம் முடித்துக்கொண்ட தன் உறவினர் ஒருவனின் நினைவு அவனுக்கு வந்தது. ஃபேஸின் புதியத் திரையரங் கில் ஒளிபரப்பாளராக அவன் பணியாற்றி வந்தான். இளம் பெண் ஒருத்தி அவனுடைய விளம்பரத்தைப் பார்த்துப் பதில் அளித்தாள். அவள் நடக்க சிரமப்படுபவள். ஆனால் அது புகைப்படத்தில் தெரியாது. திரையரங்கில் கருப்பு வெள்ளைப் படம் ஒன்றை ஒளிபரப்பி முடித்த பின் சந்திப்பது என்றும் முடிவானது. அப்படத்தில் ஃபரீத் எல் அத்ராஷ், காதல் தோல்வி அடைந்து கவலையில் முறையிட்டுப் பாடும் பாத்திரத்தில் நடித்திருப்பான். அந்தப் படத்தை சிரித்தபடியே இரு வரும் விமர்சனம் செய்தனர். அடுத்த நாள், சமய ஊழியர்கள் முன் சென்ற அவர்கள் திருமணம் செய்து கொண்டனர்.

ஹசனும் அதுபோல் முயற்சி செய்ய எண்ணினான். ஆனால், அந்தப் பத்திரிக்கை இப்போது வருவதில்லை. ஆனால், “நேசத்தொடர்புகள்’’ என்னும் நிகழ்ச்சி, தாஞ்சியர் வானொலியில் ஒலிபரப்பாகி வந்தது. அதில் பதிந்து ஸினேப் என்ற பெண்ணை அவன் திருமணம் செய்து கொண்டான். குழந்தைப்பேறு இல்லாததால் விவாகரத்தான பெண் அவள். பெர்ஷே பிரஞ்சுப் பள்ளியில் ஆசிரியையாகப் பணியாற்றி வந்தாள். தனக்கு ஒரு மகன் இருக்கும் செய்தியை அவளிடம் ஹசன் தெரிவித்தபோது, அவளும் அக்குழந்தையைத் தன் மகன்போல் வளர்க்க முன் வந்தாள். ஆனால் நபூவோ குழந்தையை வளர்க்க அதிக நாட்டம் கொண்டிருந்தாள்.

சலீம் அறிவாற்றல் மிக்கதொரு சிறுவன். எதையும் மிக விரைவாகப் புரிந்து கொள்வான். ஆனால் சோம்பேறியாகவும் ஓரளவு குறும்புத் தனமாகவும் இருந்தான். நபூ அவனுக்குச் செல்லம் கொடுத்து வந்ததால் அவனுடைய அப்பாவால் ஒன்றும் செய்ய இயலவில்லை. படிப்பில் மிகவும் பின் தங்கியிருந்தான். உயர் வகுப்பில் குறைவான மதிப்பெண்களுடன்தான் தேர்ச்சி பெற முடிந்தது. ஒருநாள், ஹசன் அவனைத் திட்டினான். அதற்குச் சலீம், "எனக்கு ஏற்கெனவே தெரிந்த விஷயத்தை நான் ஏன் கற்றுக்கொள்ள வேண்டும்?" என்று பதிலளித்தான்.

கடைசியில், சலீம் அடிதடியில் இறங்கினான். சிறிய அளவில் நிறவேற்றுமை தலைதூக்கினாலும் போதும் அவன் அடித்துவிடுவான். அவன் ஒரு கிளர்ச்சியாளனாக இருப்பதை அவனுடைய அப்பா ஹசன் இரகசியமாக இரசித்து வந்தான்.

அத்தியாயம் – 6

தாஞ்சியர், 2010. ஹசனுக்கு ஒரு சந்தோஷமான பொழுதுபோக்கு இருந்தது. தன் சகோதரன் ஹூசேனின் ஜெர்மன் காரில் ஏறித் தன் மகன் சலீமைப் போய் அழைத்துக் கொண்டு அந்த நகரைச்சுற்றி அமைக்கப்பட்டிருந்த புதிய தார்ச்சாலையில் வலம் வருவான். துறை முகத்திலிருந்துப் புறப்படும் வாகனம், கடலோரமாகச் சென்று நகரின் பிரபலமான பகுதியான யூதர் நதி என்னும் இடம் வரை சென்றடையும். சில நேரங்களில் இடையில் நின்று பின்பக்கத்திலிருந்து கஸ்பாவைப் பார்க்கும் வாய்ப்பு அவனுக்குக் கிடைத்துள்ளது. குன்றின் மீது சில தகரக் கொட்டகைகள், அட்லாண்டிக் கடலைப் பார்த்தவாறு அமைந்த வீடுகள் ஆகியவற்றைப் பார்க்க முடிந்தது. அந்த இடத்தில், யார்க் கேசல் என்னும் பெயரில், யீவ், ஷார்ல் ஆகியோரின் பிரபலமான பங்களா, இப்பொழுது பாழடைந்த நிலையில் இருக்கும் ஃபோர்பஸ் அரண்மனை, ஹாஃபா உணவு விடுதியின் மேல்தளங்கள் மற்றும் சில பிரபலங்களின் சிறிய சொகுசு வீடுகள் ஆகியவை இருந்தன. ஏறக்குறைய பார்வைக்கு எட்டாத வகையில் அமைந்திருந்த ரால்ஃப், பூவான் கார்லோஸ் ஆகியோரின் வீட்டைக் கண்டுபிடித்து விடவேண்டும் என ஹசன் விரும்பினான். அடிக்கடி, அவன் கைகளை ஆட்டிச் சிறிதாக சைகைச் செய்வதைப் பார்த்தால் தன் அம்மா

ஜன்னல் அருகில் இருந்து அவனைப் பார்த்துக் கொண்டிருப்பதைப் போல் இருக்கும்.

போல் பெவெல்ஸ் இப்பொழுது உயிருடன் இல்லை. அவர் தலைமுறையைச் சேர்ந்த பெரும்பாலானோர் இப்போது இல்லை. “பீட்’’ இசைக்குழுக் கவிஞர் அழைப்பதைப் போல், “சீப்பான பையன்களுடன்”புகைப்பதற்கும், பாலியல் தொடர்பு வைத்துக் கொள் வதற்கும் அவர்கள் தாஞ்சியரில் கூடுவது வழக்கம். அந்த நகரம் இப்போது பெருமளவு மாறிவிட்டது. லண்டனிலிருந்தும் மற்ற இடங் களிலிருந்தும் வந்த கலைஞர்கள், அலங்காரம் செய்பவர்கள் ஆகி யோரின் உதவியோடு அண்மையில் புதுப்பிக்கப்பட்ட வசதியான வீடு களில், தாஞ்சியரின் பாரம்பரியம், மரபு எனப் பழமைக்கான உணர்வு துளியும் இல்லை. சஹாராவின் தென்பகுதியில் இருந்து இங்கு வந்து சேர்ந்த இளைஞர்கள், இந்த நகரின் முகத்தையும் ஆன்மாவையும் மாற்றி அமைத்துவிட்டனர். ஐரோப்பாவுக்குள் நுழையும் வாய்ப்பை இழந்தவர்கள் அவர்கள்.

கீழைக்காற்று மென்மேலும் பலமாக வீசிக்கொண்டிருந்தது. எதையோ அந்த இடம் இழந்திருந்தது. சிலர் அதன் அழகு எனச் சொல்வார்கள். வேறு சிலரோ, பல விஷயங்களை மறந்துவிட்டு ஆற்றாமையுடன் பேசுவார்கள். தொழிற்சாலைப் பகுதி மிகவும் பெரிதாக விரிவடைந்து எந்தத் தடையுமின்றி சுற்றுச் சூழலை மாசடையச் செய்கிறது.

ரால்ஃப், மூவான் கார்லோஸ் ஆகியோரது வீட்டை வழக்கம் போல் நபூ கவனித்து வந்தாள். கூடி வரும் வயதும் அவளது மூக்கடைப்பும் அவளைச் சோர்வடையச் செய்தன. நிறைய வேலைகள் உள்ள நாட்க ளில் ஹசனும், கரீமும் அவளுக்கு உதவி செய்து வந்தனர்.. சலீம் அவளுக்குச் சிறிது தொல்லை தருவான். சில நேரங்களில் அழுது, அம்மா வேண்டும் என அடம் பிடிப்பான். அவனை மிகவும் பிடிக்கும் எனக் கூறி நபூ சமாதானம் செய்து வைப்பாள். ஹசனின் மனைவி ஸினேப் அவனிடம் அடிக்கடிக் கோபித்துக் கொள்வாள். அவர் களிடையே உறவு சீராக இல்லை. மனைவி மீது ஹசன் திருப் தியில்லாமல் இருந்தான். நிலைமை எல்லை மீறியது. ஒருநாள், தன் உடைமைகளை எடுத்துக் கொண்டு தன் பெற்றோருடன் வசிக்க அவள் சென்றுவிட்டாள்.

ஹூசேனைப் பொறுத்தவரை, அரிதாகவே வெளியில்பார்க்க முடிந்தது. அவனுடைய கடையிலும் வாடிக்கையாளர்கள் இல்லை. பஸ்தேர் புல்வாரில் வேறு ஒரு கடையைத் திறந்து அங்கு தன் சகோதரனை அமர்த்தலாம் எனத் திட்டம் வைத்திருந்தான். ஆனால், ஹசன் மனதைப் பல கேள்விகள் துளைத்துக் கொண்டிருந்ததால்,அவனால் வேறு எதையும் செய்ய இயலவில்லை. கல்லறையைச் சுற்றித் திரிந்து கொண்டிருக்கும் கருப்பு மனிதர்களில் ஒருவனாக கொஞ்சம் கொஞ்சமாக தான் மாறிவருவதை உணர்ந்தான். வாழ்க்கையில் வரிசையாகச் சந்தித்த தோல்விகளின் காரணமாக, ஹசன் காலப்போக் கில்மிகவும் தனிமையாகிப்போய், சோகமான மனிதனாகி விட்டான்.

பெரும்பாலான நேரத்தை, எவ்விதக் குறிக்கோளுமின்றித் தனியாக நகரில் நடந்தபடிக் கழித்தான். வழியில், பிச்சை எடுக்கும் ஆப்ரிக் கர்கள் அடிக்கடித் தென்படுவார்கள். தாஞ்சியரில் அவர்கள் எப் பொழுதும் அதிக எண்ணிக்கையில் இருப்பார்கள். இந்த நகரில் பூனைகளே இல்லாமல் போனதற்குக் காரணம் அவற்றை அவர்கள் சாப்பிடுவதுதான் என ஒருபேச்சு இருப்பதை அவன் அறிந்திருக்கிறான். ஒவ்வொரு விடுதிக்கும், குளியல் இடத்துக்கும் ஏற்றமாதிரி இதற்கு வெவ்வேறு கதைகள் இருக்கும்.

அன்று ஒரு நாள், போகும் வழியில் நீண்ட நேரமாக சுவர் ஒன்றில் சாய்ந்தபடி, ஹசன் நின்று கொண்டிருந்தான். தன் வயதுடைய ஒரு நபரைக் கருணையோடு உற்றுப்பார்த்துக் கொண்டிருந்தான். பிறகு அவனுடைய வாழ்க்கையைப் பற்றி ஆழமாகக் கற்பனை செய்து பார்த்தான். வேலை தேடியோ அல்லது சாப்பிடச் சில நாணயங் களைத் தேடியோ அந்த நபர் அலைவதாக நினைத்துக் கொண்டான்.

மற்றவர்களுடைய வாழ்விலும், மிகச் சிக்கலான சூழ்நிலைகளோடு தன்னைப் பொருத்திப் பார்க்கும் இரகசியத் திறனை ஹசன் பெற்றிருந் தான். ஒருகட்டத்தில், நடிகனாக வேண்டும் என்று கனவு கண்டான். ஆனால், அக்கலையைக் கற்பதற்கும் அதைவிடத் தொழிலாக அதனைச் செய்வதற்கும் தாஞ்சியரில் எவ்வித வாய்ப்பும் இல்லை. திடீரென அவனுக்குக் குளிர்காய்ச்சல் அடிப்பதுபோல் இருந்தது. நெற்றியில் வியர்வை துளிர்த்தது. பார்வை மங்கியது. பேச்சு வர வில்லை. உடல் முழுவதும் வினோதமான ஒரு மாற்றத்தை அனு பவித்தது. தன் கருப்புத் தோல் மின்னியது. வெள்ளை முகத்திரை

அணிந்திருப்பதாக நம்பினான். ஊமைப்படத்தில் வருவதைப்போல், மௌனம் சூழ அவனுக்குப் பக்கத்திலேயே வேறு ஒருவனாக அவன் இருந்தான்.

ஏதாவது செய்வது என முடிவு செய்தான். ஆனால், அவனால் வேகமாகச் செயல்பட முடியாமல் குரலும் வெகுதூரத்தில் சென்று விட்டதைப்போல் உணர்ந்தான். அவனைச் சுற்றியிருந்த ஆப்பிரிக் கர்கள், தங்கள் துயரத்தை மறந்து அவனைப் பார்த்துச் சிரித்தனர். அவர்கள் பலமாகச் சிரித்துச் சப்தம் எழுப்பினார்கள். ஆனால் அவன் காதில் எதுவும் விழவில்லை. இப்பொழுது அவன் அந்தக் கூட்டத்தில் ஒருவனாகி இருந்தான். அதேநேரம் அதற்கு அன்னியமாகவும் இருந்தான். அவன் முன்னே அடி எடுத்து வைத்து, ஃபேஸ் வீதியின் கடைசியில் இருக்கும் டாக்ஸி நிலையத்தை நோக்கிப் போக ஆரம் பித்தான். ஏதோ ஒரு சக்தி தன்னை இயக்குவதைப் போல் உணர்ந் தான். “இது விதியின் அழைப்புதான். உறுதியாகத் தெரியும். என்னால் அதனை உணர முடிகிறது.”

சட்டெனச் சுதாரித்துக் கொண்டு ஒரு வீதியை அடைந்தான். ஷேர் டாக்சி ஒன்றைக் கூப்பிட்டான். பல ஆண்டுகளைக் கடந்த, பழமை யான மஞ்சள் நிறப் பெரிய மெர்சடஸ் வண்டியின் ஓட்டுநரைப் பார்த்து, “என்னை சதாமுக்கு அழைத்துசெல்” “என்று சொல்லிவிட்டு, ‘அதுசரி, அந்தப் பகுதிக்கு எப்படி அந்தப் பெயர் வந்தது? என்று கேட்டான். வெள்ளை அங்கியுடன் இருந்த தாடிவைத்த ஒரு ஆள் பதில் கூறினான். “சதாம், சதாம் உசேன் பெயர்போல். அவர் ஒரு தியாகி. அவமதிக்கப்பட்டுப் பின்னர் அமெரிக்கர்களால் கொல்லப் பட்டவர். அவர் ஒரு பெரிய தேசபக்தர். தன் அரேபிய சகோதரர் களுக்காக ஈரானை எதிர்த்துப் போராடியவர், பின்னர், விலைபோன அரேபிய சகோதர்களாலேயே கைவிடப்பட்டவர். இதன் காரணமாகத் தான் நம் ஊருக்கு சதாம் பெயர் வந்தது. அவர் பெயரைச் சூட்டியதற் காக நாங்கள் பெருமையடைகிறோம். உங்கள் ஊரில், அதுதான் ஆப்ரிக்காவில், சதாம் கிடையாது, உங்களுக்குப் பொக்காஸா!” என்று சொல்லி முடித்துப் பலமாக சிரித்தான்.

தன் மக்களுக்கு எதிராக சதாம் இழைத்த குற்றங்களை ஹசன் அவனுக்கு நினைவூட்டியிருக்க முடியும். எனினும் அந்தத் தாடிக் காரனுடன் பேசுவதில் பயனில்லை என உணர்ந்தான். “ஆரம்பத்தில் எல்லாம் மரியாதையாகத்தான் இருக்கும். ஆனால் போகப்போக மோச

மாகிவிடும். நியாயத்தைப் பேசுவதில் பயனில்லை. தாடிக்காரருக்கு எனச் சில கருத்துக்கள் இருக்கின்றன. எனக்கு வேறு கருத்துக்கள் இருக்கின்றன. முரண்படுவதில் எந்தப் பலனும் இல்லை. எப்படியும், நான் ஓர் ஆப்பிக்கர் என அவர் ஏற்கெனவே பட்டியலிட்டு விட்டார். இதுபோன்ற நபர்களிடம் விவாதித்துக் கொண்டிருக்கக் கூடாது. ஒன்று ஏற்றுக்கொள்ள வேண்டும். அல்லது பேசாமல் இருக்க வேண்டும் எனத் தனக்குள் சொல்லிக்கொண்டான். நாம் ஜனநாயகவாதிகள் இல்லை என்பதற்கு இதுதான் அத்தாட்சி. தன் வீட்டுத் தொலைக்காட்சியின் சத்தத்தைக் குறைத்து வைக்க மறுக்கும் பக்கத்து வீட்டுக்காரரும் இதே இனத்தைச் சார்ந்தவர்தான். அதாவது சுயநலவாதி, சகிப்புத்தன்மை இல்லாதவர், அடாவடித்தனமானவர், அவரும் இஸ்லாமை எல்லா வற்றுக்கும் பயன்படுத்துவார். எல்லாம் தனக்குச் சேர வேண்டியது என நினைத்துத் தன் அடுக்ககத்திற்கான பராமரிப்புக் கட்டணங்களைச் செலுத்தாமல் இருப்பவரும் அதே ரகம்தான். இந்த வழக்கறிஞரும் தான். எடுத்த வழக்குகள் அனைத்திலும் தோற்பதில் பெயர்போன இவர், சட்டப்படி நடப்பதற்காகத் திருமணமாகாத தம்பதியனரைத் தன் கட்டடத்தில் தங்கவிடாமல் செய்பவர். இவரும் தீயவற்றுக்கு எதிரான நன்மைக் குழுவைச் சேர்ந்தவர்தான். விவாதத்திற்கு இட மில்லை. எதிர்க் கருத்தைத் தெரிவிக்க எந்த சுதந்திரமும் இல்லை. ஹசனுக்கு தன் எல்லைகள் தெரியும். இஸ்லாம் எல்லாவற்றையும் நியாயப்படுத்த, அதற்கான காரணங்களைக் கொண்ட ஒரு மதமாகும். அவர்கள் எல்லாவற்றையும் குழப்பிக் கொள்கிறார்கள் என்பதையும், தங்களுடைய மதவெறி பிடித்த சுயநலமான போக்குக்கு எவ்விதத் திலும் சம்மந்தமில்லாத இஸ்லாமின் பெயரால் தாங்கள் செய்யும் தவறை நியாயப்படுத்துவதை அவர்களுக்கு விளக்கவேண்டும் என அவன் விரும்பியிருக்கக்கூடும். அவன் நினைத்துப் பார்த்தான். “இந்த டாக்ஸியில், மொராக்கோ இருக்கிறது. அதில் இறை நம்பிக்கையுடைய வர்கள், முன்முடிவுகளும் வரம்பு மீறிய கருத்துக்களும் உடைய சந்தர்ப் பவாதிகள் ஆகியோர் உள்ளனர். பிறகு நான் இருக்கிறேன். நான் ஒரு நல்ல முஸ்லீம் இல்லை. அதனை நான் சொல்லவும் முடியாது. சஹேலில் இருந்து வந்த பிச்சைக்காரனாக, ஓர் அந்நியனாகத்தான் கருதப்படுகிறேன். இந்த மக்களுடன் பேசித்தீர்க்க வேண்டும் என்ற என் விருப்பம் ஒருபுறம் இருந்தாலும், எதார்த்தமும் இங்கு உள்ளது. ஏனெனில், எனக்கு எந்த வெற்றியும் கிட்டப்போவதில்லை. மாறாக, முடிந்தால் அவர்கள் எனக்குத் தண்டனையை நிறைவேற்றி விடுவார் கள். வாயை மூடிக்கொண்டு அடக்கி வாசித்து, மறந்து விடுவதுதான் நல்லது”.

இப்படியெல்லாம் ஏதோ யோசனையில் இருந்தபோது, ஓட்டுநர் அவனைப் பார்த்து குரல் கொடுத்தார்.

"ஏ! உன்னைத்தான். கலூஷ். ஊர் வந்துவிட்டது. இறங்கு".

"கலூஷ்" என்றால் அரபுமொழியில் நீக்ரோ, அடிமை. இந்த வசவைப் பலமுறை அவன் கேட்க நேர்ந்திருந்ததால், அதற்குப் பதில் கூறுவதை நிறுத்தியிருந்தான். அவன் பதிலுக்கு, "கொரோட்டோ" எனத் திருப்பிக் கூறியிருக்க முடியும். எதிலும் தேராத வெள்ளைநிற மொராக்கோவாசிகளைக் குறிக்கும் பட்டப்பெயர் அது. ஆனால் அதில் பலனில்லை. அன்றையதினம், சஹாராவின் தென்பகுதியைச் சேர்ந்த இவர்கள் எந்த நிலையில் வாழ்கிறார்கள் என்பதை நேரில் போய்ப் பார்த்தாக வேண்டும் என்பதுதான், அவனுக்கு முக்கியமாகத் தெரிந்தது.

சதாம் பகுதியில் சிறிதுநேரம் சுற்றியபின், முக்கியமான ஆக்கிரமிப்புக் குடியிருப்புகளில் ஒன்றின் எதிரில் இருந்த உணவு விடுதியில் போய் உட்கார்ந்தான். அவன் அருகில் இருந்த ஒருவர், முந்திய நாள் இரவு, அமைதியான ஆப்பிரிக்கர்களுக்கும், புதிதாய்க் குடியேறியவர்களுக்கும் இடையே ஏற்பட்ட மோதல் பற்றி விவரித்துக் கொண்டிருந்தார். கழிவறைப் பிரச்சனை. கழிவறைகளைப் பயன்படுத்த யாருக்கும் உரிமையில்லை என்று புதிய தலைவர் முடிவு செய்திருந்தார். "மீறி உபயோகப்படுத்தினால்? என்று யாரோ ஒருவர் குரல் கொடுத்திருக்கிறார். "உபயோகப்படுத்தினால் உன் உறுப்பை வெட்டிவிடுவேன்" என்றான். இது விளையாட்டாகக் கூறியதாகத் தெரியவில்லை.

தவிர்க்க முடியாத சூழ்நிலையில் மட்டுமே காவல்துறை நுழையும் நகரப்பகுதியில் ஹசன் குடியிருந்தான். சில ஆண்டுகளாகவே இந்த நிலைமைதான் நிலவி வருகிறது.

மக்கள் தங்களுக்குள்ளாகவே ஓர் ஒழுங்கை ஏற்படுத்தியிருந்தார்கள். சில தலைவர்கள் இருந்தனர். "தலைவர்' என அழைக்கப்படும் நபருடன் மோதல் வராதவரை, ஒருவித ஒழுங்கு அங்கு நிலவி வந்தது. அந்த நபர் குண்டாகவும் குள்ளமாகவும் இருந்தார். பச்சை நிறக்கண்கள், முகம் முழுக்கச் சுருக்கங்கள்; அவருடைய சரியான வயதைக் கணிக்க முடியாது. இந்தப்பகுதியில் அவர்தான் எல்லாமுமாக இருந்தார். கஞ்சா நடமாட்டத்தைக் கவனிப்பது, பெண்களைத் தேர்ந்தெடுத்து, மாலகா

வுக்கும் மார்பெல்லாவுக்கும் விபச்சாரத்திற்கென அனுப்பி வைப்பது, எனப் பலவேலைகளைப் பார்த்து வந்தார். தலைவருக்குப் பல பட்டப் பெயர்கள் இருந்தன. தீப் (ஓநாய்), மான்ஷார் (ரம்பம்) தன்னிடம் சிக்குபவர்களை ரம்பத்தால் வெட்டி விடுவார் என்று பேசிக்கொள்வார்கள். வஸீர் (மந்திரி– காரணம், கருப்புக் கண்ணாடி களுடைய கருப்புநிற லீமூசின் காரில் பவனி வருவார்) நெஸாக் (பாதரசம் போல் அவரை யாராலும் பிடிக்க முடியாது). தலைவர் எதிர்பாராத நேரத்தில் வந்து காத்திருக்கும் பிரச்சனைகளைத் தீர்த்து வைப்பார். உண்மையில், அவருக்கெனத் தனியாகக் கழிவறைகளை அங்கு வைத்துக்கொண்டாலும், அந்தப் பகுதியில் அவர் வசிக்க வில்லை. அவருடைய இருப்பிடம் குறித்து யாருக்கும் தெரியாது. அவருக்கு மிதமிஞ்சிய பாதுகாப்பு இருந்தது. அவருடைய பாதுகாவலர் களில் யாராவது ஒருவர் அவரிடம் தவறாக நடந்து கொண்டால் அந்த நபரைத் தீர்த்துக் கட்டிவிடுவார். உங்களைப் பார்த்து, "இன்று இரவு நாம் ஒன்றாக மீன் பிடிக்கலாம்" என்றால், உங்களுக்குக் கடைசிக் காலம் வந்துவிட்டதாக அர்த்தம் என்று பேசிக்கொள்வார்கள்.

ஒருநாள், மாரடைப்பினால் இறந்து போன தன் கூட்டாளி ஒருவரின் ஆக்கிரமிப்பினைக் கைப்பற்றச் சென்றபோது, சிவில் காவலர் ஒரு வரிடம், தன் கூட்டத்தைச் சேர்ந்த ஒருவன் தகவல் கொடுப்பதைப் பார்த்து ஒன்றும் செய்யாமல் இருந்தது ஆச்சரியமாக இருந்தது. அவன் போக்கில் போகவிட்டுத் தன் திட்டங்களை மாற்றியமைத்து விட்டார். இருபது வயதே நிரம்பிய தன் அண்ணன் மகனை வரவழைத்து அவன் கையில் கைத்துப்பாக்கியைத் திணித்து, அந்தத் 'துரோகியை'ச் சுட்டுத் தள்ளுமாறு கட்டளையிட்டார். அவன் சுட மறுத்துவிட்டான். உடனே அவனிடமிருந்து துப்பாக்கியைப் பறித்து இருவர் நெற்றியிலும் சுட்டார். அது ரம்ஜானின் முதல்நாள். அட்லாண்டிக் கடலும், மத்திய தரைக்கடலும் சந்திக்கும் கரையை நோக்கி அமைந்த ரிமிலாட் குன்றின் மீது இது நடந்தது.

தங்கள் உடைமைகள் பறிக்கப்பட்டு, தாஞ்சியர் தெருக்களில் திரிந்து கொண்டிருக்கும் பரிதாபத்துக்குரிய ஆப்ரிக்கர்கள் மீது, தான் கொண்டுள்ள கரிசனத்தைச் சில நேரங்களில் அந்தத் "தலைவர்" வெளிப்படுத்துவார். சொற்பத் தொகையைப் பெற்றுக் கொண்டு ஐம்பதுக்கும் மேற்பட்ட ஆண்களையும், பெண்களையும் ஒரு படகில் ஏற்றி ஸ்பெயின் நாட்டுக் குள் நுழைவதற்கு அனுமதி பெறத்தன் ஆட்களுக்கு ஆணையிட்டு ஏற்பாடு செய்வார். அவர்கள் கடலுக்குள் இறங்கிப் பயணம் செய்யத்

தொடங்கிய அடுத்த நொடியே, அல்மெரியாவின் "கர்தியா சிவில்" என்ற எல்லைப் பாதுகாப்பு பிரிவுக்குத் தன் ஆள் ஒருவரை அனுப்பித் தகவல் கொடுத்து விடுவார்.படகில் பயணம் செய்பவர்கள் போய் இறங்கியவுடன் அவர்களைப் பிடிக்கத் தயாராக நிற்கும் காவலர்கள், படைவீரர்கள் ஆகியோரிடம் எவ்வித எதிர்ப்பும் தெரிவிக்காமல் அவர்கள் சிக்குவார்கள். சில நாட்கள் காவல் முகாமில் தங்க வைக்கப் பட்டு, மீண்டும் அவர்களுடைய சொந்த நாட்டிற்குத் திருப்பி அனுப்பப் படுவார்கள்.

பொலிவிழந்த இந்தப் பகுதிகளில் ஆக்கிரமிப்பில் ஈடுபட்டுள்ள மொராக்கோவாசிகள் ஆப்பிரிக்கர்களுக்கு எதிராக அவ்வப்பொழுது குரல் எழுப்புவார்கள். அந்த நேரத்தில், மிகவும் கவலை அளிக்கக் கூடிய தன் கோரமான முகத்தைத் தாஞ்சியர் காட்டிவிடும்; அதுவரை அந்த தாஞ்சியரை யாருக்கும் தெரியாது. காரணம், அது அந்த ஊருக்கான இயல்பு இல்லை. ஏழ்மை, பரிதாபம், குழப்பம், வன் முறை, வறுமை, ஊழல் ஆகியவற்றில் உழலும் நகரின் இப்பகுதிக்கு வரவேண்டும் என யாருக்கும் எண்ணம் வராது. ஹசன் இந்த நிலைமை குறித்து அறிந்திருந்தான் என்றாலும் இதனைப்பற்றி யோசித்துப் பார்க்க மிகவும் பயந்தான். தன் நிறத்தின் காரணமாக இருக்கலாம்; காயங்களும், சீழும் நிறைந்த தாஞ்சியரின் வேறு முகமும், அதன் வேறு உறுப்புமான இப்பகுதியிலிருந்து விலகி வெகுதூரத்தில் ஹசன் இருந்தான். எனினும், அவனைப் பொறுத் தவரை, கருப்பர்களிடையே ஒரு கருப்பு மனிதனாக இப்பகுதியில் நெருக்கமாகத் தன்னை உணர்ந்தான். எவ்வித அடையாள ஆவணங் களும் இல்லாமல் தலைமறைவாக வசிக்கும் நிச்சயமற்ற தற்காலிகப் புகலிடத்தில் சோகத்தில் ஆழ்ந்துள்ள இவர்களுக்கும் தனக்கும் பெரிதாக வித்தியாசம் எதுவும் இல்லை என ஹசன் நினைத்தான். தன் சகோதரன் ஹூசேனிடம் இதைப்பற்றிப் பேசியிருக்கிறான். அவனைப் பொறுத்தவரை, இது எந்தவித ஒழுங்குக்கும் கட்டுப் படாத நகரமாகும். இங்குப் பலம் படைத்தவன் வைத்ததே சட்டம். உள்ளூர் காவல் துறை, தேசிய காவல்துறை ஆகியவற்றில் உள்ள சிலருடன் மாஃபியா வுக்குக் கள்ளத் தொடர்பு இருந்தது. ஹூசேன், தன் கடைக்குப் படை யெடுக்கும் பெண்களுக்கு அழகு சாதன பொருட்களை விற்பதில் ஆர்வமாக இருந்தான். அவர்களில் சிலர் கடை எப்பொழுது மூடும் எனக் காத்திருந்து உள்ளே சென்று தங்கள் ஜெலாபாவை களைந்து விடுவார்கள். ஒருநாள், கணவன் ஒருவன் பைத்தியம் பிடித்தது போல் கத்திக் கொண்டு கடைக்கு வந்த சம்பவத்தைத் தன்

மைத்துனனிடம் ஹூசேன் கூறினான். "வந்தவன் கடும்கோபத்தில் இருந்தான். கொஞ்சம் மெதுவாகப் பேசுங்கள் என சொல்லி பார்த்தேன்." அவன் மனைவியிடம் நான் ஒரு நறுமணச்சாற்றை விற்றிருப்பதாகவும், அது ஆண்களைக் கவர்ந்திழுக்கக் கூடியது என்றும் குற்றஞ்சாட்டினான். இதன் காரணமாக மனைவி தனக்கு விசுவாசமில்லாமல் சோரம் போய்விடுவாள் எனப் பயந்தான். இதைக் கேட்டு எல்லோரும் சிரிக்க ஆரம்பித்து விட்டனர். வயதான பெண் ஒருவர்தான் இந்த அற்புதமான சென்ட்டைக் கேட்டு வாங்கிச் சென்றிருந்தார். திட்டியபடிய அந்தக் கணவர் திரும்பிச் சென்று விட்டார். இளம் வயதில் தன் சகோதரன் ஹசனுக்கு நேர் எதிராகப் பெண்களை வளைப்பவனாக வலம் வந்தான். வாழ்க்கையை நன்கு அனுபவித்து வந்த அவன் எதற்கும் தான் காரணம் இல்லை என நினைத்தான்.

அண்மையில், கஞ்சா கடத்தல் வியாபாரிகள் மத்தியில் அச்சத்தை ஏற்படுத்த தாஞ்சியரின் வடக்குப் பகுதியில் முக்கியமானதொரு நடவடிக்கையை எடுப்பதென அரசர் முடிவு செய்தார். காவல்துறை நடவடிக்கையில் இறங்கியது. ஆனால், அதற்கு ஏமாற்றமே மிஞ்சியது. அந்த இடத்தில் விளிம்புநிலை மக்கள் மட்டுமே இருந்தனர். அந்தக் கூட்டத்தின் உண்மையான தலைவர்கள் முன் ஜாக்கிரதையாக இரவோடு இரவாக இடத்தைக் காலி செய்திருந்தனர்.

உணவு விடுதியைவிட்டு வெளியே வந்த ஹசன், மீண்டும் வீதியில் இறங்கி நடக்க ஆரம்பித்தான். சதாம் பகுதியில் எந்தப் பொலிவும் இல்லை. மனம் போன போக்கில் உருவாக்கப்பட்ட நகரமைப்புத் திட்டத்தின்படி அவசரகதியில் அந்த ஊர் அமைக்கப்பட்டிருந்தது, சுற்று வட்டாரத்தில் ஒரு மரத்தையும் பார்க்க முடியவில்லை. எல்லாம் வெட்டப்பட்டிருந்தன. பசுமையான இடம் பெறப் பணம் படைத்திருக்க வேண்டும், பெரும்பாலான கட்டடங்கள், கட்டி முடிக்கப்படாமல் பாதியில் நின்றிருந்தன. முகப்புகள் கூடப் பூசப் படவில்லை. செங்கற்கள் துருத்திக் கொண்டு நின்றன. அவற்றில் சில கற்கள் விரிசலடைந்திருந்தன. மேலும், தெருவில் எங்குப் பார்த்தாலும் திறந்த கூடாரங்களில் அமைக்கப்பட்டிருந்த உணவுவிடுதிகள், அவற்றின் உடைமைகள் எனக் கெட்டியான பிளாஸ்டிக்கினாலான மேஜை, நாற்காலிகள் மட்டுமே இருந்தன. பழங்கள், காய்கறிகள் விற்பவர்கள் கூடத் தங்கள் பண்டங்களைத் தரையிலேயே போட்டுக் கடை விரித்திருந்தனர், மீனவர்கள், "புத்தம் புதிய சர்தீன் மீன்கள், சர்தீன் மீன்கள் இன்றைக்குப் பிடித்தது, பத்து திராம்", என்று கூவி

விற்றுக் கொண்டிருந்தனர். சற்றுத்தொலைவில், ஒருநபர், முகச்சவரக் களிம்பு, பிளாஸ்டிக் பூக்கள், பின்னணியில் காபா தெரியும் கடிகாரங்கள் ஆகியவற்றை விற்றுக்கொண்டிருந்தான். ஆப்பிரிக்கர் ஒருவர் தன் நாட்டு அலங்காரப் பொருட்களைப் போட்டுக் கடை விரித்திருந்தார். பக்கத்தில் ஒரு சிறுவன் சிகரட்களைச் சில்லறை விற்பனை செய்து வந்தான். வேறு ஒருவன் திருட்டுத் திரைப்பட ஒளிவட்டுகளை விற்றான். கறிக்கடைக்காரர் ஒருவர் ஆட்டுத்தலைகளை வறுத்துக் கொண்டிருந்தார். வாகனக்காவலர் ஒருவர் ஒழுங்கு படுத்திக் கொண்டிருந்தார்.

ஹசனால் தன் கண்களையே நம்ப முடியவில்லை. தாஞ்சியரில்தான் இருக்கிறோமா என்று வியந்துபோனான். பெரிய வீதியின் நடுவில் ஒரு மசூதி, பள்ளிக்கூடம் இல்லை. மருத்துவக்கூடம் இல்லை. ஆப்கானிஸ்தர்கள் போல நீண்ட கருப்பு அங்கி, தலையில் கருப்பு "தாகியா" குல்லாவுடன், ஆண்கள் செல்ல, அவர்கள் சிலரின் பின்னால் முழுக்கக் கருப்பு உடையில் பெண்கள் சென்றனர்.. இதைக்கண்டு ஹசனுக்கு அதிக ஆச்சரியம் ஏற்பட்டது என்று கூற முடியாது.

தங்கள் மதத்தைப் பற்றி அறியாதவர்கள் சிலரால் உருவாக்கப் பட்டதொரு இஸ்லாம் மதத்தை பின்பற்றும் இவர்களைப்பற்றி அவன் ஏற்கெனவே கேள்விப்பட்டிருக்கிறான்.

அந்தப் பகுதியைச் சுற்றி வந்தபோது வேறு சில ஆப்பிரிக்கர்களை அவன் சந்தித்தான். அவர்கள் கிலீனெக்ஸ் டிஷ்யூ தாள் பெட்டிகள், போலியாக தயாரித்த லூயி விட்டன் பைகள், சீனப் பொருட்கள் ஆகிய வற்றை விற்றுக் கொண்டிருந் தனர். சிலர் கும்ப லாகத் தரையில் உட்கார்ந்திருந்தனர், அவர்களைப் பார்த்தால். ஏதோ ஒரு பேருந் துக்கோ, தொடர்வண்டிக்கோ, கோச் வண்டிக்கோ அல்லது அதைவிட மேலாக ஏதாவது ஒரு இறைத்தூதர் வந்து அவர்களை அன்றாடம் நிகழும் இந்தச் சிறிய நரகத்திலிருந்து விடுவித்து வெகு தூரத்திற்கு அழைத்துச் செல்லவோ காத்திருப்பது போல இருந்தது. ஆனால், எந்தப் புனிதரும் இறைத்தூதரும் அந்த இடத்தில் சிறிது நேரம் கூட நிற்க வேண்டும் என நினைக்க மாட்டார் என்பதும், அவர்கள் யாரும் காப்பாற்றப்படப் போவதில்லை என்பதும் ஹசனுக்குத் தெரியும்.

ஹசனுக்கு உள்ளுணர்வு அதிகம். செய்திகள் போல் அவை மனதில் தோன்றிக் கொண்டேயிருந்தன. நிறம், மசாலா ஆகிய வற்றால் உள்ள இக்கலவை, முகம் சுளிக்க வைக்கும் இந்த வாசனைகள்,

அவ்வப்பொழுது தொழுகைக்கான அழைப்பிற்கு இடையே நிலவும் இந்தப் பரபரப்பு, இவையெல்லாம் அவனை அதே நாளில் இரண்டாம் முறையாக வேறு எங்கேயோ கொண்டு சென்றன. மீண்டும் ஒருமுறை, தான் எப்போழுதும் இந்த இடத்தைச் சேர்ந்தவன் இல்லை என்பதை உணர்ந்தான். எவ்விதத் திறனுமில்லாத கண்கட்டி வித்தை செய்பவன் போன்ற ஒரு பித்தலாட்டக்காரன் திடீரென ஹசன் முன் வந்து நின்று சத்தமாகப் பேசினான். “உலகம் அழியப்போவது நிச்சயம், தீயபழக்கங்களை விட்டுவிட்டு, எக்காலத்துக்குமான இறைத்தூதர் கற்றுத்தந்த தேவையான விழுமியங் களைக் கடைப்பிடித்து நல் வழிக்குத் திரும்ப வேண்டியது அவசியம்” என்று கூறினான். தீமை யினால் ஆக்கிரமிக்கப்பட்ட உடலினையும், மனதையும் கொண்ட தீய சமயப் பற்றாளர்களுக்கு உதவ முன்வருபவர் அவர் ஒருவரே என்றும் கத்தினான். இப்படிக் கூச்சல் போடுவதைச் சட்டென நிறுத் திக்கொண்டு, ஆப்பிரிக்கர்கள் அடங்கிய குழு ஒன்றை அச்சுறுத்தும் விதமாக அவர்களை நோக்கி விரலால் சுட்டிக்காட்டிப் பேசினான்.

அவனது பேச்சைக் கேட்டு அவர்கள் மிரண்டு போனார்கள். அவர் களை நோக்கி, “நீங்கள் பாவத்தைப் போல் கருப்பானவர்கள், இரவில் இருளைப் போல் கருப்பானவர்கள், நரகத்தின் பெரிய கதவைப் போல் கருப்பானவர்கள்” என்று கத்தினான். ஆப்பிரிக்கர்கள் தங்களுக்குள் பார்த்துக்கொண்டு பிறகு அந்த நபரைக் கண்டு கொள்ளாமல் விட்டு விடுவதே நல்லது என நினைத்தனர்.

ரால்ஃபப், மூவான் கார்லோஸ் ஆகியோரின் பங்களாவில் சில நேரங்களில், சமூகத்தில் உயர் அந்தஸ்த்தில் உள்ளவர்களின் தொடர் பும் கிடைத்தது. அது, தங்கள் படோடோபமான வாழ்க்கை குறித்துப் பீற்றிக்கொள்ளும் டாம்பீகமான வசதி படைத்த கூட்ட மாகும். கீழைக் காற்று மட்டுமே தணிக்கக்கூடிய மன விகாரங்களையும் முரண்பாடு களையும் உடைய தாஞ்சியர் எந்த அளவு சிக்கலானதொரு நகரம் என்று பலமுறை அவன் எண்ணிப்பார்த்ததுண்டு. இதில் தன்னுடைய இடம் எது? தான் யார்? தன்மனதை நச்சரிப்பது இன்னதென்று கூற முடியாமல் எப்போதும் பேசாமல் அமைதியாக இருந்தான். தொடர்பின்றித் தனக்குள் ஏதாவது யோசித்துக் கொண்டே யிருந்தான். மிக விரைவாக மறைந்துவிட்ட தன் அப்பாவைப் பற்றியும், அதன்பின் தான் சென்று பார்க்காத அவரது கல்லறை பற்றியும் அடிக்கடி நினைத்துப் பார்த்தான். மிகவும் நேசித்த தன் அம்மாவைக்

குறித்தும் நினைத்துப் பார்த்தான். விழித்திருக்கும் போதே தோன்றும் கனவு போல் திடீரென நபூவின் மின்னும் கருப்பு உருவம், பளிச்சென அவனுக்குத் தெரிந்தது. சுவரின் மீது சாய்ந்தபடி, புகையிலைக் காம்பை மென்று கொண்டு வெறித்துப் பார்த்தபடி யாரையும் எதையும் எதிர்பார்க்காமல் அவள் அங்கு உட்கார்ந்திருப்பது போல் தோன்றியது. வெயிலில் வாடியபடிச் செல்லும் மக்களைப் பார்க்கப் பார்க்க, அழகான அந்த ஆப்பிரிக்கப் பெண்ணின் உருவம் தெளிவாகிப் பெரிதாகியது. சிரித்தபடி இருந்த அவள். ஒருவேளை தன்னுடன் வந்து சேர்ந்து கொள்ளுமாறு சைகை செய்யக்கூடும்.

அந்த ஏமாற்றுப்பேர்வழி மீண்டும் ஹசனை நோக்கி வந்து, உறுதியான குரலில் “இந்தக் கருப்பர்களிடம் கவனமாக இருங்கள். இவர்கள் சாத்தானின் சந்ததியினர். நீ ஓர் உண்மையான கருப்பன் இல்லை. வெள்ளை முகமூடி அணிந்திருக்கிறாய். தூரத்திலிருந்து பார்த்தாலே தெரிகிறது. நம் நேசத்திற்குரிய இறைத்தூதரால் விடுவிக்கப்பட்ட கருப்பரான பிலாலைப் பற்றி எல்லோரும் பேசுகிறார்கள். ஆனால், இந்தக் கருப்பர்கள் எல்லாம் உன்னைப் போன்று இறை நம்பிக்கையுடையவர்கள் இல்லை. சிலர் சிலுவை அணிந்திருக்கின்றனர். சிலர் மரத்தின் முன் நின்று பிரார்த்தனை செய்கின்றனர். அவர்கள் தங்கள் நாட்டுக்குச் சென்றுவிட வேண்டும். இங்கு அவர்களுக்கு என்ன வேலை? ஏற்கனவே எங்களுக்கு இருக்கும் பிரச்சனையே போதும்,” எனக் கூறி முடித்தான்.

ஹசன், அவனிடம் எதுவும் பேசாமல், தான் கவசம் எதையும் அணியவில்லை என்பதை உறுதி செய்து கொள்ள விரும்புவது போல் தன் முகத்தின் மீது கையைக் கொண்டு சென்றான்.. சிறிது தூரம் விலகிச் சென்றவனுக்கு மீண்டும் வினோதமானதொரு சிந்தனை எழுந்தது. “இங்குள்ளவர்களில் யாராவது ஒருவர் என் தூரத்து தம்பியாகவோ, மைத்துனராகவோ, அதாவது ஒரே மரபணுக்களையும் தோற்றத்தையும் உடைய உறவினராக இருக்கக்கூடுமோ? அடிவானத்தை உற்று நோக்கியபடி அமர்ந்து அற்புதம் ஏதாவது நிகழுமா எனக் காத்திருப்பது நானாக இருக்குமா? சொர்க்கத்திற்குச் செல்வதற்கு அந்தக் கூட்டத்தில் இருந்து பெருமையும் நம்பிக்கையுமாகத் தேர்ந்தெடுக்கப்பட்டுள்ளது நான் தானோ? ஆம். நான்தான். நானே தான். என் தேகம் கருப்பாக இருக்கிறது. முற்றிலும் கருப்பாக இருக்கிறது. அது வெயிலைக்கண்டு மிரளாது வெயில் பட்டதும் அது மின்னும். நான் ஒரு ஆப்பிரிக்க மனிதன். இரவும் பகலுமாக மணல் மீது நடந்து,

மலைகள், ஏரிகள், காடுகள் எனப் பலவற்றைக் கடந்து வந்துள்ளேன் நான் இரகசியமானவன், தலைமறைவுத் தலைவன். எங்கிருந்து வருகிறேன் என எனக்குத் தெரியும். ஆனால், எங்கே போகிறேன் எனத் தெரியாது.

ஷேர் டாக்சியில் ஏறுவதை ஹசன் தவிர்த்தான். அதில் செல்வதில் உள்ள பாதகங்களைப் பற்றி நிறைய கேள்விப்பட்டிருக்கிறான். எனவே புதிதாக எந்தக் கசப்பான அனுபவத்தையும் பெற அவன் விரும்பவில்லை. அந்தப் பாதையில் திரும்பிப்பார்க்காமல் நடந்து கொண்டே இருந்தான். மகன் சலீமை நினைத்துக்கொண்டான். சாதாரணமாக வெளிப்படும் இத்தகைய வெறுப்பைத் தாங்கிக் கொள்ளப் போதுமான நெஞ்சு உறுதி அவனிடம் உள்ளதா, இந்த முட்டாள்களிடம் இருந்து தன்னைப் பாதுகாத்துக்கொள்ளப் போதுமான சக்தி அவனிடம் உள்ளதா என யோசித்துப் பார்த்தான். கருப்பாக இருப்பதே பாரமாக உள்ள இந்த ஊரில் வாழும் அளவுக்கு அவனைத் தயார் செய்யாமல் விட்டதற்காக வருந்தினான். அன்று இரவு அது குறித்து ஹசன் அவனிடம் பேசினான். சதாம் பகுதி குறித்தும், அங்குக் கண்ட காட்சி குறித்தும் அவனிடம் விவரித்தான். சலீமுக்கு இருபது வயதாகியிருந்தது. வாழ்க்கையில் தொடர்ந்து போராடிக் கொண்டிருந்தான். மருத்துவப் படிப்பில் சேர வேண்டும் என விரும்பினான். ஆனால் நுழைவுத் தேர்வினை எதிர்கொள்ளத் தேவையான ஆற்றல் அவனிடம் இல்லை. பத்திரிக்கையாளர் பணியில் அவனுக்கு அதிக நாட்டம் இருந்தது. சேமித்துவைத்த பணத்தைக் கொண்டு “கேனான்” ஒளிப்படக்கருவி ஒன்று வாங்கினான். அவ்வப் பொழுது சில செய்தி அறிக்கைகளைத் தயாரித்து, உள்ளூர்ப் பத்திரிக்கை ஒன்றின் நிர்வாகியிடம் காட்டிவந்தான். அவரும் இவனைத் தொடர்ந்து இப்படியே இயங்குமாறு ஊக்கமளித்தார். அழுத்தமான காட்சிகளைப் படம் பிடித்திருப்பதாகக் கருதினால், அவற்றைச் சமூக வலைத்தளங்களில் வெளியிட்டு வந்தான்.

ஒரு நாள் காலை, தன் அப்பாவுடன் பேசிக்கொண்டிருந்த விஷயம் மீண்டும் சலீமின் நினைவுக்கு வந்தது, இருப்பதிலேயே மோசமான இடமாகக் சொல்லப்படும் இந்தப் புறநகர்ப் பகுதிக்களுக்குச் சென்று நேரில் பார்ப்பதென முடிவு செய்து கையில் புகைப்படக் கருவி யுடன் புறப்பட்டான். ஃபேஸ் வீதியில், ஷேர் டாக்ஸி ஒன்றில் ஏறிக் கொண்டு, “ஹே சதாம்” என்று போக வேண்டிய ஊரின் பெயரைச் சொன்னான். வாகன ஓட்டுநர் அரபு மொழியில் பேசியது இவன் காதில்

விழுந்தது. காணாமல் போன தன் சகோதரர்களுடன் போய் இணைந்து கொள்ளப் போவதாகவும், தங்கள் கூட்டத்தில் போய்ச் சேர்ந்து கொள்வது நல்லது என்றும் அந்த ஓட்டுநர் கருத்துத் தெரிவித்தார். ஏனெனில், மொராக்கோவாசிகளுடன் மொராக்கோவுக்கு ஏராளமான பிரச்சனைகள் இருப்பதாகவும், உலகத்தில் உள்ள அத்தனை ஏழை களையும் அந்த நாட்டினால், உபசரிக்க முடியாது என்றும் கூறினான். சலீம் எதுவும் சொல்லவில்லை. ஆனால், அந்தப் பகுதியின் நுழை வாயிலுக்கு வந்து சேர்ந்ததும், ஓட்டுநரின் கருத்தே தனக்கும் ஏற்படு வதைக் கண்டு ஆச்சரியமடைந்தான். இந்த ஆண்களும் பெண்களும் ஏன் இத்தகைய மோசமான நிலையில் உழல்கின்றனர்? தன் புகைப் படக் கருவியை வலது கையில் இறுக்கிக்கொண்டு வீதியில் நடந்தான். தான் கற்பனை செய்து வைத்திருந்த உலகத்தைக் கவனித்தபடிச் சென்றான். அவன் நினைத்ததைக் காட்டிலும் அது விசித்திரமாக இருந்தது. சுகாதாரக் குறைபாடு, தார்போடாத தெருக்களின் தூசி, சமையலறை வாசனை, இவைதவிர அங்கிருந்த வெப்பமும் தெளிவான வானமும் தன் நாட்டிலிருந்து வெகு தூரத்தில் இருப்பது போன்ற உணர்வை அவனுக்கு உண்டாக்கின.

இப்படி நினைவில் ஆழ்ந்திருந்த அவனைக் கூக்குரல் ஒன்று உலுக்கியது. ஏதோ ஒன்று வீழ்வது போன்ற சத்தமும் கேட்டது. பயந்து போன கூட்டம் பரபரப்பாக ஓடியது. தரையில் ரத்தம் திட்டாக இருந்தது. தலையும் கழுத்தும் சிதைந்த நிலையில் கருப்பு மனிதன் ஒருவன் அங்கு வலியால் துடித்தபடிக் கிடந்தான். கூட்டத்தை விலக் கிக்கொண்டு சலீம் அந்த உடல் அருகில் சென்றான். இன்னும் மூச்சு வந்து கொண்டிருந்தது. அதைப்பார்த்து "ஆம்புலன்ஸைக் கூப்பிடுங ்கள், போலீஸுலுக்குச் சொல்லுங்கள்" எனச் சலீம் கூச்சலிட்டான்.

போலீஸ் வெகு தூரத்தில் இல்லை. அமெரிக்கர் ஒருவரின் பங் களாவில் நடந்த கொள்ளையில் தொடர்புடையவனாகச் சந்தேகிக் கப்படும், கினியாவைச் சேர்ந்த ஒருவனைக் காவல் துறையினர் தேடிக் கொண்டிருந்தனர். அந்தப் பகுதியில் உள்ள முக்கிய ஆக்கிரமிப்புகளில் ஒன்றாக மாறிப்போயிருந்த கட்டி முடிக்கப்படாத கட்டடம் ஒன்றில் அந்த ஆள் பதுங்கியிருப்பதாகக் கண்டுபிடித்திருந்தனர். அந்த இடத் தைக் காவல் துறையினர் உரிய முறையில் அலசி ஆராய்ந்தனர். இந்தச் செங்கல் வரிசைகள், திறந்தபடிக் கிடந்த பெரிய ஓட்டைகள், புழங்கும் இடத்தில் தாறுமாறாக ஒழுங்கின்றிக் கிடந்த பொருட்கள் ஆகியவற்றால் அந்த ஆளால் அவர்களிடமிருந்து தப்ப இயலவில்லை.

அவர்கள் பெரிய கம்புகளுடன் மிரட்டியபடி வருவதைக் கண்ட அந்த ஆள், ஓட ஆரம்பித்தான். ஓட்டையிட்டிருந்த சிமெண்ட் சாக்கு ஒன்றில் மாட்டிக்கொண்டு சமநிலை இழக்க, நான்காவது மாடியி லிருந்து கீழே விழுந்தான்.

அந்த ஆள் சதாம் பகுதியில் கடந்த சில நாட்களாகத்தான் தங்கி யிருந்தான். அட்லாண்டிக்கடல் அருகில், தாஞ்சியரின் தலைமையிடத் திலிருந்து, இருபது கிலோ மீட்டர் தூரத்தில் இருந்த "டிப்லோ மாட்டிக்" என்னும் விசித்திரமான பெயரைக்கொண்ட காடு ஒன்றில் அவன் வெகு காலம் தங்கியிருந்தான். அந்த இடத்தில் மீன் பிடிப் பதும், கூடாரம் ஒன்றில் தூங்குவதுமென மற்றவர்களுடன் அவன் சமாளித்து வந்தான். மற்ற நேரங்களில், சாலையோரத்தில் நின்று பிச்சை எடுப்பான். வண்டியில் செல்பவர்களில் சிலர் பெரும்பாலும் ஐரோப்பாவுக்குத் திரும்பும் புலம் பெயர்ந்தவர்கள். சில நேரம் நின்று அவனுக்குச் சாப்பாடோ அல்லது சில நாணயங்களையோ தருவார்கள். ஆனால், ஒரு நாள், அந்தக்காட்டில் வழக்கமாக சுற்றுலா வரும் குடும்பங்கள் காவல்துறையிடம் கோரிக்கை ஒன்றை அளித்தனர். அங்குப் பதுங்கி இருக்கும் தலைமறைவு ஆட்களை வெளியேற்ற வேண்டும் என்றும், அவர்கள் மூலம் பல்வேறு நோய்கள் பரவி அது தொற்றுநோயாக மாறிவிடும் அபாயம் உள்ளதாக அவர்கள் தெரிவித்திருந்தனர். போலீஸார் அங்குவந்து சேர்ந்ததும், கினியா நபரும் அவனுடைய கூட்டாளிகளும் ஓட்டம் பிடித்தனர். அருகில் இருந்த ஹசனுனா பகுதியில் அமைந்துள்ள ஸ்பெயின் கத்தோலிக்க ஆலயத்தில் தஞ்சமடைந்தனர். பிரேஸிலைச் சேர்ந்த கருப்பரான அந்தப் பாதிரியார் அவர்களுக்கு அடைக்கலம் தர அனுமதித்த போதிலும் "இது தற்காலிகமானது தான். உங்களை நீண்ட நாட்களுக்கு இங்கே என்னால் பாதுகாக்க முடியாது. ஓய்வெடுங்கள். உங்களுக்கு உணவு வழங்கப்படும். வாயிற் கதவின் அருகில் உள்ள அறையில் கை, கால் கழுவிக்கொள்ளலாம். சகோதரர்களே! இறைவன் உங் களுடன் இருக்கிறார்." என்று ஆறுதல் கூறினார். தலைமறைவு நபர் களில் ஒருவன் எழுந்து அவருக்கு நன்றி கூறினான். "மொராக்கோ நாட்டினர் அனைவருமே இனவெறியர்கள் இல்லை என்பதை நம் மொராக்கோ சகோதரர்களிடம் நீங்கள் கூற வேண்டும் என விரும்பு கிறோம்". ஆனால், பொன்மொழி ஒன்று இருப்பது போல "மற்ற எல்லாப் பல்லையும் கெடுக்க ஒரு சொத்தைப் பல் போதும்" என்று கூறினான். மீண்டும் புறப்படவேண்டிய கட்டாயம் ஏற்படவே, சில நாட்கள் கழித்து, சதாம் பகுதியின் பெரிய ஆக்கிரமிப்புப் பகுதிக்கு

வந்து இந்தச் சிறுகூட்டம் வந்து சேர்ந்தது. உடனடியாக பழைய ஆட்களுக்கும் புதிய ஆட்களுக்குமிடையே சச்சரவுகள் ஆரம்பித்தன. மொராக்கோவாசிகள் எதிலும் தலையிடாமல் வேடிக்கை மட்டுமே பார்த்துக் கொண்டிருந்தனர்.

நீண்ட நாட்களாக நிலவிய இத்தகைய பதட்டமான சூழ்நிலையில்தான், கொள்ளையில் ஈடுபட்டதாக கருதப்படும் அந்தக் கினியா நாட்டுச் சந்தேகப் பேர்வழியைப் பிடிக்கும் சாக்கில் காவல் துறையினர் இந்த இடத்தில் தங்கள் நடவடிக்கைகளில் இறங்கினர். அந்த நபரின் உடல் தற்சமயம் ரத்தமும் சகதியுமாய்க் கீழே கிடந்தது. அதிர்ச்சியில், அவனைக் குனிந்து பார்த்தவாறு சலீம் அங்கேயே நின்று கொண்டிருந்தான். இதுபோன்ற சம்பங்களுக்குப் பழகிப்போயிருந்த மற்றவர்கள் அப்படியில்லை. புகைப்படம் எடுக்கக்கூட யாருக்கும் தோன்றவில்லை.

உதவிக்கு வந்திருந்த போலீஸார் வேடிக்கை பார்த்துக் கொண்டிருந்தவர்களைக் கலைந்து போகும்படிச் செய்தனர். ஆனால் சுற்றுவட்டாரத்தில் திரிந்து கொண்டிருந்த கருப்பர்களைக் கைது செய்தனர். உடனடியாக அந்த இடத்திலிருந்து மறைந்து விடவேண்டும் என்ற எண்ணம் கூட அவர்களுக்குத் தோன்றவில்லை. ஒரு வழியாக அவசர ஊர்தி வந்து சேர்ந்த போது, எல்லாம் முடிந்து நீண்ட நேரம் ஆகியிருந்தது.

இத்தகையதொரு சூழலில்தான் ஐந்து ஆப்பிரிக்கர்களுடன் தாஞ்சியர் காவல் துறையின் வேனில் சலீம் ஏற்றப்பட்டான். எவ்வித விசாரணையுமின்றி அவர்களைக் கீழே தள்ளி, கைகளில் விலங்கிட்டு, அருகில் இருந்த காவல் நிலையத்தில் புகைப்படம் எடுத்தபின் காஸாபிலான்கா செல்லும் வேனில் ஏற்றிச் சென்றனர். அங்குப் புலம் பெயர்ந்தவர்களால் ஏற்கனவே பாதி நிரம்பியிருந்த விமானம் ஒன்றில் ஏற்றி செனெகல் நாட்டுக்கு அனுப்பப்பட்டனர்.

சலீமிடமிருந்த புகைப்படக் கருவி கைப்பற்றப்பட்டது. தன் பணிதொடர்பான பொருளைத் திருப்பித்தருமாறு தொடக்கத்தில் எதிர்ப்புத் தெரிவித்துப் பார்த்தான். ஃபேஸ் நகரத்தைச் சார்ந்த அப்பாவுக்கும் செனெகல் நாட்டின் அம்மாவுக்கும் பிறந்த தான் ஒரு மொராக்கோ குடிமகன் எனக் கூறினான். ஆனால் அவன் கூறுவதைக் கேட்க யாரும் தயாராக இல்லை. அவனது கழுத்தில் ஓர் அடி விழுந்தது

"மொராக்கோ நாட்டினர் அனைவரும் ஆப்பிரிக்கர்கள். ஆனால், ஆப்பிரிக்கர்கள் அனைவரும் மொராக்கோ நாட்டினர் அல்ல" எனக் காவலர் ஒருவர் கூறியது அவன் காதில் விழுந்தது. மற்ற ஆப்பிரிக்கர் களைப் பொறுத்தவரை, அவனை ஒரு துரோகியைப் போல் பார்த்தனர். தன் பூர்வீகத்தைத் துறந்து தன்னை ஒரு வெள்ளைநிறத்தவனாகக் காட்டிக் கொள்ள விரும்பும் அரேபியனாக, ஆன்மீக நகரத்திலிருந்தும், இஸ்பானிய அரேபிய பண்பாட்டு மையத்திலிருந்தும் வந்த மொராக் கோவாசியாகத் தன்னைக் கருத விரும்புபவனாக அவனைப்பார்த்தனர். திடீரென அவனுக்கு அவமானமாக இருந்தது. அவனிடம் இருந்த ஆப்பிரிக்கத்தனம் பட்டவர்த்தனமாகத் தெரிந்தது. அவற்றை அவனால் மறுக்கவோ ஒதுக்கவோ இயலவில்லை. அவனது விதி முன்னமே முடிவு செய்யப்பட்டிருந்தது.

தன்தோல்நிறத்தால்அவன்ஏற்கெனவேதண்டிக்கப்பட்டிருப்பதும், என்ன சொல்லியும் அதற்குப் பரிகாரமில்லை என்பதும் அவனுக் குப் புரிந்துவிட்டது. எனவே எதிர்ப்புத் தெரிவிப்பதை நிறுத்திக் கொள்வதே நல்லது. முதல் முறையாக தன் உடல், நிறம் ஆகிய வற்றை உணர்ந்தான். கைகள் கட்டப்பட்ட நிலையில், வேன் வேக மாகப் போய்க் கொண்டிருந்தது. எப்படியும் தான் கூறிக் கொள்வதைப் போன்ற அடையாளம் எதையும் நிருபிக்கக் கூடிய ஆவணம் எதுவும் அவனிடம் இல்லை. எதுவும் பேசாமல், எதையும் பார்க்காமல் கண்களை மூடிக்கொள்ள முயன்றான். அவன் மனத்திரை காலியாக இருந்தது. எவ்வித காட்சியோ, சப்தமோ, ஏன் ஒரு நினைவோ கூட இல்லை. சிறிய சுவர் ஒன்று சற்றுமுன் சரிந்து விழுந்தது. மற்ற ஆப்பிரிக்கர்கள் தூங்கிக்கொண்டிருந்தனர். தாங்கள் நடத்தப்பட்ட விதத்தில் மனமுடைந்து, விரக்தியடைந்த நிலையில் எல்லோரும் சோர்வாக இருந்திருக்கக்கூடும். சலீம், கண்களை மூட இயலவில்லை. மரங்கள் பின்நோக்கி நகர்வதையும், வானம் விலகிச் செல்வதையும் பார்த்துக் கொண்டிருந்த அவனுடைய சுவாசம் மேன்மேலும் வேகம் குறைந்தது.

அன்று இரவு காஸா வந்தடைந்த அவர்களை அழைத்துச் செல்ல விமானம் காத்திருந்தது. கடைசி வரிசைகள் அவர்களுக்கென ஒதுக்கி வைக்கப்பட்டிருந்தன. விலங்கிடப்பட்ட நிலையில் விமானத்தின் பின் கதவு வழியாக அவர்கள் ஏறினர். அவர்களுடன் காவலர் ஒருவர் திட்டிக்கொண்டே ஏறினார். ஏனெனில் நிர்ப்பந்தம் காரணமாக, அதுவும் இந்த இரவு நேரத்தில் மேற்கொள்ளப்படும் இந்தப்

பயணத்தில் சிறிதளவும் அவருக்கு விருப்பமில்லை. அவர்களுக்குச் சிறியதொரு ரொட்டியும், தண்ணீர்ப் போத்தலும் வினியோகிக்கப் பட்டன, பெரும்பாலோனோர் ஆழ்ந்த உறக்கத்தில் இருந்தனர். ஆனால், சலீமோ விழித்தபடியே இருந்தான்.

அவன் மனதில் பல்வேறு விஷயங்களை யோசித்துப் பார்த்தான். மொராக்கோவில் உள்ள கருப்பர்களைப் பற்றி நிறையவே விசாரித்து வைத்திருந்தான். 1578 முதல் 1603 வரை ஆண்ட அஹமத் அல் மன்சூர் அத்தாமி குறித்துச் சில செய்திகளைத் தெரிந்துவைத்திருந்தான். 'மூன்று அரசர்கள் போரின்' வெற்றி நாயகனான இவர் போர்த்துக்கீசியப் படையினைத் தோற்கடித்ததோடு அவர்களுடைய அரசரான செபாஸ்தியனையும் கொன்றவராவார். மேலும், அவருடைய அம்மா ஒரு கருப்புப் பெண் என்பதும், ஆப்பிரிக்கரான அவரது பெயர் லாலா அவ்தா என்பதும் தெரிந்தது. இரண்டாம் ஹசனின் பாட்டியும் ஒரு கருப்புப் பெண்தான் என்பதை யாரோ ஒருவர் அவனிடம் உறுதி செய்துள்ளார். விசாரித்து உறுதி செய்யமுடியாத வதந்தியாக நிலவும் இக்கதையின் எழுத்துவடிவம் எதுவும் கிடைக்கவில்லை. இதைத்தவிர, பிரஞ்சு பத்திரிக்கைகளால் "கருப்பு முத்து" என அழைக்கப்படும் லார்பி பென் பாரக் என்னும் மாபெரும் கால்பந்து வீரர் ஒருவர் இருந்தார். அரசர் இரண்டாம் ஹசனின் நம்பிக்கைக்குரிய சகாவாகவும், நண்பராகவும் கருப்பின அமைச்சர் ஒருவர் இருந்தார். இவர் ஐக்கிய நாடுகள் சபையில் மொராக்கோவின் தூதராகி ஓய்வு பெற்றார். பிரபலமான கருப்பர்களும், பெயர் தெரியாத கருப்பர்களும், இந்த நாட்டில் ஒரு வகையான மறுக்கப்பட்ட அல்லது வேண்டுமென்றே மறைக்கப்பட்ட சூழ்நிலையிலேயே தொடர்ந்து வாழ்ந்து வந்துள்ளனர். இத்தகைய மிதமிஞ்சிய இனவெறியும், அடக்குமுறையும் ஆப்பிரிக்கர்களைவிட அரேபியர்கள் மேல் நிலையில் உள்ளவர்கள் என்று கூறப்படும் காலனிய மனோபாவத்தால் நியாயப் படுத்தப்பட்டன.இந்தக் கருத்தியலின் அடிப்படையில், மொராக்கோ சமூதாயத்தின் அனைத்து நிலைகளிலும் நீண்ட நெடுங்காலமாக இந்த இனவெறி நிலவி வருகிறது. ஜிப்ரால்டார் ஜலசந்தியைக் கடந்து புலம் பெயர்ந்து வருவது நாளுக்கு நாள் வழக்கமாகிப் போன 2000 ஆம் ஆண்டு முதல் இது பகிரங்கமாக வெளியில் தெரிந்தது. இவை யாவும் சலீமுக்குத் தெரிந்திருந்த போதிலும், இதுபோன்ற சூழ்நிலை தனக்கு ஏற்படும் என ஒருபோதும் நினைத்துப் பார்த்ததில்லை. எனவே, தனக்கேவியப்பூட்டும் அமைதியில் அவன் வந்தான்.

தக்காருக்கு வந்து சேர்ந்ததைச் சலீமால் எளிதாக ஊகிக்க முடிந்தது. காவலர்களில் ஒருவர் வெறுப்பாக,

"அனுப்பிய இடத்துக்குத் திரும்பியாயிற்று. கேட்பாரற்றுக் கிடப் பவர்களைக் கூட்டிச் செல்ல யாரும் இங்கு வரமாட்டார்கள்" எனச் சொல்லிவிட்டு, பழைய பாடல் ஒன்றைப் பாடினான். "பிளாக் பிளாக்தான்" (கருப்பு கருப்புதான்), அவன் ராகம் மாறிப் பாடினாலும், யாருக்கும் சிரிப்பு வரவில்லை.

விமான நிலையத்தில், எல்லைப்பாதுகாப்புக் காவல்துறை யினரின் வசவு அவர்களுக்குக் கிடைத்தது. அவர்கள் பேசிய மொழி சலீமுக்கு விளங்கவில்லை. இருப்பவர்களில் இவன்தான் நல்ல உடையணிந்திருந்தபடியால், அதிகாரி ஒருவர் இவனைக் கூட்டத்தின் தலைவராக நினைத்துக்கொண்டு,

"ஆக, உன் நண்பர்களைச் சொர்க்கத்துக்குக் கொண்டுபோகும் முயற்சிப் பலிக்கவில்லை, அப்படித்தானே" என்று பிரஞ்சு மொழியில் கேட்டார்.

"சொர்க்கத்தின் கதவு சாத்தியிருந்தது"

"என்ன நையாண்டியா? உன் பெயர், குடும்பப் பெயர், பிறந்த இடம் எது?"

உண்மையைக் கூற சலீம் விரும்பினான். ஆனால் அவன் சொல் வதை யாரும் நம்பவில்லை. தன்னைக் கைது செய்தது தவறு என உறுதியாகச் சொன்னான். தன்னிடமிருந்து தாஞ்சியர் காவலர் ஒருவர் கைப்பற்றிய புகைப்படக்கருவியை மீண்டும் கேட்டான். அவனுக்கு அடியுடன் வசவுகளும் கிடைத்தன.

"அருவருப்பான நீக்ரோவே! நீ என்ன மொராக்கோவாசியா? இஸ்லா மியனா நீ? என்ன பெரிய குடும்பத்தைச் சேர்ந்தவனா? இல்லாத ஒன்றாகவும், ஒருபோதும் ஆக முடியாத ஒன்றாகக் காட்டிக் கொள்ளவும், பொய் சொல்லவும் உனக்கு வெட்கமாக இல்லையா? தலைமறைவாக இருக்கும் நபர் யாராவது புகைப்படக்கருவியுடன் இருப்பதை எங்காவது பார்த்திருக்கிறாயா? நான் இதுவரைப் பார்த்த தில்லை."

அடுத்த நாள்தான் விலங்குகளை அவிழ்த்து அவர்களை விடுவித்தனர்.

அவமானங்களுக்கு உள்ளாகி, கையில் பணமின்றிப் பசியுடன் இருந்த சலீம் இவ்வாறாகத்தான் தன் பாட்டியின் பிறந்த ஊருக்கு வந்து சேர்ந்தான். சிறிய மசூதி ஒன்றில் நுழைந்தவன், அங்கிருந்த தண்ணீர் தொட்டியில் கை, கால் கழுவிக்கொள்ளவும் (உளூ செய்வதற்கும்) பயன்படுத்திக்கொண்டான். எதுவும் சொல்லாமல் சில தொழுகைகளை மேற்கொண்டான். கூற வேண்டிய சூராக்களை மறந்திருந்தான். யாரும் அவனைத் தொந்தரவு செய்யவில்லை. அவனுக்குக் கடுமையான பசி ஏற்படவே, முதல் முறையாகப் பிச்சை எடுக்க வீதியில் இறங்கினான். .அந்த நகர் நாகரீகமாக இருந்தது. நன்கு அமைக்கப்பட்டிருந்த பெரிய சாலைகள், உயரமான கட்டடங்கள் என காஸாபிலான்காவை நினைவூட்டியது இது அவனுக்கு முதல் அதிர்ச்சியாக அமைந்தது. அங்குள்ள மக்களிடம் பிரஞ்சில் பேசிப் பார்த்தான். ஆனால், அவசரத்தில் இருந்த அவர்கள் அவனைக் கண்டு கொள்ளவில்லை. புகைவண்டி நிலையம், துறைமுகம் ஆகியவற்றுக்கு அருகில் இருந்த விடுதலை சதுக்கத்தின் பக்கம் போனான். நடமாடும் வியாபாரிகள் சீனாவிலிருந்து இறக்குமதி செய்யப்பட்ட பொருட்களான குளிர்க் கண்ணாடிகள், பொம்மைகள், விளையாட்டுப் பொருட்கள், கழுத்துப்பட்டைகள், விசிறிகள் எனப் பலவற்றை விற்றுக்கொண்டிருந்தனர். அவர்களில் ஒருவன் அவனை, “அண்ணே! இதோ பார், சொகுசுக் கைக்கடிகாரம், மிகவும் மலிவானது, விலை அதிகமில்லை, உன் மனைவிக்கு ஒரு செண்ட், உன் ஆசைநாயகிக்கு ஒரு பெல்ட்” என்று நச்சரித்துக் கொண்டேயிருந்தான். வேறொரு சந்தர்ப்பமாக இருந்தால், சலீம் இதைக்கேட்டுச் சிரித்திருப்பான். ஆனால், அவனிடம் எந்தச் சலனமும் ஏற்படவில்லை. தொடர்ந்து அந்த வியாபாரி அவனைத் தொந்தரவு செய்யவே, அந்த ஆள் பக்கம் திரும்பி “என்னை விடு, சரியான நச்சரிப்பு நீ” என்று கத்தினான். இதைக்கேட்டுக் கோபமடைந்த அவன், “நான் தொந்தரவு தான், நச்சரிப்பு இல்லை, நச்சரிப்பு! இருந்தாலும் என்னை இப்படித் திட்டக்கூடாது!” என்றான். இப்பொழுது சலீம் வாய்விட்டுச் சிரித்து விட்டதோடு, ஏதாவது வேலை செய்யத் தன்னை அவனுடைய முதலாளியிடம் அழைத்துச் செல்லுமாறு கேட்டான். அவன் கூறியதைக் கண்டு கொள்ளாமல் வேறு நடைபாதைக்கு மாறி, மறைந்து போனான்.

தான் பிறந்த ஊரான தாஞ்சியர், திடீரெனத் தூரத்துத் தேசம் போல் தோன்றியது. அவனுடைய நினைவுகள் தெளிவாக இல்லை. அவ்வப் பொழுது, பாட்டி, அப்பா ஆகியோரின் முகங்களோடு கரீமின் முகமும் சட்டென வந்து மறைந்தன. அவர்களைக் கண்டுபிடித்துக் கட்டிப்பிடித்து வருடி, அந்தப் பெரிய வீட்டில் சில நேரங்களில் கழித்த அமைதியான தருணங்களை மீண்டும் அனுபவிக்க அவனுக்கு அதிக விருப்பம்தான். பிரார்த்தனை செய்யும் இடத்துக்குச் செல்லுமாறு கூறும் ஹசன் குரல் அவனுக்குக் கேட்டதுபோல் இருந்தது. ஒரு தேவாலயத்துக்குள் நுழைந்தான். அங்கிருந்த பாதிரியார் அவனுக்கு உணவளித்தார். அவனிடம் கேள்விகள் எதையும் அவர் கேட்கவில்லை. அப்படி இருப்பது வசதியாக இருந்தது. மொராக்கோ தூதரகத்திற்குச் சென்று பார்ப்போமா என ஒரு கட்டத்தில் யோசித்துப் பார்த்தான். ஆனால், தன் குடியுரிமைக்கு அத்தாட்சியாக அவனிடம் எந்த ஆவணமும் இல்லை. உடைமைகளிழந்து ஏழையாய், குடும்பம் எதுவுமின்றி, எவ்வித நம்பிக்கையுமின்றி ஆப்பிரிக்கனாய் இருப்பது தான், ஒரே நேரத்தில் ஏழை நாடாகவும் பணக்கார நாடாகவும் இருக்கும் இந்நாட்டில் உள்ள இலட்சக்கணக்கான மக்களின் விதி யாகும் இல்லையா? தான் இருக்கும் நிலைமையில் எந்த மாற்றமும் செய்து கொள்ள முயலாமல் விதிவிட்ட வழியே போகட்டும் எனக் கடைசி வரை வாழ்ந்து பார்த்துவிடுவது என்று முடிவு செய்தான். வசவுகளையும் பொதுவான இனவெறியையும் அவன் அறிந்திருந்தான். தன்னைப் போன்று உள்ளவர்கள் அன்றாடம் அனுபவிப்பதை அதன் உள்ளிருந்தே வாழ்ந்துவிட அவன் விரும்பினான்.

அரபு மொழியைச் சலீம் சரியாகப் பேசுவதைப் பார்த்த அந்தப் பாதிரியார் குரானின் மொழியான அரபு மொழியில் முழுத் தேர்ச்சி பெறாத அப்துல்லா என்ற இமாமிடம் அவனை அறிமுகம் செய்து வைத்தார். ஒரு சிறிய தொகையைப் பெற்றுக்கொண்டு சில தொழுகை களை எவ்வாறு சரியாக உச்சரிப்பது என்று அவருக்கு அவன் கற்றுத் தந்தான். அவரிடமிருந்த ஞானத்தையும் விருப்பத்தையும் போற்றிய சலீம், அவருக்குச் சேவை செய்வதில் திருப்தியடைந்தான். எனினும், தன்னைப் போன்றவர்கள் செய்வதைப்போல் தானும் புறப்பட்டுச் செல்ல வேண்டும் என்று எண்ணம் அவன் மனதில் இடைவிடாது தொடர்ந்தது. அப்படிச் செல்பவர்களில் சிலர் மசூதியில் கூடிப் பேசுவது வழக்கம். நீண்ட கடினமான பயணத்தை மேற்கொள்ள வேண்டும் என விரும்பினான். சஹாராவைக் கடந்து, மொராக்கோவின் தென் பகுதியைச் சென்றடைந்து, தாஞ்சியர்வரை போகவேண்டும்.

அங்கிருந்து கள்ளத்தனமாகப் புலம்பெயர நினைப்பவர்கள் ஸ்பெயினுக்குப் புறப்படவேண்டும். நாளாக நாளாக, இத்திட்டம் அவனுக்கு வேட்கையாகி, பித்தாக மாறியது.

தாஞ்சியரில், சலீமின் குடும்பம் மிகவும் கவலையில் ஆழ்ந் திருந்தது. இந்தச் சம்பவம் குறித்துத் தனக்கு எதுவும் தெரியாது எனக் காவல்துறை சாதித்தது. சலீமின் புகைப்படத்தைத் தலைமைக் காவல் நிலையங்களிலும், எல்லைக்காவல் நிலையங்களிலும் ஒப் படைப்பதாக ஹசனிடம் காவல்துறை உறுதியளித்தது. மிகவும் கவலை யடைந்த கரீம் சில நாட்களாக நுகரும் சக்தியை இழந்துவிடும் நிலைக்குச் சென்றான். தன் பேரன் ஆப்பிரிக்காவில் இருக்கக்கூடும் என்று நபூ ஊகித்தாள். ஏனெனில் என்றாவது ஒரு நாள் இப்படிப் பயணம் மேற்கொள்ளும் திட்டம் தனக்குள்ளதை அவளிடம் பேசிக் கொண்டிருந்த போது கூறியது நினைவில் உள்ளது. இருந்தாலும், அவளுடைய கவலை குறைந்தபாடில்லை. சதாம் பகுதியில் பரிதாபத் துக்குரிய அந்தக் கினியா பேர்வழியின் மரணச் செய்தியை அவள் கேள்விப்பட்டாள். ஆனால், சலீம் காணாமல் போனதோடு அதனைத் தொடர்புபடுத்திப் பார்க்க விரும்பவில்லை.

ஒரு நாள் இரவு, கரீம் நபூவை எழுப்பி,

நான் பார்த்தேன், சலீமைப் பார்த்தேன்

பாங்கு மசூதி உன் நாடு...? என்றான்.

தன் உள்ளுணர்வை உறுதியாக நம்பியவன், தன் சகோதரன் மகனின் உடல்நிலை குறித்துத் திருப்தியடைந்தவனாய் மிகவும் நெகிழ்ந்து போயிருந்தான்.

அவனுக்கு நன்றி தெரிவித்த நபூ, தக்காரில் உள்ள ஒரு மசூதியில், தொழுகைக்கு வரும்படிச் சலீம் பாங்கு ஓதும் காட்சியைக் கற்பனை செய்து பார்த்தாள். ஏன் அப்படி இருக்கக்கூடாது என்று நினைத்தாள்.

கரீமும் நபூவும் நினைத்ததில் தவறில்லை. தக்காரில் அதே நேரம், தொழுகைக்கு வருபவர்களை மொராக்கோ முறைப்படி எப்படி அழைப்பது என அப்துல்லாவுக்குச் சலீம் கற்றுத் தந்து கொண்டிருந் தான்.

இமாமிடம் வேலைக்குச் சேர்ந்ததன் காரணமாக, சலீம் சுத்தமாக இருந்ததுடன், பசித்த போது சாப்பிட்டான். இந்த ஊரை ஆர்வமாகச் சுற்றிவந்தான். தன் பாட்டி குறித்துத் தகவல்களைத் தேடிச் செல்ல

வேண்டும் என்ற ஆசை அவனுக்கு இருந்தது. பாட்டியைப்பற்றித் தெரிந்த யாரையாவது கண்டுபிடிக்கவேண்டும் என்று விரும்பினான். ஆனால், ஏதோவொரு உள்ளுணர்வு ஏற்படவே அந்த முயற்சியை அவன் கைவிட்டான். எப்படிப்பட்ட தகவல்கள் கிடைக்குமோ என்ற பயம் இருந்தது. தன்னைப்பற்றிய செய்திகளைத் தெரிவிக்க தாஞ்சியருக்குத் தந்தி ஒன்றை அனுப்பலாம் என்றும் திட்டமிட்டான். ஆனால், அஞ்சல் நிலையம் வந்ததும், உள்ளே போகாமல் திரும்பிவிட்டான். இரவு முழுக்க யோசித்தபிறகு, சுதாரித்துக்கொண்டு இந்த வாசகத்தைத் தயாரித்தான்.

“இனிய மா (நபூவை இப்படித்தான் அவன் அழைப்பான்) இனிய அப்பா, இனிய பெரியப்பாக்களே நான் ஆப்பிரிக்காவில் இருக் கிறேன். விரைவில் வருவேன்-சலீம்”

கட்டணம் அதிகமாக இருந்தது. எனவே, “இனிய பெரியப்பா” என்பதை நீக்கிவிட்டான். அவ்வளவுதான். தந்தி அனுப்பப்பட்டது.

இமாம், கோரே தீவினைச் சேர்ந்தவர். தன் பெற்றோரைச் சந்திக்கச் செல்ல வேண்டியிருந்ததால், சலீமையும் தன்னுடன் அழைத்துச் சென்று அங்குத் தன் குடும்பத்துக்குச் சொந்தமான வீட்டில் தங்க வைக்கவும் முன்வந்தார். உடனடியாக இதற்குச் சலீம் சம்மதம் தெரிவித்தான். போகும் வழியில், இந்தத் தீவினைக்குறித்துத் தன் தந்தைமூலம் அறிந்த வரலாற்றுச் செய்திகளைச் சொல்லிக்கொண்டே வந்தார். அடிமை வர்த்தகம் நடந்த அந்தக் காலத்தைக் காட்டிலும் நிலைமை இப்போது கொஞ்சம் மாறியிருந்தது. இந்தப் புதிய பூமியில் மக்களைக் குடிவைப்பதற்காக வாங்கப்பட்ட அடிமைகளான தங்கள் மூதாதையர்கள் வாழ்ந்த மண்ணுக்குப் புனித யாத்திரையாக அமெரிக்கவாழ் ஆப்பிரிக்கர்களான வசதிபடைத்த பெரிய மனிதர்கள் தொடர்ந்து வந்து கொண்டிருப்பதைப் பார்க்க முடிகிறது. அப்படி வருபவர்கள், புகைப்படம் எடுத்துக்கொள்கின்றனர். சிலர் ஏதோ ஒரு தேவாலயத்தில் இருப்பதுபோல், ஆழ்ந்த சிந்தனையில் இருந்தனர். சிலர் அமைதியாக இருந்தனர். இன்னும் சிலர் குழந்தைகளுக்கும், பிச்சைக்காரர்களுக்கும் ஆளுக்கு ஒரு டாலரை வினியோகித்தனர். இத்தகைய பார்வையாளர்களில் ஒருவரது முகம் சலீமின் கவனத்தை ஈர்த்தது. தெரிந்த முகம் போல் தோன்றியது, அவர் ஒரு திரைப்பட நடிகர். சண்டைப்படம் ஒன்றில் வெள்ளைநிற காவலர் ஒருவரின் உதவியாளராக வந்தது அவன் நினைவில் உள்ளது. சலீம் மேலும் யோசித்துப் பார்த்தான். ஆம்! அதுதான். “ஆர்ம் ஃபத்தால்” (இறுதி

ஆயுதம்) என்றபடம். டானி... டானி....குலோவரும், மெல் ஜிப் சன்னும் நடித்தது! அது டானி குலோவர். அவருடன் மேலும் ஒரு அமெரிக்கவாழ் ஆப்பிரிக்கர் இமாமிடம் வந்து, தன்னை நியூயார்க் பல்கலைக்கழகப் பேராசிரியர் மாந்தியா தியாவாரா என அறிமுகம் செய்து கொண்டார். “இன்று அமெரிக்காவில், எங்கள் பூர்வீகத்தைக் குறித்து நாங்கள் பெருமையடைகிறோம். தொடர்ந்து போராடி உரிமைகளைப் பெற்றுள்ளோம்”

அதிக எண்ணிக்கையிலான சுற்றுலாப் பயணிகள் படையெடுத்த போதிலும் இத்தீவு எழில் குலையாமல் அப்படியே இருந்தது. அவ மானமிக்கதொரு இறந்தகாலச் சுவடு என்பதைத்தாண்டி, இத்தீவு பெருமிதத்துடன் நினைவுச் சின்னமாக மேலெழுந்துவரும். சலீமும் இமாமும் சில நாட்கள் கழித்து மீண்டும் தக்காருக்குத் திரும்பித் தங்கள் வேலைகளில் ஈடுபட்டனர்.

இப்பொழுது சலீமிடம் கொஞ்சம் பணம் சேர்ந்திருந்தது. ஏறக் குறைய அவனுக்கு எந்தச் செலவும் இல்லை. ஒருநாள் இரவு, உணவு விடுதியில் தொலைக்காட்சிப் பார்த்துக் கொண்டிருந்தபோது செய்தி வாசிப்பைக் கவனித்தான். மத்தியத்தரைக்கடலின் நடுப்பகுதியில் தத்தளித்துக் கொண்டிருந்த புலம் பெயர்ந்தவர்கள் சிலரின் படங்கள் காட்டப்பட்டன. அவர்களில் ஒருவர் இரண்டு கைகளையும் உயர்த்தி வெற்றிச் சின்னத்தைக் காட்டினார். அன்று ஒரு முடிவுக்கு வந்தான். அண்மையில் சந்தித்த தன் வயதுடைய மக்களைக் கொண்ட சிறு குழுவுடன் நடந்தே மொராக்கோவின் வடக்கு பகுதிக்குச் செல்வது என்பதில் உறுதியாக இருந்தான். அடுத்ததாக, ஐரோப்பாவை அடைய ஜிப்ரால்டார் ஜலசந்தியைக் கடந்து விட முடியும் என நம்புவதாக அவனிடம் அவர்கள் தெரிவித்திருந்தனர்.

தக்காரிலேயே தங்கி பிரஞ்சு, அரபு மொழிப் பாடங்கள் நடத்தி, அமைதியான முறையில் சிறியதொரு வாழ்க்கையை அமைத்துக் கொண்டு, மொராக்கோவுக்கும், தனக்கும் இன்னும் சரியாகச் சொன்னால் சில மொராக்கோவாசிகளுக்கும், தனக்குமிடையே பெரிய இடை வெளியை ஏற்படுத்திக்கொண்டு வாழ்ந்திருக்க அவனால் முடியும். ஆப்பிரிக்கக் கூட்டத்தில் கலந்து கரைந்துபோய் பெரும்பாலான மக்களைப்போல் அன்றன்றைக்கான வாழ்க்கையை வாழ்ந்திருக்க முடியும். எனினும், அப்படித் திருப்தியடையாமல் ஏதோ ஒன்று அவனைத் தடுத்தது. தனக்கு எந்த மாதிரியான வாழ்க்கை காத்திருக்

கிறது என்பதை அறியவும், சாதாரணமான, பொதுவான, அபத்தமான இனவெறியும், தற்செயலாக அமைந்த தன் தோலின் நிறமும் சேர்ந்து வடிவமைத்த தன் விதியின் கணக்கை அறியவும் அவன் விரும்பினான். அவனுடைய அப்பா அடிக்கடி கூறும் வாக்கியம் ஒன்று நினைவுக்கு வந்தது. "நம் விதிதான் நம்முடைய ஒரே மூட்டை. அது ஒன்றுதான் நம்மைச் சுமப்பதோடு நம்மிடமிருந்தே நம்மைப் பாதுகாக்கிறது''.

உணவு விடுதியில்தான் அந்தச் சிறிய குழுவின் அறிமுகம் அவனுக்குக் கிடைத்தது. அவர்கள் ஏதோ இரகசியத்திட்டம் தீட்டுவது போல் இருந்தது. தாழ்ந்த குரலில் பேசிக்கொண்டனர். மற்றவர்களின் பார்வைபடாமல் கவனமாக இருந்தனர். திடீர்ப் புரட்சிக்குத் தயாராகுவதுபோல் தோன்றினர். அவர்களுக்கு முன் இலட்சக் கணக்கான ஆப்பிரிக்கர்கள் மேற்கொண்ட முயற்சியைத்தான் இவர்களும் மேற்கொள்ள விரும்புகின்றனர் என்பது விரைவிலேயே சலீமுக்குப் புரிந்துவிட்டது. ஆனால், எந்த வெற்றியும் கிட்டும் நிலை இப்போதைக்கு இல்லை. சிலர் ஐரோப்பாவில் நிலையாகத் தங்கிவிட, பலர் சிறைகளிலும், காவல் முகாம்களிலும் அடைக்கப்பட்டுள்ளனர். பலர் இன்னமும் ஜிப்ரால்டார் ஜலசந்தியின் அடியில் காணப்படுகின்றனர். இழப்பதற்குப் பெரிதாக ஒன்றும் இல்லை என நினைத்த சலீம், இப்படிச் சில அபாயங்கள் இருந்தபோதிலும், இந்த முயற்சியில் இறங்கிப்பார்த்து விடுவது என்று முடிவு செய்தான். தன் பெரியப்பாவிடம் பணத்தைக் கடனாகப் பெற்று, விமான பயணச்சீட்டை வாங்கி, தூதரகத்தை அணுகி எல்லையைக் கடக்கத் தேவையான தனது ஆவணங்களைக் கேட்டுப்பெற்றிருக்க அவனால் முடியும். அந்த ஆட்களில் ஒருவன் அருகில் வந்து உட்காந்து, "நான் உங்களுடன் வருகிறேன்'' என்று கூறினான். யாரும் மறுப்புத் தெரிவிக்கவில்லை. வந்தது வரட்டும் எனத் துணிந்து இறங்கும் பலரில் அவனும் ஒருவன்.

இந்தத் திட்டம் சலீமுக்குப் பிடித்திருந்தது. பொறுமையற்ற, இனவெறிப்பிடித்த சில மோசமான காவலர்களிடம் ஏற்பட்ட அனுபவம் அவனை வெகுவாகப் பாதித்தது. அவன் கூறியதை, அதில் உள்ள உண்மையை ஆராய விரும்பாமல் விட்டதால் அவனுடைய வாழ்க்கையே தலைகீழாக மாறிவிட்டது.. இப்பொழுதெல்லாம், மனிதாபிமானத்தைப் பற்றிய கற்பனைகளைவளர்ப்பதைநிறுத்தியிருந்தான். தான் மேற்கொள்ளவிருக்கும் பயணம் குறித்து இமாமிடம் தெரிவித்தான். சலீமின் முடிவை மாற்ற அவர் எடுத்த முயற்சிப்

பலிக்கவில்லை. தான் எடுத்த முடிவில் சலீம் உறுதியாக இருப்பதைக் கவனித்த இமாம் அவனுக்கு ஒரு குறிப்பிட்ட தொகையினைக் கொடுத்து அவனது முயற்சி வெற்றியடைய பிரார்த்தனை செய்தார்.

எல்லையைக் கடக்க உதவப்போகும் நபருக்குத் தரவேண்டிய தொகையில் ஒரு பகுதியை தக்காரில் வசிக்கும் அவனது கூட்டாளிகளில் ஒருவனுக்கு அந்தச் சிறிய குழுவைச் சேர்ந்தவர்கள் ஏற்கனவே தந்துவிட்டனர். எந்தக் கேள்வியும் கேட்காமல் சலீமும் பணத்தைச் செலுத்தினான். கட்டணம் அதிகம் எனக் கருதியபோதிலும் எதுவும் பேசவில்லை. பெரிய கருப்புக் கண்ணாடியில் கண்கள் மறைந்திருக்க, 'சாம்' என்று தன் பெயர் பொறித்த உலோகத்தினாலான குர்மாத்தினை அணிந்தபடி இருந்த சந்தேகத்துக்கிடமான ஒருவரிடம் தன் சேமிப்பைக் கொடுக்க நேர்ந்த அந்த நொடியே ஆப்பிரிக்க மக்களின் சாபக்கேடு தொடங்கிவிட்டது என நினைத்தான். அந்த நபர் ஒரு கலப்பினத்தவர். தன் முன் கையில் "லவ்" என்ற ஆங்கிலச் சொல்லுடன் வளைந்து செல்லும் பாம்புப் படத்தைப் பச்சை குத்தியிருந்தார். அங்குதான் அனைத்தும் தொடங்கியதா? சாகசமுயற்சி, நம்பிக்கை, துக்கம் ஏன் மரணமாகக் கூட இருக்கலாம், நீண்ட, மிக நீண்ட பயணத்தை மேற்கொள்ளவிருக்கும் சக தோழர்களை சலீம் நோட்டம் விட்டான். பெரிய குவளையில் தண்ணீர் குடித்துவிட்டுப், "போவோமா" என்றான்.

அத்தியாயம் 7

“மணலில் நடந்து நீண்ட நாட்கள் ஆகின்றன. என் கால்கள் கனத்து முன்பு போல் நடக்க முடியவில்லை. இரவில் எனக்கு வழிக் காட்டும் நட்சத்திரம் ஒன்றைப் பின் தொடர்கிறேன். காலையில் அது என்னைக் கைவிட்டு விடுகிறது. நான் திரும்பிப் பார்க்காமல் நடந்து கொண்டேயிருக்கிறேன். அதுதான் சட்டம். நீ திரும்பினால் அவ்வளவுதான் உன் கதை முடிந்தது. உன் வாய்ப்புப் பறிபோகும். நான் புறப்படுவதற்கு முன் இதுதான் என்னிடம் திரும்பத் திரும்பக் கூறப்பட்டது. அது உண்மை தான் என்று நினைக்கிறேன். எனவே எதை விட்டுவிட்டு வருகிறேன் என்று திரும்பிப் பார்க்காமல் முன்னேறிக் கொண்டேயிருக்கிறேன். அதாவது நான் கற்பனை செய்து வைத்ததைப் போல் இல்லாத என் பாட்டியின் நாடு, இரவு நேரத்தில் என்னிடம் பேசும் மகத்தான மரங்கள், தங்கள் பெரிய கைகளால் ஈக்களையும், கவலைகளையும் ஓட்டும் ஆண்கள் பெண்கள், கனமான வெள்ளைநிறவானம், நான் விழித்திருந்த விந்தையான இரவுகள், இறக்குமதி செய்யப்பட்ட சில கசப்பான உலர்ந்த அத்திப்பழங்கள், எங்கும் பரவியிருந்த மசாலாக்களின் பலமான நெடி, இவை எல்லாம் பளிச்செனத் தெரியும் நிறமுடைய சில பறவைகளின் ஈனச் சுருதிகளைப்போல் தோன்றும்; சுருக்கமாகச் சொன்னால், என்

வேர்களுடன் ஒத்துப்போகும் அத்தனை விஷயங்களையும் துறந்து வருகிறேன். ஆனால், எனக்கு அங்கு இருக்கத் தெரியவில்லை. மேலும் ஆப்பிரிக்காவில், ஏதோ கைப்பற்றப்பட்ட நாட்டில் இருப்பது போல் மிகவும் அராஜகமாகவும், எரிச்சலூட்டும்படியாகவும் நடந்து கொள்ளும் இந்த அந்நியர்களையும் விட்டும் வருகிறேன்.

"மரத்தின் கீழே அமர்ந்திருக்கும் மூதாதையர், புலம் பெயர என்னைத்தான் தேர்ந்தெடுத்துள்ளார். என்னை ஒரு படைவீரனைப் போல் நியமித்துள்ளார். நான் ஏதோ இங்குத் துன்பப்படவும் புலம் பெயரவும் மட்டுமே பிறந்துள்ளதுபோல் இருந்தது. நிர்ப்பந்தம் எதுவும் விதிக்காமல் அவர் என்னிடம் மென்மையாகப் பேசினார்:

"சலீம், நீயும் மற்றவர்களும் சேர்ந்துதான் இந்தக் கூட்டத்தைக் காப்பாற்றப் போகிறீர்கள். ஒரு கட்டத்தில் உன்னை அவர்கள் பின் தொடர்வார்கள். மற்றொரு கட்டத்தில் நீ அவர்களைத் தொடர்வாய். முக்கலும், முனகலும் இல்லாமல் நடந்து கொண்டேயிரு. தேவதை யைப் போல், இலகுவான அழகிய பறவையைப்போல் கடலைத் தாண்டுவாய். போ, சலீம், மூதாதையரின் ஆன்மா உன்னைப் பாதுகாக்கும்."

"வெளியே புறப்படவும், எனக்கு விண்ணிலிருந்து வழிகாட்டும் ஒளியைப் பின்தொடரவும் முடிவு செய்த நாளை மீண்டும் நினைத்துப் பார்க்க நான் விரும்பவில்லை. இறைவனும், அவருடைய தூதரும் என்னைத் தூண்டிய அந்த இரவை ஒரே அடியாக அழித்துவிட்டேன். அன்று முதல் நான் ஒன்றுமில்லாமல் ஆகிவிட்டேன். அதாவது நரகத் தீச்சுவாலைகளாகப் பசியிலும், தாகத்திலும் அடிபட்டுப் பாலை வனத்தில் திரியும் ஒரு நிழலாக நான் மாறிப்போனேன். என்னைப் போன்றவர்கள், என் சகோதரர்கள், ஏனையத் தீண்டத் தகாதவர்கள், முகமற்று அடிபட்ட நிலையில் இருந்தபோதிலும் உடலும் உள்ளமும் அளித்த தெம்பினால் தொடர்ந்து இயங்கிவரும் அவர்களுடன் நான் தொடர்ந்து நடக்கிறேன். ஓடுகிறேன். திரும்பிப் பார்க்காமல் நடக்கும் அந்த நிழல்களைத் தொடர்கிறேன். சில நேரங்களில் அவற் றைக் கடந்தும் செல்கிறேன். பிறகு நானும் என் பங்குக்கு எதிரில் உள்ளதைப் பார்க்கிறேன்.

"இருண்ட இரவு ஒன்றில் நாங்கள் வந்து சேர்ந்தோம். தூரத்தில் உள்ள ஒளிகள், வீடுகள், ஆண்கள், பெண்கள், வாகனங்கள், ஈக்கள், பல்வேறு நிறங்களில் இருந்த பறவைகள், குதிரைகள், கழுதைகள்,

சோம்பலான ஒட்டகங்கள், சாதாரண உடையில் இருந்த இளம் பெண்கள் ஆகியவை என் கண்ணில் பட்டன. "ஸகோரா" என்ற வேடிக் கையான பெயர் கொண்ட ஒரு நகரைப் பார்த்தேனா அல்லது பார்த்தது போன்ற நினைவா தெரியவில்லை. பேரீச்சம்பழங்களை உண்டு வாழும் மிகவும் அன்பான, அமைதியான, மனிதாபிமானங்கொண்ட மக்களைக் கொண்ட எளிமையான ஊர் அது. மிகவும் மெலிந்த உருவமுடைய அதேல், என்னை அணுகி, "தூங்க என் வீட்டுக்கு வா, விருந்தினர் ஒருவர் வீட்டில் இருப்பது பிள்ளைகளுக்குப் பிடிக்கும்." என்றார். நான் அந்த நபருடன் சென்றேன். நல்ல சுவையான பேரீச்சம்பழங்களைச் சாப்பிட்டேன். எனக்குப் பசி. நல்ல பசி. குறிப் பாக, குளிக்க வேண்டும் போல் இருந்தது. பல நாட்களாக வழியெங் கும் சேர்த்து வைத்திருந்த அழுக்கிலிருந்து விடுபட ஏதாவது ஓர் ஆற்றில் முங்கி எழ வேண்டும் என நினைத்தேன். குளியல் இடத் துக்கு என்னை அவர் அழைத்துச் சென்று எனக்காகப் பணம் செலுத்தி விட்டு, அருகில் இருந்த உணவு விடுதியில் எனக்காகக் காத்திருந்தார். ஒரு மணி நேரம் கழித்து, புதிய ஆளாக நான் வெளியில் வந்தேன். எனக்குச் சுத்தமான புதிய ஆடைகளையும் தந்தார். அதேல் தங்கும் விடுதி ஒன்றில் வேலை செய்து வந்தார். என்ன வேலை என்று தெரியாது. ஆனால் நல்ல வேலை என்று நினைக்கிறேன். கசாப்புக் கடையிலிருந்து தப்பிய விலங்கு போல் நான் தூங்கினேன். நான் கனவு கண்டேன். நிறைய கனவுகள் வந்தன. விடிந்ததும், நான் வேறு ஒரு ஆளாய் மாறியிருந்தேன். எனக்கு ஏதாவது வேலை தேடித் தர அதேல் முன் வந்தார். ஆனால், நான் தாஞ்சியருக்குப் போக அதிகம் விரும்பினேன். அதில் நான் உறுதியாக இருந்தேன். செனெகலில், அதாவது என் பாட்டியின் நாட்டில், தாஞ்சியர் பற்றிக் குறிப்பிடும் போது சொர்க்கத்தின் நுழைவாயில் என்பது போல் பேசுவார்கள். இரண்டு கடல்கள் கொண்ட நாடு, ஆப்பிரிக்காவின் நுழைவாயில், ஐரோப்பாவின் பக்கமாகத் திறந்துள்ள ஜன்னல் அது. எல்லையைக் கடக்க உதவும் இடமான அது, வாழ்க்கை, மரணம் என எதுவும் சாத்திய மாகும் நகரம் எனக் கூறுவார்கள். தாஞ்சியர் என்பதைக் கடல், பாலை வனம் ஆகியவற்றின் அரசி என்று அழைப்பதுண்டு. அனைத்தும் சாத்தியமாகும் நகரான தாஞ்சியரில் இருந்து ஸ்பெயின், ஐரோப்பிய பகுதிகளைக் காண முடியும். தாஞ்சியர் தான் விடுதலை, தாஞ்சியர் தான் வாழ்க்கை. ஆம், அது நரகம்தான். ஆனால் அது சொர்க்கமும் கூட. நான் பிதற்ற ஆரம்பிக்கிறேன் என்பதை அதேல் உணர்ந்து கொண்டார். ஆப்பிரிக்காவின் இத்தனை சகோதரர்களையும் பாதித்த

வறுமை, மரணம் ஆகியவற்றில் தாஞ்சியரின் பங்கு எதுவுமில்லை. நாடு கடத்தப்பட்ட இடத்தில் சிக்குண்டால், எழுந்திருப்போம், நடப் போம், அவ்வளவுதான். பிரச்சனை முடிந்தது. வாழ்ந்தாக வேண்டிய இந்த முயற்சியை விளக்க ஆழமான ஆராய்ச்சிகள் அவசியமில்லை. அது, சலனமற்று இருக்கும். வானை நோக்கித் தொழுகை செய்வதை விட, செயல்பட வேண்டும் என்ற வேட்கையைத்தவிர வேறு எதுவு மில்லை. மழை, பனி, எரி நட்சத்திரத்தின் துகள்கள் சிலவற்றைத் தவிர வானிலிருந்து வேறு ஏதாவது கீழிறங்கிப் பார்த்திருக்கிறோமா?

"விதி என்பது பல குழிகளைக் கொண்டது. இவற்றில் ஏதோ ஒரு குழியில் மரணம் காத்திருக்கும். எனவேதான், அதிகப் பிடிவாதம் பிடிக்கக்கூடாது. அருகில் சென்று பார்க்கக்கூடாது. இதன் காரண மாகத்தான் அதைத் தாண்டி நான் வேறு பக்கம் சென்றேன். கடலின் அடுத்த பக்கத்தில் எனக்காகக் காத்திருக்கும் வெளிச்சத்தை மட்டும்தான் பார்த்தேன். விடைபெறும்போது, அதேலுக்கு நன்றி தெரிவித்தேன். நாங்கள் இருவரும் நீண்ட நேரம் கை குலுக்கிக் கொண்டோம். அவர் என்னிடம் ஒரு பை நிறைய பேரீச்சம்பழங்கள், தண்ணீர், முகவாயில் பச்சை குத்தியிருந்த அவருடைய மனைவி ஃபாத்மா தயாரித்த ரொட்டி ஆகியவற்றையும் அளித்தார். என்னிடம் அவர், "துன்பப்படவென்றே பிறந்த மனிதர்களான ஆப்பிரிக்கர்கள் இங்கு வருவதைப் பார்க்கலாம். ஆனால், அவர்கள் தேங்கிவிடுவதில்லை. தப்பிச் செல்வதைப்போலவே தங்கள் பயணத்தைத் தொடர்கின்றனர். வெள்ளையர்களால் வெறுக்கப்படுவோம் என்ற அவர்களின் அச்சம் எனக்குத் தெரியும். வெள்ளையர்களின் அராஜகம், அவர்களுடைய முட்டாள்தனத்தின் வெளிப்பாடுதான். எனக்கு அந்த உணர்வு குறித்து நன்கு தெரியும். இவர்களின் அணுகுமுறைக்கு, மொராக்கோவில் பயணம் செய்துள்ள நானும் பலியாகியிருக்கிறேன். என் தேகம், உன்னுடையதைப்போல அவ்வளவு கருப்பாக இல்லை. மாநிறமாக இருக்கும். அது அவர்களுக்கு அச்சத்தை உண்டாக்கும். நான் ஒரு கலவையில் பிறந்தவன். அதனை எப்பொழுதும் சகித்துக் கொள்வ தில்லை." என்றார். நானும் ஒரு கலவையில் பிறந்தவன்தான் என்று அவரிடம் கூறியிருக்க முடியும். ஆனால் என்னை அவர் நம்பாமல் போகவும் வாய்ப்புள்ளது. அது வெளியே தெரியாது. நான் நூறு சதவீதம் கருப்பின மனிதன். மேலும், எனக்கான பாத்திரத்தைத் துறக்க நான் விரும்பவில்லை. வேறு எந்த ஒரு விதியிலும் எனக்கு விருப்பமில்லை.

“என் ஆறு தோழர்களை மீண்டும் சந்தித்தேன். சிறிது நேரத்துக்கு முன் எனக்குக் கிடைத்த அனுபவத்தைப்பற்றி அவர்களிடம் எதுவும் கூறாமல் மீண்டும் அமைதியாக எங்கள் நடைப்பயணத்தைத் தொடர்ந்தோம். இடையில் இளைப்பாறும் இடம் ஒன்றில் நின்றோம். அங்குச் சில செம்மறி ஆடுகளும், மேய்ப்பவர்களும் இருந்தனர். ஒரு பெண் எங்களுக்குக் கொஞ்சம் ரொட்டி தந்தார். வேறு ஒரு பெண் எண்ணெய்யில் தோய்த்த பணியாரம் கொடுத்தார். பேச்சும், கேள்விகளும் குறைவாகவே இருந்தன. கிழக்கு நோக்கி நடக்கும் இதுபோன்ற நடைப்பயணிகள் பலரை அந்த மக்கள் ஏற்கனவே சந்தித்துள்ளனர். விடிந்ததும் மீண்டும் எங்கள் பயணத் தைத் தொடர்ந்தோம். மேய்ப்பர் ஒருவர் எங்களைப் பின் தொடர்ந்து வந்தார். பிறகு, ஒரு கட்டத்தில் வேறு பாதையில் சென்று விட்டார். எங்களுடன் சேர்ந்து கொள்ள முயற்சி செய்தாரோ? இந்தப் பயணத் தைத் தாக்குப்பிடிக்க முடியாத அளவுக்கு அனுபவம் குறைந்த வராக இருந்தார். எனவே ஆர்வம் குறைந்திருக்கும். எங்கள் தோற்றம் யாரையும் அச்சுறுத்தாதது வேடிக்கையாக இருந்தது. எங்கள் மீது இம்மக்கள் அமைதியான முறையில் பாசம் வைத்திருக்கக்கூடும் என நினைக்கிறேன். அவர்கள் காட்டிய பரிவு, புன்னகை, செய்கைகள் ஆகியவை அதனைப் பிரதிபலித்தன.

“நாங்களே சில பெயர்களை எங்களுக்குச் சூட்டிக்கொண்டோம். ஏனெனில், எங்களிடம் எந்த ஆவணமும் இல்லை. என்னை ‘லெசாழ்’ (ஞானி) என்று அழைத்தனர். காரணம், இந்தக் குழுவை வழிநடத்திச் செல்ல மூதாதையர் என்னைத் தேர்தெடுத்ததால் அந்தப் பெயர். எங்களில் மிகவும் உயரமானவர் பெயர் ‘லெ சியல்’ (வானம்) 190 சென்டிமீட்டர் இருப்பார். அவருக்கு அடுத்து வந்தவர், ‘நுயாழ்’ (மேகம்). மேலும் ‘புத்தேத்’ (அவருக்குப் பெரிய தலை இருந்தது) ‘பூஸாக்’ (ஏனெனில், தன்னிடமிருந்த பையை விட்டு எப்பொழுதும் பிரியாமல் இருப்பார். ‘கிலாத்தா’, காரணம் அவர் ஒரு கைத் துப்பாக்கி போல் இருப்பார். கடைசி ஆள் பெயர் ‘ஜிப்ரால்டார்’. காரணம், எப்போதும் அந்த ஜலசந்தியைப் பற்றியே பேசிக் கொண்டிருப்பார். இந்தப் பெயர்கள் எல்லாம் எங்களுக்குப் பிடித்திருந்தன. கடந்தகாலம் எதுவும் இல்லாமல் புதிதாய்ப் பிறந்ததுபோல் தோன்றியது. சிறுவர் களுக்கான கதைகளில் வருவதைக் காட்டிலும் ஒளிமயமான, அற்புத மான எதிர்காலம் எங்களுக்காகக் காத்திருப்பது போல் இருந்தது. என் சொந்தப்பெயரைத் தேட வேண்டிய நிலையை எண்ணி நானே ஒருமுறை வியந்துபோனேன். தன் பெயர், கடந்த காலம் உட்பட

அனைத்தையும் துறந்துவிட வேண்டும் என்பதுதான் முக்கிய நோக்கமாகும். நாங்கள் அனைவரும் "இல்லாதவர்கள்": அடையாளம் இல்லாதவர்கள், குடும்பப் பெயர் இல்லாதவர்கள், பெயர் இல்லாத வர்கள், பணம் இல்லாதவர்கள், பந்தம் இல்லாதவர்கள், குடும்பம் இல்லாதவர்கள், நினைவு இல்லாதவர்கள். இத்தனைக்கும் மேல் அதிகாரப்பூர்வமாக இல்லாதவர்கள். அரேபிய மொழியில், இந் நிலையை 'பிதூன்' என்று அழைப்பார்கள். தங்கள் நாடு, நிலம் ஆகியவற்றை இழந்த இலட்சக்கணக்கான ஆண்களும், பெண்களும் குடியுரிமை, நினைவுகள் எனத் தங்களிடம் எதுவும் இல்லாமல், எந்த வேலையாவது கிடைக்காதா என ஓரளவு எங்களைப் போல் திரிந்து கொண்டிருப்பார்களாம். எழுபதுகளில் குவைத்துக்குள் சட்ட விரோதமாக உள்ளே நுழைந்து, அங்கிருந்து வெளியேற முடியாமல் தவிக்கும் பாலஸ்தீனியர்களை இதற்கு உதாரணமாகக் கூறலாம். மிகக் கடினமான வேலைகளைத் தந்து, இவர்களது நிலையை அரசு தவறாகப் பயன்படுத்திக் கொள்கிறது. தலைநகரிலிருந்து பல கிலோமீட்டர் தொலைவில், எவ்வித சுகாதாரமோ பாதுகாப்போ இல்லாத முகாம்களில் அவர்களுக்கு இடம் அளிக்கப்படுகிறது. இவர்களிடையே சில அந்நியர்களும், போர்களால் பிடிக்கப்பட்டுள்ள வேறு நாடுகளிலிருந்து திசைமாறி வந்த சிலரும் சேர்ந்திருப்பார்கள். இவர்கள் பெயர் தான் 'பிதூன்'. அதாவது, தாங்கள் வாழ்வதை யாரும் உணராத வகையில் இருக்கும் அடிமைகள். எதிர்பாராத விதமாக இவர்களில் யாராவது இறக்க நேரிட்டால், 'அவனை இறைவன் அழைத்துக் கொண்டார். எப்படியும், இந்த நபர் இங்கு உயிர் வாழவே யில்லை' என்று சொல்லிவிடுவார்கள். என் தோழர்களைக் காட்டி லும், நான் "கொஞ்சம் குறைந்த பிதூன்". இதற்குக் காரணம், நான் மொராக்கோவிலிருந்து வருவதால் அல்ல. மாறாக, என் பெயர் இன்னும் என் நினைவில் உள்ளது. அதனால்தான், என் அடை யாளத்தை நான் முற்றிலுமாகத் துறந்துவிடவில்லை. என் தேகத்தோடு நிம்மதியாக இருக்க இந்த அத்தாட்சி போதும் என்ற நினைவுடன் நான் நெஞ்சை நிமிர்த்தி நடக்கிறேன். இந்தத் தேகத்தை நான் தேய்க் கிறேன், கஷ்டப்படுத்துகிறேன், ரத்தம் வரும்வரை உரசுகிறேன், சபிக்கிறேன். பிறகு என் எண்ணத்தை மாற்றிக்கொண்டு அதனை விரும்பத் தொடங்குகிறேன். பௌர்ணமியின் போது அதனைப் பிரகாசிக்க வைக்க விரும்புகிறேன். நபூவினுடைய அவளது நல் எண்ணம், கரீம் உடைய அன்பு ஆகியவற்றை எண்ணிப் பார்த்தேன். அப்பாவைப் பொறுத்தமட்டில் அவருக்காக வருத்தப்பட்டேன். அவர் மகிழ்ச்சியாக இல்லை. இந்த உலகில் அவருக்கான இடம் கிடைக்க

வில்லை. சில நேரங்களில், இதற்குக் காரணம் அவரேதான் என்று நான் நினைப்பதுண்டு. புலம் பெயர வேண்டும் என்று நான் பெரிதும் விரும்புவதற்கான முக்கியக் காரணம் நிச்சயமாக இதுதான்.

“சில நாட்கள் கழித்து, உவர்ஸஸாத்துக்கு வந்து சேர்ந்தோம். அங்கே நகரத்துக்குள் ஒரு நகரம் இருந்தது. அங்குப் படம் தயாரித்தனர். பொதுத் தொலைபேசிக்கூண்டில் சிகரெட் புகைத்தப்படி சாகசவீரர் உடையில் ஒருவர் பேசிக்கொண்டிருப்பதை நிச்சயமாகப் பார்க்கலாம். வரலாற்றுப்படம் ஒன்றில் சில நாட்கள் பணியாற்றுமாறு சிலர் எங்களிடம் கூறினார்கள். ஆனால், படப்பிடிப்புத் தொடங்க இரண்டு அல்லது மூன்று நாட்கள் காத்திருக்க வேண்டும். நகரின் வாயிலில் இருக்கும் மசூதிக்குச் சென்று அடைக்கலம் கேட்டோம். இமாம் எனத் தன்னை அறிமுகம் செய்து கொண்டவர், நாங்கள் சுத்தமாக இருக்கிறோமா எனக் கேட்டார். ஆம் நாங்கள் சுத்தமாக இருந்தோம். நகருக்குள் நுழைவதற்கு முன் இருந்த பாலைவனச் சோலையில் உள்ள நீரூற்றில் குளித்திருந்தோம். “உளூ செய்து விட்டீர்களா” என மீண்டும் கேட்டார். இல்லை, உளூ செய்யவில்லை. எனவே, அங்கிருந்த நீர் அறையைக் காட்டினார். அங்கு நாங்கள் சுத்தம் செய்து கொண்டோம். எங்களில் சிலர் கிருத்துவர்கள் அல்லது உயிருள்ள அனைத்தையும் வழிபடுபவர்கள் என அவர் ஒரு கணம் கூட நினைத்துப்பார்க்கவில்லை. நான் அதிகப் பக்தியுடையவனாக இல்லாததால், இமாமின் பின்புறமாக இருந்தபடி ஐந்து தொழுகைகளையும் செய்ய வேண்டியதாயிற்று. ஏனெனில், அவர் எல்லாவற்றிலும் கெடு பிடியாக இருப்பவர். தொழுகை முடிந்தபின், யாரிடமோ அவர் கோபமாகப் பேசிக்கொண்டிருப்பதைப் பார்த்தேன். கொஞ்சம் நேரம் கழித்து, அவர் பேசிக்கொண்டிருந்த இளைஞர் வட்ட ரொட்டியும், வெண்ணெய்யும், தேனும் கொண்டு வந்தார். எங்கள் அனைவரையும், இஸ்லாமியர்களாகக் கருதிய அந்த மனிதருக்கு எப்படி நன்றி கூறுவது என்றே எங்களுக்குத் தெரியவில்லை. “மேகம்” ஏதோ கூற வாயெடுக்க, அவர் முதுகில் இரகசியமாகத் தட்டிய “வானம்” அவரைப் பேசாமல் இருக்கும்படிச் செய்தார். எங்கள் இறைநம்பிக்கையினை வெளிப்படையாகக் காட்டிக்கொள்ள இயலவில்லை. மொராக்கோ மக்களிடம் இந்த அளவு விருந்தோம்பலை நாங்கள் எதிர்பார்க்கவில்லை. ஆனால் இந்நிலை விரைவில் மோசமடைந்தது. வடக்கில் செல்லச் செல்ல, இந்த விருந்தோம்பல் குறையத் தொடங்கியது.

❖ உல்லாசத் திருமணம் / தஹர் பென் ஜெலூன் ❖ 215

“அந்தக் குறிப்பிட்ட நாளில், திரைப்படம் தொடர்பான நபர் மீண்டும் எங்களைச் சந்திக்க வந்தார். சாகச வீரர் ஒருவர் தோன்றும்போது ஆரவாரம் செய்யும் கும்பல் ஒன்றில் கலந்துகொள்ள ஐந்நூறு திராம் தர முன் வந்தார். எங்களுக்கு முன்பணம் தரும்படிக் கேட்டேன். அந்தநபர் என்னைப்பார்த்து “என்ன, நம்பிக்கையில்லையா?” என்று கேட்டார். “இல்லை” என்றேன். முதன் முறையாக, எங்கள் கருப்புத் தேகம் எங்களுக்குச் சிறிதளவு பணத்தைச் சம்பாதித்துத் தந்தது. உடைகள், கேடயங்கள், ஈட்டிகள் ஆகியவற்றை எங்களுக்கு வழங்கி, மணிக்கணக்கில் அசையாமல் நிற்கச் செய்தனர். இதுதான் திரைப் படத் தயாரிப்பா? நண்பகல் வாக்கில், ரொட்டியுடன் காய்கறியும், ஒரு போத்தல் சோடாவும் வினியோகித்தனர். பிற்பகல் முழுவதும் தூங்கியாக வேண்டும். என்றாவது ஒருநாள், உவர்ஸஸாத் படபிடிப் புத் தளத்தில் படமாக்கப்பட்ட அமெரிக்கத் திரைப்படத்தை நீங்கள் பார்க்க நேர்ந்தால், கடும் வெப்பத்தில் வியர்க்க விறுவிறுக்கக் கஷ்டப் பட்டுக் கொண்டிருக்கும் சிறிய ஆப்பிரிக்கக் கூட்டம் ஒன்றைப் பார்க் கக்கூடும். அதன்பின் அவர்கள் உயிர் பிழைத்திருந்தால், உங்கள் தெருக் களை அவர்கள் பெருக்கிக் கொண்டிருப்பார்கள் என நினைத்துக் கொள்ளுங்கள்.

“அனைத்தும் போலியாக இருந்ததொரு சூழலில் அந்த நாளைக் கழித்ததாலா அல்லது மிகுந்த கவலையில் இருந்ததாலா தெரிய வில்லை, இப்படியொரு வினோதமான கனவு அன்று இரவு எனக்கு வந்தது. விழித்தபோது, வேறு யாரோ கண்டிருக்க வேண்டிய கனவு, தவறுதலாக எனக்கு வந்துள்ளது என்று நான் உறுதியாக நம்பும் அளவு அது வினோதமாக இருந்தது.

நான் எங்கு இருக்கிறேன் என்று தெரியவில்லை. அழகிய, இளம் பெண் ஒருத்தியின் எதிரில் அமர்ந்திருந்தேன். அவள் அருகில் வயதான நபர் ஒருவர் வட்டச்சக்கரம் ஒன்றைச் சுற்ற வைக்க மிதித்துக் கொண்டிருந்தார். அந்த வட்டத்தின் மீது கத்திகள் பாய்ந்து கொண்டிருந் தன. கசங்கிய உடையில், முகம் சுருங்கிச் சோர்வாக உள்ள இந்த ஆளுக்கு இத்தகைய அழகான பெண்ணின் அருகில் இருக்கும் வாய்ப்பு எப்படிக் கிடைத்தது எனும் கேள்வி என்னுள் எழுந்தது. நான் இடம் மாறி இருப்பதாக உணர்ந்தேன். இப்பெண்ணை எங்கே பார்த்தேன் என யோசித்துப் பார்த்தேன். சுதாரித்துக்கொண்டு, “நல்ல வேளை, இது ஒரு கனவு, விரைவில் விழிப்பு வரும். எல்லாம் மறந்து போகும்” எனச் சொல்லிக் கொண்டேன். நாஃப்தாலின் வாசனையுள்ள

திரவம் ஒன்றால் தரையில் ஒட்டிக் கொண்டதைப்போல் ஏதோ ஒன்று என்னை இழுத்தது. அசைய முடியவில்லை. எழுந்திருக்க முடியவில்லை. திரும்ப முடியவில்லை. அந்தப் பெண்ணின் பார்வைதான் அப்படி சக்திவாய்ந்த பசையாக இருந்தது. கால்கள் மேற்தளத்தில் ஒட்டியபடித் தலைகீழாகத் தொங்கும் ஒரு நபர் இருக்கும் விளம்பரத்தை மீண்டும் பார்த்தேன். நான் ஒரு பொறியில் சிக்கிக் கொண்டேன். ஏதோ ஆட்டுக்குட்டி ஒன்றை வெட்டப்போவது போல், திடீரென அந்தப் பெண் கூர்மையான கத்தி ஒன்றை எடுத்தாள். கத்தி பளபளத்தது. தலை சுற்றுவதுபோல் இருந்தது. கனவிலேயே விழித்துக் கொண்டிருக்க மனதை ஒருநிலையில் வைத்துக் கொண்டேன். அந்தப் பெண் என்னிடம்,

“நீ கதைசொல்லிதானே. எல்லாம் சுபமாக முடியும். அழகான தேவதைக் கதைகளாக எனக்குச் சொல். துன்பம், துயரம் ஆகியவற்றை நான் வெறுக்கிறேன்.” என்றாள்.

“பதில் கூறக் கூட எனக்கு அவள் அவகாசம் தரவில்லை. என் வேடத்தை ஏற்று நடக்காமல் போனால் என்னை அவள் கொன்று விடுவாள் என்பதைத் தன் மென்மையான ஆனால் கண்டிப்பான குரலில் புரியவைத்தாள்.”

“கதைகளைச் சொல். இல்லையென்றால் உன் கீழ் உறுப்புகளை அறுத்து விடுவேன்”.

“உடனடியாக என் கால்களுக்கிடையே வலி ஏற்பட்டது. இதோ நான் வேடத்தை ஏற்று ஷஹாரஸாத்தின் தேகத்தில் இருக்கிறேன். கூறாமல் தப்பித்துக் கொள்ளவோ, என் கதையின் தொடர்ச்சியை மறக்கவோ கூடாது என்பதில் கவனமாக இருந்தேன். என்னதான் அழகாக இருந்தபோதிலும், அவளது கருப்புக் கண்கள் அடர்த்தியினையும், சொல்லப்போனால் பயங்கரத்தையும் வெளிப்படுத்தின; என்னைக் காப்பாற்றிக் கொள்வதற்காகக் கதைகளைச் சொல்லியாக வேண்டும். ஆனால் நானோ ஒருபோதும் கதைசொல்லியாக இருந்தது இல்லை. எனவே இறக்கக்கூடாது என விரும்பினால் நான் எழுதியாக வேண்டும்.

“நான்அவளிடம், “நான்கதைசொல்லியும் இல்லை, எழுத்தாளனும் இல்லை. தலைமறைவாக வாழ்க்கையைக் கழிப்பவன். தற்சமயம் என் வாழ்க்கை உன் கையில் இருக்கிறது” என்றேன்.

"பலமாகச் சிரித்த அவள், புழுதிப்புயலால் உருவான சூறாவளியில் சட்டென மறைந்து போனாள்.

விழிப்பு வந்தபோது என் எச்சில் கசந்தது. முகம் சோகத்தில் வியர்த்திருந்தது. "இரவு நேரத்தை எங்கே கழித்தாய்" என "மேகம்" என்னிடம் கேட்டார். "ஹரூம் ஹல் ரஷீத்" இல்லத்தில் என்று பதிலளித்தேன். அது ஓர் இரவு விடுதி என்று அவர் நினைத்திருந்தார். ஏனெனில், வெளிநாட்டுத் துணைநடிகைகளுடன் கேளிக்கையில் ஈடுபட்டிருப்பேன் என அவர் உறுதியாக நம்பினார். நான் எதையும் மறுக்கவில்லை. அவர் சிரித்தபடியே, "என்ன அதிருஷ்டம் பார்த்தாயா இவனுக்கு!" என்று சொல்லிக் கொண்டேயிருந்தார்.

எங்கள் கஷ்டம் எல்லாம் மராக்கேஷில் ஆரம்பமாகி விட்டது. அங்கே உண்மையில் எங்களைக்கண்டு மக்கள் பயந்தார்கள். ஏதோ சிறையில் இருந்து தப்பியவர்களாக எங்களைப் பார்த்தார்கள். எங்கள் பொதுவான தோற்றம் சந்தேகப்படும்படியாகத்தான் இருக்கும். ஆனால் நாங்கள் குற்றவாளிகள் இல்லை. நகரின் மிடுக்கான இடமான, "லா ரெனேசான்ஸ்" என்ற உணவு விடுதியின் மேல் தளத்தில் அமர விரும்பியதால் மாபெரும் தவறை நாங்கள் இழைத்துவிட்டோம். பரிமாறும் பையன் உடனடியாக ஓடிவந்து எங்களை அங்கிருந்து போகச்சொன்னான். எங்கள் மேசை, நாற்காலிகளை நீங்கள் அசுத்தம் செய்துவிடுவீர்கள்" என்று அவனால் கூற முடிந்தது. எங்கள் உடைகள் புழுதியில் தோய்ந்து, சுத்தமாக இல்லை என்பது உண்மைதான். அதற் காகப் பணத்தை மேசையின்மீது வைத்த பின்பும் எங்களுக்கு உணவு பரிமாற மறுப்பதை எங்களால் பொறுத்துக்கொள்ள முடியாமல் இருந்தது. பதற்றப்படக்கூடாது. காவலர்களை அழைக்கக்கூடிய அபாயம் இருந்தது. பரிமாறுபவன், அந்தச் சதுக்கத்தின் அடுத்த பக்கமாக இருக்கும் குளியல் இடத்தைக் காண்பித்தான். அது ஒரு நல்ல திட்டம்தான். ஆனால், "தோலை நன்றாகத் தேய்த்துக்கொள்ளுங்கள்; கொஞ்சம் அதிருஷ்டம் இருந்தால் கருப்பு நிறமும், அழுக்கும் குறைய வாய்ப்பிருக்கிறது" என்ற வெறுக்கத்தக்க விமர்சனத்தையும் கூடவே கூறியதுதான் வருத்தமாக இருந்தது. உள்ளே நுழையும் முன், எங்கள் உடைகளை நன்றாக உதறிவிட்டு வருமாறு குளியலிடத்தின் காவலர் உத்தரவிட்டார். அவர் கூறியது நியாயம்தான். நிறைய மணல் இருந்தது. குளியலிடம் வெளிச்சமின்றிக் காலியாக இருந்தது. "கருப்பர்களுக்கு விளக்குப் போடப்போவதில்லை." என்று தீர்மானித்து விடுதிக்

காப்பாளர் சிக்கனம் பிடித்திருக்க வேண்டும். ஏதோ விஷப் பாம்பு கடித்துவிட்டதைப்போல், "கிலாத்தா" கூச்சலிட்டான். "கவலைப் படாதே, அது ஒரு ஜின்தான்" என நான் அவனிடம் சிரித்துக்கொண்டே கூறினேன். ஜின்கள் தங்கள் கூண்டிலிருந்து வெளியேற இருட்டுப் பொறுத்தமாக இருக்கும் என்று பழைய புராணக்கதை இருக்கிறது. குளித்து முடித்தபின், சிறிய உணவு விடுதி ஒன்றில் நாங்கள் கூடி, புதிய உடைகளை வாங்குவது என்று முடிவு செய்தோம். யாருக்கும் தெரியாமல் இருப்பது முக்கியம். "கிலாத்தா" மிகவும் கோபமாக இருந்தான். கடிபட்டதில் அவனுக்கு வலித்தது. ஆனால், நாங்கள் அவன் கூறியதைப் பொருட்படுத்தவில்லை. மனதுக்குள் திட்டிக் கொண்டிருந்தான்.

எனக்கு மராக்கேஷைப்பற்றித் தெரியாது. ஆனால், மதீனா பகுதியில், பழைய பொருட்கள் விற்கும் கடையில் குறைந்த விலையில் பழைய ஆடைகள் கிடைக்கும் என்பது எனக்குத் தெரியும். பிரஞ்சு அல்லது அமெரிக்க மேட்டுக்குடியினர் அணிந்து முடித்த, ஏறக்குறையப் புதியது போலவே இருந்த ஆடைகளை மிகக் குறைந்த விலைக்கு எங்களால் வாங்க முடிந்தது. என் நீல நிறச் சட்டையின் மீது ஜெ.பி என்ற ஆங்கில எழுத்துக்கள் பின்னப்பட்டிருக்கும். அது ஜேம்ஸ் பாண்டின் சட்டையாக இருக்க வேண்டும் என்று "வானம்" உறுதியாகச் சொன்னார். அதிலிருந்து எனக்கு "ஜேம்ஸ்பாண்ட்" என்று பெயர் மாற்றப்பட்டது. அவருடைய உயரம், வயது, வேலை தவிர அவரைப்போல் சாகசத்திலோ, சல்லாபத்திலோ எதிலும் ஒற்றுமையில்லை.. ஆனால், நூற்றுக்கணக்கான அவருடைய சட்டை களில் ஒன்றை நான் அணிந்திருப்பதாக நினைப்பது எனக்குப் பிடித் திருந்தது." இனி நான் 'பிதூன்' இல்லை. நான் ஒரு ஜெ.பி" என்று நினைத்துக்கொண்டேன்.

"மூன்று குழுக்களாக மீண்டும் புறப்பட்டுச் சென்று காஸாபிலான்கா பேருந்து நிலையத்தில் போய் நின்று ஒன்றாய்க் கூடுவது என்று திட்ட மிட்டுக்கொண்டோம். வெயில் முகத்துக்கு நேரேபட, கண்கள் கூசின. வியர்த்துக்கொட்டியது. வியர்வை நாற்றத்தை நினைத்துப் பயமேற் பட்டது. என் அப்பா ஒருநாள் என்னிடம் விவரித்த சம்பவம் நினைவுக்கு வந்தது. "வீட்டிலும் சரி, பள்ளியிலும் சரி, என் வாழ்க்கை முழுவதும் அது ஒரு கெட்ட கனவாக இருந்தது. ஒருநாள், என் அப்பாவின் முதல் மனைவி உறுதியானதொரு தொனியில் இதனைக் கூறியதை நான் கேட்டேன். "என்ன தான் குளித்தாலும், கருப்பர்கள்

மீது வித்தியாசமானதொரு வாடை வீசும். அவர்கள் மேல் எப்போதும் நாற்றமடிக்கும். கருப்புநிற ஆணோ, பெண்ணோ, தன் கையினை உயர்த்தினால் போதும், அவர்களுடைய வியர்வை நாற்றத்தில் நீங்கள் மூழ்கிப்போவீர்கள். சிறுநீர் நாற்றம் வரும். அது அவர்களுடைய தோலின் இயல்பு. ஏனெனில், கருப்பு நிறம், தோல் சுவாசிப்பதைத் தடுக்கும். எனவே அனைத்தும் அக்குள்கள் வழியே வெளியே வரும்." என்று கூறினாள். ஒரு கட்டத்தில் இத்தகைய மூடக்கதை களை நம்பியிருந்த நான். குளித்தபின்பும் முன்பு போலவே என் மீது நாற்றமடிப்பதாக உணர்ந்தேன். ஒருநாள், என் தோல் சுவாசிப் பதற்காக வேண்டி என் கையின் மீது துளைகள்கூட ஏற்படுத்திக் கொண்டேன். நான் புத்தி பேதலித்திருந்தேன். என் நடவடிக்கையைக் கண்டு நபூவுக்குப் பயம் ஏற்பட்டது. நம்மை வெளியேற்ற என்ன கதை கட்டிவிடுவது என்று தவிக்கும் அளவுக்கு என் அப்பாவின் வெள்ளைநிற மனைவி பொறாமையில் இருக்கிறாள் எனநபூ கூறினாள். அவள் சிரித்துக்கொண்டே, "என் அப்பா என்ன சொல்லியிருக்கிறார் தெரியுமா? வெள்ளைநிறத்தவர்கள் மீது பிண நாற்றமடிக்குமாம்! புரிகிறதா? உன்மீது வியர்வை நாற்றம். உன் வெள்ளைத் தம்பி மீது பிண நாற்றம்! தம்பி, நம்மைச் சுற்றி இப்படி ஏராளமான கட்டுக்கதைகள்!" என்று கூறினாள். இந்தக் கதை நினைவுக்கு வந்த தும் என் கையை உயர்த்தினேன். அக்குள் நாற்றம் வருவதைத் தவிர்க்க இயலவில்லை.

"சாலையோரத்தில் நீண்டநேரம் காத்திருக்க வேண்டியிருந்தது மிகவும் கடினமாக இருந்தது. வெப்பத்தின் காரணமாக என் இரத்த ஓட்டம் வேகமடைந்த விதம் எனக்கு அச்சத்தை ஏற்படுத்தியது. லாரி ஒன்று நின்றபோது, என்னுடன் "மேகம்" "புத்தேத்" ஆகியோரை அழைத்துக் கொண்டேன். வாகன ஓட்டுநர் மொராக்கோவாசி இல்லை. பெல்ஜியம் நாட்டைச் சேர்ந்தவர். தாஞ்சியர் துறைமுகத் திற்குத் திரும்பிக் கொண்டிருக்கிறார். அங்கு அவர் வேறு சில சரக்கு களை ஏற்றிச் செல்ல வேண்டியிருந்தது. ஆரம்பத்தில் அவர் எதுவும் பேசவில்லை. பிறகு, நாங்கள் காங்கோவைச் சேர்ந்தவர்களா என்று காவலரைப்போல் கேட்டார்.

"பாவம் நீங்கள். ஏனெனில் ஆப்பிரிக்கர்களில் காங்கோ நாட்டைச் சேர்ந்தவர்களைத்தான் எனக்குப் பிடிக்கும்".

"ஆனால், எங்கள் சகோதரர்கள் காங்கோவில் இருக்கிறார்கள். சமர்த்தானவர்கள். அவர்கள் பெல்ஜியத்தில், உங்கள் நாட்டில்தான் வேலை செய்கின்றனர்."

"சரி. ஆனால், என் லாரியில் காங்கோ நாட்டினரைத் தவிர வேறு யாரும் இருக்கக் கூடாது."

பேசிக் கொண்டிருக்கும்போதே, வாகனத்தின் வேகத்தைக் குறைத்து, சாலையின் ஓரமாக நிறுத்தி எங்களைக் கத்தியபடியே வண்டியிலிருந்து வெளியேற்றினார். ஏதோ அவருக்குத் திடீரெனப் பைத்தியம் பிடித்துவிட்டது போல் இருந்தது. அனைத்து இனவெறி வசவுகளும் காதில் விழுந்தன. இந்த மோசமான சந்திப்பு எங்களை யோசிக்க வைத்தது. எனவே, நாங்கள் தொடர்ந்து நடந்தே செல்வது என முடிவு செய்தோம். "புத்தேத்"க்கு அழவேண்டும் போல் இருந்தது. நான் அவரது தோள் மீது செல்லமாகத்தட்டி, நடையைத் தொடர்ந்தோம்.

"மராக்கேஷிக்கும் காஸாபிலான்காவுக்குமிடையேயான நடை பயணம் மிகவும் கடினமாக இருந்தது. அவ்வப்பொழுது லாரி ஒன்று ஆர்வத்தினால் மட்டுமே வேகத்தைக் குறைத்துச் சென்றது. கருணை யினால் அல்ல. எங்கள் ஆட்கள் பேசிக்கொள்வதில்லை. பாடு வதில்லை. தொலைவானத்தில் பார்வையைச் செலுத்தியபடி, அமைதி யாக நடந்து வந்தனர். நாங்கள் காடுகளில் உறங்கினோம். இருக்கும் உணவை எங்களுக்குள் பகிர்ந்துகொண்டோம். எங்களிடம் உள்ள பணத்தை, குறிப்பாக டாலர்களைத் தோலினாலான இடுப்புப் பட்டைகளில் மறைந்து வைத்தோம். அவையெல்லாம் பல ஆண்டு களின் சேமிப்பு. இந்த வறண்ட பூமியை விட்டு வெளியேறிக் கடலில் பயணம் செய்ய வேண்டும் என்ற மூடத்தனமான ஒற்றைக் குறிக் கோளுடன் இத்தனை ஆண்டுகளாகச் சேர்த்து வைத்தவை. ஆம். எங்களுக்கு வரும் மூடத்தனமான மோசமான கனவுகளில் அந்தக் கடல் வரும். எத்தனை முறை அதில் நான் மூழ்கிப்போயிருப்பேன். கூச்சலிடுவேன். யாரும் என் உதவிக்கு வரமாட்டார்கள். என் தொண்டையிலிருந்து எந்த சப்தமும் வெளிவராது. ஒருநாள் இரவில், பிளாஸ்டிக் படகு ஒன்றில் தனியாக மாட்டியிருப்பதாகக் கனவு கண்டேன். அப்படகு மெதுவாகப் பூதாகரமாகப் பெரிதாகிக்கொண்டே போனது. என்னைச் சுற்றியிருந்த கடல் ஜொலிக்கும் கண்ணாடியாக மாறியது. முழுநிலவு அதன்மீது பட்டு ஒளி பிரதிபலித்தது. நானோ தன்னந்தனியாக நிர்க்கதியாகக் கிடந்தேன். தொலைவான எல்லையில் மறையும் ஒலியைப்போல் என் குரல் அடங்கியது. என் சக்தி அனைத் தும் காலியானது. பிளாஸ்டிக் படகு தன் வடிவத்தை இழந்து முற்றி லுமாகத் தட்டையாக மாறும்போது நான் மூழ்கிவிடுவேன். அடிக்கடி

வரும் இந்த மோசமான கனவை நான் மட்டும் காணவில்லை. இரவு நேரத்தில் தவறாமல் இந்தக் கனவு எங்களை நச்சரித்ததால் நாங்கள் தூக்கத்தையே சந்தேகித்தோம். ஜிப்ரால்டார் ஜலசந்தியைக் கடப்பது என்பது எங்கள் மனதைக் குடைந்து கொண்டிருந்தது. சில நேரங்களில் தண்ணீரில் ஊதிய உடல் ஒன்று மிதக்கும் காட்சி தோன்றும். சில நேரங்களில் பல உடல்கள், குழந்தைகள், பெண்கள், அவர்களில் சிலர் கர்ப்பமாகவும் இருப்பார்கள். நாங்கள் சிந்திக்க உதவுவதுபோல் சில உடல்களைக் கடல் எங்களிடம் செய்திகளாக அனுப்பி வைக்கும். அவற்றை விலக்கியபடி, எதிர்நீச்சல் போட்டு நான் நீந்திக் கொண்டிருப்பேன். ஆனால், சிந்திக்கவேண்டிய அவசிய மில்லை. இதில் உள்ள ஆபத்துகளும், அபாயங்களும் எங்களுக்குத் தெரிந்திருந்தும் இந்த மூடத்தனமான நடவடிக்கையில் இறங்கியிருக் கிறோம். என்னைப் பொறுத்தவரை, அமீர் மற்றும் திருமதி நபூவின் பேரன். இரட்டையர்களாக, ஹூசேனுடன் பிறந்த ஹசனின் மகன், கரீமின் உடன் பிறவா சகோதரன் மகன் தாஞ்சியரில் பிறந்த மொராக் கோவாசி. அந்நிய குடும்பம் ஒன்றின் கடைசி வாரிசான நான் இந்தப் பயணத்தின், மோசமான கனவின் அங்கமாக இருக்கிறேன். இதிலிருந்து பின் வாங்கவோ, வரைபடம் ஒன்றை வரைந்து தெற் கிலிருந்து வடக்கிற்கு எனப் பயணத்திட்டத்தைக் குறித்துள்ள அந்த விதியின் ஏட்டை திருத்தவோ முடியாது. எல்லாவற்றையும் மறந்தாக வேண்டும். பழைய மரத்தினாலான பெட்டகம் ஒன்றில் நான் எல்லா வற்றையும் போட்டு வைத்தேன். பெரிய தாழ்ப்பாள்கள் போட்டுப் பூட்டப்பட்ட அந்தப் பெட்டியின் சாவிகள் கடலில் வீசப்பட்டு விட்டன. அந்தப் பெட்டகம் மரத்தாலும் இரும்பினாலும் ஆனதாகும். சில நேரங்களில் அந்தப் பெட்டி நீரின் மேற்பரப்பில் மிதக்கும். மற்ற நேரங்களில் அது ஆழ்கடலுக்குள் சென்று பிரம்மாண்டமான மீன்களுக்கு இரையாகும்.

என் பெரியப்பா ஹுசேனை நினைத்துக் கொண்டேன். தன் தோலின் நிறம் காரணமாக என் அப்பாவைக் காட்டிலும் அவர் அதிக மகிழ்ச்சியோடு இருந்திருப்பாரா என்ற கேள்வி எழுந்தது. பணத்தை அதிகம் விரும்பிய அவர் ஒரு நல்ல வியாபாரி. அவருடைய நறுமணச்சாறு விற்கும் கடைகளில் முன்பைப்போல் இப்போது விற்பனையாகவில்லை. அவர் நிறைய வியாபாரம் பார்த்து வந்தார். திருமணமாவதற்கு முன் நிறையப் பெண்கள் அவரை மணக்க முன் வந்தனர் என்பது எனக்குத் தெரியும். கடையின் பின்புறத்தில் அவர் செய்த லீலைகள் குறித்து என்னிடம் கொஞ்சம் பேசியிருக்கிறார்.

கூச்சமும் பயமும் கலந்த சுபாவம் கொண்ட நான் ஈடுபட்ட சிறிய அளவிலான சேட்டைகளைப் பற்றி அவரிடம் சொல்லும் துணிவு எனக்கு இல்லை. என்னைப் போன்ற இளைஞனுக்கு எப்பொழுதும் பெண்கள் விஷயத்தில் வெற்றிதான் என்று நினைத்தார். நான் அடைந்த ‘வெற்றி’ குறித்து என்னை அவர் கேட்டபோது, நான் தோராயமாகப் பதில் அளித்தேன். ஒருநாள், அவர் என்னை வற்புறுத்திக்கேட்டதும், எங்கள் வீட்டு அருகில் வசிப்பவரின் வேலைக்காரியோடு எனக்கு ஏற்பட்ட காதல் கதையைக் கூறினேன். அவள் கருப்புத் தேகமும் நீண்ட கூந்தலும் கொண்ட இளம்பெண். அந்தக் கூந்தலை அவிழ்த்துவிட அவள் வேலைபார்த்த வீட்டின் உரிமையாளர் பெண்மணி தடைவிதித்திருந்தாள். இஸ்லாம் மதத்தால் அது தடை செய்யப்பட்டிருப்பதாக அவள் கூறினாள். ஒருநாள் காலை, முதலாளியம்மா இல்லாததைப் பயன்படுத்திக் கொண்டு, மொட்டை மாடிக்குச்சென்றுதன்அழகானகூந்தலைப்பாடிக்கொண்டேஅவிழ்த்து விட்டாள். அவளை நான் கவனித்தேன். அவள் மிக அழகாகவும், கவர்ச்சியாகவும், புதிர் நிறைந்தவளாகவும் இருப்பதாகவும் உணர்ந்தேன். அவளைப்பார்த்துச் சைகை செய்தேன். புன்னகை ஒன்றால் பதிலளித்த அவள் பிறகு குனிந்து நீளமான கூந்தலினால் தன் உடலின் பாதியை மூடிக்கொண்டாள். என்னிடம் ஆரஞ்சுப்பழம் ஒன்று இருந்தது. அதனை அவளை நோக்கி வீசினேன். அதனை எடுத்துக் கொண்ட அவள், என்னை ஏதோ அணைப்பதுபோல் பார்த்துக் கொண்டே அதனைக் கடித்தாள். தன் வாழ்நாளிலேயே அப்படி ஒரு பழத்தைச் சாப்பிடாதுபோல் அதன் சாற்றை உறிஞ்சிச் சுவைத்தாள். அடுத்தநாள், ஆப்பிள் ஒன்றை வீசினேன். அதனைத் தன் உடையில் ஏந்திக்கொண்ட அவள், பிறகு சாப்பிடுவதற்காகப் பத்திரப்படுத்திக் கொண்டாள். மொட்டைமாடியில் நின்றபடி, ஒருவரையொருவர் பார்த்துக் கொள்வதை வழக்கமாக்கிக் கொண்டோம். கூந்தல் விளையாட்டு, பிறகு தாஞ்சியர் வானொலியில் ஒலிபரப்பப்படும் பாடல்களுக்கேற்ப வயிற்றைக் குலுக்கும் நடனம் எல்லாம் நடைபெற்றன. பிறகு ஒரு வழியாக என்னை அவள் அங்கு வருமாறு அழைத்தபோது நிறைவேறிய முதல் முத்தம். ஏணி ஒன்றில் ஏறி அவள் கைகளில், இந்தியப் படக்கதாநாயகன்போல், போய்ச் சேர்ந்தேன். கிரான் சோக்கோவில் உள்ள ரிஃப் என்னும் திரையரங்கில் வெளிவந்த பாலிவுட் தயாரிப்புகள் அவளுக்கு மிகவும் பிடிக்கும். ஒருநாள், அவளுடைய வீட்டு உரிமையாளர்கள் காஸாபிலான்காவில் திருமணம் ஒன்றில் கலந்து கொள்ளச் சென்றிருந்தனர். அதனைப் பயன்படுத்திகொண்டு, அவர்களுடைய படுக்கையறைக்கு என்னை

அழைத்தாள். அவள் பிறந்த மேனியாக இருந்தாள். கவிழ்ந்து படுத்துக் கொண்டு, தான் கன்னி கழியாதவள் என்று என்னிடம் கூறினாள். எதுவும் பேசாமல் அவளைப் புரண்டு படுக்க வைத்தேன். பிறகு இயல்பான முறையில் உடலுறவு வைத்துக்கொண்டோம். அவள் கன்னி கழியாமல் இல்லை எனினும், இதுவரை தான் உடலுறவு கொண்டதில்லை என உறுதியாகக் கூறினாள். தெத்துவான் பகுதிக்கு அவளுடைய உரிமையாளர்கள் இடம் மாறிய அன்று எங்கள் தொடர்பு முடிவுக்கு வந்தது.

"நான் நடக்க ஆரம்பித்ததிலிருந்தே கரீமை நினைத்துக் கொண்டேன். அவர் இல்லாதது எனக்குப் பெரும் குறையாக இருந்தது. அவருடைய மென்மை, பாசம், நீண்ட அரவணைப்புகள், அவருடைய வார்த்தைகள் என அனைத்தையும் நினைத்து ஏங்கினேன். அவர் மட்டும் என்னோடு இருந்திருந்தால், எனக்கு நல்லதொரு உண்மையான பாதையைக் காட்டியிருப்பார். அவர் எப்பொழுதும் எங்களுக்கு ஒளியாக இருந்தார். நறுமணத் திரவியங்களை முகர்ந்து பார்ப்பதில் மும்முரமாக ஈடுபட்டு அவற்றை வகைபடுத்திக் கருத்து வழங்கும் வேலையில் இருந்த அவரை நினைத்துப்பார்த்தேன். திருமணம் குறித்து அவர் என்னிடம் பேசியது காதில் ஒலித்தது. என்னை ஒரு குடும்பத்தை அமைத்துப் பிள்ளைகள் பெற்றுக்கொள்ளுமாறு கூறியதும் கேட்டது. அந்த விஷயத்தில் அவர் கடுமையாக இருந்தார். உரிய பெண்ணை தேர்ந் தெடுப்பது கடினமான விஷயம் என்பதை அவர் உள்ளுணர்வு மூலம் உணர்ந்திருந்தார். இறப்பதற்கு முன், 'மா' விடம் கரீமுக்குத் திருமணம் செய்ய வேண்டும் எனத் தாத்தா கூறியிருக்கிறார். ஒரு கட்டத்தில், தன் அண்ணன் பெண்களில் ஒருவரை, கரீமுக்குத் திருமணம் செய்து வைக்கலாம் என மா நினைத்திருக்கிறார். கரீமை நிச்சயம் அப்பெண் சந்தோஷமாக வைத்திருப்பார் என மா எண்ணினார். நிச்சயிக்கப்பட்ட திருமணமா? ஆமாம், இருந்தால் என்ன என்று மா கேட்டார். எனினும், இத்திட்டத்தில் உள்ள கஷ்டங்கள் காரணமாக இந்த எண்ணத்தைக் கடைசியில் அவர் கைவிட்டார். கரீமும் பிரம் மசாரியாகவே இருந்து விட்டார்.

என் அப்பா என்னிடம் அடிக்கடிக் கூறிய கதைகளைப் பற்றிய சிறுவயது நினைவுகள் எனக்கு வந்தன. தனக்கும் தன் உடன் பிறவா சகோதரர்களுக்குமிடையே இருந்த இடைவெளியால் அவர் தொடர்ந்து மிகவும் பாதிக்கப்பட்டிருந்தார் என்று தோன்றியது. 'நாங்கள் சிறுவர் களாக இருந்தபோது, அவர்கள் எல்லாம் எங்கள் அப்பா பக்கத்தில்

உட்கார்ந்து பிரதான மேசையின் மீது உணவருந்துவார்கள். நானும் என் அண்ணனும், ஏதாவது மிஞ்சுமா என எதிர்பார்த்து, அவர்கள் சாப்பிட்டு முடிக்கட்டும் என்று சமையலறையில் காத்திருப்போம். எங்களுக்காக நபூ வேறு ஏதாவது சமைத்து ஏறக்குறைய யாருக்கும் தெரியாமல் எங்களுக்கு பரிமாறுவார். எதற்கும் எதிர்ப்புத் தெரிவிக்காத என் அப்பா மீது தான் எனக்கு வருத்தம். அவருடைய பலவீனம் எங் களுக்கு எப்பொதுமே பிரச்சனையாக இருந்தது. எப்படியும், தன் தொழிலில் நல்ல மதிப்புடையவராகவும், தன் இரண்டு மனைவிகள், பிள்ளைகள் ஆகியோரால் நேசிக்கப்படுபராகவும் விளங்கிய இந்தப் பெரிய மனிதர் மேலும் துணிவுடையவராக இருந்து ஏதோ இல்லாதவர்களைப் போல் நாங்கள் சாப்பிடும்படி விட்டிருக்க வேண்டாம். அடிக்கடி கரீம் எங்களுடன் வந்து சேர்ந்து உட்கார்ந்து கொண்டு எங்களைச் சிரிக்க வைப்பார். அதுதான் அவரைப் பொறுத் தவரை தன் ஆதரவைத் தெரிவிக்கும் முறையாகும். ஒருமுறை, வெள்ளைநிற குடும்பத்திற்கான 'தஜீனை'' (தட்டை) எங்கள் முன் வைத்து, "வாங்க, எல்லோரும் ஒன்றாகச் சாப்பிடுவோம். அவர்கள் நாம் வைத்த மீதியைச் சாப்பிடட்டும்'' என்று கூறிச் சிரித்தார். நாங்களும் சிரித்து விட்டோம். சமையற்காரியான பத்தூல் கடும் சீற்றத்துடன் அங்கு வந்தார். எங்களிடம் இருந்த தஜீனைப் பிடுங்கி, வீட்டு முதலாளியின் மேசையில் அதனை வைக்க ஓடினார். வெள்ளிக்கிழமைகளில், பத்தூல் இரண்டு விதமாக குஸ்குஸ் உணவு வகையைத் தயாரிப் பது வழக்கம். ஒன்றில் கறி இருக்கும். அது வெள்ளைநிற குடும்பத் துக்கானது. கறியில்லாத மற்றொன்று, வீட்டு வாசலில் வந்து உண்டு விட்டுச் செல்லும் வழக்கமுடைய பிச்சைக்காரர்களுக்கானது. ஒரு நாள், என் தம்பியும் நானும் ஏழைகளுடன் கலந்து அவர்களுடன் சேர்ந்து சாப்பிட்டோம். எங்கள் அப்பா தற்செயலாகப் பார்த்துவிட, அவர் கோபமாகி இனி எங்களை அவருடன் சேர்ந்து சாப்பிட வைக்க வேண்டும் என்று உத்தரவிட்டார். இந்த சிறிய வெற்றி கரீமைப் பெருமையடைய செய்தது.

"போகும் வழியில், ஒரே ஒருமுறைதான் வேன் ஒன்று நின்றது. எங்களை அதில் ஏறிக்கொள்ளுமாறு ஓட்டுநர் சைகை காட்டினார். எங்களிடம் கட்டணம் கேட்கப் போவதில்லை என்பதைப் புரிந்து கொண்டேன். அவர் எங்களிடம்,

"எப்படியும் என்னிடம் நிறையப் பயணிகள் இல்லை. உரிமை யாளர் உங்களைப் பார்ப்பதற்கு முன் காஸா வருவதற்கு முன்பாகவே

உங்களை இறக்கிவிடுகிறேன். அவர் கெட்டவர். இறைவனையோ, அவருடைய தூதரையோ நம்பாதவர். பணத்தை மட்டுமே நம்புபவர். எவ்வளவு பணம் இருக்கிறது என்று அவருக்கே தெரியாத அளவு அவர் பணக்காரர். ஆனால் ஒரு ஏழையைப்போல் வாழ்கிறார். பைத்தியம்" என்று சொல்லிவிட்டுத் துப்பிக் காட்டினார்.

"பிறகு அவர், எங்களுக்குப் பசிக்கிறதா என்று கேட்டார். வாகன உதவியாளர் எங்களுக்கு ரொட்டிகளையும் ஆலிவ்பழங்களையும் கொடுத்தார். சுவையாக இருந்தது. எல்லோரும் சோர்ந்து போயிருந்தோம். இல்லாதவர்களின் உதவிக்கு வரும் நட்சத்திரங் களில் ஒன்றுதான் இந்த மனிதரை எங்களுக்கு அனுப்பி வைத்திருக்க வேண்டும். எல்லைப் பகுதியை கடக்க நாங்கள் முயற்சி செய் கிறோம் என்ற சந்தேகம் அவருக்கு ஏற்பட்டது. எங்களுக்குச் சில அறிவுரைகளை அவர் வழங்கினார்.

"கவனமாக இருங்கள். எல்லையைக் கடக்க உதவும் தரகர்கள் தான் உங்களுடைய மோசமான எதிரிகள். அவர்கள் மீது எந்த நம்பிக்கையும் வைக்க முடியாது. பிறகு, மொராக்கோ மக்களை நம்பவேண்டாம். எல்லோரும் இல்லை. ஆனால், சிலருக்கு நம்மைப் பிடிப்பதில்லை.' என்றார்.

"அந்த நேரம் அவரை உற்றுப்பார்த்தேன். அவர் கலப்பு இனத்தைச் சேர்ந்தவர் என்பதைப் புரிந்து கொண்டேன்"

"முன்பே பேசிக்கொண்டபடி, காஸாவுக்குச் சற்று முன்னதாக அவர் எங்களை இறக்கிவிட்டார். இருட்டத் தொடங்கியிருந்தது. ஒன்றன் பின் ஒன்றாக விளக்குகள் எரியத் தொடங்கின. வாகனப் போக்குவரத்து அதிகமாக இருந்தது. நாங்கள் கவனமாக இருந்தோம். ஏனெனில், இந்த நகரம் பொதுவாக ஏழைகளிடமும், குறிப்பாக எங்களைப் போன்றவர்களிடமும் பரிவாக இருக்காது என்பது எங்களுக்குத் தெரியும். காஸாவைப்பற்றிக் குறிப்பிடும்போது, மொராக் கோவின் நுரையீரல் என்று கூறுவதுண்டு. குறிப்பாக அது ஒரு தொழில் நகரம். பசுமையான, செல்வந்தர்கள் மிகுந்த பகுதிகளும், முரட்டுத்தனமாக நடந்து கொள்ளும் மக்களைக் கொண்ட குடிசை களும், வாழ்க்கைக்குத் தனக்கென ஒரு விழுமியத்தை உடையதுமான பகுதிகளும் கொண்டது இந்நகரம். இங்கே, ஏழைகள் மிகவும் ஏழையாகவும், பணக்காரர்கள் மிகவும் பணக்காரர்களாகவும்

இருந்தனர். காஸா நகர் எங்களைப் பயமுறுத்தியது. குறிப்பாக, நாங்கள் அங்கு நீண்ட நேரம் இருக்கக் கூடாது. எப்படியும் எங்களுக்கு அங்குப் பாதுகாப்பில்லை.

"உண்மையில் அங்கு நாங்கள் மிக மோசமான துன்பங்களை அனுபவித்தோம். எங்கள் சிறியகுழு ஒன்று சேரும் பேருந்து நிலையத்திலிருந்து புறப்பட்டு, குறைந்த கட்டணத்தில் ஒரு வீடோ அல்லது சிறிய தங்கும் விடுதியோ கிடைக்குமா என்று துறைமுக பகுதியை நோக்கிச் சென்றோம். எங்களுக்குக் குளிக்கவும், தூங்கவும் இடம் தேவைப்பட்டது. அத்தகைய ஓர் இடத்தில் நாங்கள் கால் எடுத்து வைத்த அடுத்த நொடியே எங்கள் காட்டுக்குத் திரும்பிச் செல்லும்படிக் கூச்சலிட்டுக் கொண்டு காவலர் ஓடி வந்தார். ஒருமுறை, காவலர் ஒருவருடன் தகராறு ஏற்பட, அவர் விசில் சத்தம் எழுப்பினார். ஒரு சில நிமிடங்களில் காவல்துறை வாகனம் ஒன்று வந்து நின்றது. மூன்று காவலர்கள் எங்களுக்கு விலங்குகள் மாட்டி நகரமுடியாதவாறு முடக்கினார்கள். எங்கள் நிலைமையை அவர்களிடம் விளக்கத் தோழர்கள் என்னை நியமித்தனர். "நாங்கள் இந்தப் பக்கமாகக் கடந்து செல்பவர்கள் மட்டுமே; இங்கேயே தங்கி விடும் எண்ணம் எங்களுக்கு முற்றிலுமாக இல்லை. ஐரோப்பா சென்றடைவதே எங்கள் நோக்கம். எங்கள் மீது மனிதாபிமானமாக நடந்து கொள்ளுங்கள். எங்கள் பயணத்தைத் தொடர விடுங்கள்." என்று கேட்டுக்கொண்டேன்.

"காவலர்களில் ஒருவன் எங்களைப்போல் இருந்தான். மொராக்கோவாசிகள் கருப்பாக இருக்க முடியும் என்பதற்கு மிகப் பொருத்தமான அத்தாட்சி அது. ஆனால், அவன் அர்த்தமின்றிக் கடுமையாக நடந்து கொண்டதோடு, எங்களை, 'நீக்ரோக்கள்', 'கலூஷ்', 'அசி', 'அபீத்', என்று அழைத்து அவமானப்படுத்தினான். என் தோழர்களுக்கு அந்தச் சொற்களை மொழிபெயர்க்க வேண்டிய அவசியமில்லை. கருப்பர், நீக்ரோ, அடிமை என அவர்களே புரிந்து கொண்டனர். அந்த நபரைக்காட்டிலும் கனிவாக இருந்த வெள்ளைநிற மேலதிகாரியின் தயவில் கைது நடவடிக்கையிலிருந்து தப்பித்துக் கொண்டோம். காவல் பொறுப்பிலிருந்தவன் எங்கள் மீது சில வசவுகளைப் பொழிந்த பின் பாதி பிரஞ்சிலும், பாதி அரபு மொழியிலும் சில கருத்துக்களைக் கூறினான். "இதில் ஒன்றும் குறைச்சல் இல்லை. இந்தக் கலூஷ்கள் எங்கள் ஊருக்கு வருகிறார்கள்! போலீஸ் மிகவும் நல்லவர்களாக இருக்கிறார்கள்.

இதுவே நானாக இருக்க வேண்டும். எல்லோரும் கடலுக்குப் போக வேண்டும் என்று சொல்லியிருப்பேன். ஆமாம் எல்லோரும் கடலுக்குத் தான். ஸ்பெயினில் உள்ள தரீஃபா வரை நீந்திக் கரையேற வேண்டியதுதான்" எனக் கத்தினான்.

இந்தக் கருப்புக் காவலரின் நடத்தை எனக்குக் குழப்பத்தை உண்டாக்கியது. ஏன் இந்த நபர் இவ்வளவு கெட்டவனாகவும், முரட்டுத்தனமான இனவெறியனாகவும், பிடிவாதக்காரனாகவும், அறிவில்லாதவனாகவும் இருக்கிறான்? தன் சக ஊழியர்கள் அல்லது மேலதிகாரிகளிடம் இவனும் இனவெறியின் காரணமாகப் பாதிக்கப்பட்டிருக்க வேண்டும். இவனும், ஆப்பிரிக்காவிலிருந்து அழைத்துவரப்பட்ட அடிமையொருவரின் மகனாக இருக்க வேண்டும். சீருடையுடன், ஆயுதமும் வைத்திருப்பதால் இவனுக்கு ஒருவித முக்கியத்துவம் கிடைத்துள்ளது. தனது வெறுப்பினைத் தான் கைது செய்பவர்கள் கருப்போ, வெள்ளையோ, அவர்கள் மீது தான் இவன் கொட்டியாக வேண்டும. ஒருவேளை ஒன்றிரண்டு கரன்சி தாள்களை எதிர்பார்த்திருப்பானோ? இதுபோல் நடைபெறுவது தெரிந்ததுதான் என்றாலும் அது எங்கள் சக்திக்கு அப்பாற்பட்டதாகும். "மேகமும்" "புத்தேத்" தும் இந்தச் சம்பவத்தால் பெரிதும் சோர்ந்து போய்விட்டனர். வெள்ளையர்கள் மீது தங்கள் வெறுப்பினை வெளிப்படுத்தினர்.

இனவெறியை எதிர்த்து இனவெறி. வெள்ளைக்கு எதிராகக் கருப்பு, கருப்புக்கு எதிராக வெள்ளை. யதார்த்தம் என்ன ஒரு விசித்திரமான நிலைமை! ஒவ்வொரு மனிதனிடமும் குடியிருக்கும் இத்தீமையை எதிர்த்துப் போராடுவதென்பது கடினமான காரியமாகும். என் தோழர்களிடம் நாகரீகம் குறித்துச் சிறியதொரு அறிமுகம் செய்ய விரும்பினேன். ஆனால், அதற்கான இடமும் நேரமும் இல்லை என உணர்ந்தேன். சோர்வும் அவநம்பிக்கையும் மிகவும் அதிகரித்திருந்தன. என் தோழர்களைக் கவனித்தேன். எங்கள் அனைவரின் நிலையும் பரிதாபப்படும்படியிருந்தது.

"ஒருவழியாக, எங்களை அனுமதித்த சிறிய தங்கு விடுதியின் பெயர் "லெஸ்பெரான்ஸ்". (நம்பிக்கை). அந்த விடுதியை நிர்வகித்த வயதான பெண்மணி எப்பொழுதும் புகைத்தப்படி இருந்தார். புனிதப் பயணம் மேற்கொண்டவர்களை அழைப்பது போன்று அவரை நாங்கள் "ஹாஜ்ஜா" என அழைத்தோம். ஆனால், அவர்

உடனடியாக, தான் இதுவரை மெக்காவுக்குச் சென்றதில்லை எனத் தெரிவித்தார். மேலும், தான் ஒரு யூதர் என்றும், 1967 ஜூன் மாதம் நடந்த ஆறுநாள் போரில் இஸ்ரேல் நாட்டிற்குத் தன்னைப் புலம் பெயர வைக்க நெருக்கடி தந்த மொஸாத்தின் ஆட்களைச் சமாளித்து விட்டதையும் தெரிவித்தார். தன் கடந்த காலத்தைக் குறித்துப் பேசிய அவர் இரண்டு பெரிய அறைகளில் எங்களைத் தங்க வைத்தார். மூட்டைப்பூச்சிகளிடம் கவனமாக இருக்கும்படி எச்சரித்தார். அங்கு வரும் வாடிக்கையாளர்கள் யாரும் மேல் நிலையில் உள்ளவர்கள் இல்லை என்றும் கூறினார்.

"நாங்கள் முன்பணம் செலுத்த வேண்டும் என்பதைக் கோடிட்டுக் காட்டினார். உடனடியாகப் பணத்தைச் செலுத்தினோம். சரளமாகப் பேசக்கூடிய ஆளாக இருந்ததால், என் கைகளைப் பற்றிக் கொண்ட அந்தப் பெண்மணி, "வா, கொஞ்சம் மது அருந்தலாம். உன்னிடம் பேச விரும்புகிறேன். சம்மதமா? உனக்குக் கட்டணத்தில் சலுகை அளிக்கிறேன்." என்றார்.

"எனக்குத் தூக்கம் சொக்கியது. போதையில்லாத பீர் ஒன்றை அருந்திவிட்டு அவர் தயாரித்திருந்த கோழி சான்ட்விச்சைச் சாப்பிட்டேன். தன்னிடமிருந்து பறிக்கப்பட்ட அவருடைய மகனைப் பற்றிப் பேசினார். அந்தச் சம்பவத்தை ஒருபோதும் மறக்க அவர் தயாராக இல்லை. இஸ்ரேல் நாட்டினை அவர் வெறுத்தார். அவருடைய வாழ்க்கை காஸாவில் தான் இருக்கிறது. வேறு எங்கும் இல்லை. அவருக்குக் கணவர் இருக்கிறாரா என்று கேட்டபோது, சிகரெட்டைப் பெரியதாக இழுத்தபின் தூரத்தில் எதையோ பார்த்த வாறு பேசினார்:

"என்னுடைய அழகிய காதல் கதை மிகவும் சோகமானது. அவர் பெயர் சி முகமது. அவர் இஸ்லாமியர். அவரைத் திருமணம் செய்து கொள்வதற்காக நான் இஸ்லாம் மதத்திற்கு மாறினேன். எனினும், அவருடைய குடும்பத்தினர் எதையும் தெரிந்து கொள்ள விரும்ப வில்லை. மதம் மாறியபோதிலும், யூதர் ஒருவர் தன் குடும்பத்தில் இடம் பெறமுடியாது, ஒருபோதும் முடியாது என்று அவருடைய அப்பா கத்தினார். இயல்பாக என் உறவினர்களும் அதே முரட்டுத்தனத்துடன் எதிர்ப்புத் தெரிவித்தனர். புரிகிறதா? ஒரு இஸ்லாமியரைத் திருமணம் செய்து கொள்வது நம் மூதாதையர்களுக்குத் துரோகம் செய்வது என்பதாகும். நம் இதயத்தின் நடுவில் கத்தியால் குத்துவதற்குச்

சமமாகும். எப்படியும் ஒருநாள் நம்மை அவர்கள் கொன்று விடுவார்கள். சிமுகமதுவும் நானும் வீட்டை விட்டும் ஊரை விட்டும் ஓடிவிட்டோம். காவல்துறை எங்களைத் தேடிக் கண்டுபிடித்து விட்டது. கடுங்கோபத்துக்கு ஆளான அவருடைய அப்பா, அவரைத் துறப்பதாகவும், வீட்டை விட்டு நிரந்தரமாக நீக்கி வைப்பதாகவும் பொது இடத்தில் எல்லோருக்கும் தெரிவித்தார். ஆப்பிரிக்காவைச் சேர்ந்த யூதர்கள் கொண்ட ஒரு சிறு குழுவுடன் என் பெற்றோர் கிளம்பிச் சென்றனர். அவர்கள் என்ன ஆனார்கள் என்ற விபரம் அதன்பின் தெரியவில்லை. அழுதேன், துன்பப்பட்டேன். ஏறக்குறைய பைத்தியமாகும் நிலைக்குச் சென்றுவிட்டேன். பைத்தியமே ஆகி விட்டேன் என நினைத்தேன். இந்தச் சம்பவம் நடந்து சில நாட்களுக்குப் பின், எனக்கு எந்தத் தகவலும் தெரிவிக்காமல், ஓர் இரவில் எழுந்து, வெளிப்படையாக எந்த இடத்தில் தன் அப்பா அவருக்குச் சாபமிட்டாரோ, அந்த இடத்தில் இருந்த நூற்றாண்டுகள் கண்ட கம்பீரமான, காய்ந்த ஆலமரத்தில் என் கணவர் தூக்கிட்டுக் கொண்டார். அதன்பின், அவருடைய அம்மாவுக்கு இதனால் புத்தி பேதலித்துவிட்டதாகவும், அவருடைய அப்பா வியாபாரத்தில் முன்னேற்றம் கண்டதாகவும் தெரிந்து கொண்டேன். கெம்மிசெட் என்னும் சிறிய நகரில் இவையெல்லாம் வெகு காலத்துக்குமுன் நடைபெற்றன.

அது எழுத்தறிவற்ற குடியானவர்கள், கிராமவாசிகள் ஆகியோரைக் கொண்ட பாரம்பரியமானதொரு நகரமாகும். காஸா அல்லது ரபாத் நகருக்கும் இதற்கும் எவ்விதத் தொடர்பும் இல்லை.

"அந்தப் பெண்ணின் கண்கள் குளமாகியிருந்தன. அவர் கூறிய கதை உண்மையா அல்லது பொழுது போக்குவதற்காகக் கட்டப்பட்டதா என்ற கேள்வி எழுந்தது. என் மனதில் உதித்த இக்கேள்வி அவருடைய காதில் விழுந்ததைப்போல் எழுந்து சென்று புகைப்பட ஆல்பம் ஒன்றுடன் என்னை நோக்கி வந்தார். சி முகமதுவுக்கு மெல்லிய மீசை இருந்தது. கிளார்க் கேபல்லைப் போல் இருந்தார். ஒரு படத்தில், அவர்கள் இருவரும் அணைத்தபடி நீச்சல் உடையில் மகிழ்ச்சியாகக் காணப்பட்டனர். அந்தப் பெண்ணின் தலைமுடி காற்றில் வளையங்களாகப் பறந்தவண்ணம் இருந்தன. அவர்கள் மிகவும் அழகாக இருந்தனர். வேறு படம் ஒன்றில், ஆவா கார்டனர் வாலிப வயதில் இருந்ததைப் போன்று அவர் தோற்றத்தில் மகிழ்ச்சி தெரிந்தது. இன்று, பாவம் அவர் முகம் மதுவினாலும், துயரத்தாலும்

உப்பிப் போய் இருக்கிறது. நான் அவருடைய கதையை நம்பும் அளவிற்கு அத்தனை நெகிழ்ச்சியாக நடந்துகொண்டார்.

மறுநாள் காலை எங்களுக்குச் சிற்றுண்டியாக பஜ்ஜி, தேன் கலந்த தோசை, தேநீர், காபி ஆகியவற்றைப் பரிமாறினார். தாஞ்சியர் சென்ற டைய எங்களுக்குச் சில ஆலோசனைகளையும் வழங்கினார்.

"முடிந்தவரை தொடர்வண்டியிலேயே பயணம் மேற்கொள்ளுங் கள். வாகனக்காரர்கள் எப்பொழுதும் நிறுத்தி ஏற்றிச் செல்ல மாட்டார்கள். நல்லவர்கள் யாராவது கிடைக்கும் வாய்ப்பு உண்டுதான். ஆனால், அது மிகவும் அரிதானது. பரவலாக எல்லா இடத்திலும் இருப்பதைப் போல் இங்கும் ஏழைகளிடம், குறிப்பாக நம்மைப் போல் கருப்பாக இருப்பவர்களிடம் மிகவும் பரிவாக நடந்து கொள் வதில்லை. தொடர்வண்டிதான் நல்லது. பயணச்சீட்டை வாங்கிக் கொள்ளுங்கள். உங்கள் அடையாள ஆவணங்களைக் கேட்காதபடி எல்லாம் முறைப்படி இருப்பதாகப் பார்த்துக்கொள்ளுங்கள். உங்கள் ஆவணங்களை அழித்துவிட்டீர்கள். இல்லையா?"

"நாங்கள் அதற்குப் பதில் எதுவும் சொல்லவில்லை."

தொடர்வண்டி சரியான நேரத்திற்குப் புறப்பட்டது. எங்கள் பெட்டியில் இருந்த நபர், சாப்பிடுவதில் தன் பொழுதைக் கழித்துக் கொண்டிருந்தார். அவரிடமிருந்த ஏராளமான சேன்ட்விச்சிகளை எங்களோடு பகிர்ந்து கொண்டார். அவர் கவலையோடு இருந்தார். தொடர்ந்து சாப்பிட்டுக் கொண்டே இருந்ததில் அவருக்குள் ஒரு நம்பிக்கை ஏற்பட்டது. அவ்வப்பொழுது ஏப்பம் விட்டார். பிறகு, உடனடியாக "ஹம்துல்லில்லா" (இறைவனுக்கு நன்றி) என்னும் வாசகத்தைக் கூறினார். கெனீத்ரா வந்ததும் அவர் தூங்கிப்போனார். அவரது குறட்டைச் சத்தம் தொடர் வண்டியின் சத்தத்தை விடப் பலமாக இருந்தது. தலைமுடியை அழகான ஸ்கார்ப்பால் மூடியிருந்த இளம்பெண் ஒருத்திப் பெட்டிக்குள் ஏறினாள். யாரை விட்டோ ஓடி வந்தவள் போல் அவள் முகம் கவலையாக இருந்தது. அவளைவிட வயதில் மூத்த நபர் வேகமாக அவளை நோக்கி வந்து தன்னைப் பின்தொடரும்படிக் கூறினான். அவன் என்ன சொன்னான் என்று எங்களுக்குப் புரியவில்லை. ஆனால் அவளிடமிருந்த முரட்டுத்தனம், தன்மீது அதிக நம்பிக்கையில்லாத, பொறாமை பிடித்த மனிதனுக்கு உரியதாகும். அவன் பிடியிலிருந்து வெளியேற முயன்ற அவள் என்

மீது விழுந்தாள். நான் எழுந்து அவளை நிற்கச் செய்ய உதவினேன். அப்போழுது அந்த ஆள் என்னை வெறுப்பு நிறைந்த முகத்தோடு பார்த்து விட்டுத் தரையில் துப்பினான். "இதில் ஒன்றும் குறைச்சல் இல்லை. கருப்பர்கள் நம் பெண்களைச் சுற்றி வளைக்கிறார்கள்" என்று பிரஞ்சு மொழியில் கூறினான்.

"நல்ல உயரமாக இருந்த நடத்துநர், சிரித்த முகமாக அன்பாக இருந்தார். துளையிடுவதற்கென எங்கள் பயணச்சீட்டுகளை அவர் பெற்றபோது என்னை உற்றுப்பார்த்து, "உன்னைப் பார்த்தால் எனக்குத் தெரிந்த முகமாக இருக்கிறது. உன் ஊர் தாஞ்சியர் தானே?" என்று கேட்டார். அவர் தவறாக அப்படி நினைப்பதாகவும், நான் இது வரை தாஞ்சியர் சென்றதில்லை என்றும் பதில் அளித்தேன். தொடர் வண்டி அஸில்லாவில் நின்றது. அது கடலைப் பார்த்தவாறு அமைந்த சிறியதொரு நகரமாகும். தப்பியோடிய கைதி ஒருவனைத் தேடி ஆயுதம் தாங்கிய காவலர்கள் வண்டிக்குள் ஏறினார்கள். அந்த நபர் தாடியுடன் இருந்ததாகவும், வெடிப்பொருட்கள் வைத்திருந்ததாகவும் சொல்லப்பட்டது. தொடர்வண்டி முழுவதும் பரபரப்பில் இருந்தது. ஒரு கட்டத்தில், நிறைய சத்தம் கேட்டது. அந்த நபரைக் காவலர்கள் பிடித்து அவனிடமிருந்தவற்றைக் கைப்பற்றிவிட்டனர். தாஞ்சியர் தொடர்வண்டி நிலையத்தில், அதனை வெடிக்க வைக்கத் திட்ட மிட்டிருந்ததாகத் தெரிகிறது. வண்டி மீண்டும் கிளம்பியபோது, நிம்மதி ஏற்பட்டது. ஆனால் கவலையாகவும் இருந்தது. மொராக்கோ காவல்துறை மிகவும் திறமையானது என்றும் எந்தத் தீவிரவாத அமைப்பு உருவாகிக்கொண்டிருந்தாலும் அதனை முறியடிக்கக் கூடிய ஆற்றல் அவர்களுக்கு உண்டு என்றும் பயணி ஒருவர் எங்களிடம் விளக்கினார். "அல் கெய்தா, மொராக்கோவில் "வலூ" (கிடையாது) என்று கட்டை விரலைக் கீழே சுட்டியபடி என்னிடம் அவர் கூறினார்.

பகல் நேரத்தில் நாங்கள் தாஞ்சியருக்கு வந்து சேர்ந்தோம். சண்டை போட்டுக் கொண்ட அந்தத் தம்பதி வெளியே போவதைப் பார்த்தேன். கைகோர்த்தபடிச் சென்ற அவர்கள் அடிக்கடி அணைத்துக்கொண்டனர். பார்க்க வேடிக்கையாக இருந்தது. இது போன்றவர்களை என்னால் புரிந்துகொள்ள முடியவில்லை. இந்த நகரை ஏதோ முதல் முறையாகப் பார்ப்பதுபோல், எனக்கு விந்தையானதொரு எண்ணம் உண்டானது. நான் வெளியேற்றப்பட்டதிலிருந்து எதுவும் மாறிவிடவில்லை. வலேன்ஷியானா ஐஸ்கிரீம் வாங்கிச் சாப்பிடும் குடும்பங்களை எப்போதும் போல் ஸ்பெயின் சாலையில் பார்க்க முடிந்தது. தொடர்

வண்டி நிலையத்தை நகரத்துக்கு வெளியே இடம் பெயரச் செய்துவிட்டு, அதனைக் காவல்துறையின் தலைமையகமாக மாற்றிவிட்டிருந்தனர். துறைமுகவாயில் தொடர்ந்து கண்காணிக்கப்பட்டு வந்தது. புலம் பெயர்ந்து வருபவர்களின் கார்களைப் பின் தொடர்ந்தபடிப் படகு பயணச்சீட்டு விற்பவர்கள் ஓடிக் கொண்டிருந்தனர். குழந்தை ஒன்றை வைத்தபடிக் கருப்புநிறப் பெண்கள் பிச்சையெடுத்துக் கொண்டிருந்தனர். மற்ற பிச்சைக்காரர்கள் அவர்களை விரட்டினர். பரிதாபத்து குரிய இவர்களை வறுமை அவர்களுக்குள் மிகவும் தீயவர்களாக மாற்றியிருந்ததாக நினைத்துக் கொண்டேன். இனவெறி எல்லாத் திசையிலிருந்தும் வெளிப்பட்டது. கருப்பர்களை எதிர்த்து வெள்ளையர்கள். வெள்ளையர்களை எதிர்த்து கருப்பர்கள். இவர்கள் மட்டும் நிறையப் பணம் படைத்தவர்களாக இருந்திருந்தால், இருவரும் இணக்கமாகப் பெரிய உணவு விடுதியொன்றின் மேல்தளத்தில் மதுக்கோப்பையுடன் ஒருவரையொருவர் வாழ்த்தியபடி இருந்திருப்பார்கள். இவை அனைத்தையும் ஈடுபாடின்றி விலகி நின்று கவனித்து வந்தேன். நான் ஒரே நேரத்தில் என் ஊரிலும் வேறு இடத்திலும் இருந்தேன். நான் அந்நியனாக இருந்தேன். எனினும் நான் இந்த ஊரைச் சேர்ந்தவன். வேடிக்கையான உணர்வு. எல்லாவற்றையும் விட்டுவிட்டு என் குடும்பத்தோடு சேர வேண்டும் என்ற எண்ணத்திலிருந்து மீண்டுவர வேண்டும் என்று நினைத்தேன். என் தோழர்களை விட்டுவிட்டு முன்னே செல்ல முயன்றேன். ஆனால், நான் கடைசிவரை தாக்குப் பிடிக்க வேண்டும். எனக்கு ஆர்வம் இருந்தது. அதே சமயம் ஏதாவது நடந்து விடுமோ என்ற அச்சமும் இருந்தது.

"எங்கள் குழு முடிவெடுத்துவிட்டது. என்னைப் பொறுத்தவரை, எனக்கு ஒரு சந்தேகம் இருந்தது. பாதையில் செல்லுமுன், நன்றாக யோசிக்க வேண்டும். தகவல்களைச் சேகரிக்க வேண்டும். தேவையான அனைத்து ஏற்பாடுகளையும் செய்து முடிக்க வேண்டும். குறிப்பாக உடனடியாகப் பணத்தை வெளியில் எடுக்கக் கூடாது" என்று என் கருத்தை அவர்களிடம் தெரிவித்தேன். தாஞ்சியருக்கு நான் திரும்பியதிலிருந்து, கருப்பிலிருந்து நான் மீண்டும் வெள்ளையாக மாறிவிட்டேன். எல்லா தில்லுமுல்லுகளும் சாத்தியமாகக் கூடிய இந்தப் பழைய நகரின் பிள்ளையாக அப்படியே மாறிப் போனேன். தக்காரிலிருந்து தாஞ்சியருக்கான என் பயணம் மிகவும் நெடியது. கடினமானது. நான் யாராக இருந்தேன் என்பது தற்சமயம் நன்றாக எனக்குத் தெரிந்தது. வழியில் நிச்சயமாக என் தோலின் நிறம் மாறிவிடவில்லை. கருப்பு நிறத் தோலும் இல்லை. வெள்ளைநிற

முகமுடியும் இல்லை. என் பயணத்தின்போது என் மீது விழுந்த சில தொடர் வசவுகளின் காரணமாகச் சில நேரங்களில் நான் இன வெறியனாக மாறியிருந்தேன். என்னைவிடக் கருப்பு நிறம் குறைவாக இருப்பதால் தங்களை உயர்வானவர்கள் என்று கருதிக் கொள்ளும் இந்தப் பரிதாபத்துக்குரியவர்கள் மீது எனக்கு வருத்தம் ஏற்பட்டது.

ரூபியோ என்ற நபர் ஒருவரை நாங்கள் சந்திக்க ஏற்பாடாகியது. வெள்ளை நிறத்தில் தன் முடியை அவர் தோய்த்திருந்ததால் அவரை அவ்வாறு அழைத்தனர். தீப்பின் ஏஜென்ட் ஒருவருடன் அவர் எங்களுக்குத் தொடர்பு ஏற்படுத்தித்தர வேண்டும். பிரபல மஃபியாவான தீப்பின் முகத்தை யாரும் பார்த்ததில்லை. அந்த நபர் போதைப் பொருள் கடத்தலுடன், கள்ளத்தனமாக வருபவர்களை அழைத்துச் செல்பவராகவும் இருந்தார். சோக்கோ ஷிக்கோவில் உள்ள உணவு விடுதி ஒன்றில் அவருக்காக அன்று இரவு காத்திருக்குமாறு எங்களுக்குத் தகவல் வந்தது. அவர்தான் எங்களை அடையாளம் காண்பார். தகவல்கள் தெரிவிப்பவர்கள் மூலம் எல்லாவற்றையும் அவர் அறிந்து வைத்திருப்பார்.

அந்தச் 'சென்ட்ரல் கபே' காலியாக இருந்தது. இரவு நெடுநேரம் ஆகியிருந்தது. அவ்வப்பொழுது பரிமாறும் பையன் ஓடிவந்து, எங்களிடம் "முதலாளிக்காகக் காத்திருக்கிறீர்களா? பொறுமை, பொறுமை; சில நேரங்களில் பலமணி நேரம் தாமதமாக வருவார். சில நேரத்தில் வராமலே கூடப் போவார்; நண்பர்களே பொறுமையாக இருங்கள்' என்று சொல்லி விட்டுச் சென்றான். தெருவில், தூங்க இடம் கிடைக்குமா என்று நாடோடிகள் அலைந்து கொண்டிருந்தனர். கீழே கிடந்த சிகரெட் துண்டுக்காகச் சிறுவர்கள் சண்டை போட்டுக் கொண்டனர். வயதான பெண் ஒருவர் கஷ்டப்பட்டு நடந்து சென்றார். மேல் தளத்தில், இரண்டு சுற்றுலாப் பயணிகள் உட்கார்ந்திருந்தனர். சற்று நேரத்தில் மிகவும் மெலிந்துபோய் இருந்த ஒரு நபர் அவர்களுடன் சேர்ந்து கொண்டார். தன்னைப் பின் தொடரும்படி அவர்களிடம் பேசிக்கொண்டார். பரிமாறும் பையன் என்னைப் பார்த்த பார்வை, சிறுவர்களை விரும்பும் ஆட்கள் அவர்கள் என்று சொல்வது போல் இருந்தது. நான் ஒன்றும் கூறவில்லை. இரவில், தாஞ்சியர் நகரம் தன் கொள்ளையர்கள், சமூக விரோதிகள், போதை அடிமைகள் என்று தன் பழைய வரலாற்றுக்குத் திரும்பியது. நாங்களோ, எங்கள் தலைவிதியை முடிவு செய்யப் போகிற நபருக்காகக் காத்திருந்தோம். நாளை நாங்கள் ஸ்பெயினில் இருந்தாலும் இருப்போம். சிறையில்

இருந்தாலும் இருப்போம் அல்லது மத்திய தரைக்கடலும் அட்லாண்டிக் கடலும் கலக்கும் ஜலசந்தியின் அடியில் இருந்தாலும் இருப்போம். நாங்கள் அனைவரும் மிகவும் சோர்வாக இருந்தோம். எங்கள் பார்வையில் வெறுமை இருந்தது. இந்த நீண்ட பயணத்தின் காரணமாக எங்கள் முகம் கலங்கிப் போய் இருந்தது. நன்கு உடை யணிந்திருந்த மூன்று ஆப்பிரிக்கர்கள் செல்வதைப் பார்த்தேன். எங்களைக் கண்டதும் அவர்கள் வேகமாக அடி எடுத்து வைப்பதையும் கவனித்தேன். அவர்கள் யார்? அவர்கள் எல்லாம் தங்களுக்குரிய குடியிருப்புச் சான்றிதழையும், பணி அட்டையையும் அண்மையில் பெற்றவர்கள் என்று பரிமாறும் பையன் எனக்குகொரு தகவல் அளித்தான். மேலும் அவன், "விருந்தோம்பல் இல்லை என்று யாரும் தன்னைப்பற்றிக் குறிப்பிடுவதை மொராக்கோ விரும்பவில்லை. எல்லா வகையிலும் முறைப்படுத்தி விடுவார்கள். நீங்கள் இங்குத் தங்க வேண்டும் என்று முடிவு செய்தால் உங்களுக்கும் அதுதான் நிச்சயம் நிகழும். ஆனால், இதைப்பற்றி முதலாளியிடம் எதுவும் சொல்லாதீர்கள். நான் உங்களிடம் கூறியது அவருக்குத் தெரியவந்தால் என்னை வேலையைவிட்டு நீக்கிவிடுவார்".

"ஒருவழியாக விடியற்காலை ஒரு மணி வாக்கில் கருப்புக் கண்ணாடி பொருத்தப்பட்ட கருப்பு நிற பெரிய மெர்செடஸ் கார் ஒன்று உணவு விடுதியின் எதிரில் வந்து நின்றது. அந்த வீதி பாதசாரி களுக்கானது. எனினும், சிலர் மட்டும் அதை மீறும் உரிமையை எடுத்துக் கொண்டனர். பெரிய ஆள் ஒருவர் அதிலிருந்து இறங்கினார். முதலில் வலது பக்கமாகவும், பின் இடது பக்கமாகவும் முகத்தைத் திருப்பிவிட்டுத் தன் கோட்டின் உட்பகுதியில் பொறுத்தப்பட்டிருந்த ஒலிவாங்கியில் பேசினார். பிறகு, எல்லாம் கட்டுப்பாட்டில் இருப் பதாகச் சைகை செய்தார். முகத்தில் சுருக்கம் விழுந்து, தளர்ந்துபோய் சிறிய உருவம் கொண்ட ஒரு நபர் தென்பட்டார். பரிமாறும் பையன் வேகமாகச் சென்று அவரது கையை முத்தமிட்டான். அவருடைய காவலர்களில் ஒருவன் வந்து எங்களைப் பார்த்து, எங்கள் கடவுச் சொல்லைக் கேட்டான். "ஆப்பிரிக்கா சரியாகப் போகவில்லை" என்று வேகமாக சொன்னேன்.

அவர் அதனை "ஆப்பிரிக்கா சரியாகப் போகவில்லை" என்று மெதுவாக மீண்டும் கூறினார்.

"உங்களிடம் பணம் இருக்கிறதா?"

“நாங்கள் ரூபியோவுடன் பேச வேண்டும்”

“இது போன்ற சாதாரணமான விஷயங்களுக்கெல்லாம் ரூபியோ வருவார் என்று நினைக்கிறீர்களா?”

பல கந்தல் துணிகளால் சுற்றப்பட்ட தம் சிறிய சேமிப்பை எடுத்து எங்கள் எதிரில் இருந்த நபரிடம் ஒவ்வொருவராகக் கொடுத்தோம். அவர் தொலைபேசியில் பேசினார். ‘வானிலை’ என்ற வார்த்தை காதில் விழுந்தது. பிறகு, ‘கீழைக்காற்று’ என்று கூறியது கேட்டது.

“எல்லையைக் கடப்பது இன்று இரவு நடைபெறும். நீங்கள் கொடுத்து வைத்தவர்கள்தான். வானிலை மோசமாக இருக்கிறது. கீழைக்காற்றுப் பலமாக வீசுகிறது. பொதுவாக, இதுபோன்ற சூழ்நிலை, ‘கர்தியாசிவில்’ என்னும் உள்ளூர் காவல்துறைக்குச் சாதக மானதாக இருக்காது. முன்பெல்லாம், இது போன்று எல்லையை நல்ல வானிலையின் போது கடப்பதை வழக்கமாகக் கொண்டிருந்தோம். அது ஒரு தவறான செயலாகும். நாங்கள் இருக்கும் இடத்தை விரைவில் கண்டுபிடித்துவிடுகின்றனர்”.

அந்த நபர் பணத்தை எண்ணி முடித்து எல்கோர்தே இங்லேஸ் பிளாஸ்டிக் பை ஒன்றில் வைத்துக் கொண்டபின் தன் வாகனத்தில் ஏறியதும், வண்டி உடனடியாகப் புறப்பட்டது. அவர் பின்நோக்கி வந்து காரின் ஜன்னல் வழியாகத் தலையை வெளியே நீட்டி எங்களில் மிக உயரமாக இருந்த “வானம்” என எங்களால் அழைக்கப் பட்ட நபரை அழைத்தார். ‘காதோடு அவரிடம் சிறிது நேரம் பேசிய பின் வேகமாகப் புறப்பட்ட வாகனம், மெதினாவின் இரவு இருட்டில் மறைந்துபோனது. கருப்பு வெள்ளைப் படத்திற்குப் பொருத்த மானதொரு காட்சியாக அது இருந்தது.

“சரி, என்ன செய்தி?”

“சரியாக விடியற்காலை மூன்று மணிக்கு, கலங்கரை விளக்குக்குக் கிழக்கில் உள்ள சதுக்கத்தில் கூட வேண்டும். கவனம். அங்கு மோசமான நாய்கள் உள்ளன. நாம் மிக மிக இரகசியமாகவும், அமைதியாகவும் இருந்தாக வேண்டும். ஒருவர் பின் ஒருவராக நம்மைக் கூட்டிச் செல்ல ஒருவர் வருவார். நாம் அவசரப்படாமல் மிகவும் பொறுமையாகவும் இருக்க வேண்டும்” என்று அவர் என்னிடம் கூறினார். புறப்பாடு இருக்காது என்ற உள்ளுணர்வு

எனக்கு அப்போதுதான் ஏற்பட்டது. இவையெல்லாம் கட்டுக்கதை, வதந்தி, அப்பட்டமாகத் தெரிகிறது.

ஆனால் நான் எதுவும் கூறவில்லை. அவர்களுடன் மெர்கலாவுக்குப் புறப்பட்டேன். கலங்கரை விளக்கின் வாயிற்காவலன் எங்களை உள்ளே அனுமதிக்க மறுத்துவிட்டான். அந்த உயரமான ஆள் அவனிடம் கடவுச்சொல்லைப் பலமுறை சொல்லிப் பார்த்தான். பலனில்லை. காவலன் பணம் எதிர்பார்த்தான். எங்களிடம் அது இல்லை. யாரோ ஒருவர் தடுப்புச்சுவரைத் தாண்டிச் செல்ல முயற்சி செய்தார். அங்கிருந்த இரண்டு வெறிநாய்கள் அப்படிச் செல்லவிடாமல் அவரைத் தடுத்துவிட்டன. எங்கள் சட்டைப்பைகளை நன்கு துழாவி அவனிடம் சில நாணயங்களைத் திணித்தோம். தடுப்புகளைத் திறந்து விட்டபின், நாய்களைப் பிடித்துக் கொண்டு அந்த நீல முனையைக் காட்டினான். இருட்டில் எந்த நிறமும் எங்களுக்குத் தெரியவில்லை. பிறகு அவன் மறைந்து விட்டான். போய் நன்றாகத் தூங்குவான் எனத் தெரிகிறது.

வெறுமையான ஆழ்ந்த அமைதி நிலவியது. எல்லோருடைய முகங் களிலும் பரபரப்பு. நம் வாழ்க்கையில் நமக்கு எதிரில் இருக்கும் இந்த ஒரு முக்கியமான, அத்தியாவசியமான காலகட்டத்துக்காக எத்தனை தியாகங்கள், எவ்வளவு தூரம் பயணம் மேற்கொள்ளப்பட்டுள்ளது என எண்ணிப் பார்த்தோம். வாழ்வா, சாவா, முடிவா அல்லது வெறு மனே துரோகமா என்பதெல்லாம் விரைவில் தெரிந்துபோகும். நீலமுனை என்பது மத்திய தரைக்கடலும் அட்லாண்டிக் கடலும் சந்திக்கும் இடமாகும்.

நம்பிக்கையினைக் குலைக்குமொரு பொறுமையில் காலம் நகர்ந்து கொண்டிருந்தது. கீழைக்காற்று மரங்களை அசைத்தது. காற்றின் குளிர்ச்சியைக் கூட உணரமுடியாத அளவுக்கு நாங்கள் காத்துக் கொண்டிருந்தோம். யாரோ ஒருவர் கண்களுக்கு நிழல்கள் தெரிந்திருக் கின்றன. வேறு ஒருவர், சவக்குழியிலிருந்து வெளியே வந்த மூதா தையர் ஒருவரைப் பார்த்ததாகக் கூறினார். செனெகல்லிலிருந்தே நம்மை அவர் பின் தொடர்ந்திருக்க வேண்டும் என்றும் சொன்னார். எனக்குக் கடலைத்தவிர வேறு எதுவும் தெரியவில்லை. கீழைக்காற்று உண்டாக்கிய வெள்ளை மணற்துகள்கள் தோன்றுவதும் பின் மறைவதுமாக இருந்தன. வெளிச்சம் மாறியது. வானம் மேலும் தெளிவாகியது. தூரத்தில் சிறு படகோ, எதுவும் இல்லை. நம் உதவிக்கு என்று வர மரத்திலான குதிரையோ, பிளாஸ்டிக்கினாலான

கடற்கன்னியோகூட எதுவும் தென்படவில்லை. வேகமாக வீசும் சில காற்றலைகள்தான் நாங்கள் இருக்கும் நிலையினை எங்களுக்கு நினைவூட்டின. அடுத்ததாக, ஆட்டம் முடிந்தது என்பதை எங்களுக்கு உணர்த்தும் விதமாகச் சூரியனும் ஆக்ரோஷமாக ஊடுருவியது. ஒருவரை ஒருவர் பார்த்துக் கொண்டோம். தலையைக் குனிந்தவாறு எதுவும் பேசாமல் கலங்கரை விளக்கை விட்டு வெளியேறினோம். எங்களை முகம் கொடுத்துப் பார்க்கத் துணியாமல், வாயிற்காவலன் எதுவும் சொல்லாமல் பெரிய கதவைத் திறந்துவிட்டான். நாய்கள் அசையவில்லை. எங்களுக்கு ஏற்பட்ட தோல்வி மிகவும் கசந்தது. "வானம்" தன் கைகளை முகத்தில் பொத்திக்கொண்டு அழுதான். குன்றின் மீதிருந்து கற்களை எறிந்து "மேகம்" தன் ஆத்திரத்தைத் தீர்த்துக்கொண்டான். மற்றவர்கள் எதுவும் பேசாமல் அமைதியாக இருந்தனர்.

"நாங்கள் உணவு விடுதிக்குத் திரும்பினோம். பரிமாறுபவர்கள் மாறியிருந்தனர். எங்களுக்குத் தகவல் தர யாரும் இல்லை. நாங்கள் கனவு எதுவும் காணவில்லை. நேற்று இரவு அங்குதான் இருந்தோம். எங்கள் நிலையைப் புரிந்துகொண்ட வாடிக்கையாளர் ஒருவர் என் அருகில் குனிந்து, "சோர்ந்து விடாதீர்கள். தீப்பைக் காவல்துறைத் தேடிக்கொண்டிருக்கிறது. ரூபியோவைப் பொறுத்தவரை, இன்று காலையிலிருந்து அல்மெரியாவில் உள்ள சிறைச்சாலையில் இருக் கிறான். இப்போதைக்கு, உங்கள் பணத்தை மறந்து விடுவது நல்லது. நான் சிவில் துறையைச் சேர்ந்தவன்தான். எனக்கு எல்லா விஷயமும் தெரியும். கடத்தல்காரர்களை முறியடிக்க மனிதாபிமானத்தோடு நடந்துகொள்ளும்படி எங்களுக்கு உத்தரவு வந்திருக்கிறது. அதுவரை என்னால் உங்களுக்கு உதவமுடியும்".

என் தோழர்கள் மறுத்து விட்டனர். இனியும் நம்பிக்கைக்கு இடமில்லை. பள்ளி வாசலுக்குச் செல்லத் தயாராகும் கும்பலில் அவர்கள் கலந்து மறைந்து போயினர். எங்கள் குழு என்பது இனி இல்லை. இப்பொழுது நான் மீண்டும் தனி ஆளாகிப் போனேன். போய்த் தொழுகை செய்யவோ, என் துன்பங்களுக்கு நீதி வழங்கக் கூறி இறைவனிடம் முறையிடவோ எனக்கு விருப்பமில்லை. ஏழைகள், எவ்வித முக்கியத்துவமுமின்றி வாழ்பவர்கள், நிர்க்கதியாக நிற்கும் நல்லவர்கள் ஆகியோர் இறைவனிடம் பரிவும் மன்னிப்பும் கோரும்போது அவர்களுக்கு எதுவும் கிடைப்பதில்லை என்பதை

நான் புரிந்துகொண்டு நீண்ட நாட்கள் ஆகின்றன. இதைவிட மோசமான விஷயம் எதுவென்றால், அயோக்கியர்கள், திருடர்கள், சுரண்டுபவர்கள், குற்றவாளிகள், கபடதாரிகள் ஆகியோர்தான் பணம் குவித்துப் பிறகு உடனடியாகத் தங்கள் பாவங்களைக் கழுவ மெக்காவுக்குச் செல்கின்றனர். நியாயத்தை வெளிவேஷம் கொள்ளும் வெற்றி இது. என்னால் அப்படி நடக்க இயலாது.

"இத்தனை நீண்டதொரு நடைப்பயணத்துக்குப்பின், இத்தனைத் துன்பங்களுக்கும் பின், சொல்லப்போனால், இவ்வளவு குறுகிய காலத்திற்குள் எங்களிடம் உள்ள அனைத்தும் பறிக்கப்பட்ட நிலையில் இருந்தோம். என்னிடம் மீதமிருந்த சில நாணயங்களைக் கொண்டு வாங்கிய ஆறிப்போன காபியின் முன் திகைத்துப்போய் அமர்ந்திருந்தேன். இத்தனைத் துயரங்களைச் சந்தித்துப் பார்வை மங்கிப் போயிருந்தது. காலை நேரத்தில் வழக்கமாக வரும் வாடிக்கையாளர்கள் அந்த விடுதியில் அப்பொழுது இருந்தனர். அசையாமல், பேசாமல், கூச்சல் எதுவும் போடாமல் இருக்க வேண்டும் என்று முடிவு செய்தேன். வானம், முகங்கள், சுவர்கள், மரங்கள் என அனைத்தும் கருப்பாக மாறிப்போயின. நான் பார்த்த அனைத்திலும் என் தேகத்தின் பிம்பம் தெரிந்தது.

"கருப்பு நிறம் என்றால் முற்றிலும் கருப்பு, ஏதோ சீன மையால் தீட்டியதுபோல், என் உச்சிமுதல் பாதம்வரை என் தேகம் முழுவதும் கருப்பாக இருந்தது. என் உள்ளங்கை கூடக் கருப்பாக இருந்தது. இப்பொழுது எள்ளளவும் சந்தேகம் இல்லை. நான் முற்றிலுமாகக் கருப்பாக இருந்தேன். என் தாத்தாவின் வெள்ளைத் தேகத்தை நினைத்து என்ன பயன்? என் கதையைக் கூறினால் யாரும் நம்பமாட்டார்கள். யாரும் அதனைப் பெரிதாக எடுத்துக் கொள்ளமாட்டார்கள். என் கருப்புத் தேகம்தான் என் அடையாளம்; இரண்டு, அல்லது மூன்று பண்பாடுகளைக் கொண்ட கலப்பின அடையாளம். குழம்பிப்போன, கலங்கலான, தீவிரமான இன்னும் சொல்லப்போனால் மிக மோசமான அவஸ்தைகளின் அடையாளம், என்னுள் இருந்த கருப்பின நபரை அந்த அடையாளம் வெளிப்படுத்தியதுடன் அமெரிக்க நாடுகளை நோக்கி கோரே தீவிலிருந்து, நாடுகடத்தப்பட்ட என் மூதாதையர்களை நினைவூட்டியது. சுவாசிக்கத் துளைகள் இல்லாத என் தேகமும், அழிக்க முடியாத கருப்பு மையினாலான என் ஆன்மாவும் என்னை ஒரு சுதந்திர மனிதனாக மாற்றியிருந்தன. மேலும், இந்தச் சுதந்திரத்

தைக் காக்க எல்லா வகையிலும் தயாராக இருக்கும்படியும் அதனைக் காத்து அது காட்டும் வழியினில் செல்லவும் எனக்கு அந்த அடையாளம் உதவியது.

"நான் அந்த இடத்தில் ஒரு கல்லைப்போல் நாள் முழுவதும் உட்கார்ந்திருந்தேன். வெறுப்பும், கோபமும் நிறைந்ததொரு பாறையாகப் பயங்கரமான நினைவுகளுடன் பெரிய பாறாங்கல்லாக உட்கார்ந்திருந்தேன். அந்தப் பக்கமாகச் செல்லும் சிறுவர்கள் நின்று என்னை உயிருள்ள சிலையைப் பார்ப்பதைப்போல், பார்த்துச் சிரித்துவிட்டு சென்றனர். அவ்வப்பொழுது அந்த விடுதி இலவசமாக வழங்கும் பால் காபியைப் பரிமாறும் நபர் எனக்குக் கொண்டு வந்து கொடுத்தான். ஒருமுறை, சிகரெட் ஒன்றை அவன் என்னிடம் நீட்டினான். அதனை வாயில் போட்டுமென்று புகையிலையைத் துப்பினேன். என் எச்சில் மஞ்சளாகக் கசந்தது. என் தேகத்தின் நிறம் மாறியது. என்மீது படர்ந்த சூரியன் என்னைக் கழுவி, என் உள்ளத்தின் கருமையாகவும் இருக்கும் என உடலின் கருமையினை மறையச் செய்ததைப்போல் இருந்தது. என் வாழ்க்கையின் ஒரு பகுதி முடிந்துவிட்டது. என் உடலின் தோற்றம் மாறியது. தலை சுற்றியது. என் கால்கள் தானாக அசைந்தன. எங்கே இருக்கிறேன் என்பதோ நான் யார் என்பதோ எனக்குத் தெரியவில்லை. நீண்ட அமைதிக்குப் பிறகா அல்லது பெருத்த சப்தத்தின் முடிவிலா என்பது இப்பொழுது நினைவில்லை. ஒரு கை என்னைப் பற்றியது. "எழுந்திரு, நிகழ்காலத்துக்கு வா" என்று ஒரு குரல் என்னிடம் கூறியது.

அத்தியாயம் – 8

சலீம் பயணம் மேற்கொண்டிருந்த நேரத்தில் அவன் இருக்கும் இடத்தைக் கண்டுபிடிக்கும் முயற்சியில் ஹசன் ஈடுபட்டிருந்தான். தக்காரில் இருந்த அஞ்சலகத்திலிருந்து தந்தி ஒன்று அனுப்பப் பட்டிருந்தது. எனினும் அவனைப்பற்றிய செய்திகள் எதுவும் அவன் குடும்பத்தினருக்கு ஓராண்டாகக் கிடைக்கவில்லை. ஹசனுக்கு காவலர் ஒருவருடன் ஓரளவுக்கு அறிமுகம் உண்டு. பரிவுடன் பழகும் அவரை ஹசன் அடிக்கடிப் போய் பார்த்து வருவான். அந்தக் காவலரின் மனைவிக்கு சென்ட் ஒன்றை அன்பளிப்பாக அளித்து, "என்ன தகவல் எதுவும் இல்லையா?" என்று கேட்டான். "ஒன்றும் இல்லை" என்று பதில் அளித்தான். இயல்பாகவே காணாமல் போன கருப்பு இளைஞன் ஒருவனின் கதியைப் பற்றி அவனுடைய மேலதி காரிகளுக்குக் கவலையில்லை என்பது தெளிவாகத் தெரிகிறது. ஒருநாள், சில பீர்கள் உள்ளே சென்றதும், ஹசனைத் தேற்றுவதற்காக அந்தக் காவலர், "ஒன்று தெரியுமா, காணாமல் போனவர்கள் என் பதெல்லாம் இப்பொழுது கிடையாது. முன்பெல்லாம் அது இருந்திருக்க வாய்ப்புண்டு. அதாவது, 'உறுதியான காலம்' என்று நீங்கள் அழைத்த அந்தக்காலம். நான் கொஞ்சம் காலத்துக்கு முன்தான் பணியில் சேர்ந்திருக்கிறேன். நான் அதிகமாகக் கேள்விகள் எதுவும்

கேட்க மாட்டேன். ஆனால், பிரச்சனைகள் உள்ள சிலர் காணாமல் போய்விடுவதும் அவர்களை ஒருபொழுதும் கண்டுபிடிக்கமுடியாமல் போவதும் எனக்குத் தெரியும். எனினும், அது எல்லாம் இப்பொழுது முடிந்த கதை. நீ நிம்மதியாக இருக்கலாம். உன் மகன் இபீஸா அல்லது மராக்கேஷில் மகிழ்ச்சியாக இருப்பான். நீ வேண்டுமானால் பார், ஒருநாள் புத்தம்புது மலர்போல் அவன் இங்கு வந்து குதிப்பான். கவலைப்படாதே" என்றார்.

அத்தனையும் மீறி ஹசனுக்குப் பயம் ஏற்பட்டது. ஏதோ ஒரு தவறுக்குத் தன் மகன் பலியாகி இருப்பானோ என்று அஞ்சினான். அவனுடைய சட்டைப் பையில் யாராவது போதைப் பொருளைப் போட்டிருக்கலாம். அல்லது இவனை வேறு ஒருவராகத் தவறாக எண்ணியிருக்கலாம். இந்த விஷயத்தைப்பற்றித் தன் அம்மாவிடம் அவன் பேசுவதில்லை. அவள் பொறுமையுடன் பேரன் திரும்பி வரவேண்டும் என எதிர்பார்த்து நாள்தோறும் மாலை நேரங்களில் தொழுகை செய்து வந்தாள். எனினும், சில நேரங்களில் கரீமிடம் இதைப்பற்றிப் பேச நேர்ந்திருக்கிறது. அதுபோன்ற சமயங்களில், தன் மென்மையான அணுகுமுறையினாலும், சிரிப்பினாலும் அவனைத் தேற்றி "சலீம் வருவான். எனக்கு நம்பிக்கை இருக்கிறது. அவன் நன்றாக இருக்கிறான்" என்று சொல்வான்.

மாதங்கள் கழிந்தன. சலீம் பற்றிய தகவல் எதுவும் கிடைக்கவில்லை. வசந்தகாலம் வந்தபோது, தங்கள் திருமண நாளினைக் கொண்டாட வரும் ரால்ப், ழுவான் கர்லோஸ் ஆகியோருக்காக அவர்கள் வீட்டினைத் தயார் செய்யும் வேலை நடைபெற்றது. அனைத்தும் சரியாக இருக்க வேண்டும் என்று நினைத்த அவர்கள், நபூவிடம் பதினைந்து நாட்களுக்கு முன்பாகவே தாங்கள் வரும் தகவலைத் தெரிவித்திருந்தனர். ஹசன் சோகமாக இருந்ததால், அவர்களை வரவேற்பதற்கான ஏற்பாடுகளைக் கவனிக்கும் அம்மாவுக்கு உதவியாக ஹூசேன்தான் வந்திருந்தான். எடுபிடி வேலைகள் செய்ய வேண்டிய ஆட்களில் கருப்பன் ஒருவனும் இருந்தான். அவன் பெயர் அலேந்தெலோன். மாலியைச் சேர்ந்த அவன், தாஞ்சியரில் தன் ஓய்வுக் காலத்தை அமைத்துக் கொண்ட ஆங்கிலேயரிடம் வேலைபார்த்து வந்தான். அந்த ஆங்கிலேயர் புராதன கலைப் பொருட்களை வாங்கி விற்கும் தொழில் செய்து வந்தார். அண்மையில்தான் அவன் முறையான ஆவணங்களைப் பெற்றிருந்தான். இந்தப் பையனிடம் தன் குடும்பத்தைப் பற்றியும், சலீம்மை எதிர்நோக்கியிருக்கும் நிலையினையும் விளக்கி, அவனிடம் சில விவரங்களைக் கேட்டான்.

“இன வெறியைப் பற்றி என்ன நினைக்கிறாய்?” என அவனிடம் கேட்டான்.

“இனவெறி என்பது முதலில் ஏழ்மைதான். வெள்ளைநிறத்த வர்களுடன் கலப்பதை நான் தவிர்த்து விடுவேன். குறிப்பாக, அவர் களிடம் எதையும் கேட்கமாட்டேன். அவர்களிடம் நிறைய விஷயங் களில், ஒருதலைபட்சமான போக்குக் காணப்படும்” என்றான் அவன்.

சிறிது நேரம் கழித்து, ஆங்கிலேயர்கள் அவனிடம் எப்படி நடந்து கொள்கின்றனர் என்று ஹூசேன் கேட்டான். பெருமூச்சு விட்ட அலேந்தெலோன்,

“தேவைக்கு, வேறு வழியில்லை” என்றான்.

ஹூசேன் அதற்குமேல் வற்புறுத்தவில்லை. சில தர்மசங்கடமான கோரிக்கைகளை அவ்வப்பொழுது நிறைவேற்றியாக வேண்டும் என்பதை அவன் புரிந்து கொண்டான். அவற்றைப் பற்றி யாரும் விவாதிப்பதில்லை..

தன் சகோதரனுடன் சேர்ந்து அனுபவித்த ஏராளமான சம்பவங்களை ஹூசேன் யோசித்துப் பார்த்தான். அவனது அறிவுக்கூர்மை, பொறுமை, எதற்கும் பதறாத அவனுடைய அமைதியான சுபாவம் ஆகியவற்றைக் கண்டு எப்பொழுதும் வியந்து போனான்.

இனவெறியான அவமதிப்புகளுக்கு எதிராக எந்த நடவடிக் கையிலும் இறங்கமாட்டான். ஒருபொழுதும் கைகலப்பில் இறங்க விரும்ப மாட்டான். அதிகத் தீவிரமடையாமல் பிரச்சனைகள் எப் பொழுதும் விரைவாக அடங்கிவிடும். எப்போதாவது அரிதாக அவன் செல்லும் பள்ளிவாசலில் எல்லோருக்கும் அவன் மீது மரியாதை இருந்தது. எனினும், அவனுக்கு இறைநம்பிக்கை தீவிரமாக இல்லை. மதம்தொடர்பான அனைத்து விஷயங்களில் இருந்தும் அவன் ஒதுங்கியிருந்தான்.

அவனுடன் பிறக்காத மற்ற சகோதரர்களான முகமது, அஸீஸ் ஆகியோர் முற்றிலும் வேறானவர்கள். எகிப்தின் தலைநகரான கெய்ரோவுக்குச் சென்றிருந்த அவர்களில் ஒருவன் தத்துவம் கற்கவும், மற்றொருவன் ஹசன் ஃபாத்தியின் பாரம்பரிய மணல் கட்டடக் கலையைக் கற்கவும் திட்டமிட்டிருந்தனர். ஆனால், அங்கிருந்த

இஸ்லாமிய சகோதரர்களால் திசை திருப்பப்பட்டு மதப்போதகர் களாக மாறிப்போனார்கள். வாஹாபிசத்தின் கடுமையான, தூய்மை யான சடங்குகளைப் பரப்பும் கடமையை அவர்கள் செய்து வந்தனர். இஸ்லாமின் கொள்கைகளை வரி விடாமல் நடைமுறைப் படுத்துவதிலும், அறத்தைக் கடைப்பிடிப்பதிலும் உறுதியாக இருந்த பதினெட்டாம் நூற்றாண்டின் செய்யோஷூதின் என்பவரின் பெயரால் வழங்கப்பட்ட கொள்கை இதுவாகும். அவர்கள் தாடி வளர்த்துக் கொண்டு அதனை மருதாணியால் பூசியிருந்தனர். பெரிய ஜெலாபா வகையைச் சார்ந்த ஷமீர் என்னும் வெள்ளை அங்கிகளை உடுத் தியபடி நற்செய்திகளைப் பரப்ப வீடு வீடாகச் சென்றனர். தாங்கள் அமைதியாக, நல்ல இஸ்லாமியராக இருப்பதற்கு எந்த அறிவுரையும் அவர்களிடமிருந்து தேவையில்லை என்று கூறி, அவர்களை மக்கள் நாகரீகமாகத் திருப்பி அனுப்பினார்கள். அடுத்ததாக அவர்கள் ஹசன், ஹூசேனிடம் முயன்று பார்த்தனர். அவர்களது வழக்கமான பிரசங்கத்தை எதுவும் சொல்லாமல் சகோதரர்கள் கேட்டுக் கொண்டனர். நபூ இதில் தலையிடவில்லை. எல்லாப் பிரச்சனை களையும் மதத்தால் தீர்த்துவிடலாம் என நம்பும் இந்தச் சகோதரர்களை அவர்கள் பார்த்துக்கொள்ளட்டும் என்று விட்டுவிட்டாள். அவர்களை மூளைச் சலவைச் செய்திருக்க வேண்டும் என்று அவள் கூறுவதுண்டு. கரீமைப் பொறுத்தவரை, அவர்கள் பிரச்சாரத்தைச் சற்று கடுமையாக எதிர்கொண்டான். அவன் ஒரே வார்த்தையில், "கொடூரமானவர்கள்" என்று கூறிவிட்டான். இத்தனைக்கும் அவர்களிடம் ஆயுதங்கள் இல்லை. பயமுறுத்தும் தோரணையும் இல்லை. எனினும், அவர்கள் மனதில் கொடூரம் இருப்பதை அவன் உணர்ந்து விட்டான். அவனை அச்சுறுத்தக்கூடிய ஏதோ ஒன்றை அவர்களது முகத்தில் அவன் கண்டு பிடித்தான். அதன் பிறகு, வந்த வழியே அவர்கள் திரும்பிச் சென்றனர். வேறு எங்காவது தங்கள் பிரச்சாரத்தைத் தொடரச் சென்றிருக்கலாம். ஒரு வேளை அந்த இடம் மொரித்தானியாவாக இருக்கலாம். அங்கு அவர்கள் பின்பற்றும் அதே வழியைக் கடைப்பிடிக்கும் கூட்டமைப்பு ஒன்று உள்ளது.

தன் பேரன் நீண்ட நாட்களாகத் திரும்பாமல் இருக்கும் காரணத்தை நபூ ஊகித்திருந்தாள். ஒருநாள் காலை, சலீம் வீட்டுவாசலில் வந்து நின்றபோது, அவன் எங்கிருந்து வருகிறான் எனத் தெரிந்தபோதும் அவனிடம் எதையும் அவள் கேட்கவில்லை. பாட்டியின் கைகளையும், பின் அவளுடைய நெற்றியினையும் முத்தமிட்டபின், வீட்டைவிட்டு ஓடிப்போயிருந்த சிறுவனைப்போல் அவளுடைய கைகளைப் பற்றித்

தேம்பி அழுதான். தன் குடும்பத்தினருக்கு அவன் உண்டாக்கியிருந்த பதட்டத்தையும், கவலையினையும் சட்டென யோசித்துப் பார்த்தான். தான் இருக்கும் நிலை குறித்து அவர்கள் நிம்மதியடையும் படி ஒரு கடிதமோ, அல்லது யார் மூலமாவது ஒரு தகவலோ அவர்களுக்கு அனுப்பியிருக்கலாம். இதற்குப் பதிலாக அந்தத் தந்தியை அனுப்பி விட்டு அதன்பின் மாதக்கணக்கில் எந்தத் தகவலும் அனுப்பாமல் போனதால் இறந்துவிட்டானோ என்று எண்ணும்படிச் செய்து விட்டான். ஆனால் அந்தக் காலகட்டத்தில் அவன் மிகவும் சோர்ந்து போய் இருந்தான். காவல்துறை வாகனத்தில் அவனை ஏற்றிய நேரம் முதல், அவன் கூறுவதை யாரும் பெரிதாகப் பொருட்படுத்தாத அந்த நேரம் முதல், அவனது தேகத்தின் நிறமே அவனுடைய ஒரே அடையாளமாகவும் அவன் வாழ்வின் அர்த்தமாகவும் மாறிப்போனது.

சலீம் வீடு திரும்பியிருந்த அன்று இரவு அவனுடைய அப்பா ஹசன், அவனுடைய பெரியப்பாக்கள் ஹூசேன் மற்றும் கரீம் ஆகியோரும் குளியல் இடத்தில் ஒன்று கூடினர். நபூவைப் போலவே யாரும் எந்தக் கேள்வியும் கேட்கவில்லை. மீண்டும் சந்தித்துக் கொண்டதில் மகிழ்ச்சியடைந்த அவர்கள் ஒற்றுமையாக இனி எதிர்காலத்தில் நடக்கவேண்டியதைக் கவனிப்பது என்று முடிவு செய்தனர். மிகவும் மெலிந்து போயிருந்த சலீமின் தோற்றத்தைக் கண்டு கவலையடைந்த உறவினர்களிடம் தன் உடல்நிலை நன்றாக இருப்பதாக அவன் தெரிவித்தான். அவன் சிரித்தபடியே, "நான் நிறைய நடந்தேன். இருப்பதிலேயே அதுதான் நல்ல உடற்பயிற்சி போல் இருக்கிறது" என்று கூறினான்.

சிறிது நேரம் கழித்து, ஹூசேன் அவனிடம், "நீ இந்தச் சம்பவத் திலிருந்து விடுபடவேண்டுமென்றால், ஏதாவது ஒரு வேலையில் சேர வேண்டும்". என்றான். பிராசிம் பெரியப்பாவின் ஒரே மகனும் அவர்களுடைய சகோதர்களில் ஒருவனுமான அந்த நபர், தான் ஓய்வு பெறுவதற்கு முன் யாருக்காவது அந்த வேலையை ஒப்படைக்க விரும்புகிறார். மொராக்கோ விடுதலையடைந்து, தாஞ்சியர் அதனு டன் இணைந்தபின், பணப்பரிமாற்றம் செய்யும் அலுவலகத் தினைக் காப்பீட்டு முகமையாக பிராகிம் மாற்றிவிட்டார். அவருடைய ஒரே மகன் தான் அதனை இதுவரை நிர்வகித்து வந்தார். இந்தத் திட்டத்தை உடனடியாக சலீம் ஏற்றுக் கொண்டான். ஏனெனில், அது ஒரு நிம்மதியான வேலை. நிரந்தரமான வேலை நேரங்கள்; தன் இயல்பான வாழ்க்கையை சலீம் மீண்டும் தொடங்க முடியும்.

காப்பீட்டு முகமைகளில், முதல் சில வாரங்கள் எந்தப் பிரச் சனையும் இல்லாமல் கழிந்தன. அமைதியும் அடக்கமும் கொண்ட சலீம் ஒரு நல்ல ஊழியனுக்கு எடுத்துக்காட்டாக விளங்குபவன். எந்தக் குறையும் அவன்மீது கூறமுடியாது. முன்புபோல் நல்ல ஆரோக் கியத்துடன் இருப்பதை உணர்ந்த அவன் புகைப்படம் எடுக்கும் பணியை மீண்டும் தொடங்க விரும்பினான். ஒருநாள் காலை, புது உடைகளை அணிந்து கொண்டான். முகத்தை நன்றாக மழித்துக் கொண்டு காலையிலேயே இரண்டாம் தொகுதியின் காவல் துறையின் தலைமை அலுவலகத்திற்குச் சென்றான். தன்னிடமிருந்து பறிமுதல் செய்யப்பட்டிருந்த தன் புகைப்படக் கருவியைத் திரும்பப்பெற விரும்பினான்.

அந்த இடத்தில் தொடர்ந்து பலரும் வருவதும் போவதுமாக இருந்தனர். சில காவலர்கள் சாதாரண உடையில் இருந்தனர். வாக்கிடாக்கியில் அவர்கள் பேசும் தொனியிலிருந்தும், பதிலுக்கு அதிலிருந்து வெளியேறிய அவ்வளவாகப் புரியாத குரலிலிருந்தும் காவலர்கள் என்பது அடையாளம் தெரிந்தது. கிராமப்பகுதிப் பெண்கள் பெஞ்ச் ஒன்றில் என்ன காரணத்திற்காகவோ மனமுடைந்த நிலையில் உட்கார்ந்திருந்தனர். இளைஞர்கள் தங்கள் கைபேசியில் விளையாடிக்கொண்டிருந்தனர். இரவில் அங்குமிங்கும் சேகரித்துக் கொண்டுவரப்பட்ட பெண்கள் ஒரு மூலையில் தூக்கக் கலக்கத்தில் இருந்தனர். தான் கேட்ட புதினா தேநீர்தான் வேண்டும் என்று ஒரு காவலர் சத்தம் போட்டுக் கொண்டிருந்தார். பரிமாறும் சிறுவன் அவருக்குப் பால் கலந்த ஸ்பெயின் தேநீரைத் தந்திருந்தான். “எனக்குப் பால் கலந்த தேநீர் அறவே பிடிக்காது” என்று அவர் கூச்சல் போட்டார். யாரிடம் போய் விசாரிப்பது என்று சலீமுக்குத் தெரியவில்லை. சீருடையில் இருந்த ஒருவர் அருகில் சென்றான். உயர் அதிகாரி என்பது அவருடைய சீருடையில் தெரிந்தது. தன்னிடம் பேசமுடியுமா என்று அவரிடம் கேட்டான். “நேரமில்லை, ஸிரீரேக்கைப் போய் பார். அவர் உனக்கு விவரம் சொல்வார்” என்ற பதில் கிடைத்தது. நீல நிறக்கண்களையுடைய அந்தக் காவலரிடம் தான் பேசவேண்டும் என்பதைப் புரிந்து கொண்டான். தூரத்தில் இருந்தே அவன் முகம் தெரிந்ததும், தனக்கு நேர்ந்த கசப்பான அனுபவங்கள் நினைவுக்கு வந்தன. “எனக்கு அதிர்ஷ்டம் இல்லை. இந்தப் பேர்வழி என்னிடம் மோசமாக நடந்து கொள்ளப்போகிறான். மிகவும் பிகு செய்து கொள்ளப்போகிறான் என்பது ஏறக்குறைய தெரிந்ததுதான். எனினும், சலீம் சென்று அறிமுகம் செய்து கொண்டான்.

“வணக்கம். என் பெயர் சலீம் பென் ஹசன். காஸ்பாவில் உள்ள திரு. ரால்ப் என்பவருக்காக என் பாட்டி நபூ வேலை செய்து வருகிறார். அவர் வீட்டில் தங்கி இருக்கிறேன். என் கேனன் கேமராவைப் பெற்றுச் செல்லலாம் என்று வந்திருக்கிறேன். அதனை நீங்கள்.....”

அவனைப் பார்த்த காவலர் விறைப்பாகச் சிரித்தார்.

“எந்த கேமரா? யார் அந்த ரால்ப்? வேலைவெட்டி இல்லாமல் அக்கடா என்று அந்த நாட்டிலிருந்து பொழுதுபோக்கும் மற்றுமொரு ஓரினச்சேர்க்கையாளனாக இருப்பானோ?

மற்றக் கருப்பின ஆட்களோடு சேர்ந்து ஒரு வருடத்துக்கு முன் தன்னைக் கைது செய்த சம்பவத்தை அவனிடம் கூற சலீம் முயற்சி செய்தான்.

“ஆமாம். நினைவிருக்கிறது. இங்குப் படம் எடுத்து வெளிநாட்டுப் பத்திரிக்கைகளுக்கு அவற்றை விற்று நம் நாட்டுக்குக் கெட்ட பெயரை உருவாக்கும் வேலையைச் செய்யும் ஆள் நீ தானே? அதாவது துரோகி! மனித உரிமை போன்ற அமைப்புகள் எல்லாம் இல்லாமல் போனால் உன்னை நேராகச் சிறையில் தள்ளி அதன்பின் யாரும் உன்னைப் பற்றிப் பேசாதவாறு செய்திருப்பேன். நீ கொடுத்து வைத்தவன்தான். விசாரணையின்போது முன்புபோல் நம் வேலையை இப்போது செய்ய முடிவதில்லை.”

“சரி. இருக்கட்டும். என் கேமராவைத் திருப்பிக் கொடுங்கள்; அதுதான் என் வயிற்றுப் பிழைப்பு; நான் ஒரு ஃபிரீலேன்ஸ் பத்திரிக்கையாளன்....

“என்ன ஃபிரீ...?”

“அதாவது குறிப்பிட்ட பத்திரிக்கைக்காகப் பணியாற்றாமல் சுதந்திரமாக செயல்படுபவன்”

“அப்படியானால் இன்னும் மோசம்! நீ எல்லா இடத்திலும் பரவும் அபாயம். இடத்தைக் காலி செய். திரும்பி வராதே.”

இதற்கு மேல் வலியுறுத்திக் கேட்கக்கூடாது என்று அவன் புரிந்து கொண்டான். மிகுந்த ஏமாற்றத்துடன் அங்கிருந்து அவன்

வெளியேறினான். அந்தக் கேமராவின் விலை அதிகம். தாஞ்சியரில் இருந்த ஒரே இந்திய வியாபாரியிடம், லிபர்தே வீதியில் சோக்கோ கிராந்திற்குச் சற்றே முன்பாக இருந்த கடையில், அதனை வாங்கு வதற்கென்றே நீண்ட நாட்கள் சேமித்து வைத்திருந்த பணத்தால் வாங்கியது. இந்த ஊரில் இனித் தனக்கு எதிர்காலம் இல்லை என்பது இப்பொழுது அவனுக்குத் தெளிவானது.

பத்து மணிவாக்கில், போக்குவரத்து நிறுவனத்தில் உள்ள தன் உறவினரைச் சந்திக்க சலீம் புறப்பட்டான். துறைமுகத்திலிருந்து அல்ழேசிராஸ் அல்லது தாரீஃபாவுக்குப் புறப்படும் கப்பல்களைப் பார்த்தபடியே நாள் முழுவதும் பொழுது போக்கி அலுத்துப் போனான். அவ்வப்பொழுது நாட்டுப்படகு வேகமாகச் சென்று கொண்டிருந்தது. விண்ணப்பங்களை வைத்தபடி யோசனையில் இருந்தான். அனைத்தையும் ஒழுங்குக்குக் கொண்டுவரவும் நினைவு படுத்த அவனுடைய உறவினர் பலமுறை வந்தார். ஆயுள் காப்பீட்டுப் பத்திரங்களை அவன் எழுதியாக வேண்டும். வாடிக்கையாளர்கள் காத்துக் கொண்டிருந்தனர். அவன் கனவுலகில் மூழ்கியிருக்க முடியாது.

மாதங்கள் உருண்டோடிக்கொண்டிருக்க, அவனைமீண்டும்கவலை ஆட்கொண்டது. அதற்கான காரணம் அவனுக்குத் தெரியவில்லை. ஏதோ அவனை உறுத்திக் கொண்டிருந்தது. தன் அடையாளம் குறித்து மீண்டும் அவனுக்குச் சந்தேகம் ஏற்பட்டது. தன்னிடம் இருந்த கைபேசி மூலம் எடுத்த படங்கள் தரமானவையாக இல்லை. தன் முகநூல் பக்கத்தில் அவற்றை அவன் வெளியிடவில்லை. சமூக வலைத்தளங்களிலிருந்து அவன் விலகிநின்றான். எப்படியாவது தன் கேனன் கேமராவை மீட்டுவிடுவது என்பதில் உறுதியாக இருந்தான். அந்த விஷயத்தில் பித்துப் பிடித்தவனாய்த் திரிந்தான். இது குறித்துத் தன் அப்பாவிடம் பேசினான். ஒருநாள் இரவு, காவல்துறை தலைமையகம் காலியாக இருந்த நேரத்தில் ஹசன் அலுவலகத்தில் நுழைந்து தேட ஆரம்பித்தான். அந்நேரம், அவனுடைய போலீஸ் நண்பன் திடீரென அங்குவந்துவிட்டான். “உனக்கு என்ன பைத்தி யமா! என்ன செய்கிறாய்? உன் மகன் திரும்பிவிட்டான். இங்கு வந்து என்ன தேடுகிறாய்?” என்று கேட்டான். கேமரா குறித்து அவனிடம் ஹசன் தெரிவித்தான். “அது என்னை மீறிய விஷயம். இன்னும் மேலிடத்தில் போய்ப் பார்க்க வேண்டும்” என்று அந்தக் காவலர் பதில் கூறினான். மேலும் தோல்விகள்தான் கிட்டும் என்று

தெளிவாகத் தெரிந்து விடவே, ஹசன் அங்கிருந்து புறப்பட்டான். தன்னால் அவனுக்கு உதவி செய்ய இயலும் என்பதைக் காட்ட ஹசன் பெரிதும் விரும்பினான். எனவே சோக்கோ கிராந்தின் இந்திய வியாபாரியைச் சந்தித்து அதே போன்ற கேமரா கிடைக்குமா என்று கேட்டான். துரதிஷ்டவசமாக, அது தீர்ந்து விட்டது.

அன்று இரவு, ஏதோ ஒரு குரலோ, மின்னலோ சலீமைக் கனவில் வந்த அழைப்பு போல் துள்ளி எழச் செய்தது. யாரோ ஒருவர் சற்று முன்பாக அவனது அறைக்குள் நுழைந்து உடனடியாக எழுந்து, தெத்துவானுக்கும் பிறகு சீட்டாவுக்கும் செல்லும் பாதையில் பயணம் செய்யும்படி ஆணையொன்றை வழங்கியதுபோல் இருந்தது. அந்த ஊரில், சில இளைஞர்கள், ஒருவேளை அவனுடைய ஆப்பிரிக்கத் தோழர்களாக இருக்கலாம். அவர்கள் அவனுக்காகக் காத்திருப்பார்கள். அவர்கள் குறித்து அடிக்கடிச் சிந்தித்துப் பார்த்தான். அவர்கள் என்ன ஆகியிருப்பார்கள் என்று நினைத்துக் கொண்டான். அவர்களைத் தான் கைவிட்ட குற்றவுணர்வு அவனுக்கு ஏற்பட்டிருக்கிறது. சலீம் படுக்கையில் இருந்து எழுந்தான். அரைகுறையாக முகத்தைக் கழுவிக் கொண்டான். இரண்டு சாம்பல்நிறப் பருத்திக் கால்சட்டைகள், பழைய பர்க்கா அங்கி ஒன்று ஆகியவற்றை எடுத்து வைத்தான். பேழையொன்றில் துழாவிக் கொஞ்சம் பணம் எடுத்துக் கொண்டான். திரும்பிப் பார்க்காமல் வேகமாக காஸ்பா சரிவில் இறங்கிப் பேருந்து நிலையம் வரை சென்றான். அங்கு இருந்த ஷேர் டாக்சியில் ஏறித் தெத்துவான் – மிதிக் – சீட்டா திசை நோக்கிப் பயணம் மேற்கொண்டான்.

மழை பெய்துகொண்டிருந்தது. காற்றுப் பலமாக வீசிக் கொண்டிருந்தது. பெரும் சுழற்காற்றில் சிக்கி மரங்கள் வீழ்ந்தன. என்ன செய்வது என்று சலீமுக்குத் தெரியவில்லை. இயற்கைச் சீற்றங்கள் குறித்த கவலை இப்போது அவனுக்கு இல்லை. பழைய மெர் செடஸ் வாகனத்தின் கடைசி இருக்கையில் தன்னைக் குறுக்கிக் கொண்டு உட்கார்ந்திருந்தான். நன்கு தூங்கிப்போயிருந்த வயதானவர் பக்கத் தில் நெருக்கமாக அமர்ந்திருந்தான். அவர் உடல் சில்லிட்டி ருந்தது. ஒருவேளை அவர் இறந்திருக்கலாம். சலீமுக்குத் தன் அப்பா வின் நினைவு வந்தது. அவனுக்கு வெட்கமாக இருந்தது. தன் வாழ்க்கையில் எந்த வெற்றியும் காணாத அந்த மனிதரின் முகத்தில் தான் எத்தனை சோகம். கருப்புத் தேகம் என்பதை ஒரு காரணமாகக் கொள்ள முடியாது என்று நினைத்தான். தோல்வியைத் தன்

முகத்திலும், தன் உடல்முழுவதும் தாங்கியிருந்த தந்தையின் சோகத்தை முறியடிக்க சபதம் ஏற்று இருக்கிறோம் என்ற எண்ணமே அவனுக்குத் துணிவைத் தந்தது. தன் பாட்டியைப் பார்த்தான். அவள் முகம் துக்க நாட்களின் போது இருப்பது போல் சோகமாக இருந்தது. தன் எண்ணத்தில் இருந்த இந்தக் காட்சிகளை எல்லாம் தன் மனதிலிருந்து விரட்டிவிட்டுக் கண்களை மூடிக் கொண்டான். அழவேண்டும்போல் இருந்தது. வேறுவழியில்லை. தூரத்தில், வெகு தூரத்தில் சென்று சாதிக்க முடியுமா என முயற்சிசெய்து பார்ப்பது என்று முடிவு செய்தான். அமெரிக்காவைப்பற்றி யோசித்துப் பார்த்தான். நெருங்க முடியாத இடம். கனடா? ஏன் போனால் என்ன? "வான்கூவர்" (கனடாவின் வடக்கில் உள்ள துறைமுக நகரம்) நினைவுக்கு வந்தது. இந்தப் பெயரினை மீண்டும் உச்சரித்துப் பார்த்தான். பிறகு, பாதையினையும் இயற்கைக் காட்சியினையும் மறைக்கும் மழைத்தூறல்களையும் பார்த்துக் கொண்டிருக்க விரும் பினான். நல்லதுதான். பனிமிகுந்த அடர்த்தியான இந்தப் பனி மூட்டத்தின் மர்மமான சூழலில் நான் புறப்படுகிறேன் என நினைத்துக்கொண்டான். யாரும் என்னை அங்குப் போய் தேட மாட்டார்கள். அடுத்ததாக கியூபாவைப்பற்றி யோசித்துப் பார்த்தான். ஒருவேளை தன் அம்மாவை அங்கு பார்க்க முடியுமோ? ஒருநாள், அவன் பிறந்த கதையை நபூ அவனிடம் கூறியிருக்கிறாள். எந்த வொரு புது முயற்சிக்கும் அவன் தயாராக இருந்தான். எனினும், ஐரோப்பா கண்டம் அவனுக்கு எட்டிவிடும் தூரத்தில் இருந்தது. சீட்டா, மொராக்கோ பகுதியில் இருக்கிறது. மேலும், அது கடந்த ஐந்து நூற்றாண்டுகளாக ஸ்பெயினின் ஆக்கிரமிப்பில் இருந்தவொரு மொராக்கோ நாட்டு நகரமாகும். ஆப்பிரிக்க மண்ணில், மொராக் கோவின் பகுதியிலேயே உள்ள ஐரோப்பாவின் சிறு பகுதி. எனினும், அங்கிருந்துதான் அவன் தரீபாவுக்கும் அல்ஜெசிராசுக்கும் கப்பலில் செல்ல வேண்டும். அதன்பிறகு நடக்கக்கூடியவை புதிராகவே இருக் கட்டும் என விட்டுவிட்டான்.

அடுத்தநாள் காலை, விழித்து எழுந்ததும் ஏதோ நடந்து விட்டதை உணர்ந்த நபூ ஹசனை உலுக்கினாள். விடியற்காலையிலேயே சலீம் வீட்டைவிட்டு வெளியேறியிருக்கிறான். அவனுடைய கட்டில் சரி செய்யப்பட்டு அவனது பொருட்கள் எல்லாம் ஒழுங்காக அடுக்கி வைக்கப்பட்டிருந்தன. ஆனால், தோலினாலான அவனது பயணப்பை மட்டும் காணவில்லை. அங்கிருந்த சிறிய மேசையின் இழுவையில் அவனுடைய அடையாள ஆவணங்கள் இருந்தன. ஸ்பெயின்

நாட்டினைக் கடந்து சென்று ஏதாவது வேலை தேடலாம் என்று சலீம் போய்விட்டான் என்பது உடனடியாக ஹசனுக்குப் புரிந்துவிட்டது. அவன் உடைந்து அழுதான். அவனுடைய மகன் தலைமைக் காவல் நிலையத்தில் அவமதிப்புக்கு ஆளாகிவிட்டான். அந்த ஏமாற்றத்தில் இருந்து அவனால் மீண்டுவர இயலவில்லை. எதையும் எதிர்த்துக் கேட்பவனாகவும், வேகமானவனாகவும், தனக்குள்ள சுதந்திரத்தின் மீது அதிக ஈடுபாடு கொண்டவனாகவும் உள்ளவன். அன்று காலை, தூரத்தில் இருந்தாலும், ஸ்பெயினின் எல்லைகள் நன்கு தெரிந்தன. ஹசன் அவற்றைப் பார்த்தவாறு, "அவன் அங்கே இதைவிட சந்தோஷ மாக இருப்பானா? என நினைத்துப் பார்த்தான்.

சலீமிடம் சிறிதளவு பணம் கொடுத்திருந்ததை ஹசனிடம் நபூ ஒப்புக்கொண்டாள். தன் நண்பனிடம் கடன் வாங்கியிருப்பதாகவும் அதனை எப்படியும் திருப்பிச் செலுத்தியாக வேண்டும் என்றும் அவன் கூறியதாகத் தெரிவித்தாள். எல்லையைக் கடக்க உதவும் தரகர்களுக்குச் செலுத்தத்தான் அந்தத் தொகை என்பதை ஹசன் புரிந்து கொண்டான். வேகமாக வெளியே சென்றவன், தனக்கு உதவ முடியுமா என்று கேட்கத் தன் காவல்துறை நண்பனிடம் மீண்டும் சென்றான். அந்தக் காவலர் அங்கு இல்லை. வெளியூருக்குச் சென்றிருப் பதாகத் தெரிவித்தனர். ஏதோ ஒரு சம்பவம் நடக்கப்போகிறது என்று தெளிவாகத் தெரிந்துபோக வீடு திரும்பினான். தாஞ்சியரிலிருந்து மெலிலா வெகு தூரத்தில் இருக்கவே, சலீம் நிச்சயமாக சீட்டாவுக் குத்தான் சென்றிருப்பான். அண்மைக்காலமாக, கள்ளத்தனமாகக் குடியேறுபவர்கள் எல்லையைக் கடக்க அந்த ஊரிலிருந்துதான் முயற்சி செய்து வருகின்றனர். பெரும்பாலானவர்கள் மொராக்கோ மற்றும் ஸ்பெயின் ஆகிய இரண்டு காவல்துறையினராலும் சுற்றிவளைக் கப்பட்டு கைது செய்யப்படுகின்றனர். விஷயத்தைத் தெரிவிக்க ஹூசேனைத் தொலைபேசியில் அழைத்தான். நம்பிக்கையோடு பேசிய அவனுடைய சகோதரன், "கவலைப்படாதே. சலீமுக்கு ஒன்றும் ஆகாது. 'ஹராகா' வின் தோற்றம் அவனிடம் இல்லை. அழகான பெண் ஒருத்தியைப் பார்க்கப் போயிருப்பான். வேறு ஒன்றும் இருக்காது." என்றான்.

கைபேசியை வைத்துவிட்டு ஹசன் யோசித்தான். "உண்மையில் ஹராகாவின் தோற்றம் என்றால் என்ன? தன் அடையாள ஆவணங் களை எரித்துவிட்டு ஐரோப்பாவைக் கடக்கும் முயற்சியை மேற் கொள்பவனா? தன் சொந்த நாட்டில் அவமதிக்கப்பட்டவனா?

வேலை கிடைக்காமல் காவல்துறையினரால் தண்டிக்கப்பட்டவனா? மாலை வெகுநேரம் கழித்துதான் வீடு திரும்பினான். தூக்க மாத்திரை ஒன்றை போட்டுக் கொண்டு தூங்கிப் போனான்.

அன்று இரவு, சீட்டாவின் நுழைவாயில் அருகில், எல்லையைக் கடக்கும் இடத்தில் அமைக்கப்பட்டிருந்த வேலியினைத் தகர்க்க முயன்ற சகாராவின் தெற்கில் உள்ள ஆப்பிரிக்க நாடுகளைச் சேர்ந்தவர்களான சப்சகாரியன்கள் அடங்கிய கும்பல் ஒன்றின் மீது 'கார்தியா சிவில்' என்னும் சிவில் பாதுகாப்புப் படை துப்பாக்கியால் சுட்டது. அந்த வேலியினைத் தாண்டிச் செல்ல முடியவில்லை. சிப்பாய் ஒருவன் முதலில் வானத்தை நோக்கிச் சுட்டான். எங்கும் பீதி ஏற்பட்டது. சலீம் முதல் வரிசையில் நின்றிருந்தான். பிடித்துக் கொண்டிருந்த தடுப்பு வேலி, கடும் மழையினாலும், பலத்த காற்றினாலும் ஆட்டம் கண்டிருந்தது. தானியங்கித் துப்பாக்கியின் இரண்டாம் சுற்றுத் தாக்குதல் நடந்தபோது சலீமின் மார்பில் குண்டுகள் பாய்ந்தன. அவனுடன் இருந்தவர்கள் காயமடைந்தனர். பெரும்பாலானவர்கள் ஓடித் தப்பித்து விட்டனர். சலீமின் பிணத்தை சீட்டாவின் பிணவறையில் மறைத்து வைக்கக் காவல்துறை அவசரம் காட்டியது. எந்தவொரு புகாரையும் மறுக்கும்படி அவர்களுக்கு மேலிடத்திலிருந்து ஆலோசனை வந்தது. எப்படியும், இந்த மனிதன் சட்டப்பூர்வமாக வாழ்ந்ததற்கான சான்று எதுவும் இல்லை. அடையாள ஆவணம் எதுவும் இல்லை. எந்த அமைப்பைச் சார்ந்தவன் என்பதற்கான சுவடு எதுவும் இல்லை. "பெயர் தெரியாத புலம் பெயர்ந்தவன்" ஒருவனின் பிணத்தைக்கோரி சகாராவின் தென்பகுதியில் உள்ள ஆப்பிரிக்க நாட்டினை யாரும் கடக்கப்போவதில்லை. குறைந்தபட்சம் இதுதான் ஸ்பெயின் காவல் துறையின் நம்பிக்கையாகும். எனினும், அந்தக் கூட்டத்தில் தாஞ்சியரிலிருந்து விடியற்காலையில் புறப்பட்டு, வந்து சேர்ந்ததும் எப்படி அந்த இரவில் நல்ல அழகான இளைஞன் ஒருவன் எல்லைக் காவல் துறையினரால் சுட்டுக்கொல்லப்பட்டான் என்பதை விவரித்த சிலருடைய கருத்து வேறுமாதிரியாக இருந்தது.

உணவு விடுதி ஒன்றில் இந்தச் சம்பவம் குறித்து மக்கள் பேசிக் கொண்டதைக் கேட்ட ஹசன் மயக்கமடைந்தான். அது தன் மகன்தான் என்பது அவனுக்கு உடனடியாகப் புரிந்துவிட்டது. ஏறக்குறைய அதே நேரத்தில், வழக்கத்திற்கு மாறாக முன்னதாக வந்த பிணவறையின் மருத்துவர், சலீமின் கால்சட்டையின் பின்பக்கப் பையில் அஞ்சல் அட்டையில் முன்கூட்டியே எழுதப்பட்டிருந்த விலாசம் இருந்ததைக்

கண்டார். அதில் நபூ, ரால்ப் மூவான் கர்லோஸ் இல்லம், காஸ்பா, தாஞ்சியர், மொராக்கோ என்று எழுதப்பட்டிருந்தது. அந்த வீட்டின் தொலைபேசி எண் தொலைபேசி அட்டவணையில் இருந்தது. உடனடியாக அவன் குடும்பத்தை அழைத்துத் தகவல் அளித்தார்.

மிக மோசமான சம்பவம் ஏதோ நடந்துவிட்டது என்பது கரீமுக்குத் தெரிந்துவிட்டது. கடலின் மேற்பரப்பில் சலீம் ஓடுவதுபோல் அவன் கனவு கண்டான். "அவன் ஓர் இறைத்தூதர் இல்லையே. இந்தக் காட்சி எனக்குப் பிடிக்கவில்லை" என்று நினைத்தான். அன்று காலை, தன் அம்மாவின் கைகளைப்பற்றிக்கொண்டு உள்ளுக்குள் அழுதான்.

நண்பகலுக்குப் பிறகு, இந்தப் பெரும் சோகத்தால் நிலைகுலைந்து போயிருந்த நபூ, ரால்ப் மற்றும் மூவான் கார்லோஸ் வீட்டில் தன் பிள்ளைகள் அனைவரையும் வரவழைத்துப் பேசுவது என்று முடிவு செய்தாள். ஹசன் இடிந்து போயிருந்தான். அவனைத் தங்கள் நேசத்தால் சூழ்ந்தவாறு எல்லோரும் அன்றிரவு அங்கேயே உறங்குவது என்று அவர்கள் முடிவு செய்தனர். சலீமின் அம்மாவைப்பற்றி ஹசன் முதல் முறையாகப் பேசினான். அவளுக்குத் தகவல் தெரிவிக்க முடியாததற்காக வருந்தினான்.

பதினைந்து நாட்கள் கழித்து, காவல்துறை அவர்கள் வீட்டுக்கு வந்தது. சாதாரண உடையில் இருந்த காவலர் ஒருவர் சலீமின் தந்தையான ஹசனைச் சந்திக்க வேண்டும் என்று நபூவிடம் கூறினார்.

"அவரிடம் சில கேள்விகள் கேட்க வேண்டும். எல்லாம் வழக்கமான நடைமுறைதான்.."

ஹசன்அங்கு இல்லை. ஹூசேனின்கடை முகவரியை அவர்களிடம் நபூ கொடுத்தாள். அன்றைய தினம் ஹசனுக்கு அங்குதான் வேலை. தன் சகோதரனால் தனியாகக் கடையைக் கவனித்துக் கொள்ள முடியாததால் ஹசனை உதவும்படிக் கேட்டிருந்தான். அன்று சில பெரிய அளவிலான கொள்முதலை வாங்கி வைக்க வேண்டியிருந்தது. மேலும் வந்து இறங்கும் பொருட்களைச் சரிபார்த்தாக வேண்டும்.

காவலர்கள் அவனை அதட்டாமல் சாதாரணமாக அழைத்தார்கள். காபி சாப்பிட்டுக்கொண்டே நாட்டு நடப்பைப் பற்றி அரட்டை அடிக்கக் கூப்பிடுவதைப்போல் அழைத்தார்கள். பதட்டப்பட்டாலும், இது மிகத் தீவிரமாக இருக்காது என்ற முடிவுக்கு ஹசன் வந்தான்.

காவல்துறையினரின் நடைமுறைகள் குறித்தும் அவர்களுடைய வழிமுறைகள் குறித்தும் அவனுக்கு நன்றாகத் தெரியும். ஒரு கட்டத்தில் இஸ்லாமிய மதப்போதகர்களாகிவிட்ட தன் தூரத்துச் சகோதரர்களின் நினைவு வந்தது. ஒருவேளை அவர்களைப் பற்றிய தகவல்களைக் காவல்துறை பெற விரும்புகிறதா? அல்லது சலீம் குறித்துத் தெரிந்து கொள்ள விரும்புகிறார்களா? சட்டென அவனது கேமரா விஷயம் நினைவுக்கு வந்தது. ஆனால் விசாரணை திசை மாறிப் போகிறது.

காவல்துறை தலைமை அலுவலகத்தில் நடந்த விசாரணை விரைவிலேயே அபத்தமான தொனியில் இருந்தது.

பெயர், குடும்பப்பெயர், பிறந்தநாள், இடம் இவற்றையெல்லாம் ஏன் இவனிடம் அவர்கள் கேட்கிறார்கள். எதிரில் இருப்பது யார் என்று அவர்களுக்குத் துல்லியமாகத் தெரியும். ஏனெனில் இவனைக் கைது செய்யத்தான் அவர்கள் வந்துள்ளனர். அலட்டிக்கொள்ளாமல் இருப்பது என ஹசன் முடிவு செய்தான். அவர்களுக்குப் பதில் அளித்த அவன், "காபி சாப்பிட்டுப் பத்திரிக்கை படிக்க வேண்டும் போல் இருக்கிறது" என்றான்.

தன் மகனின் மரணத்தால் மனமுடைந்திருந்த அவனுக்கு அவர்களுடைய கேள்விகள் அபத்தமாக இருந்தன. வேறு உலகத்தில் சஞ்சரித்துக் கொண்டிருந்த அவன் எப்படியும் தன் விதி எழுதப் பட்டுவிட்டது என நினைத்தான். எவ்வித உணர்ச்சியினையும் காட்டிக் கொள்ளாமல் அரபு மொழியிலும், பிரஞ்சு மொழியிலும் மாறி மாறி அவர்களுடைய கேள்விகளுக்குப் பதில் அளித்தான். குள்ளமாகவும், குண்டாகவும் இருந்த காவலன் ஒருவன் சாம்பல் நிறத்தில் பழைய கோட்டும், சட்டையும் அடர்த்தியான நிறத்தில் கழுத்துப்பட்டையும் அணிந்திருந்தான். அவன் ஹசன் காதருகே வந்து,

"ஏ கருப்பனே, நீ ஒரு அமீருக்கு மகனாக இருந்தால், நான் கூட இங்கிலாந்து ராணியின் வெளியில் தெரியாத மகனாக இருக்கலாம்." என்று கத்தினான்.

தொனி உயர்ந்துகொண்டே போகவே, கண்டதையும் கூறுவது என்ற முடிவுக்கு ஹசன் வந்தான்.

"என் அம்மா ஒரு மரம். என் அப்பா ஒரு குதிரை"

"எங்களை என்ன பைத்தியமாக்குகிறாயா?"

"ஆப்பிரிக்கா, சரியாகக் கிளம்பவில்லை!"

"எங்களை ஏமாற்றப் பைத்தியம் போல் நடிக்கிறாயா?

எங்களுக்கு இந்த விஷயமெல்லாம் தெரியும். அவ்வளவு சுலபமாகத் தப்பிக்க முடியாது. ஹே சதாம் என்னும் அபாயகரமான புறநகர் ஒன்றில் நீ இருக்கும் புகைப்படங்கள் எங்களிடம் உள்ளன. நீ நடுவில் வசதியாக இருக்க, உன்னைச் சுற்றி கருப்பர்கள் இருக்கின்றனர். அவர்களுடன் நீ என்ன செய்து கொண்டிருக்கிறாய்? அவர்களிடம் என்ன பேசுகிறாய்? அல்மேரியாவில் சொகுசு வாழ்வு வாழலாம் என்று நீ அவர்களிடம் உறுதி செய்கிறாய் என்று நினைக்கிறேன். கால்வாயைக் கடக்க அவர்களுக்கு உதவி செய்கிறாய். அவர்களின் தேவையை வைத்துச் சுரண்டுகிறாய்; அப்படித்தானே? அடிமைத்தனத்துக்கும், இதுபோன்ற ஏழைகளைச் சுரண்டி பிழைப்பதற்கும் எதிராக நம் பாராளுமன்றம் சட்டம் இயற்றியிருக்கிறது என்பது உனக்குத் தெரியுமா?

"இல்லை, எனக்குத் தெரியாது. நான் யாரையும் சுரண்டவில்லை. ஒருவரையும் சுரண்டியதில்லை."

"அதைத்தான் நாங்கள் விசாரிக்கப்போகிறோம்".

சட்டென உறுதியானதொரு குரலில், ஹசன்,

'என் பிள்ளையைக் கொடு' என்று கூச்சலிட்டான்.

"உன் மகன் சலீமையா? சீட்டாவில் அவன் என்ன செய்ய நினைத்தான் என்று உனக்கு நன்றாகத் தெரியுமே. துரதிஷ்டமானது ஆனால், அவன் மேல்தான் பிழை."

ஹசன் திடீரென அடங்கிப்போனான். கைக்குட்டையை எடுத்து நெற்றியினையும் கண்களையும் துடைத்துக் கொண்டான். பிறகு அவர்களிடம் மெதுவாக,

"காட்டு எலி ஒரு ரோஜா. அது கழுதையினையும், இஞ்சியினையும் குத்தும். மசூதிக் கோபுரம் விழுந்துவிட்டது. முடிதிருத்துபவரைத் தூக்கிலிட்டுவிட்டனர். கழுதைப்புலியின் வாய்த்துர்நாற்றம் காவல் துறையைக் கெடுத்துவிட்டது." என்றான்.

காவலர்கள் தங்களுக்குள் ஆச்சரியமாகப் பார்த்துக் கொண்டனர். தனக்குள் பிதற்றிக் கொண்டிருக்கும் அவனைத் தனிமையில் விடுவது என்று அவர்கள் முடிவு செய்தனர். அதுவரைப் பக்கத்தில் இருந்த அறையில் பேசிக்கொண்டிருந்தனர். அவர்களில் ஒருவன், நிச்சயமாகக் கருப்பு மனிதர்கள் விசித்திரமானவர்கள்தான் என்றான். “அறிவாளி” என்று அழைக்கப்படும் நபர் அப்போது அங்கு வந்து சேர்ந்தான். அப்படி அவன் அழைக்கப்படுவதற்கான காரணம், ‘கொலம்போ’ என்னும் தொடர் அவனுக்கு மனப்பாடமாக தெரியும். கூச்சசுபாவம் கொண்டவன் போல் இருந்து கொண்டே குற்றவியல் புதிர்களை விடு விக்கும் படைத்தளபதி அவன்.. இந்த நேரத்தில் ஏன் ஆப்பிரிக்கர்கள் மீது இவ்வளவு கோபமாக இருக்கிறீர்கள் என அவர்களைப் பார்த்து அந்த நபர் கேட்டான். அங்கிருந்தவர்கள், “சட்டம், சட்டம் தான்” என்றனர். அவர்களுக்கு அமைதியாகப் பதிலிளித்த “அறிவாளி”, “உங்களுக்குத் தெரியுமா? ஆப்பிரிக்கா மனிதாபிமானம் நிறைந்தது மட்டுமல்ல, நம் அனைவரின் எதிர்காலத்திற்கும் தாயாகும்” என்றான். அர்த்தமற்ற சிரிப்பொலியும், தேவையற்ற சொற்களும் வெளியேறின.

ஹசன் மீது காவல் துறையினருக்கு ஏற்பட்ட வெளிப்படையான மனவெறுப்பு அதிகரிப்பதற்கு, சென்ற வாரம் கள்ளத்தனமாக குடியேறி யிருக்கும் ஆப்பிரிக்கர்களுக்கிடையே நேர்ந்த சில சம்பவங்களும், காவல்துறையினருக்குத் தரப்பட்ட சில கடுமையான உத்தரவுகளும் தான் காரணம். சண்டையில் ஈடுபட்டிருந்தவர்களை விலக்கத் தலையிடுவதில் காவல்துறையினர் எடுத்துக்கொண்ட அதிகக் கால அளவின் மூலம் வெளிப்படும் அவர்களது திறமையின்மையை ஊடகங்கள் சுட்டிக்காட்டின. கத்தி, தடி ஆகியவற்றால் சில சாவுகளும் காயங்களும் ஏற்பட்டன. கள்ளத்தனமாகக் குடியேறி இருப்பவர்களைத் தங்கள் நாடுகளுக்குத் திருப்பி அனுப்பும்படிக் கட்டளை பிறப்பிக்கப்பட்டிருந்ததாகத் தெரிகிறது. கருப்புத் தோல் கொண்ட எந்த மனிதரும் சந்தேகப்பேர்வழிதான். அவர்களுக்கு உதவக்கூடிய அத்தனை பேரும்தான். இதன் அடிப்படையில்தான் ஹசன் விசாரிக்கப்பட்டான். அவனுடைய மகனின் கேமராவில் இருந்து பழைய படங்கள் வெளியில் எடுத்துப் பார்க்கப்பட்டன. அதில் ஹசன் இருக்கும் ஒரு படத்தை எடுத்து அவனிடம் நீட்டிய காவலர், மிரட்டி அவனிடமிருந்து தகவலைக் கறக்கும் நோக்கத்தில்,

"இவனை, உனக்கு அடையாளம் தெரிகிறதா?" என்று கேட்டான்.

"அது நான் இல்லை. மசூதியின் கோபுரத்தாலும், அந்தப் பாழாய் போன மதப் போதகரின் காரணமாகவும் தூக்கிலிடப்பட்ட முடி திருத்துபவர்தான் அந்த நபர்."

நிறையப் படங்கள் கொண்ட உறையொன்றுடன் வந்து சேர்ந்த மற்றுமொரு காவலன் அவற்றை மேசை மீது பரப்பி வைத்தான். குறிப்புகளை வைத்து அவை எடுக்கப்பட்டிருந்தன. அத்தனைப் படங்களிலும் ஹசன் இருந்தான். சிலவற்றில் கருப்பு மனிதர்களுடன், சிலவற்றில் சலீமுடன் அல்லது உணவு விடுதி ஒன்றில் தனிமையில் அமர்ந்த நிலையில் இருந்தான்.

"இந்த ஆட்களுடன் என்ன செய்து கொண்டிருந்தாய் என்பதை இப்பொழுது நீ எங்களுக்குச் சொல்லவேண்டும். பிறகு, ஏன் அந்த உணவுவிடுதியில் தனியாக இருக்கிறாய்? யாருக்காகக் காத்திருந்தாய்?

யாரைச் சந்திப்பதாக ஏற்பாடு ஆகியிருந்தது? இந்தக் கள்ளத் தனமான வேலையில் உன் மகனின் பங்கு என்ன?"

ஹசன் பதில் எதுவும் கூறவில்லை. இனி அவன் பேசப்போவ தில்லை. கோபம் அதிகமாகவே அந்தக் காவலர் வெளியே சென்று விட்டார். இப்பொழுது, இந்தப் படங்களின் எதிரில் அந்த அறையில் தனியாக இருந்தான். மேசை மீதும், பின் சுவர்கள் மீதும், பல்லிகள், பெரிய சிலந்திகள், தேனீக்கள், அளவு பெரிதான மூட்டைப்பூச்சிகள், ஒரு வௌவால், ஜின்னின் கோரமுகம் ஆகியவை தெரிந்தன. இந்த மனப்பிரமை முதலில் அவனுக்குச் சிரிப்பை வரவழைத்தது. தன் சட்டைமீது எச்சில் ஒழுக அவன் சிரிக்க ஆரம்பித்தான். பிறகு கால் சட்டையிலேயே சிறுநீர் கழித்தான். சூடான திரவம் ஒன்று தன்னைச் சுடுவதைப் போன்ற உணர்வு ஏற்பட்டது. துணுக்குற்று எழுந்தான். பிறகு மீண்டும் அர்த்தமின்றிச் சிரிக்க ஆரம்பித்தான். நாற்றம் பரவியது. இப்பொழுது மலம் கழித்தாக வேண்டும் என நினைத்துக் கொண்டான். நாற்றத்தைப் பொறுத்துக் கொள்ளாத அளவு செய்தாக வேண்டும். ஏனெனில் நான் நாற்றமடித்தாக வேண்டும். என்னிடமிருந்து வரும் நாற்றத்தை வைத்தே என்னை விட்டு மக்களை நான் தள்ளிவைத்தாக வேண்டும். தூக்கம் சொக்கி, நாற்காலியில் இருந்து கீழே விழுந்தான். எழுந்திருக்கச் சிரமப்பட்டான். மனித இனத்தைச் சபித்தான். எழுந்து நிற்கும் தெம்பைப் பெற்றான். தான்

இருக்கும் நிலைக்காக வெட்கப்பட்டு இரத்தம் வரும்வரை சுவரில் போய் முட்டிக்கொண்டான். கன்னங்களில் கண்ணீர் வழிந்தோடியது. அவன் அதைத் துடைக்கவில்லை. தரையில் படுத்துக்கொண்டான். பொதி ஒன்று கிடப்பதைப்போல் தன்னைக் குறுக்கிக் கொண்டான். குவிந்த கைகளால் தன் முகத்தை மூடிக்கொண்டு அசையாமல் கிடந்தான். அவனது உடல் வினோதமான அசைவற்றதொரு பொருளாக மாறிவிட்டது. அழுக்குப் போர்வையால் மூடப்படட சாம்பல், கருப்பு நிறக் கற்குவியலாக இருந்தது. தனக்குள் புதைந்துவிட்ட அவன் தன்னைச்சூற்றி நடக்கும் எதைப்பற்றியும் இனிக் கவலைப் படுவதில்லை எனும் நிலையில் இருந்தான். தன்னைத் தூக்கியெறியக் கூடியதொரு பொருளாக அவன் மாறியிருந்தான். சவக்குழியொன்றில் அவனைத் தூக்கியெறியக்கூடும், அல்லது அவனை எழுப்பிச் சுத்தம் செய்து கூச்ச சுபாவம் கொண்ட மற்ற கைதிகளுடன், அவனையும் ஈவு இரக்கமற்ற கடுமையான நீதிபதிமுன் கொண்டுபோய் நிறுத்தக் கூடும். எதுவாக இருந்தாலும் இப்பொழுது அதைப்பற்றிக் கவலை யில்லை. சிறிது நேரத்தில் அவன் தூங்கிப்போனான். கனவு எதுவும் வரவில்லை. அதாவது அவனுடைய உயிர், இரத்தம், உடல் எதுவும் இப்பொழுது முன்போல் இல்லை என்பதற்கான அறிகுறி அதுவாகும். மேலும் அவனது ஆன்மா மட்டும் ஓர் ஓரத்தில் தாக்குப்பிடித்துத் தன் மனிதத்தன்மையைத் தக்க வைத்துக் கொண்டுள்ளது.

அவனைப் போய்ப் பார்க்குமாறு "அறிவாளி"யை அனுப்பி வைத்தார்கள். தான் கண்ட காட்சி அவனைத் திடுக்கிடச் செய்தது. ஹசன் அம்மணமாக இருந்தான். அவனது உடைகள் கிழிந்திருந்தன. சிறுநீர், மலம் ஆகியவை தரையில் தோய்ந்திருந்தன. அவனிடம் பேச்சுக் கொடுக்க முயன்றபோது ஹசன் பதில் கூறுவதை நிறுத்திக் கொண்டான். "அறிவாளி" தலைமை காவல் அதிகாரியை அழைத் தான். சிறிது நேரத்தில் பணியில் உள்ள மருத்துவருடன் அங்குவந்து சேர்ந்த அதிகாரி மூக்கைப் பிடித்துக் கொண்டு தொலைபேசியில் பேசினார்.

அடுத்தநாள், ஹசன் காவலில் வைக்கப்பட்டுள்ளான் என்று தெரிந்து நபூவும் ஹூசேனும் மத்திய தலைமைக் காவல் நிலையத்துக்கு வந்தனர். தங்கள் குடும்பத்தைச் சேர்ந்தவன் என்பதற்கு அத்தாட்சி யாகச் சில படங்கள் அவர்களிடம் கேட்கப்பட்டன. இரண்டு மணி நேரம் கழித்து, அந்தப் படங்களை அவர்கள் கொண்டு சென்றபோது, காவல் நிலையத்தின் முன் பகுதியில் உள்ள காவலர்,

“ஓ, இவன் ஒரு கருப்பன்! என்ன செய்வது நீங்கள் மிகத் தாமத மாக வந்துவிட்டீர்கள்” நேற்று இரவு தான் செனெகல் நோக்கி, கள்ளத்தனமாக குடியேறிய 126 பேரை ஏற்றிக்கொண்டு விமானம் ஒன்று பறந்தது. மற்றவர்களைப் பொறுத்தவரை அவர்களின் நிலை ஒழுங்குபடுத்தப்படும். அவர்களது ஆவணங்கள் பரிசீலனையில் உள்ளன.

ஆனால் அந்தப் பட்டியலில் இவன் இல்லை. புரிகிறதா, நாங்கள் ஒவ்வொரு நபராக விசாரித்து முடிவு செய்கிறோம். நாங்கள் மனிதாபி மானமுள்ளவர்கள்” என்றான்.

நபூ, தன் முகத்தை மறைத்துக் கொண்டு அழுதாள். ஏனெனில் பொது இடத்தில் அழுவதை அவள் எப்பொழுதும் வெறுப்பவள். ஹூசேன், எதிர்ப்புத் தெரிவித்துக் கத்தினான்.

“உங்களுக்கு இதற்கான உரிமையில்லை. இது ஒருதலைபட்சமான நடவடிக்கை என்பதோடு இன வெறியாகும். நாங்கள் உடனடியாகப் புகார் அளிக்க போகிறோம். மேலும், தேசிய ஊடகத்துக்கும் உலக ஊடகத்துக்கும், தகவல் தெரிவிக்கப்போகிறோம். ஆமாம், உங்கள்மீது குற்றச்சாட்டு வரபோகிறது. பெரும் சர்ச்சையில் மாட்டப்போகிறீர்கள். உங்கள் மேலதிகாரிகள் இதனை ஏற்றுக்கொள்வார்கள் என்று நான் நினைக்கவில்லை. நீங்கள் எதையும் மதிப்பதில்லை. தன் மகனை இழந்து நிற்கும் தந்தை ஒருவரின் சோகத்தைக் கூட மதிப்பதில்லை.”

அந்த நேரம் பார்த்து மேலதிகாரி ஒருவர் வந்து சேர்ந்தார். நிச்சயமாக அவர் ஒரு மேலதிகாரிதான். மற்றவர்களைக் காட்டிலும் கொஞ்சம் பொறுப்பு அதிகமுடையவர் போன்ற தோற்றம் அவரிடமிருந்தது. உயரமாகவும், வினோதமாக ஒல்லியாகவும் இருந்தார். கத்தியால் வெட்டப்பட்ட முகத்தோடு இருந்த அவர் தளபதி உஃபகிர் சாயலில் இருந்தார். கையில் மஞ்சள் நிறக் கோப்பு ஒன்று வைத்திருந்தார்.

“சார், கொஞ்சம் அமைதியாக இருங்கள். அவன் இன்னும் போக வில்லை. பேனி மக்காடாவில் உள்ள மருத்துவமனைக்கு அவனை மாற்றியிருக்கிறார்கள்”.

அழுது ஓய்ந்திருந்த தன் அம்மா பக்கம் திரும்பிய ஹூசேன், ‘அம்மா, அவனை மனநலமில்லாதவர்களின் இடத்துக்கு அனுப்பியிருக் கின்றனர். பேனி மக்காடா, ஒரு மருத்துவமனை இல்லை. அது ஒரு மனநலக் காப்பகம்’ என்றான். மேலதிகாரி தொடர்ந்தார்:

“சில பரிசோதனைகளுக்காக மனநலக்காப்பகத்திற்கு அவனை அனுப்ப வேண்டும் என்று விரும்பினோம். விசாரணையின்போது அவனது மனநிலை சரியில்லாமல் போனது. கோர்வையில்லாத சம்பவங்களை அவன் கூறினான். தன் அம்மா ஒரு கழுதை என்றும் தன் அப்பா ஒரு மரம் என்றும் தெரிவித்தான். அணிந்திருந்த ஆடை களைக் கிழித்துக் கொண்டதோடு சட்டையிலேயே...”

“அது கழுதையில்லை. குதிரை...” என்று பக்கத்தில் இருந்த காவலர் திருத்தினார்.

“சுருக்கமாகச் சொன்னால், அவனுக்குப் பைத்தியம் பிடித்து விட்டது. கண்டதையும் பேசினான். எனவே, எங்களை ஏமாற்றத் தான் அவன் அப்படி நடந்து கொண்டானா என்பதை உறுதி செய்து கொள்ளவே அவனுக்குப் பரிசோதனை நடத்துவது என்று முடிவு செய்தோம். இரட்டைக் குழந்தைகளாக, தன்னுடன் பிறந்த சகோதரன் வெள்ளையாக இருப்பான் என்றும் கூறினான்.

உடனே ஹூசேன்,

“அது முற்றிலும் உண்மைதான். நான் தான் அவனுடைய சகோதரன். ஹசன் என்னுடன் இரட்டை குழந்தையாகப் பிறந்த சகோதரன்தான்” என்று கத்தினான்.

ஹூசேனை ஆச்சரியமாகப் பார்த்த தலைமை அதிகாரி, “இதுவரை நான் கேள்விப்பட்டதே இல்லை. ஒருவன் கருப்பு, ஒருவன் வெள்ளையா?”

அப்போது குறுக்கிட்ட நபூ அமைதியாக,

“அப்படியும் நடக்கும் சார். அது மிகவும் அபூர்வம். ஆனால் உண்டு. அதற்காக என் மகன் பைத்தியமாகி விட மாட்டான்” என்றாள்.

அந்த நேரத்தில் தான், புழுக்கமும் சோகமும் ஆட்கொண்டு பரிதாபமாக இருந்த தலைமைக் காவல் நிலையத்தில் ஒளிக்கீற்றாக கரீம் தோன்றினான்.

“ஹ... ஹசன்.. என்.. என் சகோதரன். ஹசன் எங்கே?”

“இது என்ன, குடும்பமே பைத்தியமா?” என்றார் தலைமை அதிகாரி.

அவருடைய கைகளைக் கரீம் பற்றிக்கொண்டான். பொதுவாக அப்படிச் செய்யக்கூடாது. ஆனால் அவர் கண்டு கொள்ளவில்லை. கரீம் அவரைச் சிரித்தபடியே உற்றுப் பார்த்தான். பிறகு, அந்தப் பைத்தியக்காரக் குடும்பத்தின் கதையை விவரித்தான். காட்சிகளை நடித்துக் காட்டினான். வார்த்தைகளை திரும்பத் திரும்பச் சொன்னான். குரான் மீது சத்தியம் செய்தான். ஆப்பிரிக்காவில் உள்ள அற்புதமான மரம் குறித்தும் கோரே தீவு குறித்தும் விவரித்தான். இரக்கமற்றுக் கடுமையாகத் தோன்றிய அந்த அதிகாரியைச் சிரிக்க வைத்ததோடு, ஹசனிடம் முறையாக நடந்து கொள்ளாத காவலர்கள் சார்பில் வருத்தம் தெரிவிக்கவும் வைத்து விட்டான்.

யாரோ ஒருவருடன் மேலதிகாரி தொலைபேசியில் பேசினார். “ஆமாம். இல்லை. எனக்குத் தெரியாது. நிச்சயமாக... ஆமாம், ஆமாம். சரி, நீங்கள் வரும்வரை காத்திருக்கிறேன்.” என்று சொல்லி விட்டு நபூ, அவளுடைய பிள்ளைகள் ஆகியோர் பக்கம் திரும்பி,

“ஆம்புலன்ஸ் ஒன்று அவனைத் திருப்பி அழைத்து வந்து விடும். தவறு ஒன்று நடந்துவிட்டது. சில நேரங்களில் எங்களுக்கு அப்படி நேர்ந்துவிடும். ஆவணங்களின்றி இருக்கும் இந்த ஆப்பிரிக்கர்கள் பேசவும் மாட்டார்கள். இவர்களுடன் எங்களுக்குப் பெரும்பாடாகப் போய் விடுகிறது. நிலைமை முற்றிலும் கையை மீறிப் போய் விடு கிறது. ரபாத்திலிருந்து வரும் உத்தரவுக்காகக் காத்திருப்போம். வராது. ஆனால் உங்கள் மகன் கரீமைப் பொறுத்தவரை, அவன் பொய் சொல்ல மாட்டான் என்பது எனக்கு நன்றாகத் தெரியும். அவன் முகத் திலேயே அது தெரிகிறது. இவன் ஓர் ஒளி. மன்னிக்க வேண்டும், கரீமும் உங்கள் மகன் தானா? அவன் வெள்ளையாக இருக்கிறான். அதிக வெள்ளையாகவே இருக்கிறான்..” என்றார்.

தலையைக் குனிந்தவாறு நபூ,

“ஆமாம், கரீமும் என் மகன்தான். நான் அவனுடைய அம்மா இல்லை ஆனால், எங்கள் குடும்பத்திற்கு வெளிச்சம் தரும் ஒளி அவன்தான். அவன் இல்லாமல் என் கதி என்ன ஆகியிருக்கும் என்று தெரியவில்லை” என்றாள்.

நபூவின் கைகளைப் பற்றிக்கொண்ட கரீம் அவளுக்கு முத்தங் களிட்டான்.

மேலதிகாரி நெற்றியைத் துடைத்துக் கொண்டார். பல வினோத மான விஷயங்களைச் சந்தித்த களைப்பில் தன் அலுவலகத்துக்குத் திரும்பினார். கதவை மூடிவிட்டு அங்கிருந்த காவலர்களில் ஒரு வரிடம்,

"கருப்புப் பெண் ஒருவர், அதுவும் மிகவும் கருப்பாக இருக்கும் ஒரு பெண் எப்படி இத்தனை வெள்ளையான குழந்தையைப் பெற்றெடுக்க முடியும் என்று சொல். மேலும் இரட்டைக் குழந்தைகளில் ஒன்று கருப்பாகவும், ஒன்று வெள்ளையாகவும் இருக்க முடியுமா?" என்று கேட்டார்.

அந்தக் காவலர்,

"அது எல்லாம் வல்ல இறைவனின் விருப்பமாக இருக்க வேண்டும்" என்று சொல்லி வைத்தான்.

"முட்டாளே. அகராதியில் தேடி அறிவியல் பூர்வமாக விளக்கம் ஒன்றினை எனக்குக் கொடு. உன் அறியாமை வெளிப்படும் போதெல்லாம் கடவுள் பெயரைச் சொல்வதை விடு."

இரண்டு மணிநேரம் கழித்துச் சித்தம் கலங்கிய தோற்றத்துடன், வெறித்த பார்வையுடன், அழுக்கான ஆடைகளுடன் ஹசன் வந்து சேர்ந்தான். அவன் மீது துர்நாற்றம் வீசியது. அவனுடைய அம்மாவோ, சகோதரர்களோ அவன் அருகில் செல்லமுடியவில்லை. ஏறக்குறைய தன் புத்தி மட்டுமல்ல வாழ்க்கையே இழந்துவிடக்கூடிய அபாயத்திலிருந்து தப்பிச் சிதைந்துபோன ஒரு மனிதனாக அவன் திரும்பியிருந்தான். அவனைப் பொறுத்தவரை தன்மீது நிகழ்ந்த தவறுக்கும் கொடுமைக்கும் பதிலாயிருக்கும் ஒரே ஆயுதமாக தன்நிலை மறப்பதைக் கருதினான். சித்த பிரம்மை என்பது பெரும்பாலும் மற்றவர்களால் உருவாக்கப்பட்டு, மெருகேற்றப்பட்டு அரங்கேற்றப் படும். "சித்த பிரம்மை என்பது மற்றவர்கள்தான்" என்பது கொஞ்சம் மிகையானது என்றாலும், அதில் அவர்களுடைய பங்கு கொஞ்ச மாவது இருக்கும். சிலநேரம் அதிகமாகவே இருக்கும். குற்றம் என்பதை ஹசன் தனது முகத்தில் மட்டுமல்ல உடல்முழுவதும்

சுமந்திருக்கிறான். அவன் கருப்பாக இருந்தான். அப்படிப் பிறந்த திற்காக அவன் தண்டிக்கப்பட்டிருந்தான். இத்தனைக்கும் அது ஒரு தவறோ, குறையோ இல்லை. சாதாரணமாகப் பார்த்தால் அது ஒரு மனித இயல்பு. இந்த அளவு மனிதர்களின் விதியை ஒரு தோலின் நிறம் ஏன் நிர்ணயிக்கிறது என்பதையும், ஏன் அது சிலரைக் காக்கவும், சிலரை நேரடியாக நரகத்தில் தள்ளவும் செய்கிறது என்பதையும் என்றாவது ஒருநாள் தெரிந்து கொண்டாக வேண்டும்.

கடைசியாக அவர்களுக்கு மேலதிகாரி ஒரு புத்திமதியைக் கூற விரும்பினார்.

“ஆவணங்கள் எதுவுமின்றி வெளியே போகாமல் பார்த்துக் கொள்ளுங்கள். இதுபோல் தவறு சட்டென நடந்துவிடும்.” என்றார்.

‘ஹம்மாம்’ என்ற சொல்லை ஹசன் முனங்கினான். பிறகு தயங் கியபடி தன் அம்மா அருகில் சென்றான். கரீம், ஹூசேன் ஆகியோரைப் பிடித்துக்கொண்டு நீண்டநேரம் அசையாமல் நின்றான்.

நான்கு பேரும் கைகளைக் கோர்த்தபடி அங்கிருந்து புறப்பட்டு நடந்தே சென்றனர். அதன்பின் அவர்கள் திரும்பவில்லை.

★★★★★★★★★

தன் உடைமைகளையெல்லாம் எடுத்துக் கொண்ட கதை சொல்லி, கைத்தடியையும் எடுத்துக்கொண்டு ஃபேஸின் மணற்குன்றுகளில் சூரியன் சாயும் நேரத்தில் மறைந்து போனார். நாணயங்கள் நிறைந்த கலயத்தை மட்டும் அங்கேயே விட்டுச் சென்றார்.

Note

Note

Note